விடமேறிய கனவு

விடமேறிய கனவு

குணா கவியழகன்

எதிர்
வெளியீடு

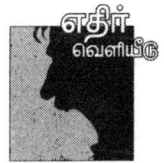

விடமேறிய கனவு
குணா கவியழகன்

முதல் இரண்டு பதிப்புகள்: அகல்
எதிர் வெளியீடு முதல் பதிப்பு: ஜூலை 2024

எதிர் வெளியீடு,
96, நியூ ஸ்கீம் ரோடு, பொள்ளாச்சி – 642 002
தொலைபேசி: 04259 226012, 99425 11302

விலை: ரூ. 399

VitameRiya KaNavu
Kuna Kaviyalahan

Copyright © Kuna Kaviyalahan
First Edition: July 2024

Published by
Ethir Veliyeedu, 96, New Scheme Road, Pollachi – 2
Email: ethirveliyedu@gmail.com
www.ethirveliyeedu.com

ISBN: 978-81-19576-50-0
Cover Design: Santhosh Narayanan
Printed at Jothy Enterprises, Chennai.

All rights reserved. No part of this book may be reprinted or reproduced or utilised in any form or by any electronic, mechanical or other means, now known or hereafter invented, including photocopying and recording, or in any information storage or retrieval system, without permission in writing from the Publisher.

குணா கவியழகன்

யாழ்ப்பாணத்தைச் சேர்ந்த குணா கவியழகன் இளம் வயதிலிருந்து போராட்ட அரசியலில் பயணிப்பவர். ஊடகப் பணிப்பாளராக, அரசியல் ஆய்வாளராக, எழுத்தாளராக தமிழ்ப் பரப்பில் நன்கு அறியப்பட்டவர். ஐந்நூறுக்கும் மேற்பட்ட அரசியல், இராணுவ, சமூகக் கட்டுரைகளை எழுதியிருக்கிறார். ஐந்து நாவல்களையும் சில சிறுகதைகளையும் எழுதியிருக்கிறார். 'கடைசிக் கட்டில்' இவரின் ஆறாவது நாவல்.

இலக்கியத் துறையில் தனது முதல் நாவலுக்கு கனடா இலக்கியத் தோட்டம் இயல் விருதைப் பெற்றார். மேலும் காக்கைச் சிறகினிலே விருது, அமுதன் அடிகளார் விருது, வாசக சாலை விருது, தமிழ்நாடு பதிப்பாளர் சங்கத்தின் விருது போன்றன இவரது நாவல்கள் பெற்ற விருதுகள். இப்போது புலம்பெயர்ந்து பிரித்தானியாவில் வசிக்கிறார்.

கதைசொல்லியின் கதையாடல்

வாழ்வின் மற்றொரு பகுதி எனக்களித்த அனுபவத்தைக் கலையாகக் கட்டவிழ்த்துள்ளேன். விடமேறிய கனவாக உங்கள் கைகளுக்கு வந்துள்ளது இப்போது. என் பொறிகளுக்குள் அகப்படாத வாழ்வை மனத்தின் பொருமலாக எழுதிய கதையல்ல இது. மாறாகப் பொறிகளால் நுகரப்பட்டு ஆத்மாவின் இருப்புநிலையையே அலைக்கழித்த அபூர்வமான வாழ்வின் தருணங்கள் இவை. இதைக் கலையாக்கி காலக் கைம்மாறு செய்வதற்காய்க் கையளித்துள்ளேன்.

என் முதல் நாவல் நஞ்சுண்டகாடு, தமிழீழப் போராட்டத்தின் இறுதிப் போருக்கு முன்னான சமாதானச்சூழல் நிலவிய பொழுதில் எழுதப்பட்டது. அறிவுதந்த திண்ணியமான ஒளியால் ஆழ்மனம் அபாயச் சங்கெடுத்து ஊதி என்னுள் அலறிய பொழுதது. நான் பொறுக்கவொண்ணாது போரின் பாடுகளை, பொங்கிவந்த கண்ணீரில் தாள்கள் தோய எழுதினேன். எழுதிய பொழுதில் எவர் கண்ணிலும் படாதுபோன நஞ்சுண்டகாட்டின் வாழ்வு எங்கள் கண்களையே குத்தியது.

தமிழீழமே பிரளயத்தைக் கண்டு முள்ளிவாய்க்காலின் நந்திக் கடலில் மோதி அழிந்தது. எஞ்சியவரிடம் எஞ்சிப்போன வாழ்வு. இதைச் சுமக்கவும் முடியாமல் இறக்கவும் முடியாமல் மனித மனத்தின் விந்தையான பாடுகளில் விடமேறிய கனவாய் வீழ்ந்து வருகிறது தமிழ்ச் சாதியின் வாழ்வு.

இப்போதும் சங்கெடுத்து ஊதாமல் சாமங்களில் தலைமோதி அலறும் கனவிலிருந்து விடுதலைபெற்று நான் அமைதிகொள்ள முடியாது என்றுணர்ந்தேன். விளைவு: நிசிகளில் கொதிக்கும் இரத்தம், தாள்களில் வழிந்து கதையாகிப்போனது. காலமுகத்தில் கையளிக்க நேர்ந்தது. வாழ்ந்த வாழ்வு குறித்து கர்வம் எதுவும் இல்லை. கழிவிரக்கமும் எனக்கு இல்லை.

காலநதியில் என் கடப்பாடுகள் நிறைவேற்றப்பட்டன. மேலும் படும்.

நான் அலிபாபாவும் இல்லை, அற்புத விளக்கும் என்னிடம் இல்லை. கையில் உள்ள அகல் விளக்கின் கடைசிச் சுடர்ப்பொறியை அணையாது பாதுகாப்பேன். ஒருநாள் பொன்னொளி தரட்டும் அது.

அறமொழுக அன்பைத் துணைகொண்டு,

குணா கவியழகன்

30-04-2015, பின்னிரவு

வாழ்வறிந்ததெல்லாம் வலிகளைத்தான்.

கதைகள் கண்டெடுத்த சொற்களோடுதான் வந்தேனா உங்களிடம்?

இல்லவே இல்லை. வலியறிந்த சொற்களோடுதான் வருகிறேன் உங்களிடம்.

வலிகளுக்கு வல்லமை உண்டு எனக் காட்டுவீரா?

இல்லை, வீணில் விழுந்தவன் என்றென்னைத் தூற்றுவீரா என் சனமே? நானறியேன். காலம் மட்டுமே அறியும் அதை. கதைசொல்லிப்போவதே என் கடன்.

01

"தீதும் நன்றும் பிறர்தர வாரா." ஏன் இந்த வாக்கியம் இன்று திரும்பத் திரும்ப மனதில் ஓடிக்கொண்டிருக்கின்றது? ஓடிக்கொண்டிருக்கிறதா, இல்லை... ஓட்டிக்கொண்டிருக்கிறேனா? சரியாகத் தெரியவில்லை. இப்பொழுதெல்லாம் இப்படிப் பல விடயங்கள் சரியாக உறுதியாகத் தெரியவராமல் வழுக்குகின்றன. விடாப்பிடியாக நானும் எல்லாவற்றுக்கும் உரித்தான நியாய காரணங்களைக் கண்டுபிடித்துவிடத் துடிக்கின்றேன்.

இழப்பதற்கும் ஏதுமில்லாமல் எதிர்ப்பதற்கும் சக்தியில்லாமல் பொட்டு ஒளிவரத் துவாரமுமின்றி நரகத்துழலும் இந்த வாழ்விற்கு மரணங்கூட ஒரு விடுதலையாகும். அந்த மரணத்தை நோக்கித்தான் நான் நிறுத்தப்பட்டுள்ளேன். ஆனால் அந்த மரணம் சாதாரணமாக வரப்போவதில்லை. ஆனால் என்ன... மரணித்துக்கொண்டிருப்பதை விட எப்படியாயினும் மரணித்துவிடுவது மேலானதில்லையா?

எனது இந்த நிலைக்கு எது காரணம்? யோசித்து யோசித்து மூளை கசங்கிக் களைத்துவிட்டது. ஆனாலும், இந்த நான்கு நாள்களில் உச்சயோகம் வாய்த்த மகா யோகிபோல மனம் ஆழத்தே, ஆழத்தே பயணித்து ஞானத்தை அடைந்ததுபோல ஓர் உணர்வு. காரணத்தைக் கண்டுபிடித்துவிட்ட திருப்தியோ?

அப்படித்தான் நினைக்கிறேன். கண்டுபிடித்து விட்டேனா?

காரணம் ஒரு நோய். இதை நோய் என்றுதான் சொல்லவேண்டும். இது எப்படி என்னைப் பீடித்தது? எப்போது பீடித்தது? எங்கிருந்து இது என்னை விடாது துரத்தி வருகின்றது? சரியாகத் தெரியவில்லை. நான் வளரவளர அதுவும் கூடவே

வளர்ந்திருக்கின்றது போலும். இல்லாவிட்டால் நான் அதிலிருந்து விடுபட்டிருக்கமுடியும். ஒருவேளை இந்த நோய் சிலரைப் பீடித்தும் பலரை விட்டுவைத்து மிருப்பது சமூகத்தின் இயற்கைச் சமநிலைக்கு வேண்டியதாகவும் இருக்கலாம். சமூக இயக்கத்தின் விதி இதுதானோ? அதுதான் எனில், விடுபடுவது என்பது வெறும் வார்த்தைகள்தான். வார்த்தைகள் வல்லமைபெற்றுவிடுமா என்ன? யார் அறிவார்? காலந்தான் அறியும். அல்லது காலமெனவாகிய ஒரு கடவுள் அறியக்கூடும், இதன் சூட்சுமத்தை.

இதன் தொடக்கம் எதுவாக இருக்குமென்றால், ஒருநாள் - 25 வருடங்களுக்குமுன் - கெலிகொப்ரரிலிருந்து இலங்கை இராணுவம் சுட்டுக்கொண்டிருந்தபோது நான் பள்ளிக்கூடத்திலிருந்து வீதியால் வந்துகொண்டிருந்தேன். சூட்டுச்சத்தம் கேட்டு வானத்தைப் பார்த்தவன்தான், கெலிகொப்ரரின் விரிவுகண்டு நிலைதடுமாறி அருகிலிருந்த வேலியோரத்தில் பதுங்கிக்கொண்டேன். சில மணித்துளிகளில் வீட்டின் நினைவு எழ வீதியால் ஓடியேன். அல்லது பறந்தேன் என்றும் சொல்லலாம். காதுகளில் சூட்டுச் சத்தமும் கெலிகொப்ரரின் அச்சமூட்டும் பறப்பின் படபடப்பும் பீதியெழுப்பியபடியிருந்தன. ஆனால் இவை இன்னுமென்னை வேகப்படுத்தின. வீட்டில் அம்மா தனியே. அப்பா வேலைக்கு. அக்கா பாடசாலைக்கு. நான்தான் இப்போ அம்மாவைக் காப்பாற்றியாக வேண்டும்.

ஓடிய வேகத்தில் முதலில் நான் அருகிலுள்ள அம்மம்மா வீட்டில்தான் அம்மாவைத் தேடினேன். அங்கு இல்லை. கிணற்றடிக்கு ஓடினேன். அங்கும் இல்லை. ஆக, அம்மா கெலிகொப்ரர் தாக்குதலிலிருந்து தப்புவதற்காக ஒழுங்குசெய்து வைக்கப்பட்ட வீட்டின் நடுப்பகுதியிலுள்ள ஓடையில்தான் பதுங்கியிருக்கக்கூடும். மனதில் ஆறுதலும் அதை உறுதிசெய்யும் ஆர்வமும் மின்னல்போல வந்துபோகின்றது. குசினியின் பின்வழிப்படியால் தாவிப் பாய்ந்து குசினிக்குள் பார்க்க, அங்கே இல்லை. வீட்டின் நடுப்பகுதி ஓடைக்குள் ஓடினேன். அம்மா அங்கே பத்திரமாகப் பதுங்கியிருந்தாள்.

என்னைக் கண்டு அம்மா பாய்ந்து கட்டியணைத்தாள். நெஞ்சோடு முகத்தைப் புதையவைத்து முதுகையும் தலையையும் வருடியபடியிருந்தாள். டொப் டப்... டொப் டப்... அம்மாவின்

நெஞ்சாங் கூட்டிலிருந்து வரும் விநோத ஒலி. கெலிகொப்ரர் சரிந்து சுழன்று பறந்து சுடுகின்றது. அம்மாவின் வாசம் எனக்கு ஏதோ ஒன்றிலிருந்து விடுதலையளிக்கின்றது. இந்த விடுதலை அம்மாவின் வாசத்திற்கு மட்டுமே உண்டு. சில நிமிடங்கள் கழிய அம்மா தனக்குள் சொல்லிக்கொண்டாள். "பொடியங்கள் வந்திட்டாங்கள். திருப்பி அடிக்கத் தொடங்கிட்டாங்கள். பிள்ளையாரப்பா." அம்மா பெருமூச்சாக இழுத்துவிட்டாள். இப்போ வேறு வகையான சூட்டுச்சத்தமும் சில்லறையாக என் காதுள் விழுவதை உணர்ந்தேன். கெலிகொப்ரர் பறக்கும் சத்தம் குறைந்து, தூரப்போகின்றது.

"அழிவார் போறாங்கள். பொடியள் வந்தவுடனே ஓடிட்டாங்கள்" அம்மா சபித்தாள். எழுந்து சமையல் வேலைகளைக் கவனிக்கத் தொடங்கினாள். அடுப்பில் உலை பொங்கி வழிந்து நெருப்பை அணையவைத்துவிட்டது.

இரவு, மாமா வீட்டிற்கு வரவும் எல்லோரும் கூடிக் கதைத்துக் கொண்டிருந்தார்கள். அன்றைய தாக்குதலைப் பற்றி அம்மா சொன்னாள்.

"உருத்திரன் பள்ளிக்கூடத்தில என்று நினைச்சன். பிள்ளை வழியில வந்துகொண்டிருந்திருக்கு. பயத்தில ஓடிவந்து அணைஞ் சிட்டான் என்னிலை. நல்ல நேரம் நான் எங்கேயும் வெளியில போகேல்ல. பிள்ளை ஏங்கியிருப்பான்."

அப்பா சொன்னார் என்னைப் பார்த்து,

"இனி, வழியில இப்படி நடந்தால் ஓடிவரக்கூடாது. முதலில குப்புறப் படுக்கவேண்டும். கெலிகொப்ரர் போனபிறகுதான் ஓடி வரோணும்."

மனதில், குப்புறப்படுக்கிறது என்ற சொல்லு நினைவுவர இப்போது சிரிப்பு வருகின்றது. சிரிப்பா? அழுகையா? அப்போது அந்தத் தாக்குதலுக்குப் பயந்து என்னைப் பாதுகாக்கக் குப்புறப்படுக்க எண்ணினேன். ஆனால் இப்போதோ குப்புறப்படுக்க ஆசையாகவே இருக்கின்றது. முடிந்தால்தானே! யேசுநாதரைச் சிலுவையில் அறைந்ததுபோல் என் கைகளை விரித்து முழங்கையுடன் மேற்புறமாகக் கையை மடித்து சிமெந்து நிலத்துடன் விலங்குபோட்டிருக்கின்றார்கள். ஏன், இப்படி நின்றபடி கையைச் சரணடையத் தூக்குவதுபோலப் படுக்கவைத்து விலங்கு போட்டிருக்கிறார்கள்? யேசுநாதரைப்

போல விலங்குபோட்டிருந்தாலும் கைவலி கொஞ்சம் குறைவாக இருக்குமே என்று எண்ணினேன். அப்படிப் போட்டால் படுக்கை அதிக இடத்தைப் பிடித்துக்கொள்ளும் என்பதனால்தான் இந்தச் சிறையை இப்படித் தயாரித்து இருக்கிறார்கள். இந்த நாய்க்கு ஏன் இத்தனை இடமென்று நினைத்தார்களோ? இருக்கலாம். ஆனால் நான் புலியல்லவா?

அட...! சொல்ல மறந்திட்டேனே உங்களுக்கு... இந்தக் கதை ஓடிக்கொண்டிருப்பது சிறையில்தான். இராணுவத்தினுடைய சிறை. பொலிஸ் சிறையை உங்களில் யாரும் பார்த்திருக்கக்கூடும். இராணுவச் சிறையைப் பார்த்திருப்பீர்களா? சரி விடுங்கள். இரு நாள்கள் விழுந்த அடியில் உடல்வலி தாங்க முடியவில்லை. குப்புறப்படுக்க முடிந்தால் சுகமாக இருக்கும். 'ச்சா...' பாழாய்ப் போக... அதுவும் முடியவில்லை. காலுக்கும் விலங்கு வேறு.

ஆனால் நான் முதலில் நினைத்தது இதற்கான முதற் சம்பவம் பள்ளிக்கூடத்திலிருந்து இரத்ததானம் செய்யப்போன சம்பவம்தான் என்று. அப்போது நான் ஒன்பதாம் வகுப்பில் படித்துக் கொண்டிருந்தேன். இரத்ததானம் கேட்டுச் சிலர் பள்ளிக்கூடத்திற்கு வந்திருந்தார்கள். தென்மராட்சிப் பகுதியில் எங்கோ தாக்குதலுக்குள்ளான மக்கள் காயத்துடன் வைத்தியசாலையில் உயிருக்குப் போராடுவதாகச் சொன்னார்கள். இரத்தம் அவசரமாக வேண்டுமாம். நான் அப்போது மைதானத்தில் நின்றிருந்தேன். உயர்தரம் படிக்கும் மாணவர்களும் மைதானத்தில்தான் நின்றிருந்தார்கள். அவர்கள் மைதானத்தைத் துப்புரவு செய்துகொண்டிருந்தார்கள. நான் அணிவகுப்பு ஒன்றின் தலைவன் என்பதால் மைதானத்தின் ஒரு மூலையில் அணிவகுப்புப் பயிற்சியில் இருந்தேன்.

வந்தவர்கள் கேட்டதைப் பார்த்து உயர்தர மாணவர்கள் எல்லாம் இரத்த தானத்திற்குப் போய்விடுவார்கள் என்றுதான் நினைத்தேன். அட... பாடையில போக! மிகச் சிலரே முன்வந்தார்கள். நான் அணித் தலைவன் என்பதால் வெள்ளைநிற நீளக் காற்சட்டைச் சீருடை போட்டிருந்தேன். அது உயர்தர வகுப்பு மாணவர்களுக்குரியது. அதனால் என்னைச் சிறியவனாக அடையாளம் காட்டாமல் நானும் இரத்ததான வாகனத்தில் ஏறிச் சென்றுவிட்டேன். வைத்தியசாலையில் என் உடலின் எடை இரத்தத்தை எடுக்கப்போதாது என்று திருப்பி அனுப்பிவிட்டார்கள்.

அப்போது நான் 38 கிலோ என்று ஞாபகம். என்னால் எவர் உயிரையாவது அன்று காப்பாற்ற முடியாமற்போன ஏமாற்றம் எப்படியோ என்னைத் தாக்கியது. அதுதான் முதற்காரணம் என்று நான் இப்போது யோசிக்கின்றேனோ?

இல்லை. இதைவிட முதல் நடந்த சம்பவம் ஒன்றுதான் தொடக்கமாக இருக்கும். அது வகுப்பில் நடந்த ஒரு அசம்பாவிதத்தை வாத்தியார் விசாரித்த சம்பவம். வகுப்புத்தோழர்கள் சிலர் செய்த தவறு வாத்தியாரைச் சினம்கொள்ள வைத்திருந்தது. அவரின் அடிக்குப் பயந்து வகுப்பே உறைந்துவிட்டது. தவறுக்குப் பொறுப்பானவர்களோ மிகவும் பயந்தாங்கொள்ளிகள். அவர்களுக்காக அந்தத் தவறை நான்தான் அன்று ஏற்றுக்கொண்டேன். எனக்கென்றால் வாத்தியார் அவ்வளவாக அடிக்கமாட்டார் என்றும், தாங்கிக்கொள்ளலாம் என்றும் நினைத்ததன் காரணமாக இருக்கலாம். ஆனால் வழமைக்கு மாறாக அன்று வாத்தியார் என்னை நையப்புடைத்துவிட்டார். வகுப்பிலுள்ள எல்லோருக்கும் தெரிந்திருந்தது அந்தக் குற்றத்திற்கும் எனக்கும் எந்தத் தொடர்பும் இல்லையென்று. அது போதுமானதாக இருந்தது எனக்கு. அது மட்டுமல்ல, எல்லோர் பார்வையும் - அது என்ன? கருணையா, மதிப்பா, மரியாதையா? என்ன வகையது...? தெரியாது - அது என்மீது விழுந்தது.

ஆனால் இன்னும் பின்னோக்கி யோசித்த போதுதான் அம்மாவைக் காப்பாற்றுவதற்காக ஓடிய சம்பவம் நினைவுக்கு வந்தது. ஆனாலும் அதற்கு முன்னரும் ஒரு சம்பவம் நடந்திருக்கின்றது. அதுதான் தொடக்கமாக இருக்கவேண்டும். இந்த நோயின் சுனைமுகம் அதுவாகத்தான் இருக்கலாம். அங்கிருந்துதான் இது என்னைத் துரத்திவருகின்றது. நான் பாலர் வகுப்பில் சேர்ந்து மூன்றாவது நாள். அப்போதுதான் அந்தச் சம்பவம் நடந்தது.

பள்ளிக்கூடத்தில் சேர்க்கும்போது, முதலில் பாலர் வகுப்பில்தான் சேர்ப்பார்கள். முதல்நாள் கூடப்படிக்க வந்தவர்கள் அழுது கொண்டுதான் அநேகமாக இருந்தார்கள். அவர்களைப் பார்க்க எனக்கும் அழுகை வந்துவிடும் போல்தான் இருந்தது. ஆனாலும் நான் அழுவதாய் இல்லை. அறிமுகம் இல்லாதவர்கள்முன் அழுவதா? நடக்காது. அப்பா பள்ளிக்கூடத்துக்கு வெளியே வீதியில் நின்றுகொண்டிருந்தார்.

வேறு பல பெற்றோரும் நின்றனர். வகுப்பறையின் வெளிமுற்றத்தில்தான் எங்களை வைத்திருந்தாள் ஆசிரியை. பய உணர்வு வந்தபோதெல்லாம் அழுகையை அடக்க அப்பா வெளியே நிற்பதை அவ்வப்போது உறுதிசெய்து கொண்டிருந்தேன்.

மூன்றாம் நாள் எங்களை அருகிலிருந்த மிகச்சிறிய மைதானத்தில் விளையாட விட்டிருந்தாள் அந்த ஆசிரியை. அது இடைவேளை நேரம். இப்போதும் அழுதுகொண்டிருப்பவர்கள்மீது ஆசிரியையின் கவனம் இருந்தது. அவர்களுடன் தனியே கதை சொல்லிக் கொண்டிருந்தாள் அவள்.

ஓடி விளையாடிக்கொண்டிருந்தபோது ஒரு பெண்பிள்ளை தரையில் குப்புற விழுந்துவிட்டாள். ஒரு பையன் அவளைத் தள்ளிவிட்டிருந்தான். அது ஓடிப்பிடித்து விளையாடும்போது தவறுதலாக நடந்ததுதான். அவள் கைகளிலும் முழங்கால்களிலும் புழுதி. புழுதியில் கசிந்து வெளியே வருகின்றது சிவந்த இரத்தம். கூட்டம் கூடிவிட்டது அவள் அழுகையால். இப்போது முழங்கால் பீற்றூட் கிழங்கை வெட்டியதுபோல் வட்டமாகச் சிவந்துவிட்டது. எல்லாரும் ஓடிவிட்டார்கள். நான் மட்டும் தனியே. என்ன செய்ய?

“அழவேண்டாம். அழவேண்டாம்” என்று அவளிடம் சொன்னேன். அவளைப் பிடித்து அணைத்துக்கொண்டு தண்ணீர்ப் பைப் இருக்கும் இடத்திற்குக் கூட்டிவந்தேன். தண்ணீரைத் திறந்து முழங்காலைக் கழுவிவிட்டேன். அவள் மேலும் அழுதாள். தண்ணீர் படும் சுகம் இதமளித்திருக்கவேண்டும் அவளுக்கு. அவளுடைய அழுகையின் சுரம் இப்போது மாறிவிட்டிருந்தது. அவளை அழைத்துக்கொண்டு ஆசிரியை இருக்கும் இடம் நோக்கிப்போனேன். அவள் நடக்கமுடியாமல் தாண்டித்தாண்டி என் கைகளைப் பிடித்தவாறே வந்தாள். அவளால் அழுகையை நிறுத்த முடியவில்லை. ஆசிரியை - இவரை நாங்கள் ரீச்சர் என்றுதான் கூப்பிடுவோம் - ரீச்சர் இதைக் கண்டுவிட்டு எழுந்து அவசரமாக வந்தாள். மாணவர்கள் தூரத்தில் நின்று எங்களையே பார்த்துக்கொண்டிருந்தார்கள். ரீச்சரின் முகத்தில் திகைப்பின் அறிகுறிதான் தெரிந்தது. இரத்தத்தைப் பார்க்க அவள் மேலும் திகைப்படைந்துவிட்டாள். ‘என்ன நடந்தது?’ என்று கேட்க அந்தப் பெண்பிள்ளை மேலும் அழுதது. ஆனால்

இப்போது வேறு சுரங்கொண்ட அழுகை. ரீச்சர் என் முதுகில் இரண்டு விளாசு விட்டாள். எனக்கு நெஞ்சாங்கூட்டை உடைத்துக்கொண்டு அழுகை பொங்கியது. பொங்கிவந்த அழுகையை விட்டேனா வெளியே? தொண்டையில் வைத்து அமுக்கிப்பிடித்தேன். திமிறியது அழுகை. உள்தொண்டையில் வலி எழுந்தது. இன்னொரு அடி மேலதிகமாக விட்டாள். “போ... போ... உள்ளே” என்று கடிந்தாள் ரீச்சர். நான் வகுப்பறைக்கு உள்ளே போனேன். மற்றவர்கள் வெளியே. இப்போ அழுதேன்.

ஓ! இந்தப் பயிற்சிதானோ என்னவோ இப்போதும் ‘அவர்கள்’ அடிப்பார்கள். வதைப்பார்கள். நான் உள்ளே என் சிறையறைக்கு வந்தபிறகுதான் அழுவேன் எல்லாவற்றையும் சேர்த்து. ஒருவேளை இந்தப் பயிற்சியின் தொடக்கமும் அங்கிருந்துதான் ஆரம்பித்ததோ? நினைவறிந்து மூன்றாம் நபர் ஒருவரிடம் முதல் வாங்கிய அடியும் அந்த ரீச்சரிடம் வாங்கியதுதான்.

அந்தப் பெண் பிள்ளையின் பெயர் வத்சலப்பிரியா. உச்சரிக்க முதலில் கடினமான பெயராக இருந்தது. புதுமையான பெயர். வேறு யாருக்கும் அப்படியில்லை. வத்தலப்பிரியா என்று கூப்பிடக் கூப்பிட சிலநாள்களில் எல்லோருக்கும் பழகிவிட்டது. ஆனாலும் நான் அவளைப் பிரியா என்றுதான் கூப்பிட்டேன். இப்போது இருக்கும் ‘பார்பி’ பொம்மை போல இருப்பாள். அப்போதெல்லாம் பார்பி பொம்மை கிடையாது. அவள் மட்டும்தான்.

மேல்நோக்கி விரிந்த கண்களும் கீழ்நோக்கி விரிந்த அவளது பாவாடையும் எவ்வளவு நளினமாக இருந்தன. கண் இமைகளை வெட்டிக் கதைக்கும் அவள் கண்களில் இருந்து அழகும் அன்பும் பொங்கி வந்ததே. ‘ச்சா...’ இப்போது எதற்கு அதுவெல்லாம்?

இந்தச் சம்பவத்திற்குச் சில நாள் கழித்து வந்த அவளின் பிறந்தநாளுக்கு வகுப்பில் எல்லோருக்கும் ‘சொக்கிளேட்’ வழங்கினாள். ரீச்சர், “எல்லாரும் ஒவ்வொன்டுதான் எடுக்கவேணும் பிள்ளையள்.” என்று கண்டிப்புத் தொனியில் அறிவுறுத்தினாள். பிரியா எனதருகில் கொண்டுவந்தபோது என்னைப் பார்த்தாள். பார்வையில் ஒரு விசேடம் இருந்தது. “உருத்திரன், ரண்டு எடுங்கோ.” என்றாள். நான் ஒன்றுதான்

எடுத்தேன். அவள் இன்னொன்றை எடுத்து யாருக்கும் தெரியாமல் என் மேசையில் வைத்தாள். அப்போது எழுந்த உணர்வை... ச்சா இன்னதென்று சரியாகச் சொல்லமுடியாது.

இடைவேளையின்போது அவள் என்னிடம் வந்து கைமுட்டச் சொக்கிளேட் எடுத்து என் புத்தகப் பையுள் போட்டாள். அன்று அவளுக்கு நான் உதவியதற்காகவோ, மற்றவர்கள் கைவிட்டு ஓடும்போது நான் துணைநின்றதற்காகவோ, அல்லது அவளுக்காக நான் தண்டனை பெற்றதற்காகவோ எனக்கு இந்த மேலதிக சொக்கிளேட்கள் கிடைத்தன.

அந்தச் சொக்கிளேட்தான் என் மண்டைக்குள் கிறுக்கேற்றியது. அந்தக் கிறுக்கு விட்டதா என்னை இன்றளவும்? சொக்கிளேற்றின் சுவையா? ...ச்சா இல்லவே இல்லை. சொக்கிளேற்றை விரும்பும் வயதில் நான் இருந்தாலும் கிறுக்கேற்றியது சொக்கிளேற்றின் பின்னால் இருந்த வேறு விடயங்கள். அவளுக்கு உதவியதற்காகக் கிடைத்த நன்றி, எல்லோரும் கைவிட்டு ஓடும்போது, அவள் கைப்பிடித்து துணை நின்றதற்கான சிநேகம், அதற்காக நான் தண்டனைபெற்று துன்பப்பட்டதற்கான மரியாதை, ஆம்... எல்லாம் சேர்ந்து எனக்கு அவளிடத்தில் கிடைத்த முக்கியத்துவம். நான் தனித்துவமானவன் என்ற முக்கியத்துவம். எனக்கே எனக்கெனவாகிய அவள் பார்வையில்கூட எல்லாமும் இருந்தது. இதைத்தான் அன்று நான் பெற்றுக்கொண்டிருக்கிறேன். இதுதான் தொடக்கம். இதுதான் அந்தச் சுனைமுனை. இதுதான் முதற்போதை.

இடைவேளை நேரங்களில் பிரியா தனது அழகிய போத்தலில் இருந்து எனக்குப் பழரசம் வார்த்துத் தந்தாள். இது அவ்வப்போது நடந்தது. அது மிகவும் உருசியாக இருந்தது. அந்த அழகிக்கு நான் முக்கியத்துவமானவன் ஆகியதும் நிகரற்ற நேசத்தைப் பொழிய நான் தகுதியானவன் ஆகியதும் அவளுக்காக நான் பட்டவைதான். இந்த விச வித்து அன்றுதான் என் மனதில் ஊன்றப்பட்டிருக்கவேண்டும்.

மற்றவர்களின் மனதில் இடம்பிடித்ததால் என் உள்ளார்ந்து எழக்கூடிய மனக்கிளர்ச்சியின் போதையை அன்றுதான் நான் முதலில் உணர்ந்தேன். கிடைக்கும் முக்கியத்துவம், நேசம், என் அகத்தில் உருவாகும் பெருமை, துணிவு, அகங்காரம் என்ற விசயங்களின் தாக்கத்தைச் சொல்லவே தேவையில்லை.

அது ஒரு போதை. இந்தப் போதையிலிருந்து மீளமுடியாமல் அதற்காக எத்தனிக்கும்போது அது ஒரு நோய் என்று அழைக்கப்படத் தகுதியாகின்றது.

கைகளும் கால்களும் படுக்கவைத்தபடியே விலங்கிடப் பட்டிருக்கும் இந்த நிலையில் என் கேள்விகளுக்கெல்லாம் மனம் விடைகளைத் தேடி அலைகின்றது. நான் திரட்டிய அறிவு, அனுபவம் இன்று என் தவறுகளை, என்னைச் சூழ்ந்தவர்களின் தவறுகளை, என் சமூகத்தின் தவறுகளைப் பகுத்தும் தொகுத்தும் ஆய்கிறது. எல்லாவற்றுக்குமான வேர்களைத் தேடிப் பிடித்துவிடவும் முடிந்தால் வித்தைத் தேடிப் பிடித்துவிடவும் மனம் ஆவேசமாக இயங்குகின்றது. ஏன்? மரணம் அருகே வந்துவிட்டதை உணர்ந்ததனாலா? இருக்கலாம். தன் வாழ்வு முடிவுக்கு வந்துவிட்டதை உணரும் ஒரு வயோதிகன் தன் வாழ்வின் சாரத்தை எண்ணிப் பார்ப்பது இயற்கையானது. இதிலிருந்துதான் பலருக்குத் துறவு தொடங்குகின்றது.

மரணம் என் முன்னே நிறுத்தப்பட்டிருக்கின்றது. அதற்கு முன் எழும் தத்துவ விசாரங்கள் மனத்தை ஒருநிலைப்படுத்தி வைத்திருக்கின்றன போலும். அந்த ஒருமைதான் எல்லாவற்றுக்கும் தேவையான பதில்களை இலகுவில் கண்டுபிடித்து எனக்குத் தந்துகொண்டிருக்கிறதோ?

அடுத்தவர்களுக்காக எதையாவது செய்வதும், அதற்காகத் தனக்கு ஏற்படக்கூடிய இழப்பைப் பொருட்படுத்தாமல் இருப்பதும் ஒரு பழக்கம் அல்ல. அது ஒரு போதை. பின் போதை பழக்கமாகிவிடுகிறது. இதிலிருந்து விடுபடவே முடியாது. முடியவே முடியாது.

மற்றவர்களிடமிருந்து கிடைக்கும் மரியாதை, முக்கியத்துவம், நேசம். இவற்றுக்காகத்தான் மற்றவர்களுக்காக ஏதும் செய்ய நினைக்கின்றேனா? இல்லை... மற்றவர்களுக்காக ஏதாவது செய்வதில்தான் வாழ்வின் அர்த்தம் அடங்கியிருப்பதாக நினைப்பதாலும் செய்வதாலும் அந்த நேசமும் மரியாதையும் கிடைக்கிறதா? சரியாகக் கண்டுபிடிக்க முடியவில்லையே.

இது மிகச் சிக்கலான கேள்வி. 'கோழியிலிருந்து முட்டை வந்ததா, முட்டையிலிருந்து கோழி வந்ததா?' என்ற கேள்விக்கு ஒப்பானது. இந்த நோய்க்கு ஆட்பட்ட எல்லா மனிதரும்

மரணத்தை எதிர்நோக்கும்போதும், அல்லது வாழ்விலிருந்து மற்றவரால் கைவிடப்படும்போதும், வாழ்ந்த வாழ்வு அர்த்தமிழந்து அசிங்கப்படும் போதும், தம் அகத்தை நோக்கி இத்தகைய கேள்விகளைத் தொடுக்கக்கூடும்.

வெளியே சப்பாத்துக் கால்களின் ஓசை கேட்கின்றது. இராணுவத்தினர் இருவர் நடந்து வருகிறார்கள் என்று அனுமானித்தேன். நித்திரைபோலக் கிடப்பது நல்லதா? விழித்திருப்பதாய் இருப்பது நல்லதா? முடிவு காணமுன் வந்தே விட்டார்கள். எழுப்பிக் கூட்டிக்கொண்டு போவார்களோ... விசாரணைக்கு? ...ச்சா இருக்காது. இப்போது இரவு இரண்டு மணியிருக்குமா?

"டோ என்ன நித்திரையில்லை?" ஆமிக்காரன்.

"இல்லை."

"சொன்ன பொய்யளுக்கு என்ன விளக்கம் சொல்லலாம் என்டு திட்டம் போடுறியா?"

"..." நான் மௌனமாக இருந்தேன்.

"நாளைக்கு நீ சொன்ன பொய்யள் எல்லாத்தையும் ஆதாரத்தோட நிரூபிப்போம். நீ யாரு. இயக்கத்திலை என்ன வேலை செய்ஞ்சாய். எல்லாம், எல்லாம் நிரூபிப்போம். உன்னைக் காட்டித்தாறதுக்கு ஆளை நேர கொண்டுவரப் போறோம். புரிஞ்சதா? அதுதான் உன்னை இண்டைக்கு இரவு விசாரணைக்கு எடுக்கேல்ல தெரிஞ்சுகொள்ளு."

நான் எந்த உணர்ச்சியையும் வெளிக்காட்டவில்லை, அவனது பேச்சுக்குப் பதிலாக. உடலில் வலியை மட்டும் வெளிக்காட்ட முனைந்துகொண்டிருந்தேன். தத்துவத்தனமான விசாரங்களால் என் மனம் வலியை மறந்துபோய் கடந்தகாலத்தில் சிக்குண்டு கிடந்தது. அதனால் வலியை வலிந்து வெளிக்காட்ட நேர்ந்திருக்கிறது.

"நாளைக்கு நீ செத்தாயடா பள்ளா!" என்று மிரட்டினான். பள்ளா என்றது சிங்களத்தில் நாயைக் குறிக்கும்.

அவனது ரோச் வெளிச்சம் என் கண்களைக் கூசவைத்தது. அவன் நிற்பதே எனக்குத் தெரியவில்லை. ஆனாலும்

அவன்தான் விசாரணை அதிகாரியின் உதவியாளன் என்பது எனக்குத் தெரிந்திருந்தது.

அவன் கையிலிருந்த ஒளி இருளை அறுத்தது. அவனுக்குப் பார்வை கிடைத்தது. எனக்கோ பார்வை கூசியது.

"நாளைக்கு நீ..." அவன் சொன்ன இந்த ஒரு சொல் போதுமே... எனக்குள் எழும் கேள்விகளால் நானே மரணத்தை நோக்கி இழுபட.

02

இருளின் கருமை கசியும் சுவர்களைப் பார்த்துக் கொண்டேயிருந்தேன். நேரம் என்ன...? மீண்டும் சப்பாத்துக் கால்களின் ஒலி. 'டொடக்... டொடக்... டொடக்...' என் அறையை நோக்கித்தான் வாறான். சந்தேகமே இல்லை. இங்குதான் வாறாங்கள். ஒலி நெருங்கி வருகிறதிப்போது.

"டொப் டப். டொப் டப். டொப் டப்" இது என்ன? என் நெஞ்சாங்கூட்டிலிருந்து எழும் ஒலி. இதயம் எம்பிக் குதித்துவிடும் போலிருக்கிறது. ஒரு வீரன் இந்தளவுக்குப் பயப்படலாமா? பயம் வருமா? நீங்கள் யாராவது கேட்கலாம்.

கேள்விகளை எழுப்பிவிடுவது சுலபமையா. ஆனால் பதில்களை அவ்வளவு சுலபமாக எழுப்பிவிடமுடியாது.

வருமையா பயம். ஆனானப்பட்ட அசகாய சூரனுக்கும் வருமையா பயம். பயமறியாப் பெருவீரர்கள் இதை வாசிக்க நேர்ந்தால் 'கும்பிடுறேன் சாமி என்னை மன்னிக்க வேணும்.'

எனக்கு வந்தது பயம். அதற்காக அவன் சப்பாத்தை நக்குவேன் என எண்ணவேண்டாம். கண்ணில் மரணபயத்தைக் கண்டாங்கள் என்றால் கோவணம் நக்கிகளை அனுப்பி வைப்பார்கள்; குசலம் விசாரிக்க.

அவர்கள் வந்து எங்களுக்கு எடுத்துச் சொல்வார்கள். கோமகாராசனின் கோமணத்தின் மகிமையையும் அதை நக்கினால் சொர்க்கவாழ்வு எவ்வளவு பலாப்பழச் சுளையாக உள்ளங்கைக்கு வரும் என்றும்.

கடவுளே! இந்தப் பயத்தை எப்படி வெளிக்காட்டாமல் இருப்பது? 'பளிச்' என்ற ரோச்லைட் வெளிச்சம் என் அறைக்குள் வரும் ஓடைப் பகுதி நிலத்தில் ஆடுகின்றது. வருகின்றார்கள். ஒருவர்? இருவர்? மூவர்? இருக்கலாம். நிறையக் கால்களின் நடை ஒலிகள் கேட்கின்றன.

‘கிறீச்...’ கம்பி இழுக்கப்படும் சத்தம். சிறையறைக் கதவைத் திறக்கிறார்கள். கண்ணைக் கூசும்படி ரோச் வெளிச்சத்தை என் முகத்தில் அடித்தார்கள். நான் கூச்சம் தாங்காமல் கண்ணை இறுகப் பூஞ்சி விழிக்க முயன்று முடியாமல் மறுபடி இறுகப் பூஞ்சினேன். கண் கூசியதற்காகவா செய்தேன்? என் முகத்தில் தெரியக்கூடிய எந்த உணர்வையும் மறைப்பதற்கு இதைவிடத் திறமான உத்தி என்னிடம் அப்போது இருக்கவில்லை. வந்தவர்கள் எதுவும் கதைக்கவில்லை. என் அருகே இருந்த மேலதிகச் சிறைப் படுக்கையில் புதிதாக இருவரைப் படுக்கவைத்து நிலத்துடன் பிணையும்படி கைகால்களுக்கு விலங்கிட்டார்கள். அவ்வளவுதான். மீண்டும் சென்றுவிட்டார்கள். எந்தவொரு உரையாடலும் இல்லாமல்.

இருளமூழ்த்தும் அந்த அறையில் யாருக்கும் யாரையும் பார்க்க முடியவில்லை. அவர்கள் கதைக்க முயலவில்லை. நான் கதைக்க விரும்பவில்லை. அவர்கள் யார் என்று எனக்குத் தெரியாது. அடுத்தது அவர்கள் இராணுவப் புலனாய்வாளர்களின் முகவர்களாகவும் இருக்கக்கூடும். அடுத்த வழிமுறையைத் தொடங்கிவிட்டார்களோ? இருக்கலாம். ஒருவேளை நான் யாரென்று நிரூபிக்கும் சாட்சிகள் இவர்கள்தானோ? ‘... ச்சா’ இருக்காது. அப்படியென்றால் என்னுடன் சேர்த்து இவர்களையும் அடைத்திருக்கமாட்டார்கள். ‘ஏன் மாட்டார்கள்?’ விடியவும் எமக்குள் என்ன கதைக்கிறோம் என்பதை அறிய வழிசெய்வதாக இருக்கும். இந்த அறையில் எங்காவது ஒட்டுக்கேட்கும் கருவி இருக்கக்கூடுமோ? கூடும். மனத்திடம் ஆயிரம் கேள்விகள். கேள்விகளை எழுப்பாமல் என்னால் இருக்கவும் முடியவில்லை. கேள்விகளற்றிருந்தால் மனம் பதைக்கின்றது. இந்த இருளின் தனிமைக்கு என்கூட இருப்பது இக்கேள்விகள்தானே?

முள்ளிவாய்க்காலிலேயே செத்திருக்கலாமோ? இந்த உத்தரிப்பு இருந்திருக்காதே. ஏன் சாகாமல் இருந்தேன். ...ச்சா! இதற்கு விடை கண்டுபிடிப்பது இப்போது முடியாத காரியம். வீணான காரியமும்கூட. முதல்நாள் முதல் பதிவில் நான் கொடுத்த வாக்குமூலத்தையே விடாமல் தொடரவேண்டும். இனி அதை மாற்றினால் பல வில்லங்கம் வந்துசேரும்.

என்னுடைய அறிவுக்கு அவர்கள் நாளைக்குச் சாட்சியம் கொண்டு வருவதென்று சொன்னது வெறும் பொய். அது

இன்னொரு உத்தி. அப்படி இருந்திருந்தால் அவர்கள் என்னை இந்தமாதிரிக் கையாண்டிருக்கமாட்டார்கள். இது புரிந்தாலும் அறிவை வென்று மனம் பயத்தில் என்னை நிலைகொள்ளவிடாமல் பண்ணுகிறது. முதல்நாள் என்ன விபரங்கள் கொடுத்தேன். ஒவ்வொன்றாக மீட்க வேண்டும். போரின் இறுதி நாள்களுக்கு இழுபட்டது என் மனம்.

போர்க்கைதிகள் எல்லோரையும் முள்ளிவாய்க்காலில் இருந்து வாகனங்களில் ஏற்றி முதலில் ஓமந்தைப் பகுதிக்குக் கொண்டு வந்திருந்தார்கள். 18ஆம் திகதி பொழுது புலராத ஒரு விடியற்காலையில் நானும் கொண்டுவரப்பட்டிருந்தேன். என்ன நடக்கப் போகிறது? ஒன்றும் தெரியவில்லை. விடிய ஒன்பது மணிக்கு நான்கு புறமும் முட்கம்பி வேலிகளுக்குள் விடப்பட்டிருந்த எம்மில் சிலரை அழைத்து முதற்பதிவுக்காகக் கொண்டுவந்திருந்தார்கள். அருகிலிருந்த திறந்த கொட்டிலில்தான் பதிவு தொடங்கியது. வீதியின் மறுபக்கம் சனங்களைக் கொண்டுவந்து இறக்கியிருக்கிறார்கள். எங்கும் ஒரே இரைச்சல். சூழ முட்கம்பிகளும் அச்சமூட்டும் சீருடை கொண்ட இராணுவமும்.

ஒரு வெள்ளைநிற வாகனம் வந்து நிற்கின்றது. அதிலிருந்து பெட்டிபெட்டியாக ஏதோ இறக்குகின்றார்கள். அருகிருந்த மேசைகளில் அவற்றைக் கொண்டுவந்து வைத்துக்கொண்டிருந்தார்கள் சிப்பாய்கள். ஒரு இராணுவ அதிகாரி - இளநிலை அதிகாரிதான்- அந்த மேசையொன்றில் ஏறி நின்றான். பெட்டிகளிலிருந்து வெளியே உணவுப் 'பைக்கற்றுகளை' எடுத்து அருகிலிருந்த கைதிகளைக் கூப்பிட்டுக் கொடுத்தான். அவர்கள் பெற்றுக்கொண்டதைக் கண்ட கைதிகள் பலர் அந்த இடத்திற்கு விரைந்தார்கள்.

இப்பொழுது பெருங்கூட்டமாகிவிட்டது. ஆரம்பத்தில் ஏதோ அவன் சொல்லிச் சொல்லிக் கொடுத்தது காதுகளில் விழவில்லை. இப்போது அவன் 'பைக்கற்று'க்களைக் கூட்டத்தை நோக்கி வீசி எறிகின்றான். அதைப் பாய்ந்து பிடிப்பதில் கூட்டம் நெரிகிறது. கூட்டம் இரைந்து ஓடுகிறது. நானும் போக முயற்சித்தேன். கொச்சைத் தமிழில் அவன் அகங்காரமும் ஏளனமும் மிகுந்து கத்துகின்றான் ஏதோ. கூட்டம் முண்டியடித்து அலைமோத அவன் முகத்தில் இன்பவெறி. எள்ளலும் ஆணவமும் முகத்தில் பெருகுகின்றது.

அது அருகே இருந்த சிப்பாய்களையும் தொற்றிக்கொள்கிறது. நான் காதுகளைக் கூர்மைப்படுத்தினேன். இரைச்சலை மீறி பெருங்குரலெடுத்து அவன் கத்துகின்றான் ஏதோ.

“டோ கொண்டாடுங்கடா கொண்டாடுங்க. உங்கள் தலைவர் செத்தாச்சு. டோ டோ இந்தா இந்தா பிரபாகரன் செத்தாச்சு. “ஒயட்ட ‘பிரபாகரனை’...” சிங்களத்தில் ஏதோ கத்துகிறான் புரியவில்லை. அவன் காக்கைகளுக்கு எச்சில் சோறெறியும் ஆனந்தத்துடன் அதைச் செய்துகொண்டிருந்தான். பக்கத்தில் நின்ற சிப்பாய்களுக்கும் அவன் ஏதோ சொல்ல அவர்களும் பைக்கற்றுக்களை எடுத்து அக்கம் பக்கம் எல்லாம் சென்று எறிந்தார்கள். “ஒயட்ட பிரபாகரன் மரண...” ஏதோ சொல்கின்றார்கள் சிங்களத்தில், புரியவில்லை. நெஞ்சுக்கும் அடிவயிற்றுக்கும் இடையில் ஏதோ கூச்சம்.

வீதியின் மறுபக்கமும் இப்போதும் ஒரு ‘கன்ரர்’ வாகனத்தில் இருந்து பொதுமக்களின் கூட்டத்தை நோக்கிப் பொதிகளை எறிகிறார்கள். அதே ஆனந்தம். அதே இன்பவெறி.

கூட்டம் கத்தியது. “தண்ணி தண்ணி” தண்ணிப் போத்தல்கள் இறக்கப்படுவதைக் கண்டு கூட்டம் கத்துகிறது. இப்போது தண்ணிப் போத்தல்களை எறிகிறார்கள். மரங்களின் கீழே இருந்த கைதிகள் எழுந்து ஓடுகிறார்கள். கூட்டம் கூடு கலைந்த தேனீக்கள்போல மொய்க்கின்றது தண்ணீரைச் சுற்றி. தண்ணீருக்கு ஆசை பொங்குது என் மனதில். தண்ணி என்ற சொல்லிலேயே எத்தனை சுவை இருந்தது அப்போது. உயிரும்கூட.

‘எழும்பிப் போய் ஒரு தண்ணீர் பிடிப்பம்’ இப்படி நினைக்கவும் ஏதோ ஒரு மனக்கீறல் தடுக்கின்றது. ‘ச்சா. நான் யார்? இந்த நாய்கள் யார்?’ தண்ணீரைப் பிடித்தவர்கள் வெற்றிக் கிண்ணத்தைக் கொண்டுவரும் வீரர்கள்போலக் கூட்டத்தை விலக்கிக்கொண்டு வருகின்றார்கள். மூடியைத் திறந்து மளமளவென்று ஒருவன் குடிக்கின்றான் தண்ணீரை. வாயால் வழியும் தண்ணீர் நாடியால் ஒழுகுகிறது. ‘ச்சா.” என்னால் முடியவில்லை. எழுந்து ஓடினேன். ...ச்சா இடுப்பிலிருந்த சாரம் நழுவுகிறது இந்த நேரம். ஒற்றைக் கையால் பிடித்தும் பிடிக்காததுமாக எதையும் நினைக்காமல் ஓடினேன். கூட்டத்தின் விளிம்பில் இப்போது நானும் நின்று இரண்டு கைகளையும் தூக்கித் “தண்ணி தண்ணி... இஞ்சை

தண்ணி தாங்கோ” என்று கத்தினேன். அவன் என்ன சொல்லிக்கொடுக்கின்றான் என்பது எதுவுமே இப்போது - என் காதுகளிலும் விழவில்லை.

கூட்டத்தில் என்னருகில் ஒருவன் ‘அய்யோ அம்மா’ என்று வீரிட்டுக் கத்தினான். ‘தண்ணீ தண்ணீ’ கூட்டம் அலை மோதிக் கத்துகின்றது. “ஒயட்ட பிரபாகரன் மரண...” அந்த நாய் மறுபுறம் சிங்களத்தில் ஏதோ கத்துகின்றது. நான் ‘அய்யோ’ எனக் கத்தியவனைப் பார்க்க அவன் ஒரு கையை மறுகையால் பிடித்துக்கொண்டு குளறிக் கீழே இருந்தான். கடவுளே... ஒரு கையில் கட்டுப்போட்டபடி பெரிய காயம். முறிந்த கைபோல. கழுத்தில் தொங்கவிட்டிருக்கின்றான். கூட்டம் அவனை மிதித்துவிடப் போகின்றது. ‘மிதிபட்டுச் சாகப்போகின்றான்... விசரன்’ அவனைத் தூக்கி நிறுத்தினேன். முடியவில்லை. மறுபடி இருந்தான்.

“அண்ணை விடுங்கண்ணை. என்னால ஏலாது. அய்யோ அம்மா. என்னால ஏலாதடி.”

“எழும்பும்... மிதிக்கப்போறாங்கள். எழும்பும்.” நான் அவனைத் தூக்கி நிறுத்த முயற்சித்தேன். என்னால் உறுதியாக நின்று அவனைத் தூக்க முடியவில்லை. என் காலிலிருக்கும் காயம் ஒத்துழைக்க மறுத்தது. அவனது கமக்கட்டுக்குள் என் கைகளைக் கொடுத்து நெஞ்சோடு கோர்த்து வெளியே இழுத்துவந்தேன். கூட்டம் மிதிக்காதளவு இழுத்துவிட்டேன். இதற்கு மேல் என்னால் முடியாது. என் கால்காயத்திற்குப் போட்ட கட்டிலிருந்து இரத்தம் கசிகின்றது. மீண்டும் தூக்கி எழுப்பினேன்.

“எழும், அந்த மரத்தடியில போய் இரும்.”

அவனும் ஒத்துழைத்துக் கொஞ்சம் முயற்சித்தான். அவனது காலிலும் ஏதாவது காயமா? பார்த்தேன். இல்லை. அப்படியேதும் இல்லை. ஆனால் எல்லைமீறிய வலியெதுவுமே குறிப்பிட்ட உறுப்புக்கு மாத்திரமானது அல்ல. அது உடலின் முழுப் பாகத்தையுமே செயலற்று இருத்திவிடுகின்றது. வலியை உணர்வது மனந்தான். எல்லைகடந்த வலியை மனம் உணரும்போது அதனால் பிற உறுப்புக்கள் மீது அதிகாரம் செலுத்த முடிவதில்லை. செயலின்மை ஒன்று உடல்

முழுவதிலும் பரவி விடுகின்றது. ஆணையின்றி உறுப்புக்கள் தனித்து விட்டுவிடப்படுகின்றனபோலும்.

நான் அவனை அணைத்தபடி நடக்க கொஞ்சம் உதவினேன். இப்போ இன்னொருவன் கூட வந்தான். "விடுங்கண்ணை, நான் பிடிக்கிறன்." இவன் இளைஞன். கட்டுமத்தான உடல். அலட்சியமான பார்வை. இவன் பிடித்து நடக்க முயலவும் அவன் மீண்டும் கத்தினான். "அய்யோ" என்று. மறுபேச்சில்லாமல் அவனைத் தன் இருகைகளில் ஏந்தித் தூக்கிக்கொண்டுபோய் சிறு மரம் ஒன்றின் கீழிருந்த மணலில் வைத்துவிட்டான். நான் திரும்பி கூட்டத்தைப் பார்த்து நடந்தேன்.

"எங்கையண்ணை போறியள்? இந்த நாதாரி மக்களிட்டை நீங்கள் தண்ணி வாங்கிக் குடிக்கப்போறியளோ?" அவனைத் தூக்க உதவிக்கு வந்தவன் கேட்டான். எனக்குள் ஒரு அவமான உணர்வு கட்டுப்பாடில்லாமல் எழுந்து என்னைக் குறுக்கியது. நின்றேன். மறுபடி என்ன எண்ணினேனோ தெரியவில்லை. அல்லது எதுவுமே எண்ணாமல் திரும்பவும் நடந்தேன் தண்ணிக்கு.

"போய் அங்க இருங்கண்ணை." அவன் அதிகாரத் தோரணையில் சொல்லிவிட்டு வேகமாய் நடந்தான். என் வெட்கங்கெட்ட செயலை ஒருவன் பார்த்து நேரடியாக முகத்துக்கு நேரே குத்திக் காட்டும்போது அதை மீறியும் போகமுடியாக் கௌரவம் எம்பி எழுந்து தண்ணீரின் மீதிருந்த என் மோகத்தைத் தடுத்து நிறுத்தியது. போய் இருந்தேன்.

அட! பாடையில போவான்... சொன்னவன் கூட்டத்தை நோக்கிப்போய்க் கூட்டத்துக்குள் கலந்தான். என்னைச் சொல்லிவிட்டுத் தான் போறானே? என்னை முட்டாள் ஆக்கிவிட்டான் என்றுதான் நீங்கள் நினைப்பீர்கள். இல்லையா? அப்படித்தான் யாருக்கும் எண்ணத் தோன்றும். ஆனால் நான் அப்படி எண்ணவில்லை. என் கடந்தகாலப் போர்வாழ்க்கை என்னை அப்படி எண்ணத் தூண்டவில்லை. அல்லது என் அனுபவத்தில் அவன் சொல்லிய சொல்லிலிருந்த தொனியும் அந்தச் சொல்லுக்குரிய அவன் முகபாவமும் என்னை அப்படி எண்ணத் தூண்டாமல் செய்திருக்கக்கூடும். 'என் இந்தக் கணிப்பு ஒருவேளை என்னை முட்டாள் ஆக்கிவிடுமோ?' கொஞ்ச நேரத்தின் பின் இப்படியும் எண்ணினேன். 'எழுந்து

விடுமேறிய கனவு ❋ 25

எப்படியாவது தண்ணி எடுத்துவிடலாம்.' மனம் சுண்ட மறுபடி எழுந்தேன்.

"எங்கேயண்ணை எழும்பிட்டிங்கள். இந்தாங்கோ குடியுங்கோ" அவன் ஒரு தண்ணீர்ப்போத்தலை நீட்டியபடி வந்தான். அட... நான் எண்ணியது சரி. அப்போதுதான் பார்த்தேன் அவனை. மணிக்கட்டில் ஒரு காயம் போல் இருக்கின்றது. கட்டுப்போட்டிருந்தான். கையில் தண்ணீரை வாங்க கண்ணில் நீர் கட்டியது. "நன்றி" சொன்னேன். போத்தலைத் திறந்து கீழே இருந்தவனுக்கு நீட்டினேன். "இந்தா, இந்தா தம்பி குடியுங்கோ."

"இல்லையண்ணை குடியுங்கோ." மனமின்றி ஆட்சேபித்தான்.

"ச்சா குடி."

"இல்லையண்ணை முதலில குடிச்சிட்டுத் தாங்கோ."

அவன் குடிக்கான் என்பதை உணர்ந்து முதலில் நான் குடித்தேன். தாகம். மகா தாகம். நான்காம் ஐந்தாம் முடர் குடிக்கவும் நெஞ்சுக்குள் பொறுத்தது. நெஞ்சை அடைக்குமாப் போல் வலி, நெஞ்சுக்குள் ஓர் உருளைபோல. மூச்சுத் திணறியது. விக்கல் எழுந்து விக்கி வெளியேற முடியாமல் அமுங்கி மூச்சுக்குழாயை அடைப்பதுபோன்ற திணறல். போத்தலைக் கீழே வைத்து நெஞ்சைப் பிடித்தேன். தலையைத் தூக்க முடியவில்லை.

"என்னண்ணை என்னண்ணை..." தண்ணீர் தந்தவன் பதைத்தான். "இப்ப சரியா?" அவன் கேட்டான். கீழே இருந்தவனும் எழும்பி விட்டான். நான் சுதாரித்தேன். "இல்லை இப்ப சரியாயிட்டு..." மூச்சை அடைக்கிற மாதிரி ஒரு விக்கல். "ம், இப்ப பரவாயில்லை" சொன்னேன். ஆனாலும் என் கண்ணில் நீர் கட்டியிருந்தது.

"இப்பக் குடியுங்கோ ஆறுதலா." தண்ணீர் தந்தவன் சொன்னான். கொஞ்சம் கொஞ்சமாகக் குடித்தேன். மோகப்பட்ட அளவுக்குத் தண்ணியைக் குடிக்க முடியவில்லை. மற்றவனுக்கு நீட்டினேன். "ஆறுதலாக் குடி. கவனம்." என் அனுபவத்தால் அவனுக்கும் அப்படி நேர்ந்துவிடுமோ என அஞ்சினேனாக்கும். அவன் "மடக்.. மடக்.. மடக்.." என்று சத்தம் வரக் குடித்தான். பிறகு போத்தலை என்னிடம் நீட்டினான். அவனுக்கு இன்னும் தாகம் என்று தெரிந்தது.

"இல்லை குடி இன்னும் கொஞ்சம். இனி எப்ப தண்ணியோ தெரியாது." சிரித்துக்கொண்டே சொன்னேன். அவன் இன்னும் கொஞ்சம் குடித்துவிட்டுத் தந்தான்.

மறுபடி நான் குடித்தேன். தண்ணீர் தந்தவன் கேட்டான் "என்னண்ணை நேற்றும் தண்ணி குடிக்கயில்லை போல?"

"இல்லை. மூன்று நாள் ஆ... மூன்று நாளாகுது. ஆனால் நேற்று ஒரு அரைக்கிளாசு தண்ணி கிடைச்சதுதான்."

"அப்ப சாப்பாடு?" அவன் கேட்டான்.

"இல்லை" அதிக வசனம் என்னிடம் இருக்கவில்லை, இந்தக் கேள்விக்கு.

"பேரிச்சம்பழப் பைக்கற் இருக்கு. அதைத்தான் இந்த நாதாரிகள் எறியிறாங்கள் எங்களுக்கு. சாப்பிடாமல் இருந்திட்டு, அதைச் சாப்பிட்டால் கொஞ்ச நேரத்திலை குமட்டும். பிறகு வயிறு பத்தியெரியும். எதுக்கும் இருங்கோ வாறன்." சொல்லியபடி அவன் போய்விட்டான்.

கொஞ்ச நேரத்திலே அவன் திரும்பி வந்தான். அதற்கிடையில் நான் என் சந்தேகங்களுடனும் எழுந்த கேள்விகளுடனும் மோதிக்கொண்டிருந்தேன். குடித்த தண்ணீர் சிந்திப்பதற்குக் கொஞ்சம் தெம்பைத் தந்திருந்தது. மக்கள் இராணுவ எல்லைக்குள் புகும் இடத்தில் ஐக்கிய நாடுகள் அமைப்பு நின்று பொறுப்பேற்கும் என்று எண்ணியிருந்தேன். கூடவே சர்வதேசச் செஞ்சிலுவைச் சங்கமும் நிற்கலாம். போர் நேற்றுடன் முடிந்துவிட்டது. கட்டாயம் போர்க்கைதிகளைப் பதிவுசெய்யவும், துஸ்பிரயோகம் செய்யாமல் கண்காணிக்கவும் முல்லைத் தீவில் சர்வதேசச் செஞ்சிலுவைச் சங்கம் நிற்கலாம். இல்லாவிட்டாலும் ஓமந்தையில் மிக நிச்சயமாக நிற்பார்கள் என்று முன்னர் நம்பியிருந்தேன். ஆனால், இங்கும் அந்த அமைப்புகள் இல்லையென்பது அதிர்ச்சியைத் தந்தது. அச்சம் எழுந்து உயிரின் மீதான ஆசையை வலுப்படுத்தியது. அல்லது உயிரின் மீதான ஆசைதான் அச்சத்தை வலுவாக்குகிறதோ. ச்சா... ஏதோ ஒன்று.

வந்தவன் கையில் பிஸ்கற் வைத்திருந்தான். மூன்று மூன்றாக இருவருக்கும் தந்தான். "இதுதானண்ணை இருக்கு. பசிக்கு

இது சாப்பாடில்ல. உயிரைப் பிடிச்சு வைக்க உடனடிக்கு இது உதவும்."

"உமக்கு?" நான் கேட்டேன்.

"நான் வயித்துக்குக் கொஞ்சம் போட்டுட்டன். இன்னும் இரண்டு நாளைக்குச் சாப்பாடு இல்லாட்டியும் மயங்கமாட்டன். பாப்பம். இரண்டு நாளைக்குள்ள இவங்கள் என்னைச் சுடாட்டிக்கு எப்படியும் சாப்பாடு தருவாங்கள்" அவன் குமிட்டிச் சிரித்துக்கொண்டே சொன்னான்.

நான் இயல்பாகச் சிரிப்பு வராமலே சிரித்துக்கொண்டு வாயில் பிஸ்கற்றை வைத்தேன். அவனுக்கு நன்றிகூடச் சொல்ல வாய் வரவில்லை. மனம் சம்பிரதாயங்களைப் பின்பற்றும் நிலையில் இல்லை. அது மரணமென்ற சொல்லோடு மிக அலுவலாக இருந்தது. இந்த நேரத்தில் அவன் சொன்னான்: "நான் ஆறு பிஸ்கற் சாப்பிட்டன். நாளைக்குச் சாப்பாடு கிடைக்காட்டிக்குமென்று ஆறு வைச்சனான். அதைத்தான் இப்ப தந்தன் உங்களுக்கு. மூன்று போதும்... எப்பிடியும் உங்களைச் சுட்டாப் பிறகுதானே என்னைச் சுடுவாங்கள்." வாய்க்குள் இருந்த பிஸ்கற் துகள்கள் வெளியே பறக்கச் சிரித்தேன். அவனும் சிரித்தான். கீழே இருந்தவனும் வலியை மறந்து சிரித்தான்.

"அப்ப, வாய்க்கரிசிக்குப் பதிலாய் வாய்க்கு பிஸ்கற் போட்டு விட்டிருக்கிறாய்" நான் சொல்லவும் அவன் வெடிச் சிரிப்புச் சிரித்தான். சிரித்து எத்தனை நாள்கள் - இல்லை - மாதங்கள் ஆயிற்று. இது மரணத்துக்கு முந்தைய சிரிப்போ? ஆமிக்காரன் ஒருவன் கூட்டத்தைப் பார்த்துச் சொன்னான் பதியவருமாறு. "இருங்கண்ணை, ஒருக்கா வாறன்" அவன் போய்விட்டான். முதல் ஒரு முப்பது வரையான ஆட்களை அருகிலிருந்த கொட்டிலுக்குள் இருத்தினார்கள் சில சிப்பாய்கள். ஓரளவு கூட்டத்தின் இரைச்சல் ஒலி அடங்கிவிட்டது. அவரவர் தன் தன் மனதுக்குள் புதைந்து சுழியோடத் தொடங்கியிருந்தார்கள். என்ன சொல்வது? எப்படிச் சொல்வது? அவன் என்ன செய்வான்? நான் என்ன செய்யவேண்டும்? இப்படி மனக்கணக்குள் அலைச்சலுற்றேன். என்னுடைய நிலையும் இதுதான். இதனால் வெளியே சத்தம் அடங்கிப்போயிற்று. மனத்துக்குள் ஒரே இரைச்சல். ஆனால் சிப்பாய்கள் சிலர்

தமது கைத்தொலைபேசியைப் பார்த்து ஆரவாரித்துப் பொங்கிக்கொண்டிருந்தனர்.

அவர்களது கைத்தொலைபேசிக்குப் புகைப்படங்களும் சிலருக்கு வீடியோத் துண்டுகளும் வந்துகொண்டிருந்தன. தலைவர் பிரபாகரனின் உடலம் படமாகவும் வீடியோவாகவும் வந்துகொண்டிருந்தது. அவை இலங்கை ஒளிபரப்புக் கூட்டுத்தாபனத்தின் செய்தியிலிருந்து பெறப்பட்டவை. இராணுவத்தினர், முகங்களில் கர்வமும் எள்ளலும் தொனிக்க நடந்து திரிந்தார்கள். காட்டிக் கொடுப்பதற்காகக் கூட்டி வந்திருந்தவர்களுக்குச் சிப்பாய்கள் அந்தச் செய்தியைக் காட்டினார்கள். கதை கூட்டத்துக்குள் பரவியது.

இராணுவ அதிகாரி முதலில் இந்தச் செய்தியைச் சொல்லியபோது கைதிகள் யாரும் அதனைச் செவிமடுக்கும் நிலையிலில்லை. பசி உயிரை உறிஞ்சிக்கொண்டிருந்தது. தாகம் காதுகளையும் அடைத்திருக்கும். கூட்டத்தின் இரைச்சல் வேறு. எல்லாவற்றையும்விட முன்னால் தின்பதற்கும், குடிப்பதற்கும் ஏதோ கிடைக்கப்போகின்றது. இழந்துவிடக்கூடாது என்ற அவாதான் இருந்தது. அதை மீறி அதிகாரி சொன்னது யாருடைய காதுக்குமே விழாது விட்டிருக்குமா? இருக்காது! ஆனால் அதை நம்பத் தயாரில்லாமல் இருந்திருப்பார்கள். ஒருவேளை நம்பியிருந்தாலும் தனக்குள்ள இந்தச் சூழ்நிலையில் அது யாருக்கும் முக்கியம் இல்லையோ?

ஆனால் இப்போது ஒன்று தெரிந்தது: அந்தச் சிப்பாய்கள் எவரும் தம் அதிகாரி முதலில் சொன்னபோது அந்தச் செய்தியை மனதார நம்பவில்லை. அவர்கள் தங்கள் தொலைபேசிக்கு வந்த செய்திக் காட்சிகளை கைதிகளுக்குக் காட்ட முயன்றார்கள். தலைவர் பிரபாகரனைத் தெரிந்த கைதிகள் மூலம் அப்படங்கள் உண்மைதானா என்பதை உறுதிப்படுத்தும் ஓர் உள் அவா அவர்களிடம் இருந்தது. ஆனாலும் அவர்கள் அதனை வெளிப்படுத்தாமல் கர்வத்துடன் நடந்துகொள்வதாய்ப் பாவனைசெய்து இதனை உறுதிப்படுத்த முயற்சித்தார்கள். இது சாதாரண மனித உணர்வு. எங்கோ ஒரு கிராமத்து மூலையிலிருந்து இராணுவத்தில் இணைந்து காடுகளுக்குள் கட்டளைக்காகக் காத்திருக்கும் சாதாரண சிப்பாய்கள் இவர்கள். பிரபாகரன் என்பது வெல்லப்பட முடியாத ஒரு மகா சக்தி. அவரையா கொன்றிருப்பார்கள்

விடமேறிய கனவு ✿ 29

என்ற மனப்பதிவு இவர்களிடத்திலும் இருந்தது. தவிரவும் இங்கு நிற்கும் சிப்பாய்கள் கடைசிப் போரில் பங்கு பற்றாதவர்களும்கூட. இவர்களுக்கு அங்குள்ள நிலைமையும் தெரியாது.

காட்டிக்கொடுக்க வந்தவர்கள் மூலம் புகைப்படங்களைப் பார்த்தவர்கள் இது தலைவர்தான் என்று தலையசைத்துவிட்டு வந்தார்கள். ஆனால் கூட்டத்திற்குள் அந்தப் படம் பற்றிப் பேசியபோது தமக்கு நம்பிக்கையான நண்பர்களுக்குச் சொன்னார்கள், அது தலைவர் இல்லையென்று.

அதைப் பார்த்தவர்களுடன் கதைத்தவர்களுக்கு ஒரு விசயம் தெரிந்திருந்தது பார்த்தவர்கள் யாரும் தலைவரை நேரில் பார்த்தவர்கள் இல்லையென்று.

நானோ 'என்ன பதிவு? என்ன கேள்விகள்?' என முன்கூட்டியே அறியமுடியுமா என்று முயற்சிக்க விரும்பினேன். அந்தக் கொட்டிலின் அருகே போகமுடியுமா என முயற்சித்தேன். அப்போதுதான் என்னைக் கண்டுவிட்டு ஒரு வயதானவர் என்னிடம் வந்தார். 'ஓ... அடக் கடவுளே!' அடையாளமே தெரியவில்லை. இயக்கத்தின் மிக மூத்த உறுப்பினர். போராட்டத்தைத் தொடங்கியவர்களில் ஒருவர் என்று சொல்லலாம். கடைசிக் காலங்களில் அவருக்கு எந்த முக்கியத்துவமும் இல்லை. என்றாலும்கூட மூத்த உறுப்பினர்தான். "என்ன, சுடுவாங்களோ? விடுவாங்களோ?" எப்போதும் அவரது பேச்சுத்தொனி இருப்பது போலவே இப்போதும் இருந்தது எள்ளலுடன்.

"அண்ணை கீழ இருப்பம்" நான் பதிலுக்குக் காத்திருக்காமல் இருந்துவிட்டேன். எழும்பி நின்றால் எங்கள் முகம் மற்றவர்களின் கண்ணில் எளிதாகப் பட்டுவிடும் என்பதுதான் காரணம். இவரோடு என்னைச் சேர்த்துக் கண்டால்...? சொல்லமுடியாது எதுவும் நடக்கலாம். கீழ இருந்ததும் சொன்னார் "பார்த்தீங்களோ? நாய்க்குக்கூட நாங்கள் இப்படிச் சாப்பாடு போடமாட்டம். என்ன சொல்லிப் போட்டான் பாத்தீங்களோ? பொடியளும் சனங்களும் அடிபட்டு வாங்கிக்கொண்டாடிச்சுதுகள் பாத்தீயளோ?" அவர் மேற்சொண்டு மேலெழும்பி வாய் படபடக்கக் கண்கள் சிவந்து நீர்கட்ட தன்னை அடக்கமுடியாத பதட்டத்துடன் கதைத்தார்.

"இல்லை இதையும் பெரியவர் இருந்து பார்த்திட்டுப் போயிருக்கணும்... இல்லை... இல்லை... இல்லை..." அவரால் நினைப்பதைக் கதைக்க முடியவில்லை. உள்ளெழும் கோபமும் அதற்கு விடுவதாய் இல்லை. அந்தச் சூழலும் விடுவதாய் இல்லை. கைகளை அவர் முன்தூக்கி ஆட்டிக் கதைக்கும்போது கண்டேன். கைவிரல்கள் பதறுகின்றன. சினம்! அவரால் தாங்கவொண்ணா சினம்.

தானும் சேர்ந்து வெறுங்கையுடன் தொடங்கிய போராட்டம் மலையாக எழுந்ததையும் மண்ணாகச் சரிந்ததையும் கண்டவர் இவர். போரின் கடைசி நாள்களில் போராளியான தனது மகளையும் பாலகனான தனது மகனையும் இழந்தவர் இவர். இப்போது இவரை உயிருடன் வைத்திருப்பார்கள் என்று இவர் நம்பமாட்டார் என எண்ணுகின்றேன். எனக்கும் அந்த நம்பிக்கையில்லை.

"அண்ணை நாங்கள் இதில இருக்கிறத கண்டாங்கள் என்டால் பிரச்சினை. முடிஞ்சளவு சாவை ஒத்திப்போடுறதுதான் எங்களுக்கு இப்ப உள்ள ஒரே வழி. எழும்புவம்." சிறிது நேரத்திலேயே அவரது உரையாடலை நீளவிடாமல் முறித்துக்கொண்டேன். கடந்த இரண்டு மாதத்தில் இருபது வயது கூடியவராகத் தோற்றமளித்தார். வயோதிகத் தோற்றம். ஒருவேளை இதுதான் அவரைக் காப்பாற்ற உதவக்கூடும், மனதில் எண்ணினேன்.

ஏதோ ஒரு எண்ணம் உதிக்க பதிவுக்கு அடுத்த குழுவை எடுக்கும்போது நானும் உட்சென்றுவிடவேண்டும் என முடிவுசெய்தேன். பதிவு எடுத்தவர்களை முதலில் அவர்கள் இங்கிருந்து ஏற்றக்கூடும். இங்குள்ள சூழல் நல்லதல்ல. ஒருவேளை அடுத்தகட்டம் பாதுகாப்பானதாக அமையக்கூடும்.

தண்ணீர் தந்தவன் தேடிவந்து ஒரு பேரீச்சம்பழப் பைக்கற்றைத் தந்தான். "இதை வைச்சிருங்கோ. வெறுவயித்தில சாப்பிடாதேங்கோ. நல்லதில்ல. வாந்தியும் வரலாம். சண்டையில நிற்கேக்க என்ர அனுபவம் இது. இந்த நாதாரியள் தெரிஞ்சுதான் தந்தாங்களோ என்னவோ? பிஸ்கற் சாப்பிட்டனியள்தானே. இதிலையும் இப்ப கொஞ்சம் சாப்பிட்டு வையுங்கோ." அவன் போய்விட்டான்.

யார் இவன்? தெரியாது. அவனுக்கு என்னைத் தெரிந்திருக்கிறது. இந்த நேசிப்பும் மரியாதையும் கூட்டுவாழ்வும்தான் கட்டறுத்து வரமுடியாமல் என்னைப் பண்ணியதா? போர் முடியப்போவதை நான் முன்னுணர்ந்திருந்தேனே!

வந்த இராணுவத்தினர் பதிவைத் தொடங்கிவிட்டபோது கூட்டத்தின் இரைச்சல் வேறுமாதிரியானதாகத் தொனிக்கத் தொடங்கியது. பலர் குசுகுசுக்கும்போது எழும் அமுங்கிய ஒலிக் கற்றைகளாக ஆகியது சூழல். அவரவர் தம் மனக்கணக்கிற்குள் சுழன்று அல்லாடினர். 'என்ன சொல்வது?' 'எப்படிச் சொல்வது?' 'சொல்வது பொய்யென்று தெரிந்தால்... ஆமிக்காரன் என்ன செய்வான்? எதைச் சொல்வது உயிர்தப்ப உசிதமாக இருக்கும்?' இப்படிக் கேள்விகளின் தொடர். இதில் விசித்திரம் என்னவென்றால் தான் என்ன சொல்லவேண்டும் என்பதைச் சிந்திக்க முன் மற்றவர்கள் என்ன சொல்லப்போகிறார்கள் என்பதைத் தெரிந்துகொள்வதில்தான் மனம் கவனமூன்றி நின்றது. சந்தேகங்களும் ஆர்வமும் அடுத்தவர் எடுக்கப்போகும் முயற்சியைச் சுற்றித்தான் எல்லாருக்கும் சுழன்றுகொண்டிருந்ததாகப் பட்டது எனக்கு.

பொறுக்கவொண்ணா அவாவிற்தான் மற்றவர்களிடத்தில் விசாரிக்கின்றார்கள் கமுக்கமாக. ஆக, எனக்கொன்று விளங்கியது. மனதை இதிலிருந்து மீட்டு நான் என்ன செய்யவேண்டும், என்ன சொல்லவேண்டும் என்பதில் நிலைப்படுத்தாவிட்டால் என் அழிவு சர்வ நிச்சயந்தான்.

எப்போதுமே அறிவுக்கு விளங்கும் அளவுக்கு உணர்வுக்கு விளங்குவதில்லை. அது பிரச்சினைகளைச் சுற்றி அல்லாடிக் கொண்டேயிருக்கும். பெரும் உத்தரிப்பு இது. அனேகர் குடும்பத்தில் யாரையாவது மரணத்திடம் பறிகொடுத்திருந்தார்கள். பலர் குடும்பத்தில் யாராவது காயமுற, செஞ்சிலுவைச் சங்கக் கப்பலில் ஏற்றி அனுப்பி வைத்திருந்தார்கள். அவர்கள் பற்றி எந்தத் தகவலும் இவர்களுக்குத் தெரியவில்லை. சிலர் குடும்பத்தைக் கண்டுபிடிக்க முடியாதவாறு பிரிந்துவிட்டார்கள். மனைவி பற்றிச் சிலர், குழந்தை பற்றிச் சிலர், அக்கா, தங்கை பற்றிச் சிலர், வயதான அம்மா, அப்பா பற்றிச் சிலர். இப்படிப் பல ரகத்தினர் இதற்குள் அடக்கம்.

"ஒரு நாள் பணி செய்திருந்தாலோ உறுப்பினராக இருந்தாலோ அவர்கள் கையைத் தூக்கி வரவேண்டும். பதிந்துவிட்டு மீண்டும் குடும்பத்தோடு முகாமுக்குள் அனுப்பி விடுகின்றோம்" என்று சொல்லிக் கொண்டுவரப்பட்டவர்களும் இங்கு பலர் இருந்தனர். இவர்களில் வடக்கில் புலிகளின் நிழல் அரசின் நிர்வாகப் பணியாளர்களும் இருந்தனர். ஆனால் இதுவே இப்போது கைதாகிய புலி உறுப்பினர்களுக்கு ஒப்பீட்டளவிலான பாதுகாப்பைத் தரக்கூடும் என நான் உணர்ந்தேன்.

மூன்றாவது தடவை கூட்டத்தை விசாரணைக்கு உள்ளே எடுத்தபோது ஒருவாறு நானும் உள்ளே நுழைந்துவிட்டேன். ஐந்து வரிசை நிரல்களாக இருத்தினார்கள். இரண்டாவது வரிசையில் மூன்றாவது ஆளாக நான் இருந்தேன். ஐந்து மேசைகளில் பதிவுகள் நடந்தன. நான் முதலாவதாள் போனபோது அவனுக்கு என்ன நடக்கின்றது என்பதைக் கவனிக்க, என் புலன்களைக் கூர்மையாக்கினேன். காதை எவ்வளவு கூர்மைப்படுத்தியும் கேள்விகள் விளங்கவில்லை. ஆனால் மூன்றாவது கேள்விக்கு அவன் பதில் சொன்னபோது கன்னத்தில் ஓங்கி அறைந்து திட்டினான். பின் ஏழாவது கேள்விக்கும் இதேபோல. எழும்பி இராணுவத்தினன் ஆக்கிரோசமாக சேட்டுக் கொலரைப்பிடித்து உலுப்பினான் கைதியை. நான் குறிப்பெடுத்துக்கொண்டேன். மூன்றாவது கேள்வியும் ஏழாவது கேள்வியும் முக்கியமானவை. பதிவு முடித்தவர்கள் மறுகரைக்குக் கொண்டுசெல்லப்பட்டார்கள்.

எனது அடையாளத்தை மறைத்தாலே தவிர உயிர் தப்புவது இயலாத காரியம். கண்டுபிடித்துவிட்டால் உயிரைப் பறிக்கக்கூடும். உள்ளதைச் சொல்லிவிட்டால் அதற்கும் உயிரைப் பறிக்கக்கூடும். ஆக அடையாளத்தை மறைப்பதுதான் கையிலுள்ள ஒரே தெரிவு. நான் தெளிவாகிவிட்டேன்.

அடையாளத்தை மறைப்பதென்றால் குணவியல்பை மறைத்தாக வேண்டும். வாழ்வில் சந்திக்கமுடியாத இத்தகைய உணர்ச்சிப்பூர்வமான சமயத்தில் அனிச்சையாக வெளிப்படக்கூடிய குணவியல்பை மறைப்பது இலகுவானதல்ல. ஆனால் என் திறமை - திறமை என்று சொல்வதைவிட என் உயிரின்மீதான பிடிமானம் - இதில்தான் அடங்கியிருக்கின்றது. மறைத்தேயாகவேண்டும்.

எனது முறை நெருங்க நெருங்க என் மூச்சுக்காற்றை நானே இழுத்து விடவேண்டியிருந்தது. நீங்கள் யாரும் கேட்கக்கூடும், ‘இதுவரை வேறு யாருமா உனக்காக மூச்சுவிட்டார்கள்’ என்று. சுவாசிப்பது சுமையாக உணரும் தருணம் வாழ்வில் சிலருக்கு மிக அரிதாகவே வாய்க்கிறது. நானோ மிக விசித்திரமான தருணத்தில் உள்ளேன். உடல் மீதான பூரண அதிகாரத்தை ஆத்மா கொண்டிருக்கின்றது. உடலில் அகவயமானதும் அந்தரங்கமானதுமான அத்தனை தொழிற் பாடுகளையும் அதுவே செய்விக்கின்றது. உடலில் ஆத்மாவினால் நிகழ்த்தப்படும் தொழில்கள் இந்த உடலுக்குச் சுமையாகத் தெரிவதில்லை. ஆனால் இம்மாதிரி மரணம் எதிரே வந்துவிட்டதை உணரும் ஓர் அரிதான தருணத்தில் ஆத்மா தன் உடல்மீது கொண்ட அதிகாரத்தை நழுவவிடுகின்றது. அச்சமயத்தில்தான் இந்த உடலைக்கொண்டு ஆத்மாவைப் பிடித்துவைத்திருக்க வேண்டியிருக்கின்றது. உடலுடனான தொடர்பாடல் வலுவிழப்பதே நழுவும் ஆத்மாவின் முதற்குறியீடு. உடலைக் கொண்டு அந்தத் தொடர்பாடலை வலுவூட்டி ஆத்மாவை அதன் உயிர்ப்பு நிலையில் இருத்தாவிட்டால் மரணம் மெல்லப் படர்ந்து விழுங்கும். நான் மூச்சை இழுத்து, இழுத்து விட்டேன். எத்தனை சிரமமான வேலையிது. மிகுந்த களைப்பூட்டுவதும்கூட.

என்னை அழைத்தான் இராணுவத்தினன். இது எனது முறை. ஏற்கனவே தலைமுடியை நெற்றியை நோக்கிக் கீழ்ப்புறமாகக் கலைத்துவிட்டிருந்தேன். இப்போது தோள்களையும் முடிந்தளவு ஒடுக்கினேன். முதுகில் கொஞ்சம் கூனல் விழுத்திக்கொண்டேன். மிகக் கவனமாக என் நிலை மறந்தேன்.

உயரம் குறைந்த சிறிய மேசையின் பின்னால் கதிரையில் கர்வம் தொனிக்க அமர்ந்திருந்த ஓர் அற்பன் சம்மணம் கொட்டியிருந்த என்னைப் பார்த்தான். ஒரு அற்பனின் முன்னால் அற்பனாக நடிப்பது இலகுவானதல்ல. அவன் சொன்னான் “உண்மை பேசினால் உன்னைப் படிச்சுக்கொடுக்கிற பள்ளிக்கு அனுப்புறது. இல்லையெண்டால்...” சுட்டுவிரலைக் காட்டினான். நான் தலையாட்டினேன். கேள்விகள் வந்தன. “பெயர்.”

“ருத்திரா.” மிகத் திருத்தமாக உச்சரித்தேன். இதயம் எகிறுகிறது.

“இயக்கப்பெயர்.”

"கோமகன்."

மூன்றாவது கேள்வி வரப்போகின்றது. பதட்டம்... "இயக்கத்தில எப்ப சேர்ந்தது?"

ஓ இதுதானா அந்தக் கேள்வி. "தொண்ணூற்று ஐந்து."

அவன் பார்வையை உயர்த்திக் கூர்ந்து பார்த்தான். "பொறுப்பாளனோ?" இது விண்ணப்பத்திற்குத் தேவையில்லாத கேள்வி.

நானும் தலையைக் குனிந்து மௌனமாக இருந்தேன். 'ஆம்' என்று எடுத்துக்கொள்ளலாம். ஆனால் என்னை எந்தவிதத்திலும் அவனது ஆளுமைக்கு மேம்பட்டவனாகக் காட்டிக் கொள்ளாதவாறு இருந்தேன். நான் உண்மை சொல்வதான உணர்வு அவனுக்குள் பரவியது. நான் உற்சாகம் அடைந்தேன். பொய்களை அவிழ்க்க மேலும் துணிவு பெற்றேன். சுமார் நாற்பது கேள்விகள் இருக்கலாம். அப்போது என்னமாய் செய்து முடித்தேன்!

இப்போது இந்தச் சிறையிலிருந்து அவை எல்லாவற்றையும் மீட்டுப் பார்க்கின்றேன்... நாளை விசாரணைக்குத் தயாராக வேண்டும். விடியப் போகின்றது. நித்திரை இனி வராது.

மகத்துவம் நிறைந்ததாக நான் எண்ணிய வாழ்வு சபிக்கப்பட்ட வாழ்வாக என்னைத் திருகும் இந்த நிலையின் வலி, கடந்த மூன்று நாள்களில் நான் வாங்கிய சித்திரவதைகளின் வலியைவிட என்னை ரணப்படுத்துகின்றது. இதை உங்களுக்கு எப்படிப் புரியவைப்பது என்று தெரியவில்லை.

ஒரு கூட்டு வெற்றியில் தனிமனிதப் பங்காளர்களுக்கு உரித்தான பங்கு கிடைப்பதில்லை. ஆனால் கூட்டுத் தோல்வியில் தனி மனிதனுக்கு உரித்தானதற்கும் அதிகமான பங்கின் விளைவை அவன் சுமக்க நேர்கிறது.

திண்ம இருள் மேலிருந்து கனங்கொண்டு கீழ் நிலம் நோக்கி அமுக்குகின்றது. இருளுக்கும் கனதியுண்டோ?

ஓர் அழகிய குடும்பவாழ்வை விட்டுப் பொதுவாழ்வில் அர்த்தம் நிரம்பியிருப்பதான என் மன உந்துதல் இன்று என்னை அழகும் இழந்து அர்த்தமும் இழந்து அசிங்கப்படுத்தி அவமானப்படுத்தி அவலத்துக்குள் தள்ளிவிட்டது. தர்மம்

என்பதன் சாரம்தான் என்ன? மனிதன் சமூகமாதலுக்கும் கூட்டு வாழ்விற்கும் தேவையான கருப்பொருள்தான் தர்மமே தவிர, அதன் ஜீவனில் எந்தப் பரிசுத்தமும் இல்லை. தனிமனித வாழ்வுக்குத் தர்மம் தருகின்ற பரிசு வேறு.

நடைபாதையில் யாரோ வருகிறார்கள். ரோச் வெளிச்சம் சப்பாத்துத் தாளத்திற்கேற்ப ஓடையில் ஆடுகின்றது, வந்தவன் உள்ளே ரோச் அடித்துக் காட்டி மற்றவனுக்கு ஏதோ சிங்களத்தில் சொன்னான். காவல் கடமையை மாற்றிக்கொள்கிறார்கள். கைதிகள் எவரும் தன் கடமை நேரத்தில் தப்பிக்கவில்லை என்பதை உறுதிப்படுத்தி மற்றவரிடத்தில் காவல் பொறுப்பை ஒப்படைக்கும் செயலிது. என் காலின் காயத்தை உறுத்துகிறது காலில் போட்டுவிட்ட விலங்கு.

நான் ஏன் தப்பிக்க முயற்சிக்கக்கூடாது? முடியாதா என்ன? இங்கிருந்து முடியவே முடியாது. இதுதான் வடக்கின் போர் நடவடிக்கைக்கான கூட்டுப்படைத் தலைமையகம். அதிக அதிகாரம் பெற்றது. எனவே அதிகப் பாதுகாப்பைக் கொண்டது. ஒரு சிறு கிராமத்துக்குண்டான விஸ்தீரணம் வரக்கூடும் இந்த முகாம். அப்படித்தான் கேள்விப்பட்டிருந்தேன். முப்படைகளும் காவல்துறையும் உளவுத்துறையும் இங்கு இயங்குகின்றன. படைத்துறையில் இதனை 'மிலிட்டரி கொம்பிளக்ஸ்' என்பார்கள். ஐயாயிரம் தொடக்கம் பத்தாயிரம் படையினர் இங்கிருக்கக்கூடும்.

முதலில் இங்கிருந்து அறிவால் தப்பவேண்டும். தப்பினால் திரும்பவும் வேறு முகாமிற்கு அனுப்புவார்கள். அங்கு உடலால் தப்புவதற்கான வசதி வாய்க்கக்கூடும்.

03

இங்கு 'காலை' எனப்படுவது தரையோடு எங்கள் உடலைப் பிணைத்திருந்த கை, கால்களுக்கு உண்டான சங்கிலியைக் கழற்றிவிடுவதாகும். மாலை எனப்படுவது மீண்டும் தரையோடு மல்லாக்க எம்முடலைப் பிணைத்துவிடுவதாகும். இப்போது எனக்குக் காலையாகிற்று.

மற்ற இருவரையும் ஏற்கனவே என் முகத்தைத் திருப்பிப் பார்க்கக்கூடியளவு பார்த்திருந்தேன். இருப்பினும் படுத்தபடி பார்வை சரியாகக் கிடைக்காததாலும், உள்ளே கசியும் ஒளி போதியளவு இல்லாததாலும் தோற்றம் சரியாகத் தெளிவாகவில்லை. இப்போதுதான் எழுந்துநின்று ஒருவரையொருவர் கவனிக்கின்றோம். பேசமுயலும் மௌனம் எங்களுக்கிடையில். ஆனால் இராணுவத்தினன் தான் - நாங்கள் ஆமிக்காரன் எண்டுதானே சொல்லுவோம் - அவன்தான் கதைத்தான்.

"உங்க மூஞ்சி கழுவி, பல்லைத் துலக்கிக்கிங்கடா. சேர் வர்றதுக்கிடையிலும் நீங்க ரெடி ஆகிக்கிடணும். விளங்கிச்சா?" சுட்டு விரல் காட்டிக் கொச்சைத் தமிழில் சொல்லிவிட்டுச் சிறைக் கதவை அடைத்தான்.

நாங்கள் தலைதூக்கிப் படுப்பதற்கு மேற்புறத்தில் மலங்கழிப்பதற்குரிய இடமும் அதற்கு நேரெதிராக முகம் கழுவுவதற்குரிய தண்ணீர்க் குழாயும் 'பேசினும்' இருந்தன. அந்த ஒடுங்கிய அறையில் இவையும் உள்ளடக்கம். நான் வந்ததிலிருந்து மலங்கழிக்கவில்லை. ஆனால் இன்று கழித்துத்தான் ஆகவேண்டும். கெடுகாலம் இன்றைக்கென மேலும் இருவர் கூட இருக்கின்றார்கள். நான் மலங்கழித்தேன். எங்கள் இளம் பெண்கள் போரின் இறுதிக் காலத்தில் பொக்கணை மாத்தளன் பகுதிகளில் அத்தனை சன நெரிசலுக்குள் தம் அரைப்பாவாடையை அகல விரித்து, தலையோடு அணைத்து தம்மானத்தைக் காத்து மலங்கழித்தார்களே! அலையும் சனக்கூட்டம் அதைப்

பார்க்காமல் நடந்து தம் சிந்தனையில் மூழ்கியபடியோ, மூழ்கியதான பாவனையிலோ போய்க்கொண்டிருக்குமே! அந்த நாகரீகம் வேறு சமூகத்திடம் வருமா?

கோடீஸ்வரப் பெண்பிள்ளைகளும் கூலித்தொழிலாளிப் பிள்ளைகளும் அரச பெருஅதிகாரிகளின் பிள்ளைகளும் ஒரே இடத்தில் ஒரேவிதமாக கடல் மணலின் நடைபாதையில் மோதும் சனக்கூட்டத்திற்குள் மலங்கழித்தார்கள். மறைக்கமுடியா வாழ்விலிருந்து தம்முகங்களை மறைத்தபடி...! காட்சிகள் காட்சிகளாக மனதில் ஓடுகின்றது. இந்தா... இவர்களைக் கொன்றுகுவிக்கவேண்டும். கொன்றே தீரவேண்டும். மனம் விகாரமுற்றது. கூடாது, இந்தச் சிந்தனையே கூடாது. நான் நடிக்கவேண்டும். உணர்ச்சிகளை மாற்றவேண்டும். அதுவே மெய்யென என் முகத்தில் வெளிப்பட வேண்டும்.

மற்றைய இருவரும் மறுபுறம் திரும்பி நின்றார்கள். நான் இருந்தபடியே சொன்னேன். "முகத்தைக் கழுவுங்கோ கெதியா. அவங்கள் இப்ப வந்திடுவாங்கள்."

ஒருவன் மெல்ல அசைந்துபோய் முகத்தைக் கழுவினான். நான் பிளாஸ்டிக் போத்தலில் எடுத்த தண்ணீரால் கழுவி முடித்தேன். அந்த மலத்தையும் பார்த்தேன். உடனே திரும்பிக்கொண்டேன். நாற்றமெடுக்கும் தன் மலத்தை ஒரு கணமேனும் பார்க்காமல் மனம் திரும்புவதில்லை.

அவர்கள் முகம் கழுவுவதற்கிடையில் நான் சிறையை மிகக் கூர்ந்து அவதானித்தேன். அத்தோடு அவர்களின் ஒவ்வொரு உடல், முக அசைவுகளையும் மிக அலட்சியமான பாவனையையும்... ஆனால், மிகுந்த கூர்மையான கவனமும் கொண்டு பார்த்தேன். சிறையில் எங்காவது ஒட்டுக்கேட்கும் கருவியோ கமராவோ இருக்கக்கூடும். கமுக்கமான பார்வைகொண்டு தேடினேன். எங்கும் தென்படவில்லை. சுவரில் வைத்து பேப்பர் கொண்டு ஒற்றி பெய்ன்ட் அடித்துவிட்டிருப்பார்களோ? ஒலி தடைப்படுமே! ஒருவேளை துல்லியம் கொண்டு நவீன கருவியாக இருக்கக்கூடும்.

சுவரைப் பின்னர் சுண்டிப் பார்க்கவேண்டும். நடக்குமா? முயற்சிக்கலாம். அதுவரை இவர்களுடன் தேவையற்ற உரையாடல் வைத்துக்கொள்ளக் கூடாது. மீதமிருப்பது

முகம்கழுவும் 'பேசினின்' பின்புறத்தில் ஏதாவது கருவி ஒட்டப்பட்டிருக்கின்றதா என்று பார்த்துவிடுவதே. முகம் கழுவும்போது இவர்களுக்குத் தெரியாமல் பார்த்துவிடவேண்டும்.

"அண்ணை இவங்கள் இப்ப என்ன செய்வாங்கள் எங்களை?'" அவனில் ஒருவன் கேட்டான்.

'கொல்லப்போறாங்கள். அதுக்கு முன்னம் சிலரையாவது நீங்கள் கொண்டிடுங்கோ.' வசனம் மனதில் வந்தது. ஆனால் நான் சொன்னது வேறு.

"விசாரிப்பாங்கள்."

"கடுமையா இருக்குமோ?"

"..." திரும்பிப் பார்த்தேன்.

"இது எந்த இடம்?" மற்றவன் கேட்டான்.

"தெரியேல்ல."

அவர்கள் ஒன்றிரண்டு கேள்விகளை மேலும் கேட்டுக்கொண்டிருந்தார்கள். நான் அவர்களின் கேள்விகளின் பின்னால் அவற்றின் தொனியையும் மொழியையும் அதற்குண்டான மனத்தையும் ஆராய்ந்தபடி என் பதிலில் மிகக் கவனமாக இருந்தேன். அளித்த என் பதில்களையும் மீள ஆராய்ந்தேன், ஏதாவது தவறு இருக்கின்றதா என்று. அவர்களை யார் எனத் தெரிந்துகொள்வதற்கு அவர்களின் இச்சிறு கேள்விகளே இப்போதைக்கு உதவும்.

முகம் கழுவும் சாட்டில் அந்த 'பேசினின்' பின்புறம் ஏதாவது கருவி இருக்கின்றதா என்று சோதனையிட்டேன். மிகக் கவனமும் திறமையும் கொண்டு சோதித்தேன். எதுவுமில்லை. கழுவும்போதே விசாரணையாளனின் உதவியாளன் வந்தான். என்னை வரும்படி உத்தரவிட்டான். நெஞ்சுக்குள் துடிதுடிப்பு அசாதாரணமாக ஆகிவிட்டிருந்தது. நான் அவனுடன் போனேன்.

சுவர்களின் இடுக்கில் நடந்து இருளின் மூலையில் திரும்பி ஒரு விஸ்தீரணமான அறையை அடைந்தேன். அகன்ற மேசை முன்னால் அங்கு இருத்தப்பட்டேன். விசாரணை அதிகாரி இன்னும் வரவில்லை. கூட்டிவந்தவன் சென்றுவிட்டான்.

அறையை நோட்டமிட்டேன். நான் என்ன செய்கின்றேன் என்று கமரா மூலம் பார்ப்பார்களோ? இருளுமற்று ஒளியுமற்று இருக்கின்றது அந்த அறை. வர்ணங்களே இல்லாத சுவர். எனினும் ஏதோ ஒரு வர்ணம் இருக்கத்தான் செய்கின்றது. கரியின் கருமை ஆங்காங்கே பிரண்டு கிடக்கின்றது. கருமை கொண்ட செந்நிறமும் தெரிகின்றது. காய்ந்துபோன குருதியின் வர்ணமோ இது?

மேற்சுவரில் இருந்து மூலையில் கயிறு ஒன்று தொங்குகின்றது. அசைவில்லாத அந்தக் கயிறைக் காண மனம்கொள்ளும் அசைவு விசித்திரமான சுழற்சிகொண்டிருந்தது. இதுவரை என்னை விசாரித்த அறையிலிருந்து இது வேறுபாடானது. சுவரில் தெரியும் விசித்திரக்கோடுகள், அவை உருவாக்கிய வர்ணங்கள் நூதனமான சித்திரங்களாகச் சிதறி வெளிப்பட்டன. அவற்றில் ஏதோ உருவங்கள் தோன்றி மறைகின்றன. அவற்றைக் கண்ணுற மனம் விரும்பாதபோதும் கண்ணின் பார்வையோ அதையே நாடிச் செல்கிறது.

சப்பாத்துக் கால்களின் சத்தம். 'ம். வருகின்றார்கள்." என்னை நிதானப்படுத்திக் கொள்ளவேண்டும். மூவர் வந்தார்கள். ஒருவன் மேலதிகாரி என்று பார்த்த மாத்திரத்திலேயே தெரிந்தது. இராணுவத்தில் அதிகாரி யார் என்பதை அவர் பக்கத்தில் இருப்பவர்களைப் பார்த்தால் சுலபமாய்ப் புரிந்துவிடலாம். இன்னொரு சிப்பாய் முகமூடி போட்ட ஒருவனைக் கொண்டுவந்தான். இவர்கள் ஏதோ சிங்களத்தில் சொல்ல அவன் முகமூடிக்காரனை அங்கு விட்டுவிட்டுத் திரும்பிச் சென்றுவிட்டான்.

எனது சூழலையும் இந்தச் சூழலில் என்னையும் புரிந்துகொள்ள வேண்டிய தருணம் இது. பதைக்கும் நெஞ்சைக் கட்டுப்படுத்த முயன்று தோற்றுக்கொண்டிருந்தேன். முகமூடிக்காரனின் உருவம் மனதில் விழுந்துகொண்டே இருந்தது; நான் பார்க்காமல் இருந்தபோதும்கூட.

மிக நாகரீகமாக, கதிரையில் என்னை அமரச்சொன்னான் அங்கே வந்த அதிகாரி. எதிரே தான் அமர்ந்துகொண்டான். கேள்விகள் தொடுக்கப்பட்டன. அவன் மேசையிலிருந்த கோவைகளையே - ஃபைல்களையே - புரட்டிப் புரட்டிப் பார்த்துக்கொண்டு என்னிடம் கேள்விகளைக் கேட்டான். கோவைகளுடன் பதில்களை ஒப்பிட்டுப் பார்க்கிறானோ?

எனது விசாரணைக் கோவையாக இருக்கலாம் அவை. ஆரம்பத்தில் சாதாரணமாக இருந்த கேள்விகள், மெல்ல மெல்ல அசாதாரணமாக மாறி வந்தன. ஆனால், அந்தச் சாதாரணக் கேள்விகள் என்னை நிதானப்படுத்திக்கொள்ள உதவின. நான் என்னை மிகத் திறமையாக நிதானப்படுத்திக்கொண்டேன்.

இது ஒரு யுத்தத்தில் பங்குபற்றும்போது தாக்குதல் தொடங்குமுன் இருக்கும் பயம், நடுக்கம். பின்னர் ஒரு நிதானத்தை அடைந்து நிலைமைக்கேற்ப தொழிற்படும் திறமைக்கு மனம் வந்துவிடும் தொழிற்பாட்டை ஒத்திருந்தது. ஒருவேளை நான் பங்குகொண்ட போர் நடவடிக்கைகளினோடு மனம் பெற்ற பயிற்சியாகவும் இது இருக்கக்கூடும். ஆனாலும் ஒரு கேள்வியில் மனம் தடுமாறிற்று.

"இயக்கத்தில உன்ட ராங் என்ன?" என்னுடைய அதிகாரத் தரநிலையைக் கேட்கின்றான். நான் சொன்னேன் "தெரியாது. இயக்கத்தில இறந்த பிறகுதான் 'ராங்' கொடுப்பாங்கள்."

"அப்ப பிரிகேடியர் சொர்ணம். பிரிகேடியர் தீபன், பிரிகேடியர் பானு இதெல்லாம் என்னடா?" சினந்தான். "இல்ல. மூத்த தளபதிகள், அதுவும் படைத்துறையைச் சேர்ந்தவர்களுக்கு மட்டும் இயக்கம் இப்புடிக் குடுத்திருந்திச்சு." நான் சொன்னேன்.

"அது எங்களுக்கும் தெரியும். ஆனால் உன்னால நீ செய்த வேலை, நீ இயக்கத்தில இருந்த காலத்தின்ட அளவு, உன்னை மாதிரி சம வேலை செய்தவங்கள் செத்தப்ப அவங்களுக்குக் கொடுத்த ராங். இப்படி இதுகளை வச்சு உனக்கு என்ன ராங் தருவாங்கள் எண்டு உனக்குத் தெரியுமோ இல்லையோ? ம்ம்! சொல்லு."

எனக்கு எதுவும் சொல்லவரவில்லை. நெஞ்சுக்குள் இதயம் மோதிக்கொள்ளத் தொடங்கிற்று.

"சொல்லடா." விரிந்த கண்ணின் சிவப்புடன் அவன்.

"லெப்ரினன்ட்."

ஒற்றை வார்த்தையில் சொன்னேன்.

எழும்பி விட்டான் அடி; நிலை குலைந்துபோனேன். இழுத்து மறு கன்னத்தில். மீண்டும் அடுத்த கன்னத்தில். அடியின்

அசாதாரண வேகமும் ஆவேசமும் எனது நிதானத்தை அடியோடு குலைத்தன. மூன்றாம் அடியுடன் கதிரையை விட்டுக் கீழே விழுந்த நான் எழுந்து குனிந்தபடி நின்றிருந்தேன், ஒரு அற்பனைப்போல. எனது சட்டைக்கொலருடன் சேர்த்துப் பொத்திப்பிடித்து தூக்கி நிறுத்தி, மறுகையால் மீண்டும் ஓங்கி அறைந்தான்.

“சொல்லு. எங்களுக்கு எல்லாம் தெரியும். சொல்லு...” படபடத்தான் அவன்.

“எனக்குச் சரியாத் தெரியாது. நான் சண்டைகளில அதிகம் பங்குபற்றயில்ல. அதால எனக்குப் பெரிய றாங் இல்லை. நான் பெரிய பதவிகளில இல்லை. கனதடவை தவறுகளுக்குத் தண்டனை கிடைச்சிச்சு. அதாலதான் சொல்லுறன்... லெப்டினன்தான் எனக்குக் கிடைக்கும் என்டு.” நான் சாதுரியமான காரணங்களைச் சொல்லி எனது பதிலுக்கு வலுச்சேர்த்தேன். இந்தக் காரணங்களைக் கண்டுபிடித்த உடனேயே கொஞ்சம் நிதானப்பட்டிருந்தது மனம். ஆனால் நடந்தது வேறு.

இறுகப் பொத்திய எனது சேட்டைப் பிடித்துக்கொண்டே சொன்னான் அவன். “நீ ஒரு கேணல். நீ இயக்கத்தில செல்வாக்குள்ள பொறுப்பாளன். நீயாக ஒத்துக்கொண்டால் ஒரு பிரச்சினையும் வராது. எங்களுக்குத் தேவை தகவல்தான். எல்லாம் முடிஞ்சுபோச்சு. யுத்தம் முடிஞ்சுது. எதையும் ஒளிக்காத. உனக்கு ஒரு பிரியோசனமுமில்ல அதால. நீ உள்ளதச் சொல்லு. உன்ன நான் பாதுகாப்பன்” திண்ணியமான பேச்சாக இருந்தது அது.

சொல்லிவிடலாமோ என்றிருந்தது. சொன்னால் என்ன, அவன் சொல்வதும் சரிதானே! எல்லாம் முடிந்துவிட்டது. மண்ணாங்கட்டி. சொன்னால் என்ர சரித்திரம் சரி. விசாரணை நான் யார் என்ற கோணத்திலிருந்து வேறு முக்கிய கோணங்களுக்குத் திரும்பிவிடும். ‘மடையா சொல்லாதையடா. எல்லாத்தையும் தாங்கிக்கொள். நடி. நடி, நடி’ என்று மனம் சொல்லிற்று. நான் துணிந்தேன்.

“இல்லை. நான் பொய் சொல்லேல்ல.” மிகப் பணிவாக ஒரு அற்பனுக்குரிய பாவனைகளுடன் அவனையும் பார்த்தேன்.

அற்பனாக நடிக்கலாம். அற்பனாக ஆகிவிடமுடியாது. அற்புதமான நடிப்பை ரசிக்கலாம். நம்பிவிடமுடியாது. இந்த உண்மையை நான் பின்னாளில் உணர்ந்ததற்கு இந்தத் தருணம் முக்கியமானதாக இருந்தது. ஒருவனின் இயல்பு அவனது பழக்கதோசங்களால் உருவாகின்றது. பழக்கதோசமோ அவன் வாழ்ந்த புறச்சூழலால் நிர்ணயிக்கப்படுகின்றது. அவனது சூழல் என்னவாக இருந்தது என்பதை விடவும் ஆழமானது சூழலில் அவன் என்னவாக இருந்தான் என்பது. இதுவே ஒருவனின் இயல்பை உருவாக்கிக்கொள்கின்றது. அவன் சூழலில் என்னவாக இருந்தான் என்பது அவன் பிறிதொரு சூழலுக்குச் சென்றுவிட்டபோதும் ஏதோ விதத்தில் வெளிப்பட்டுக்கொண்டே இருக்கும். காற்றடைத்த பலூனை நீரில் அமிழ்த்திப் புதைப்பது போல எம்பிக் குதிக்கக்கூடியதே குணவியல்பு.

முதன்முறை அவன் என் கன்னத்தில் அறைந்து தரையில் என்னைச் சாய்த்தபோது மானம் என்னும் பொருள் எம்பி என் அறிவின் கட்டுப்பாட்டை அறுத்து நாசம் செய்தது. உடலில் ஏற்பட்ட அதிர்வும் கண்கள் கொண்ட வெப்பமும் அவன் கண்களுக்குப் புலப்படாமல் இருந்திருக்காது. அப்போது திரட்டிய முஷ்டியால் நான் ஒருவேளை ஓங்கிக் குத்தியிருந்தால் அவனது முகத்தை அவனைப் பெற்றவளே அடையாளம் கண்டிருக்கமாட்டாள்.

ஆனால் அப்போது அந்தச் சில நொடிப்பொழுதில் காற்றடைத்த பலூனை நான் மீண்டும் நீரில் அமிழ்த்திவிட்டிருந்தேன். பயனென்ன? ஒரு நொடிப்பொழுது எதிரிக்குப் போதுமானதே. அவன் என் சுயத்தைக் கண்டிருப்பான் நிச்சயமாய்.

அவன் முகமூடிக்காரனைப் பார்த்துக் கேட்டான் "இவன் உங்கட இயக்கத்தில ஒரு கேணல்தானே?"

முகமூடிக்காரன் மில்லியன் டொலர் பெறுமதிமிக்க தன் தலையை மேலும் கீழும் ஆட்டினான். 'ஆம்' என்று அதற்குப் பொருள். 'இயக்கத்தில பெரிய பொறுப்புத்தானே இவன்?.' அவன் மீண்டும் தன் தலையை ஆட்டினான். ஓங்கிக் காலால் ஒரு விசுக்கு விசுக்கினான் என்மீது. கனத்த சப்பாத்தின் உதை என் அக்குளுள் விழுந்தது. உதவியாளனிடம் முகமூடிக்காரனை அனுப்பிவிடச்சொன்னான் சிங்களத்தில். இந்தக் கணத்தில் நான் ஒன்றை விளங்கிக்கொண்டேன். நான்

யார் என்று இவர்களுக்குத் தெரியாது. முகமூடிக்கும் தெரியாது. முகமூடிக்குத் தலையை ஓம் என்று ஆட்டவேண்டும் என்பது கட்டளையாக இருக்கலாம். ஒருவேளை முகமூடி ஒரு சிங்களச் சிப்பாயாகவும் இருக்கக்கூடும். ஒரு நாடகந்தானே?

என்னை முகமூடிக்காரனுக்குத் தெரிந்திருந்தால் என் பெயர், நான் என்ன பொறுப்பு வகித்தேன் எனப் பல விபரங்களை மெய்ப்பித்திருப்பான். ஆனால் என் பெயர்கூடத் தெரிந்திருக்கவில்லை. ஆக முகமூடி என்பது ஒரு நாடகம். ஆயினும் எனக்கு முக்கியமானது இப்போது அதுவல்ல.

இந்த நாடகத்திலிருந்து என் விசாரணை அதிகாரியின் விசாரணைத் திறனின் எல்லையை நான் கணித்துக் கொண்டேன். பயமுறுத்தல், நம்பவைத்தல், சித்திரவதை செய்தல், இவைதான் இவனது உத்தியாக முடியும். திறனற்றவர்களிடமிருக்கக் கூடிய பொறிமுறையே இவை. ஆக எனக்கு இன்னும் வாய்ப்புள்ளது, நடிப்புக்கும். உயிர் பிழைப்பதற்கும். இப்போதைக்கு பலூனை நீருள் அமிழ்த்தியவாறு வைத்திருக்கலாம். ஆயினும் சித்திரவதைக்கு வாய்ப்பிருக்கின்றது என்று அறிவு உணர்த்தும்போது மனதில் ஒரு கிலேசம் பரவுகின்றது.

இந்த அவதானிப்புக்கள், கணிப்புக்கள், சுதாரிப்பு, தீர்மானம் இவையெல்லாம் சில கண்ணிமைப்பொழுதுகளில் மூளையில் நிகழ்ந்த பதிவுகளேயன்றி வேறல்ல.

"ஓகே. இனி நீயாக உன்னோட வேலை செய்தாக்கள், யாரார் செத்தார்சு, இப்ப இருக்கிறது யார், உன்ட தலைவரிட்ட இருந்து உனக்கு எப்படி, யார் மூலமா, கடைசி நேரத்தில கட்டளைகள் வரும். இதுகளச் சொல்லு. உன்னோட இருந்தவர்தான் இப்ப வந்து தலையாட்டினது. நீ இனி மிச்சத்த சொல்லு. அவன் தனக்கு மிச்சம் தெரியாதெண்டு சொல்லுறான்" நிதானமாகச் சொன்னான் அந்த அதிகாரி.

இவன் மடையன் இல்லை. புத்திசாலி. ஆனால் விசாரணைக்கு உண்டான தொழில் திறன் இவனிடம் கிடையாது. நான் என்னளவில் மதிப்பிட்டுக்கொண்டேன். இவனிடம் நான் எச்சரிக்கையாக இருப்பதைக் காட்டிக்கொள்ளக் கூடிய உடலசைவைக்கூட வெளிப்படுத்தி விடக்கூடாது என்பதில் கவனமாக இருக்கவேண்டும்.

அவனது கர்வத்துக்கு அடங்கியவனாக நான் பாவனை பண்ணியபடி சொன்னேன் "நான் பொய் சொல்லேல. நிர்வாகத்துக்கு உதவியா இருந்து பொறுப்பாளர் தந்த வேலைகளைப் பொறுப்பாச் செஞ்சன். மற்றபடி நான் ஒன்றும் பொறுப்பாயில்ல" சொல்லியபடி அவனைக் கவனித்தேன். பிரதிபலிப்பு எப்படி இருக்கின்றது என்று.

"நீங்கள் வேணும் என்டால் உங்களிட்ட சரணடைஞ்ச நிறையப் பேருக்கு என்னைத் தெரிஞ்சிருக்கும். கேட்டுப் பாருங்கோ" சொல்லிவிட்டு அவனைக் கவனித்தேன். எனது வார்த்தைகளையும் மறுபரிசீலனை செய்து ஆராய்ந்தேன். 'ச்சா...' திறமான பதில்கள்தான். தொடர்ந்தேன்.

"நான் ஒரு பெரிய ஆளென்றால் உங்கட புலனாய்வுப் பிரிவு ஃபைல்ல நிச்சயம் என்ட விபரம் இருக்கும். அவையளிட்ட கேட்டுப்பாருங்கோ." சபாஸ்! நானே என்னைக் கண்டுபிடிக்க வழி சொல்வதன் மூலம் நான் முக்கியமானவன் என்பதை... ச்சா... நான் ஒரு முக்கியமற்றவன் என்பதை நிறுவிவிட்டேன். அப்படியா நினைக்கிறீர்கள்? நினைப்பீர்கள். நானும் அப்போது அப்படித்தான் நினைத்தேன்; என்னை அங்கு கப்பியினோடு கயிற்றில் தலைகீழாகத் தொங்கவிடும் வரை.

வார்த்தைகளை வைத்து யாரும் மற்றவர்களை எடைபோடுவ தில்லை. நடத்தைகளே எதிரே உள்ளவர்களின் ஆழ்மனதில் எங்களைப் பிரதிபலிக்கிறது. எனது பதில்களும், அந்தப் பதில்களில் பிரதிபலிப்பை அவனுள் கண்ணுறும் எனது ஆவலும், எனது பதிலின்மீது நான் கொள்ளும் திருப்தியும் என் கண்களினூடு வெளிப்பட்டுக்கொண்டே இருக்கும். முதலில் என் கண்களை அவன் கண்களிலிருந்து ஒளித்திருக்கவேண்டும். இதை நான் உணரும்போது காலம் என்னைக் கடந்துவிட்டிருந்தது. நான் கப்பியில் தொங்கிக்கொண்டிருந்தேன் தலைகீழாக.

பீதியாலும் தலைகீழாகத் தொங்குவதாலும் இரத்தம் மண்டைக்குள் இறங்கிக் கனத்து வலித்தது. அறைச்சித்திரங்கள் தலைகீழாகத் தெரியும்போது வேறு வகை விம்பங்களைத் தந்தன. மனம் அதில் போய்ப் படிகின்றது, நான் தவிர்க்க நினைத்தாலும்கூட.

“உனக்குக் கடைசிச் சந்தர்ப்பம் இது. தப்ப விரும்பினாச் சொல்லு. என்ன நான் சொல்லுறது புரிஞ்சுதா?” நேர்த்தியாக இல்லாத சீருடையில் இருந்த அந்த அதிகாரி சொன்னான். தலைகீழாக அவனைப் பார்க்கையில் அவனது பருத்த மூக்கும் தடித்த முகத்தசையும் இன்னும் அதிக விகாரமாகத் தெரிந்தன. நான் கொடுப்புக்குள் இருக்கும் என் உயிர்ப்பொருள் மீது கவனம் கொண்டேன். நாக்கால் தட்டிப் பார்த்துக்கொண்டேன். இத்தனை நாள் அதனை என் கொடுப்புக்குள் பாதுகாத்து வருகின்றேன். இப்போது அதற்கு எதுவும் ஆகிவிடக் கூடாது. அதன்மீது மனத்தின் கவனம் அதிகமாக இருப்பதை உணர்ந்தேன். சாவதற்காகவா? வாழ்வதற்காகவா?

மனதைத் திருப்பி புத்தியின் பிடியில் கொடுத்தேன்.

“இல்லை நான் சொன்னதெல்லாம் உண்மைதான். நீங்கள் வேற ஏதாவது தெரியவேணுமெண்டாக் கேளுங்கோ நான் சொல்றன். எல்லாம் முடிஞ்சுது. இனி மறைக்க என்ன தேவையிருக்கு. கால் ரொம்ப வலிக்குது. இறக்கிவிடுங்க. உங்களுக்குத் தேவையானதக் கேளுங்க.” முகத்தைக் கோணலாக்கி வலியை வெளிக்காட்டி, வார்த்தைகளை வெளியே விட்டேன். இம்முறை அவன் கண்களை நான் பார்க்கவேயில்லை. வலியைவிடப் பீதியில்தான் மனம் சிக்குப்பட்டுக் கிடந்ததப்போது. ஆனால் நான் மாற்றியே காட்டினேன். என் வார்த்தைகளோ சுவரில் பட்டு மீண்டும் என்னிடமே வந்தன.

வலிக்கான முகக்கோணலோடு, வேண்டுகோளுக்கான பாவனையோடு அவனைப் பார்த்தேன். அவனது இப்போதைய மாற்றம் பற்றி ஆராய மனந்தாவியது. பரவாயில்லை. அவன் தடுமாறுகின்றான்போல் பட்டது. அவனது கண்களைச் சந்திக்கக்கூடாது என்ற என் முடிவு கைமேல் பலன் தந்ததோ? அனுபவம் போலக் கற்றுத்தரக் கூடிய பேராசிரியன் கற்க விரும்பும் மாணவனுக்கு வேறு யாருமல்ல.

ஆனாலும் அவனது வார்த்தைகள் வேறுவிதமாக விழுந்தன. “எங்களுக்கு இப்ப தேவை நீ சொன்ன பொய்யென்ன? நீ யாரு உண்மையில? செய்த வேலையென்ன?”

“நான் ஏன் பொய் சொல்லணும்...” சொல்லி முடிப்பதற்கிடையில் அவன் தன் கைப்பிடியிலிருந்து கயிற்றைப் பிடித்து இழுத்தான். நான் மேல் நோக்கி இழுபட்டேன். தொப்பென்று கைவிட்டான்.

நெஞ்சுக்கூடு கூச நான் தலைகீழாக விழுந்துகொண்டிருந்தேன். அவன் கயிற்றைப் பிடித்தான். காலில் வலி. ஆனால் தரையில் தலை அடிபடவில்லை. முன்னரைவிடத் தாழ்வாகத் தொங்கிக்கொண்டிருந்தேன்.

அடக்கடவுளே! ச்சா... வலியால் கத்த மறந்துவிட்டேனே. எதிர்பாராத அவனது செயலாலா? இல்லை மனம் வாயின் கொடுப்பில் தன் கவனத்தைச் செலவழித்துக் கொண்டிருந்ததனாலா? தெரியவில்லை. அடுத்த முறை கத்தவேண்டும்.

"சொல்லுறியா? கழுத்தாங்குத்தி முறிஞ்சு சாகிறாயா?" மிரட்டினான் தீர்மானமாக.

நான் பயந்து காட்டினேன். "இல்ல, நான் என்ன வேணுமெண்டாலும் சொல்லுறன். வலி தாங்க முடியல்ல. காலில காயம் தாங்க முடியாம வலிக்குது. பிளீஸ்."

அவனது கண்களை ஆராயும் வேலைக்கு மட்டும் நான் போகவில்லை. ஆயினும் மனம் அடித்துக்கொள்கின்றது. 'பார் பார்' என்று.

தன்னை 'அந்த மோன்' ஆக்கிறியோ என்று கேட்டுக்கொண்டே மீண்டும் இழுத்தான் கயிற்றை. இழுத்த வேகத்தில் கைவிட்டான். மேலெழுந்து கீழ்விழும் தலை தரையைத் தொடமுன் பற்றிப் பிடித்தான் கயிற்றை, ஒரு வித்தைக்காரன் போல. அத்தனை இலாவகம். இவன் என்னைப் பயமுறுத்துகின்றான் என்று மட்டும் தெரிந்தது. தெரிந்தால் பயப்படக்கூடாதல்லவா? அப்படித்தான் நினைப்பீர்கள். உங்களுக்கு என்ன? ஒரு கோப்பைத் தேநீரோடு கதை படிப்பீர்கள். ஆனால் எனக்குப் பயமாக இருந்தது. காலிலுள்ள காயத்தின் மீது நிஜ வலி. ஆயினும் கொடுப்பிலிருக்கும் சயனைட் குப்பி உடைந்துவிடுமோ என்ற கவனம். அடுத்தது என்னவென்ற கேள்விமீது அச்சம்.

இப்படி அவன் நான்காம் முறை கயிற்றை இழுத்து விட்டபோது நான் அதிகம் மேல்நோக்கி அம்முறை தூக்கப்பட்டதாக நினைவு. கீழ்நோக்கி விழும்போது நெஞ்சுக்கூடு கூசுவது குறைந்துவிட்டது. மூன்றுமுறையின் பழக்கமாக இருக்கலாம். ஆயினும் பீதி குறைந்திருக்கவில்லை. ஒரு கண்ணிமைப் பொழுது மனதில் ஏதோ ஒரு மூலையில் ஒரு ஒளி

விடமேறிய கனவு ❀ 47

வெட்டுப்போல உணர்த்தியது, 'வழமையைவிட நீ கீழ்நோக்கி விழுகின்றாய்' என்று. அவ்வளவுதான். 'நங்க்' என்ற ஒரு ஓசை! மண்டை சிதறிவிட்டதைப்போல ஒரு உணர்வொளி. எனக்கு என்ன நடந்தது? சரியாக உணரமுடியவில்லை.

தரையில் விழுந்துகிடக்கும் என்னை நானே பார்த்தேன். சத்தியமாகப் பார்த்தேன். பார்ப்பவன் நானா? விழுந்து கிடப்பவன் நானா? ஒரேயொரு ஒளி வெட்டும் கணம் பார்த்திருக்கக் கூடும் என்னை நானே! ஆனால் காட்சி மனதில் தெளிவாகப் பதிவாகியிருந்தது. ஆயினும் காதுக்குள் மீண்டும் வலி. பேரிரைச்சல் காதுக்குள். மண்டையில் தாங்கமுடியாக் கனம். வலியென்று பெரிதாக ஏதுமில்லை. வலியும் நானும் சங்கமமாகிவிட்டோம். தாங்க இயலாக் கனம் மட்டும். முடியவே முடியாது.

ஈரச்சாக்கைத் தெருவில் போட்டதுபோலக் கிடக்கிறேன். மண்டையின் கனம் இறங்கிக் குளிர்கிறது உடல். முதலில் கால்கள். பின் குளிர் மேல்நோக்கிப் பரவுகின்றது. முள்ளந்தண்டு வழியாகப் பரவுகையில்தான் எனக்கு விளங்கியது உயிர் என்னைவிட்டு நழுவுகிறது என்று. எந்த வலியும் இப்போது இல்லை. சூழல் பற்றிய கவனமும் இல்லை. குளிர்மையின் வழி ஒரு சுகம் பரவுகின்றது. கைகள் குளிர்கின்றன. வியர்க்கிறதா? ஆம். அப்படியும் நினைக்கின்றேன். வியர்த்த உடலில் மாலைப்பொழுதில் குளிர்ந்த காற்றுத் தடவும் சுகம்போல் இருக்கிறது இது. இந்த அறையில் ஏது காற்று? சுகமான நினைவு...

இதோ நழுவிவிடப்போகின்றது உயிர். அதை நினைக்கையில் உயிரை இழுத்துப் பிடித்துவிட முயல்கிறேன்.

எதைக்கொண்டு? தெரியவில்லை.

உயிரைக் கொண்டு உயிரையா? எதையோ கொண்டு முயற்சிக்கிறேன். ஆனால் ஏதோ ஒன்று உயிர் நழுவும் அந்தச் சுகத்தை அனுபவிக்க ஆசைகொள்கிறது. பரமசுகம். விடுதலை என்பது இதுதானா?

உயிரை இழுத்துப் பிடிக்க இயலாமல், சுகத்தில் திளைக்கின்றேன்.

முடிந்தது கதை.

கௌதமனின் கதை இத்தோடு சரி.

04

சிறுகதையின் முடிவில்தான் பெருங்கதையின் விரிவிற்கான ஊற்று முகம் இருக்கும். பிரபஞ்சம் நோக்கி அலையலையாக விரியும் கேள்விகள் நிஜத்தைப் பிடித்துவிடத் துடிக்கும். முன்னர் பிடித்த நிஜத்தை பின்னால் வரும் அனுபவம் தட்டியுடைத்துச் சுழிக்கும். முடிவுறாப் பயணம். முடிவுறா விசாரம். என் கதையும் இப்போ அதுதான்.

இருள் விழுங்கிய சூழலில் கசியும் குருட்டு வெளிச்சத்தில் பார்க்கின்றேன். ஊமையொலி சூழ்ந்திருக்கின்றது. என்னையும் என் இருப்பையும் உணர்கின்றேன். ஓ...! நான் இருக்கிறேனா உயிருடன்? சாகவில்லையா! செத்து வேறெங்கோ வந்துவிட்டேனா? எதுவும் புரியவில்லை. பிரக்ஞை பிடிபடுவதும் பிடி நழுவுவதுமாக இருந்தது. நிலைத்து நிறுத்த முடியவில்லை. ஏதேதோ சம்பவங்கள் எல்லாம் நிகழ்கின்றன. நினைக்கின்றேனா? இல்லை நிகழ்கின்றனவா ஒன்றுக்கொன்று தொடர்பற்றவை. நான் எங்கே? பிரக்ஞை தவறியது மறுபடியும். அவ்வளவுதான். மீண்டும் எப்போது திரும்பினேன் என்று தெரியாது. காலமற்ற பொழுதது.

மீண்டும் குருட்டு வெளிச்சத்தில் கண்விழித்து என் சூழலைக் காணத் துடிக்கின்றேன். காலங்கள் புரியவில்லை. ஆனால் இந்த விழிப்பில் மெல்லப் பிரக்ஞை பிடிகொள்கின்றது. இது வேறு உலகமா? இல்லை மீண்டும் பிறந்துவிட்டேனா? ச்சா... என்ன அபத்தம். உயிருடன்தான் இருக்கின்றேன். உடலை அசைக்க முடியும்போது அபத்தத்திலிருந்து விடுபட்டு பிரக்ஞை நிலைகொள்கின்றது.

என்ன நடந்தது? ஒவ்வொன்றாக ஞாபகப்படுத்த விழைகின்றேன். தலைகீழா... விசாரணை... கைது... ஓ...! இப்போ நான் எங்கே இருக்கின்றேன்? இருள் விழுங்கிய அறையொன்றின் உயரக் கட்டிலில் படுக்க வைக்கப்பட்டிருக்கின்றேன். மிக ஒடுங்கிய கட்டில். மெத்தை ஏதும் இல்லை. முதுகின் கீழே தகரம் குளிர்கிறது.

உயிர் பிரிந்ததாக ஞாபகம் வருகின்றது. அந்தப் பிரிதலின்போது வாய்த்த சுகமும் ஞாபகம் வருகின்றது. உயிரைப் பிடித்து வைத்திருக்க நான் எத்தனித்ததும் அதேநேரம் அதைப் பிரியும் சுகத்தில் திளைக்க மனம் ஆசையுற்றதும், இறுதியில் ஆசையில் நான் அள்ளுண்டு போனதும் நினைவுக்குத் திரும்பின. ஆ... ஆனால் அப்போதுதானே நான் காதலியைச் சந்தித்தேன். பிரிந்தேன். அது நிகழ்ந்ததா? நினைவா?

சரிதான்... உயிரை நழுவவிடுவதாக முடிவு செய்த கணத்தில் உடல் முழுதும் ஒரு சுகம் பரவியது. பிறகு உடல் தன் கனத்தை இழந்தது. உடல் மீதான உணர்வை ஆத்மா இழப்பது போலும் அது. நான் அவளைச் சந்தித்தது இதற்கு முன்பா, பின்பா? தலைகீழாகக் கீழ்நோக்கி வருகிறேன். கடைசித் துளி நொடியில் நெஞ்சுக்குள் விசித்திரக் கூச்சம். ‘நொங்’... அப்படியே தரையில் விழுந்துகிடக்கும் என்னைக் கண்டேனே!

இல்லை - முன்பில்லை. உயிரை நான் நழுவவிடுவதாக முடிவுசெய்த பின்புதான் - அதுவும் அந்தச் சுகம் பரவியபொழுதுதான் நான் அவளைச் சந்தித்தேன். பொற்சுடர் போல ஒளிர்ந்தது நினைவு.

ஒரு சொர்ண மாலைப் பொழுதது. குளத்தின் அலைகரையை அணைத்தவாறு பசிய புற்தரையைச் சிறகுகளாய் விரித்து நடுவோடும் கரிய சாலை. மழை மெல்லெனத் தூறுகிறது. காற்று அதைச் சாரலாக்கிப் போகிறது. மழைச்சாரலில், சரியும் சூரியனின் பொற்கதிர்கள் பட்டுத் தெறிக்கின்றன பூமி எங்கும். அவளின் இயல்பான மஞ்சள் முகம் பொன்வர்ணமாய் ஒளிர்கிறது. காற்றில் கலையும் ஈரச்சேலையை ஒரு கையால் ஒதுக்கி நடக்கிறாள். மௌனத்தில் பேசியவாறு அணையாமல் அணைந்து நடக்கின்றோம் சாலை வழியாக.

படாமல் பட்டுவந்த அவள் கைகளினாலா? இல்லை காற்றில் பறந்த அவள் முடி என் காதோரக் கன்னத்தில் முட்டி முட்டித் திரும்பியதனாலா? இல்லை மழைச் சாரல் என் கைகளின் உரோமத்தில் படியும் சிலிர்ப்பினாலா? ஜென்ம ஞாபகங்களால் சுவாசிக்கப்பட்ட எனக்கெனவாகிய ஒரு வாசத்தை அவள் அருகில் உணர்ந்தேனே... அதனாலா? உள்ளூறுகின்றது அத்தனை குளுமைகொண்ட கள்ளூறும் மாய உணர்ச்சி. மனம் தாவுவதற்கு வேறு பொருளின்றி நிலைபெற்ற அரிய கணம். அனைத்தினின்றும் விடுதலை. இதுதான் யோக நிலையோ? இல்லை போகநிலையோ?

அவள், தான் நான் எனவாகிய நீ நான் எனச் சொல்லும் கண்களால் பகிர்கிறாள் அனைத்தையும். ஆத்மா நாங்கள் அரூபமாய் அணைந்தே நடப்பதாய் உணர்கிறது. அவளிடம் இருக்கக்கூடிய அனைத்தும் அவள் கண்களின் வழி எனக்கெனவாகிறது. ஐயோ... முக்தி! மகா முக்தி!

உடலின் கனம் நழுவிவிடுகின்றது. அதுவே சுகம் எனவாகிறது. சுகத்தில் திளைத்தபடி ஜீவன் தன் உடலின் நினைப்பின்றிப் போனது எங்கோ.

ஆ... அப்படித்தான் நடந்தது. பின்னர் எப்படி உயிர்பிழைத்தேன்?. ஓ... ஒருவேளை அது வெறும் மயக்கந்தானா? மயங்கும் நிலை இப்படித்தான் இருக்குமோ? கைகளை அசைத்துத் தூக்கி இப்போ நெஞ்சில் வைத்தேன். நிச்சயமாக உயிருடன்தான் இருக்கின்றேன். என் இருப்பை ஊர்ஜிதம் செய்யும் உணர்விது.

மயக்கம் என்பதும் மரணத்தின் ஒருவகை நிழல்பிரதிதானே? நித்திரைகூட மயக்கத்தின் நிழல்பிரதியாகத்தானே இருக்கின்றது?. ஆனால், முன்பு சத்திர சிகிச்சைக்காக என்னை வைத்தியர்கள் மயக்கியிருக்கின்றார்கள். அந்த மயக்கம் உடலில் படரும் விதம் வேறு. அதன் உணர்வும் வேறு. அது உடல் கனத்துப் பரவும் உணர்வற்ற நிலை. இதுவோ கனத்தை இழந்து பரவும் இன்னொரு நிலை. ஆக அப்போது நிகழ்ந்தது சாவுதானா? இல்லை இயற்கையான மயக்கம் இப்படியிருக்குமோ? யாரறிவார்? செத்தவன் பிழைத்தால்தானே சாதலின் நிலைதெரியும். பிழைத்தவன் சொல்வது சாவின் நிலையென நம்பிவிடவும் முடியாதே!

யாரோ நடக்கும் காலடி ஓசை. ஒருவரல்ல சிலர். நான் என் சூழலைப் பார்த்தேன். சுவர் ஓரமாக உயர்ந்த நீள மேசை. அருகில் இன்னொரு சதுர வடிவிலான சிறிய மேசை. அவற்றில் ஏதேதோ பொருள்களும் இருக்கின்றன. அந்தச் சிறிய அறையில் வேறெதுவும் அந்தக் குருட்டு வெளிச்சத்தில் புலப்படவில்லை. கண்களை மூடினேன். காலடி ஓசை அதிகரித்தது. என் அறைக்குள்தான் வருகின்றார்கள்.

‘லைற்’றைப் போட்டார்கள். அறை பிரகாசமானது அவர்களுக்கு. என் மூடிய கண்களுக்குள்ளே சிவந்த ஒளி கசிகிறது. நான் கண்களைத் திறக்கவில்லை.

வந்தவரில் ஒருவன் என் நெஞ்சில் கை வைத்தான். கன்னத்தில் தட்டினான். நான் கண்விழிக்கவா? வேண்டாமா? விழித்தேன் புதிதாய் மெல்ல. வந்தவர்கள் ஒருவரையொருவர் பார்த்தார்கள். சிவில் உடையிலிருந்த ஒருவன் 'ஸ்டெதஸ்கோப்'பை எடுத்துத் தன் காதில் பொருத்தி என் நெஞ்சில் வைத்தான். ஓ... இவன் டொக்ரரோ? என் கையில் துணி சுற்றிக் காற்றடித்து, இரத்த அழுத்தம் பார்த்தான். மண்டையின் உச்சியில் தொட்டுப்பார்த்தான். அப்போதுதான் உணர்ந்தேன். உச்சந்தலையில் ஏதோ கட்டியிருக்கிறார்கள். பக்கத்தில் நின்ற ஆமிக்காரன் ஏதோ கதைத்தான் இவருடன். பிறகு மூன்றாமவனிடம் ஏதோ சொன்னார். அதுவும் சிங்களத்தில்தான். அவன் என்னிடம் தமிழில் கேட்டான். "சுகமா?"

"..." எதைக்கேட்கிறான்.

நான் எதுவும் பேசவில்லை. மருள மருள விழித்தேன். திரும்பவும் கேட்டான். "எப்படி இரிக்கு?"

"..."

"பெரியதுரை கேக்கிறாரு சொல்லு."

நான் தலையை ஆட்டினேன். அதைச் சரியென்றும் புரிந்துகொள்ளலாம் சரியில்லையென்றும் புரிந்துகொள்ளலாம். மண்டைக்குள் கிறுகிறுப்பு இருந்துகொண்டே இருந்தது. அவர்கள் தங்களுக்குள் ஏதோ சிங்களத்தில் கதைத்தார்கள். கதைக்கும்போதுதான் கவனித்தேன் டொக்ரருடன் வந்தவன் சட்டைக் கை மடிப்பில் 'எம்.பி.' என்ற பட்டி கட்டியிருந்தான். இதன் அர்த்தம் 'மிலிட்டறி பொலிஸ்.' அவர்கள் போய்விட்டார்கள்.

மிலிட்டறி பொலிஸ் என்பது இராணுவத்தினரின் ஒழுக்கப் பிரச்சினைகளைக் கட்டுப்படுத்தும் ஓர் இராணுவ அலகு. எல்லா நாட்டு இராணுவத்திலும் இத்தகைய பிரிவு உண்டு. இராணுவத்தினரின் அத்துமீறல்களை இராணுவப் பொலிஸ் கண்காணிக்கும். தவறுகளுக்குத் தீர்ப்பு வழங்க இராணுவ நீதிமன்றமும் உண்டு.

என் விடயம் மிகப் பாரதூரமாக அமைந்துவிட்டதுபோலும். அதனால்தான் இராணுவப் பொலிஸ் வந்திருக்கின்றது

என நினைத்தேன். அது மரணம் வரையிலாக இருக்கலாம். மரணித்திருந்தால் விசாரணையின்போது மரணம் என்ற நிலையை அது அடைந்திருக்கும். ஆனால் பொதுமக்களுக்கு அச்செய்தியை வெளியிடமாட்டார்கள். வெளியே வேறு செய்தி வரும். உள்ளளவில் விசாரணைகள் நடக்கும். இந்த விசாரணைப் பொறிமுறைகூட பாதிக்கப்பட்டவர்களுக்காக என எண்ணவேண்டாம். அதிகாரத்தில் உள்ளவர்கள் இராணுவத்தைத் தம் அதிகாரத்தின் பிடியில் கீழ்ப்படிய வைப்பதற்காகவே இந்தப் பொறிமுறையை உருவாக்கிப் பேணுகிறார்கள். இது அவர்களின் அதிகாரத்தை அச்சுறுத்தாமல் இருப்பதற்கும் பாதுகாப்பதற்கும் அவசியமானதும்கூட.

சிந்தித்துக்கொண்டிருந்தபோதுதான் ஒரு விடயம் தெளிவானது. அந்தச் சம்பவம் மரணத்தை அண்மித்துத் திரும்பியிருக்க வேண்டும். மற்றது இனி என்மீது விசாரணை இருக்காது. இப்போதுதான் வாய்க்கொடுப்புக்குள் இருக்கும் என் உயிர்ப்பொருள் மீது ஞாபகம் திரும்பியது.

ஆ... என்ன ஆச்சரியம்? நான் என் நாக்கால் கொடுப்பில் தடவுகிறேன். 'குப்பி' அங்கேயே இருக்கிறது. கடவுள் நான் இன்னும் உயிர்வாழவேண்டுமென்று விரும்புகிறான் போலும். யார்... கடவுளா?

சயனைட் அடைத்த குப்பி கொடுப்புப் பற்களுக்கும் சொக்கைத் தசைக்கும் இடையில் இருக்கக்கூடியவாறான சற்று வளைந்த சிறிய குப்பி அது. முன்சொண்டின் உள்புறமும் வைக்கலாம். அது பற்களுக்கு இடையில் வந்து கடிபட்டிருந்தால் என் உயிர் பிரிந்திருக்கும். இத்தனை நடந்தும்கூட அது ஏனோ சேதாரமின்றி இருக்கிறதே.

யுத்தம் மாத்தளன் பகுதிக்கு வந்த இறுதி நாள்களில் இயக்கத்தின் புலனாய்வுத்துறையின் நண்பன் ஒருவன் நான் கேட்டுக்கொண்டதனால் எனக்கு அதை அன்பளிப்பாகத் தந்திருந்தான். இம்மாதிரிக் கொடுப்பில் வைக்கக்கூடிய குப்பி அவர்களிடம் மட்டுமே உண்டு. இதைக் கொடுப்பில் வைத்தபடியே சாப்பிடவும் தண்ணி குடிக்கவும் பயிற்சி எடுக்கவும், கதைக்கவும் பயிலவேண்டும். இது ஒரு பெரும் பயிற்சி.

ஆரம்பத்தில் சயனைற் அடைக்காத வெறும் குப்பியை வாய்க்குள் வைத்துப் பழகுவார்கள். அதில் தேர்ச்சி அடைந்தபின், வாயின் கொடுப்பிலோ, முன் மேல்சொண்டின் கீழோ வைத்திருப்பார்கள். அவர்களின் வாழ்க்கை எப்போதும் எதிரியின் பிரதேசத்தில் இருப்பதனாலும் வெளிப்படையாக எந்த உறுப்பினர் அடையாளமும் தெரியக்கூடாது என்பதனாலும் இத்தகைய குப்பியைப் பயன்படுத்தினர். மற்றைய பிரிவிலுள்ள இயக்க உறுப்பினர்களுக்குக் கூட இத்தகைய சயனைட் குப்பியைப் பற்றித் தெரிந்திருக்கவில்லை.

முதலில் நான் கேட்டபோது நண்பன் இதைத் தரமறுத்தான். முறையான பயிற்சி இல்லாமல் இதனை வாய்க்குள் வைத்திருப்பது அபாயமானது என்றான். நானோ இது இல்லாதிருப்பது எனக்கு அதைவிட அபாயமானது என்றேன். தந்துவிட்டான். நானும் பழகிக்கொண்டேன். தேவை வரும். மரணம்கூட அவசியத் தேவையாக அமையும் என்று மரணத்தை வாயின் கொடுப்புக்குள் பாதுகாத்துத் திரியும் வாழ்வே எமக்கு வாய்த்தது.

யார் சபித்தார்கள் என்பதைவிட ஏன் சபித்தார்கள் எங்களை? விலக்கப்பட்ட எந்தப் பழத்தையும் நாங்கள் உண்டதில்லையே!. மரணம் எங்களை எதிர்கொள்வதைவிட நாமே மரணத்தை எதிர்கொண்டுவிடலாம். உத்தமம் அதுவே. கடித்துவிடலாம் குப்பியை. 'கௌதமா கடித்துவிடு! முடித்துவிடு உன் கதையை கௌதமா! முடித்துவிடு!... போதும்." உள்ளிருந்து சாவுக்கழைக்கும் என் ஊத்தைக் குரல்.

பரவசமூட்டும் எந்தக் கதையும் முடிவதில் யாருக்கும் விருப்பம் இருப்பதில்லை. எனக்கும் அதுதான் போலும். ஏதோ இன்னும் தடுக்கிறது. இன்னும் கொஞ்சத்தூரம் போகலாம் என்று ஓர் ஆசை. ஆசைக்கும் நிராசைக்கும் இடையிலான போரில் ஆசை வெல்லும்வரைதான் வாழ்தல் சாத்தியமாகும். வாழ்வைச் சாத்தியப்படுத்துவதுதானே வாழ்தலின் தர்மம்.

நான் கொடுப்புக்குள் மரணத்தை நாக்கால் தள்ளி மறைத்தேன். நான் கோழையா? வீரனா? ஒரு கோழைபோல மரணத்தை அஞ்சுகிறேனா? இல்லை, பெரும் வீரனாக மரணத்தை எதிர்க்கிறேனா? என்ன நாசமாகவேனும் இருந்துவிட்டுப் போகிறேன். இப்போ எனக்கு எதற்கு இந்தக் கேள்விகள்?

என் தலையில் கைவைத்துப் பார்த்தேன். உச்சந்தலையில் கட்டுப்போட்டு சுற்றிக் கட்டியிருந்தார்கள். வலி அவ்வளவாக இல்லை. ஏன்...? மயக்கம் பூரணமாகத் தெளியவில்லை போலும். அல்லது வலி நிவாரணி எதனையாவது ஊசிமூலம் எனக்கு ஏற்றியிருக்கக் கூடும்.

“வாழ்ந்தென்ன செய்யப்போகிறேன் நான்? சாகலாமா? சரி செத்தென்ன சாதிக்கப்போகிறேன் நான்? வாழலாமா?” கேள்விக்குள் அகப்பட்டுப் பட்ட உத்தரிப்பில் மறுபடி உறங்கிவிட்டேன். உறக்கம் என்னை இழுத்து அணைத்துக் கொள்ளும்போது அத்தனை சுகம் பரவுகிறது. இருள்மை என் நோக்கிச் சூழ்ந்துகொண்டது.

என்னை யாரோ வந்து எழுப்பினார்கள். எத்தனை முறை என்னைத் தட்டிக்கூப்பிட்டார்கள் என்று தெரியவில்லை. எழுந்திருக்கும்போது, ஆழ்ந்த உறக்கத்திலிருந்து விடுபடுகிறேன் என்று மட்டும் புரிந்தது. அதே ஆமிக்காரன். நடுத்தர உயரமும் சிவலை நிறமும், போதைமுறியாத பூஞ்சிய கண்களும் கொண்டவன். இவன்தான் தமிழில் மொழிபெயர்த்தவன். இவனது தமிழே ஒரு தனித்தினிசு. இது இரவா? பகலா?

“எழும்பு, உன்னைக் ‘காம்பிறாவில’ விடச் சொல்லியாச்சுடா. சேர் சொல்லி இரிக்காரு.”

காம்பிறாவா? அடக்கடவுளே... பாடையில போவான்... சுடப்போறானா? அதைத்தான் எள்ளலுடன் சொல்லுறானோ? பிடரியில் சுடுவார்களா? நெத்தியில் சுடுவார்களா? எதுக்குத் திடீரெண்டு இந்த முடிவு எடுத்தார்கள்? உடனே நினைவுக்கு வந்தது கொடுப்புக்குள் இருக்கும் குப்பி. இப்போதே கடித்து விடலாமா?

ம்ஹூம். பார்க்கலாம் என்ன செய்கிறார்கள் என்று. எப்படிக் கொல்கிறார்கள் என்று. சயனைட் கொடுப்பில் இருக்கும்வரை பயமில்லை. கடித்ததும் மறுநொடியே சாவு. அவர்கள் கொல்லும் இறுதி நிமிடம்வரை பொறுத்திருக்கலாம். கடிக்கும்போது நாக்கில் குப்பியைத் தூக்கிப் பற்களுக்கு இடையில் சேர்த்து வைத்து, நாக்கில் அதன் பிசிங்கான் வெட்டும் வகையில் கடிக்கவேண்டும். நினைவுறுத்திக்கொண்டேன். அந்தக் கணத்தில் மரணிப்பதற்கு இத்தகைய தொழில்முறைக் கடிப்பு அவசியம். சயனைட்

நேரடியாக இரத்தத்தினூடு உடலில் பரவ வேண்டுமே தவிர, சமிபாட்டுத் தொகுதிக்குப் போயல்ல.

அந்தச் சிப்பாய் என்னை நடத்திக் கூட்டிச்சென்றான். ஒடுங்கி உயர்ந்த சுவர்களுள்ள பாதையால் சென்றுகொண்டிருந்தோம். மேல் சுவரிலிருந்து ஒரு சிலந்தி ஒரு நூலில் விழுந்து என் முன்னே தொங்கியது. வலைபின்ன எங்கோ பாய்ந்திருக்கிறது. அடி சறுக்கி விட்டதுபோலும். நான் அதை விலத்தி நடந்தேன். இரண்டாம் வளைவின் முடிவில் எனக்கு அறிமுகமாகிய இடம் தெரிந்தது. அதேதான் சிறைப்பகுதி. அவன் முன்னே சென்று எனது 'செல்லைத்' திறந்துவிட்டான். மீண்டும் பூட்டிவிட்டு, "காம்புறாவுக்குள்ள இரிந்துகொண்டு கத்துறது, குழறுறதுன்னு சேட்டை பண்ணக் கூடாது. புரிஞ்சிதா?" ஓர் அதிகாரி போலப் பாவனை பண்ணிச் சொல்லிவிட்டுப் போனான்.

அடக் கடவுளே! நாசமாய்ப் போனவன். இந்த 'செல்'லையா 'காம்பறா' என்றான். இப்போதான் நினைவு வந்தது. சிங்களத்தில் அறையை 'காம்பறா' என்றுதான் அழைப்பார்கள். எங்கள் ஊரில் 'காம்பறா' என்பது பிணங்கள் வைக்கும் அறை.

சற்று நேரத்துக்கெல்லாம் ஒளி மங்கி அறையில் மேலும் இருள் பரவத் தொடங்கிற்று. ஆக, இது பின்னேரப்பொழுது. இப்போதுதான் இரவு வருகிறது என்று புரிந்துகொண்டேன். என் அறையில் வேறு எவரும் இல்லை. முன்னர் இருந்தவர்களும் இப்போது இல்லை. அவர்கள் என்ன ஆனார்கள்? என்னை இங்கிருந்து அழைத்துப்போய் எத்தனை நாள் ஆயிற்று? எதுவும் தெரியவில்லை. இரவு நித்திரையில்லை. உறக்கம் என்னைத் தீண்டவில்லை. சிந்தனைக்குள் அகப்பட்டிருந்தேன். ஒரு பெரும் சாம்ராஜ்ஜியம் அழிவதுபோல உலகின் சக்திவாய்ந்த விடுதலைப் போராட்டம் கண்முன்னே சில நாட்கணக்கில் பெருநாசத்துடன் அழிந்துபோயிற்றே. இந்த மகா தோல்வியின் ஆணிவேர் எது? இத்தோல்வியின் விளைவு எத்தனை தலைமுறைகளை வஞ்சிக்கும்? முடிவாக என் இனத்தையே வஞ்சித்துவிடுமா...?

ச்சா... இப்போ எதற்கு இந்தக் கேள்விகள்?. எனக்கு என்ன நடக்க இருக்கிறது? நான் என்ன செய்யவேண்டும். இதுவே இப்போது தேவையான கேள்விகள். சாகும் தறுவாயில் என் காதலியை எப்படிக் கண்டேன்? அது நிஜமாக நிகழ்ந்ததுபோலல்லவா இருந்தது? பல வருடங்களின்முன் இதையொத்த ஒரு சூழலில் அவளை நான் பிரிய நேர்ந்தது.

உயிரைப் பிரிவது என்ற தருணத்தில் அதற்கு இணையான பிரிவொன்று ஞாபகத்தில் எம்பி வந்ததா? இல்லை, வாழ்தலில் அதிகப்படியாக நான் அனுபவித்த சுக அனுபவம் வாழ்வைப் பிரியும் தருணத்தில் நினைவுக்குக் கொண்டுவரப்பட்டதா?, இல்லை... ஜீவன் ஒரு மோகநிலையை அடையும் அனைத்திலிருந்துமான விடுதலை உணர்வு சாகும் தருணத்தில் வாய்த்தபோது அதையொத்த மோகத்தில் திளைத்த தருணம் கோர்வையாகி மேலெழுந்ததா? ச்சா... ஒரு நாள்... ஒரேயொரு நாள், அவளுடன் வாழ்ந்திருக்கலாம். ஒரு முழு நாளின் தருணம் முழுதும் அவள் அன்பு எப்படியெல்லாம் வெளிப்பட்டிருக்கும்!

நினைவுகள் என்னைப் பந்தாடிப் பந்தாடிக் களிப்புற்றன. நானோ நரகத்துள் உழன்றுகொண்டிருந்தேன். தலையில் வேதனை தாங்க முடியாதவாறு என்னைத் தாக்கிக்கொண்டிருந்தது.

காலை மீண்டும் டொக்ரர் வந்தார். அவருடன் மொழிபெயர்ப்பாளரும். முன்பிருந்த அறைக்கு அழைத்துச் செல்லப்பட்டேன். உடலைச் சோதனையிட்டார் அந்தப் படைத்துறை டொக்ரர். காய்ச்சல் இருக்கிறதா எனப்பார்க்க தேர்மா மீட்டரை வாய்க்குள் வைக்க “ஆ” எனச் சொன்னார். நெஞ்சு ‘திக்” என்றது. குப்பி! என் குப்பி!. நான் கடிக்காமலேயே நஞ்சாகப்போகிறதே எனக்கு. காட்டிக் கொடுத்துவிடப்போகிறதா? வாயைத் திறக்காமல் தயங்கித் திறந்தேன். அவரோ அலட்சியமாக தேர்மா மீட்டரை வாய்க்குள் வைத்தார். அந்த அலட்சியம்தான் அப்போது எனக்கு அதிஸ்டத்தைத் தந்திருந்தது. இரத்த அழுத்தம் உட்பட அனைத்தையும் சோதனையிட்டுக் குறிப்பெழுதிக்கொண்டார். அவ்வளவுதான்.

மீண்டும் என் ‘செல்’லிற்குக் கொண்டுவரப்பட்ட நான், ஒரு முக்கிய முடிவை எடுத்தேன். இந்த ‘சயனைட் குப்பியை’ இனியும் வாய்க்குள் வைத்திருப்பது முடியாத காரியம். என்ன செய்ய? எறிந்துவிடலாமா? ம்கூம். என் மரணத்தைத் தொலைத்துவிட எனக்கு அச்சமாக இருந்தது. கடித்துவிடலாமா குப்பியை? ம்கூம். மரணத்தை அணைத்துக்கொள்ளவும் அவசியம் இல்லையென்று மனம் அடித்துக்கொண்டது. வைத்துக்கொள்ளலாமா? மரணத்தைப் பாதுகாப்பது நல்ல வழியா? இப்போதைக்கு அதுவே உத்தமம். மரணத்தை நான் பத்திரமாகப் பாதுகாத்து வரவேண்டும். அது எந்த நேரத்திலும் எனக்கு அவசியப்படலாம்.

05

புலனாய்வு அதிகாரியின் உதவியாளன் என்னை வந்து அழைத்தான். அப்போது காலை எட்டு முப்பதாக இருக்கலாம்.

"உன்னைக் கொழும்புக்கு அனுப்ப இரிக்கம்."

"..."

"நீ உண்மை சொன்னதில்லத்தானே. அதுதா சேர் முடிவு செஞ்சிட்டாரு. உன்னய கொழும்புக்கு அனுப்பிறதென்னு." அவன் தன் தமிழில் சொன்னபடியே 'செல்' கதவைத் திறந்து என்னைக் கூட்டிப்போனான். என்னைக் கூட்டிப்போய் விட்ட அறை வேறானதாக இருந்தது. இவன் வழமையாக அழைத்துப்போகும் அறையல்ல இது. இதற்கு வர நீண்டதூரம் நடந்திருந்தேன். நடக்கும்போது படும் வெளிக்காற்று மிக இதமாக இருந்தது. இந்த இதம் அச்சமூட்டும் தன்மையை ஏன் தருகிறது எனக்கு?.

அறை விசாரணைக்கு உரியதென்று அதனைப் பார்த்த ஒற்றைக் கணத்தில் கணித்துக்கொண்டேன். இத்தனை நடந்தும் இவர்கள் ஒரு கைதிமீது இரக்கம் காட்டமாட்டார்களா? இரக்கம்... அது யாருக்கு வேண்டும். மனிதர்களுக்கு வேண்டியதெல்லாம் வெற்றி! தன சொந்த வெற்றி! கூட்டுவெற்றி! நாட்டுவெற்றி! வெற்றி தரப்போகும் போதைக்கு முன்னால் இரக்கத்திற்குப் பொருளில்லை. வெற்றியின் பின்னால் எனக்காகும் இலாபம் இன்னது என்பதுதான் கணக்கு. இக்கணக்கில் தர்மம், அதர்மம் என்பன சேர்த்தியில்லை. எங்கும் எப்போதும் இதுவே விதியாகி வருகிறது. விலக்காகிய விதியென்று எதுவுமில்லையோ. ஜனநாயகம் என்பதும் புரட்சி என்பதும்கூட விதிக்குள் விழும் சாதாரணச் சொல் மட்டும்தானோ?

நடுத்தர உயரத்துக்கும் குறைவான, என்னைவிட வயதில் மூத்த, அழுத்தமான சிவில் உடையில் ஒருவர் வந்தார். அவருடன் ஒரு பொலிஸ்காரனும் வந்தான். இந்தச் சிப்பாய் அவர்களிடம் ஏதோ சொன்னான். இவனது பணிவும் அவரது விறைப்பும்

எனக்கு ஒன்றை விளக்கின: வந்திருப்பவன் அதிகாரி. பொலிஸ் அருகிலிருப்பதால் சிவில் உடுப்பில் இருப்பவன் பொலிஸ் அதிகாரியாக இருக்கலாம். டொக்ரராக இருக்குமோ என்று மனதில் தோன்றிய எண்ணத்தை அவனது குரல் கொண்டிருந்த அதிகாரத்தொனி சிதைத்துவிட்டது. என்னை ஏற இறங்கப் பார்த்தான். தான் பார்ப்பதை நான் பார்க்கவேண்டும் என்றும் விரும்புகிறான். அத்தனை கூர்மை தன் பார்வையில் இருக்கிறதாம். தூசணம்தான் என் வாயில் வருகிறது.

மிக அகன்ற மேசையின் மறுமுனையிலிருந்த கதிரையில் என்னை இருக்கச் சொன்னான். மேசையின் பக்கவாட்டாக அந்தப் பொலிஸ்காரன் இருந்தான். "உன் பெயர் என்ன?"

"ருத்திரா." ஓமந்தையில் சொன்னதுபோலவே 'உ' வையும் விட்டு 'ன்' ஐயும் விட்டு உச்சரித்தேன்.

"இயக்கப் பெயர்?"

"கோமகன்." பொய்யை மிகத் தெளிவாகச் சொன்னேன். இந்தப் பெயரில் நான் அறியப்பட்டிருக்கவில்லை. என் பெயரோ கௌதமன்.

"சரி நான் கேட்கிறதுக்கு உன்னால் பதில்சொல்ல முடியுமா?"

"ஓம்."

"நல்லது, நாங்கள் ரி.ஐ.டி... புரியுதா? பயங்கரவாத விசாரணைப் பிரிவு. உன்னை மிலிட்டரி எங்களிட்ட ஒப்படைச்சிருக்கு."

நான் எதுவும் பேசவில்லை. ரி.ஐ.டி பற்றி என் மூளை அறிந்த தகவல்களை ஒன்று சேர்த்தது ஒற்றைக் கணத்தில்.

புதிய விசாரணைக்குள் விழுந்துவிட்டேன். வியூகம் அமைத்தாக வேண்டும். வந்திருப்பது பொலிஸ் பிரிவு. ஆனால் விசேட உளவுப் பிரிவு இது. கொழும்பின் நாலாம் மாடி எனப்படும் சித்திரவதைச் சிறைக்கு இவர்கள் பெயர் பெற்றவர்கள். செயல்திறன் கொண்டவர்கள். வெளிநாடுகளில் பயிற்சி பெற்றவர்கள். தலைநகரின் பாதுகாப்பு, ஜனாதிபதிப் பாதுகாப்பு எல்லாம் இவர்களை நம்பித்தான். இராணுவத்தை நம்பியல்ல.

அவன் ஒரு கோவையை மேசையில் எடுத்துவைத்தான். கேள்விகளைக் கேட்டுப் பதில்களை எழுதத் தொடங்கினான். மீண்டும் பெயர்களைக் கேட்டான். சொன்னேன்.

"பிறந்தது."

"யாழ்ப்பாணத்தில."

"நான் திகதியக் கேட்டன்." மேல்கண்ணால் என்னைப் பார்த்தான்.

"1973.06.27."

"அப்பா பெயர்."

"இரட்னசோதி." திருத்தமாக இதையும் உச்சரித்தேன். இந்தத் திருத்த உச்சரிப்பில் பல விளையாட்டுக்கள் உண்டு. அது சிங்களத்தில் மிக நெருக்கமான உச்சரிப்பு. தமிழில் அப்படி எழுதுவதில்லை. அப்பாவின் பெயர் அமைப்பு உதவியது.

"இயக்கத்தில சேர்ந்தது."

"ஓம் சேர்ந்தது." நான் ஒத்துக்கொண்டேன்.

"நான் கேட்டது நீ சேர்ந்த திகதிய." முறைத்து ஏற இறங்கப் பார்த்தான்.

நான் தன்னைக் கேலி பண்ணுவதாக அவன் நினைத்தானோ? ஆனால் நான் புரிந்தது விரும்பிச் சேர்ந்ததா அல்லது கட்டாய ஆட்சேவைக்கு அழைக்கப்பட்டதா என்பதைக் கேட்கிறானென. அவனது தமிழோ கொச்சையாக இருந்தது.

"1994.09. திகதி ஞாபகம் இல்லை" இதெல்லாம் ஏற்கனவே தயார் செய்த பதில்கள்தான்.

"சரணடைந்தது இல்லை கைதுசெய்யப்பட்டது?"

"17ஆம் திகதி ஐஞ்சாம் மாசம்."

"எங்க?"

"முள்ளிவாய்க்கால், முல்லைத்தீவு."

"படித்தது?"

எதைக் கேட்கிறான், படித்த இடமா? பாடமா? காலமா? ,நான் அவனையே பார்த்தேன். என் பதில் அவனைக் கேலி செய்வதாக இருக்கக்கூடாதல்லவா... மறுபடியும்.

"படித்ததா?" என் மௌனத்தால் சினம் அடைந்து மீண்டும் கேட்டான். என் மனமோ இந்தக் கேள்வியால் வேறு ஆய்வுகளில் அலுவலாக இருந்தது.

"ஓம்." சொன்னேன்.

"எங்க?"

"கொலிச்சில. இல்ல சென் ஜோன்ஸ் கொலிச்."

கண்ணை உயர்த்திப் பார்த்தான். "என்ன பொறுப்பு?"

எதைக் கேட்கிறான். நான் கேள்வி விளங்கவில்லையெனப் பார்வையால் கேட்டன். புரிந்துகொண்டான்.

"இயக்கத்தில என்ன பொறுப்பு?"

"ஒன்றுமில்ல."

சட்டென்று எழுந்து முகம்சிவக்க என் கன்னத்தில் அறையக் கையோங்கினான். நான் அனிச்சையாகக் கையால் தடுத்த மாதிரி குனிந்துகொண்டேன். அவன் அடிக்கவில்லை. அவன் கன்னத்தில் அறைந்திருந்தால் கொடுப்பிலிருக்கும் என் சயனட் குப்பி உடைந்து, செத்திருப்பேன் இந்நேரம். மனம் குப்பியைச் சுற்றி வந்தது. பேசாமல் என் கர்வத்தோடு இவன் மூஞ்சையில் ஓங்கி ஒரு குத்துக் குத்திவிட்டு சயனைட்டைக் கடித்துவிடலாமா? மனம் பாய்ந்தது. என் கர்வமாயினும் எனக்கென எஞ்சும்.

"என்ன செய்தனி இயக்கத்தில?"

"நிருவாக உதவியாளன்."

"முதல் படிச்ச பள்ளி என்னது?"

"விநாயகா வித்தியாலயம்."

"கடைசியா நீ கண்ட பொறுப்பாளர்?"

எதைக் கேக்கிறான். நான் படிச்ச முதல் பள்ளிக்கூடம் அடுத்தது கடைசியாக் கண்ட பொறுப்பாளர்? இந்தக் குப்பியை

வாய்க்குள் வைத்திருப்பது பெருந்தவறு. மனம் குப்பியைச் சுற்றுகிறது. பதிலில் கவனம் இழக்கிறது. அவன் கன்னத்தில் அறைந்தால் குப்பி உடைந்துவிடுமோ என்ற அச்சம் போலும்.

"நீ கடைசியில எந்த இயக்கப் பொறுப்பாளரக் கண்டது?"

இவனது எல்லா வசனமும் 'து' விலதான் முடியும்.

"சிவிச்செல்வன்."

"எங்க?"

"மாத்தளன்."

"சகோதரங்கள்?"

மறுபடி குழம்பினேன். எதைக் கேக்கிறான்?.

"உனக்குச் சகோதரம் இருக்கா?"

"ஓம்."

"பெயர்?"

நான் பெயர்களைச் சொன்னேன்.

"சிவிச்செல்வன் உனக்கு அப்ப என்ன சொன்னார்?"

அட நாசம். இவன் என்னைக் குழப்புறான்.

"லைனுக்குப் போகச் சொன்னார்."

"புரியச் சொல்லு."

"என் காயம் மாறினதால இனி மீண்டும் சண்டை நடக்கிற இடத்துக்குப் போகச் சொன்னார். அங்க எனக்கு என்ன வேலையெண்டு சொல்லுவினம் எண்டார்."

"இயக்கத்தில சேந்த திகதி."

அட, பாடையில போவான். இவன் சும்மா ஆளில்லை... நான் சொன்னேன். மரியாதையாக "முன்னுக்கு எழுதீட்டீங்கள்."

"சொல்லு நீ."

"1994.09. திகதி தெரியா."

"பிறந்த இடம்?"

"யாழ்ப்பாணம்."

"படிப்ப விட்டது எப்ப?"

கேள்விகள் காலங்கடந்து பாய்ந்து வந்தன. என்னை நிலைகுலைய வைப்பதற்கானவை. ஒரே பதில் வரவேண்டும். ஆனால் கேள்வி வேறுவேறானதாக இருக்கும். இதனைக் கொஞ்ச நேரத்தில் நான் புரிந்துகொண்டுவிட்டேன்.

பொய்யான பதில்கள் இறுதியில் ஒன்றுடன் ஒன்று முரண்பட்டேயாகும். இங்கு முதலில் முரண்படுவது காலமாக இருக்கும். அதிலிருந்து கேள்விகளைத் தொடுக்கும்போது எல்லாம் நூலிலிருந்து அவிழும் குண்டுமணி போல, சிதறி விழுந்துவிடும் உண்மைகள். இது ஒரு நுட்பமான பொறிமுறை. வந்திருப்பவன் சாதாரணமானவன் அல்ல. உளவுப் பிரிவில் நன்கு பயிற்றப்பட்ட அதிகாரி. நானோ வாழ்வில் முதன்முறையாக விசாரணை ஒன்றை எதிர்கொள்கிறேன், எந்த அனுபவமும் இல்லாமல். முதல் நடந்த விசாரணை அணுகுமுறையுடன் ஒப்பிட்டால் இது முற்றிலும் வேறுபட்டிருந்தது. கேள்விகளால் சுற்றிவளைத்து என் பதில்களையே தூண்டிலாக்கி மாட்டிவிடக்கூடியது இது. சர்வ நாசம். இறுதியில் நடந்ததும் அதுவே.

அவனது தொழில்முறைத் தேர்ச்சியின் முன்னால் தான் பெரிய 'பருப்பு' என்று நினைத்த கௌதமன் - அதுதான் என்னைத்தான் சொல்கிறேன் - கவிழ்ந்துபோனான். வெறும் பயல் இவன்.

அவன் கேட்டான் "நீ ஏ எல் ரெஸ்ட் எழுதிட்டு, இயக்கத்தில சேந்தது, இல்லையா?"

"ஓம்."

"நீ பிறந்தது 73. அப்பிடீண்டா ரெஸ்ட் எடுக்க வேண்டியது 92இல. ரெஸ்ட் எடுத்திட்டு இயக்கத்தில சேந்தினி. ஆனால் 94 இல அது நடந்திருக்கு. அது எப்புடி. எப்புடீடா?" அவன் மேற்கண்ணை உயர்த்தி பல்லை நெறுமி முறைத்தான். தான் பொய்யைக் கண்டுபிடித்து விட்டேன் என்ற கர்வம் தெரிந்தது. நானோ எனக்குள் சிதறிப்போனேன்.

அடக் கடவுளே! என்னைச் சுற்றி வளைத்துவிட்டான். யோசித்தேன். நான் யோசிப்பதை அவன் கண்டுகொள்கிறான் என்பதை நான் கண்டுகொண்டேன். அவகாசம் எடுக்கக்கூடாது. உண்மையை ஒப்புக்கொண்டுவிடலாமா? ச்சா. கூடாது. கூடவே கூடாது கௌதமா!

“இல்லை இடையில நான் இந்தியா போனனான்.” நான் சொன்னேன்.

“இந்தியா போனதா நீ....?” குழம்பிற்றான் அவன். இப்போ நான் கதையை வளர்த்தாகவேண்டும்.

“இந்தியாவிலயா ட்றெய்னிங் எடுத்தது நீ?” ஆச்சரியமும் முறாய்ப்புமாகக் கேட்டான். பிறகு அவன் சொன்னான் “பரவாயில்ல சொல்லு. எல்லாருக்கும் ஒரே தீர்ப்புத்தான். உண்மை சொன்னா, உன்ன நாங்க முதலாளா விடுதலை பண்ணுறது.”

“இல்ல பள்ளிக்கூடத்தில படிக்கேக்க எண்பத்தி ஆறாம் ஆண்டு பிரச்சினை எண்டு, என்னை மாமா மாமியோட அப்பா இந்தியாவுக்கு அனுப்பிவிட்டவர். திரும்பி 88ஆம் ஆண்டுதான் வந்தனாங்கள் ஊருக்கு. அதால இரண்டு வருசம் பிந்திப் படிச்சன்.”

“சபாஸடா கௌதமா” எனக்கு நானே சொல்லிக்கொண்டேன்.

எனக்குள்ளேயே அப்படியொரு உற்சாகம். ஏன்? இப்படி ஒரு பதிலைக் கண்டுபிடித்ததனால்தான். இந்தப் பதில் எங்கிருந்து எப்படி வந்ததென்று எனக்கே தெரியவில்லை. அவன் கேட்டான். “அங்க ரண்டு வருசமும் படிச்சது இல்ல?”

“படிச்சனான்.”

“பின்ன ஏன் ரண்டு வருசம் குறைஞ்சு படிச்சது” வெருட்டலுடன் கேட்கிறான்.

“அங்க இந்தியாவில இலங்கைப் படிப்பு தரம் சரியில்ல எண்டு ஒரு வருசம் பள்ளிக்கூடத்தில குறைச்சுச் சேர்த்தாங்கள். திரும்பி இங்க வர இந்தியாவின்ட படிப்பு சரியில்ல எண்டு இங்க ஒரு வரிசம் குறைச்சுச் சேத்தாங்கள். அதோட அங்க யூன் மாதம் பள்ளிக்கூடம் தொடங்கும். இங்க ஜனவரியில தொடங்கும். இந்தக் குழப்பமும் காரணம்.” நான் மூச்சு

விடாமல் சொன்னேன். இந்த விளக்கங்களால் அவன் எனது பொய்யின்மீது இருந்த சந்தேகத்தை நீக்கிக்கொண்டான் என நினைக்கிறேன். அதுசரி, எனக்கு எங்கிருந்து இத்தனை கோர்வையாகப் பொய்கள் காரண காரியத்துடன் வருகின்றன?.

என்னுடன் 1988இல் படித்த ஒரு பெண், இந்தியாவில் படித்துவிட்டு வந்திருந்தாள். அவள் இங்கு ஒரு வருடம் குறைந்து படிக்க நேர்ந்தது. அவள் அசாதாரணமான பேரழகியாக இருந்ததால் மனதில் ஊன்றியிருந்தாள். அவள் அறிவாளியும்கூட. நட்புறும் கண்கள் அவளுக்கு. இப்போது ஆபத்துக்கு உதவியிருக்கிறாள் போலும். பருவமாற்றத்தில் வேர்க்கிழங்குகள் அழுகாத துலிப் கன்றுகள்போல காலத்தில் கரையாது, உறைந்துகிடக்கின்றன இளவயது ஞாபகங்கள்.

"சண்டையில உன்ர பணி என்னது?"

"விநியோக அணியொன்றுக்குப் பொறுப்பு."

"அது என்ன செய்யும்?"

"விநியோகஞ் செய்யும்."

நான் மொட்டையாகச் சொன்ன பதிலில் அவன் கோபம் அடைந்தான்.

"என்ன விநியோகம், எப்படி நடந்த, சொல்லு."

"காயப்படுற போராளிகளை களத்திலிருந்து அகற்றி, மருத்துவ அணியிட்ட சேர்ப்பம். போர்முனைக்குச் சாப்பாடு, தண்ணி, இப்படியானதுகள கொண்டுபோய்ச் சேர்ப்பம்." புரிய வைத்தேன்.

"உன்ரை 21 வயசில எங்க இருந்தது? என்ன செஞ்சு கொண்டிருந்தது?"

அவன் காலக் குத்துக்கரணம் அடிக்கிறான். எனது குத்துக்கரணம் பிழைக்கப்போகிறது. யோசித்துச் சொன்னால் பிழைக்கும். யோசிக்காமல் சொன்னாலும் பிழைக்கும். ஒரு உத்தி மண்டையில் உறைத்தது.

"என்ன? விளங்கேல்ல... நீங்கள் கேக்கிறது."

கேள்வியை அவனுக்குத் தொடுத்துவிட்டு நான் அவனுக்குச் சொன்ன பிறந்த ஆண்டிலிருந்து 21 வயது எத்தனையாம் வருடம் என்று கணக்கிட்டேன். 1994 வருகிறது. ஏன் கேட்கிறான்? ஓ. இயக்கத்தில சேர்ந்த ஆண்டு இதுதான். எண்ணவும் அதற்கிடையில் அவன் திருப்பிக் கேட்டான்.

"உன்னோட 21 ஆவது பிறந்த நாளுக்கு எங்க இருந்தது? என்ன செய்துகொண்டிருந்தது?"

எனக்கு மூச்சு வாங்கியது. அவனது கடுமையான தொனி, என்னைச் சிந்தித்துக் கணக்குப் போடவிடாமல் குழப்பிற்று. திகைத்துப்போனேன். என் குழப்பம் முகத்தில் தெரியத்தான் போகிறது. கடவுளே என்ன சோதனை? யாழ்ப்பாணத்திலிருந்து வன்னிக்கு இடம்பெயர்ந்தது, 1994 இற்கு முன்பா பின்பா? பின்பு. மூளை ஒத்துழைத்தது. கொஞ்சம் உற்சாகம் அடைந்தேன். பதில் சொல்லப்போகவும் ஒரு மின்னல்போல மூளை தடுத்தது. 'பொறடா கௌதமா! நீ பிறந்ததாகச் சொன்னது ஆறாம் மாதம். இயக்கத்தில் சேர்ந்ததாகச் சொன்னது ஒன்பதாம் மாதம்.' உற்சாகம் அடைந்தேன். சர்வ சாதாரணமாகச் சொல்ல முயன்றேன் இப்போ.

"யாழ்ப்பாணத்தில படிச்சுக்கொண்டிருந்தன். ஏ.எல் சோதனைக்குக் கடுமையாப் படிக்க வேண்டியிருந்தது." 'நீ கெட்டிக்காரன்டா கௌதமா' மனம் சொல்லிற்று எனக்கு. மறுகணமே மனம் பதைபதைத்தது. இதற்குள் ஏதோ முரண்பாட்டைக் கண்டுபிடித்து விட்ட ானபோல. ஆனால் அவனது முகத்தில் எதுவும் தெரியவில்லை. அவன் ஏதோ எழுதிக்கொண்டிருந்தான். அறையில் ஒளி மங்கி ஒரு விதக் குருட்டு வெளிச்சமே எஞ்சியது. ஒளி கசிகிறதா? இருள் கசிகிறதா? ஆட்டுக்கல்லில் அகப்பட்ட உழுந்துபோல மனம் நசிகிறது. கிடைத்த சில நிமிடத்தில் நான் அடுத்த கேள்விக்குத் தயாராகலாமே என்றொரு ஆலோசனை என்னுள்ளே. அதற்கு நான் பலவிதத்தில் சிந்திக்கச் சில நிமிடங்களை எனக்காக வேண்டுமென்றே அவன் விட்டவன்போல மறு கேள்வியைத் தொடுத்தான் நான் சிந்தித்திருக்கவே முடியாத கோணத்தில்.

"சரி. நீ பிறந்ததிலிருந்து நீ செய்ததுகள் என்ன சொல்லிட்டு வா?"

"பிறந்ததிலிருந்தா? விளங்கல்ல" என்றேன்.

ஆனால் என் மனம் உணர்ந்தது 'அடுத்த சுருக்கு கழுத்தில் விழுகிறது. மாண்டாயடா கௌதமா' என்று.

கேள்வியைப் புரிந்துகொள்ளாவிட்டால் பதிலளிக்க முடியாதல்லவா? அந்த வகையில் நான் திருப்பிக் கேள்வி என்னவெனக் கேட்கமுடியும். அந்த அதிகாரத்தில்தான் கேட்டேன். ஆனால் உண்மை என்னவெனில் ஒரு விசாரணையில் கேள்வி என்ன என்பதல்ல முக்கியம். கேள்விக்கான நோக்கம் என்ன என்பதுதான் முக்கியம். நோக்கத்தைப் புரியாது என்னால் பதிலை உருவாக்கிவிட முடியாது.

"நீ பிறந்ததிலிருந்து நடந்த விடயங்கள எல்லாம் சொல்லுறது." அவன் அறுத்து உறுத்துச் சொன்னான்.

எனக்கு விளங்கியது. ஏற்கனவே சுமார் ஐந்து மணித்தியாலங்கள் வரைக்கும் என்னை நோக்கி எறியப்பட்ட கேள்விகளில் நான் சிக்குண்டிருப்பேன். அந்தக் கேள்விகள் காலங்களும் காரணங்களும் இன்ன பிறவும் சம்பந்தமற்றே இருந்தன. ஒரு கேள்வி பல உருவம் கொண்டு வரும். பல உருவத்தில் ஒரு கேள்வியும் வரும். பதில்கள் ஒரே ரூபம் கொண்டு இருந்தனவா? எனக்கே தெரியாது. ஒருவேளை அவனுக்கும் இப்போ தெரியாது. இவற்றைக் கொண்டுபோய், நுணுகி ஆராயும்போது பல பொய்கள் பல்லிளித்துக்கொண்டு உண்மை முகம் காட்டும். இப்போது கேட்கப்படுவது என் கதைகளுக்கு முதுகெலும்பு போன்றது. இதனோடு அவை பொருந்தாவிட்டால், அல்லது பொருந்தாத இடம் எதுவோ அதுவே அவனுக்குச் சிகரத்தின் வாசல். அது எனக்கு மரணத்தின் வாசல்.

அவன் தன் மேசைமேல் இலத்திரனிய ஒலிப்பதிவுக் கருவி ஒன்றைத் தூக்கி வைத்து 'ஆன்' பண்ணினான். எனக்குத் தொண்டை அடைத்துவிட்டது. மனதில் பீதி உணர்வு வயிற்றிலிருந்து நெளிந்து வளைந்து தலைக்கு ஏறுகிறது. 'காட்டிக் கொள்ளாதே கௌதமா' மனம் புலம்புகிறது. தண்ணி கேட்கலாம். ஆயத்தமாவதற்குக் கொஞ்சம் அவகாசம் கிடைக்கும். ம். ஊகூம். உடனேயே மனம் மறுத்தது. கூடாது. இந்நேரத்தில் கூடவே கூடாது. முன்னே இருப்பவன் சாதாரணமானவன் அல்ல. உன் அசைவின் மனவிளக்கம் அறிந்தவன். அவனுக்குத் தேவையானதும் அதுவே.

நான் மெய்யாகவே களைப்புற்றுவிட்டேன். தொடர்ச்சியாக ஐந்து மணித்தியாலம் விசாரணைக்குப் பதிலளிப்பது முடியாத காரியம். அதுவும் தூக்குமரத்தின் கீழிருந்து பதிலளிப்பது இலகுவானதல்ல. உண்மையைப் பதிலாக்குவதே இயலாதிருக்கக் கூடிய தருணம் இது. நானோ பொய்யைப் பதிலாக்க வேண்டும்.

"சம்பவங்கள் என்டால், அதில எத நான், எப்படியான சம்பவங்கள சொல்லவேணும்?" திருப்பிக் கேட்டேன்.

"நீ எத முக்கியம் எண்டு நினைக்கிறாய்? அத சொல்லுறது. தேவையானத நான் பிறகு கேக்கிறது. அத நீ பின்ன சொல்லுறது."

இதற்குமேல் இனி என்னால் அவகாசம் எடுக்க முடியாது. என்னைக் குழப்பி, களைப்புறப் பண்ணி, நிலையிழந்ததை உணர்ந்துதான் இதைக் கேட்கிறான். இதுதான் அவனுடைய பொறிமுறை. இனி நான் தாமதிக்கக்கூடாது. வெளியிலிருந்து அடித்த காற்று ஓடைப் பகுதிக்குள் இரைச்சலாக வந்து. அந்த அறைக்கதவை டமார் என்று அடித்துச் சாத்தியது.

"நான் பிறந்தது யாழ்ப்பாணத்தில. வீட்டில நான் நாலாவது பிள்ள. 1973ஆம் ஆண்டு பிறந்தனான். முதல் போன பள்ளிக்கூடம் விநாயகா வித்தியாலயம்..." நான் கதை சொல்லத் தொடங்கினேன்.

மனம் அல்லது புத்தி இரண்டாகப் பிளவுற்றது. ஏற்கனவே அவனுக்குக் கொடுத்த தகவல்களையே முன்னிறுத்தி, புள்ளிகளிட்டு, அவற்றை இணைக்கும் கோடுகளாக இடைக்கதையை வளர்த்தேன். ஒரு மனம் ஏற்கனவே சொன்னவற்றைக் காலவரிசைப்படுத்தி முன்னிறுத்தும். மறுமனமோ அவற்றை இணைத்துக் கதை சொல்லும். ஓ... இன்னொரு மனமும் தொழிற்படுகிறது. அது சொல்லும் கதையின் சரி, பிழையை ஆராய்ந்துகொண்டு என்னைப் பின்தொடரும். 'சபாஷ்' என்றும் 'நாசமடா' என்றும் என்னை விழிப்பூட்டும். வாழ்வின் மிக மிக நூதனமான அனுபவம்.

இப்போது இடையில் தண்ணீர் கேட்டேன். இடையில் சாப்பிட வடைகூடத் தந்தான் அந்த அதிகாரி. தேநீரும் கிடைத்தது. இடையிடையே கேள்விகளைத் தொடுத்தான். அவை கடினமானவை அல்ல. அப்படியென்றால் அதன்

நோக்கம்? என்னைக் கட்டுமீறி ஆர்வத்துடன் கதைசொல்லத் தூண்டுவது. இப்படி என்னைத் தூண்டி, ஆர்வத்துடன் ஒரு ரசிகன்போலக் கதை கேட்டான்.

ஆர்வத்தினால் உந்தப்பட்டுக் கதை சொல்லும்போது, உணர்ச்சிகளுக்கு அடிமையாகி உண்மை மிக இயல்பாக வெளிவந்துவிடும். சிலவேளைகளில் உண்மையான ஆர்வமும் வந்துவிடும்போதுதான் இதன் மீதுள்ள நச்சுப்பொறியை நான் உணர்ந்துகொண்டேன். கதை சொல்லச் சொல்ல அவனுடன் ஓர் உறவு உருவாகிவிடுவதான உணர்வு என்னுள் பரவியதை ஒரு மடையன்போல காலதாமதமாய்த்தான் உணர்ந்தேன். அத்தனை திறமை கொண்டு என்னை ஊக்கி, கதை கேட்டான். அவன் தன் அதிகாரத் தோற்றத்தைக் கைவிட்டு, நட்பு முகம் போட்டிருந்தான். இது இலகுவானதல்ல. பார்வைக்கு இலகுவானதாகத் தெரியும் இந்தத் தருணம் மிகவும் சிக்கலான பொறியை விரிக்க வல்லது.

அன்று பின்னேரம்வரை கதைசொல்லலில் கழிந்தது. எனது ‘செல்’லில் கொண்டுபோய் விடப்பட்டேன். அங்கு போனதும், ‘காம்பிறா’ என்ற சொல் என்னுள் கனத்துக்கொண்டிருந்தது. கனத்த இரும்புக் கதவைப் பார்த்தேன். வெறுமைச் சுவர்களைப் பார்த்தேன். அதில் புதைந்திருக்கும் ஊத்தை வர்ணம் கொண்ட ஓவியங்களை என்னால் புரிந்துகொள்ள முடியவில்லை. ஆனால் அந்த வெறுமையில் ஏதேதோ உருவங்கள் உதித்து மறைகின்றன. ஊத்தையில் உருவாகிய சித்திரங்கள்.

இரவு சூழ்ந்ததும் படுத்தபடியே மனதில் புரண்டு கொண்டிருந்தேன். உடல் அசைவற்று இருந்தது. விசாரணைகளில் மனம் சிக்குப்பட்டது. இனி அதை மீட்பதில் பயனில்லை. அச்சமே உருவாகும். கைவிட்டு விடவேண்டும் என எண்ணினேன். எனக்கு நித்திரை முக்கியம். உடல் பலமிழந்துவிட்டது. உடல் பலமிழந்தால் புத்தி நிலைகொள்ளாது. நிதானப்படாது. நினைவுகளைக் கைவிட்டால்தான் நித்திரை வரும்.

இப்போதான் உச்சந்தலைக் காயம் உறுத்திக் கொண்டிருக்கின்றது. இவ்வளவு நேரம் எங்கே போயிற்று இந்த உணர்வு. எண்ணவும் ஒருவன் வந்து என்னைக் கூட்டிப்போனான். “சேர் உன்னைக் கூப்பிடுறாரு” இதயம் அடித்துக்கொள்ளத் தொடங்கியது மறுபடியும். ச்சா.

விடாங்கள் போல. நான் நாக்கால் என் குப்பியைத் தடவிப் பார்த்துக்கொண்டேன். ஓர் அறையில் அவன் போதிய வெளிச்சம் தரும் ஒளிவிளக்கில் அமர்ந்திருந்தான்.

சார்ந்திருக்கக்கூடிய மிக வசதியான கதிரைகள் அங்கிருந்தன. ஒன்றில் அவன் இருந்தான். மற்றைய ஒன்றில் என்னை இருக்குமாறு சொன்னான். அவனுடன் விசாரணையின்போது அருகே இருந்தவனும் அங்கு வந்தான். அவனையும் இருக்குமாறு இவன் வரவேற்றான். அவனோ கொஞ்சம் மரியாதையுடன் அதை ஏற்று இருந்து கொண்டான். ஓ... அவன் இவனுக்குக் கீழ்ப்பட்டவன் போல.

“கொஞ்சம் குடிக்கிறதா?”

“என்னது?” நான் விளங்காமல் கேட்டேன். அப்போதுதான் உள்ளே ஒரு பொலிஸ்காரன் அனுமதி பெற்று உள் நுழைந்தான். ஒரு தட்டில் மதுப் போத்தல்கள், கிளாசுகள், சிகரட் பெட்டி, இறைச்சிக் கறி, பொரியல் என்று இருந்தன. இப்போ எனக்கு விளங்கியது.

“கொஞ்சம் குடிக்கிறீங்களா?” நட்பும் மரியாதையும் கொண்டு கேட்டான்.

“இல்ல. பழக்கமில்ல?”

“பறவாயில்ல. பின்னே பியர் குடிக்கிறது.” சொல்லிவிட்டு வந்தவனிடம் பியர் எடுத்து வரச்சொன்னான். அவன் சிங்களத்தில் சொன்னதை அப்படித்தான் நான் புரிந்துகொண்டேன்.

“சிகரட் பத்திறது?” கேட்டான் அவன்.

“இல்ல. பழக்கமில்ல, நன்றி” என்றேன்.

இவன் விசாரணையின் அடுத்த கட்டப் பொறிமுறையைத் தொடக்குகிறான் போல. இவனுடைய அம்புறாத் தூளியில் இன்னமும் எத்தனை வகையான அம்புகள் இருக்குமோ! மனம் சுழன்று வந்தது. வாயில் ஒரு பொரியலை எடுத்து வைத்தான். என்னையும் எடுக்கச் சொல்லிக் கைகாட்டினான் இறைச்சியை மென்றுகொண்டே. அந்த அசைவில் அத்தனை நட்பு இருந்தது. நான் மறுக்காமல் எடுத்துக்கொண்டேன். சுழலும் காத்தாடியில் நல்ல காற்று வருகிறது. இது இறால்

பொரியல். பல மாதங்களுக்குப் பிறகு நாக்கு சுவையை உணருகிறது. அத்தனை சுவை அதில். ஆனால் அச்சமோ அடுத்து வரப்போவதைப் பற்றி மனதில் முன்னிறுத்தி அந்த அருமையான சுவையை வீணடித்தது. மேலே காற்றாடி படபடக்கிறது.

பியர் வந்ததும் குடிக்கச்சொன்னான். நான் இல்லை வேண்டாம் என்றேன். "இனி இயக்கமில்ல. எல்லாம் முடிஞ்சுதானே. போரில்ல. பயப்பட வேணாங். குடிங்க" என்றான். நட்பைப் பகிர்ந்து கொள்ளுங்கள் என்பதே அவனது பாவனை. அல்லது இயக்கக் கொள்கையுடன் இன்னமும் இருக்க முயற்சிக்கிறோம் என்பதை அறிய முயல்கிறானா? நோக்கம் என்ன?

ஒருவேளை கொஞ்சம் குடித்ததும் மது தரும் போதையிலும் அவன் நட்பு தரும் போதையிலும் நான் பாதுகாப்பாகி விட்டேன் என்ற போதையிலும் நான் கதைக்கத் தொடங்கக்கூடும். அதில் அவன், கனிகள் பறிப்பான். இதுவாகத்தான் இருக்கும் இதன் உள்நோக்கம். ஏனெனில் அந்தச் சூழல் அவ்வளவு இதமாக இருக்கிறது.

"தலையில வலி இருக்கா?" பரிவுகொண்ட தொனி.

"ஓம்." தலையைத் தொட்டேன்.

"கொஞ்சங் குடிங்க. வலி தெரியாது." அட! இப்படிச் சுற்றிவாறான்.

"இல்ல. சோடா கொஞ்சங் குடிக்கவோ?" என்று சொல்லியவாறே சோடாப் போத்தலை எடுக்கப் போனேன். "விரும்பினா குடிங்க. நாங்க எங்க டியூட்டியைத்தான் செய்யுறது. இப்ப டியூட்டி முடிஞ்சு. இது என்னோட சொந்த ரைம். அதுதா உங்கள கூப்பிட்டது. நான் வேறு உதவி உங்களுக்குப் பண்ண முடியாதே." அவன், தான் மனிதாபிமானம் உள்ளவனாம்.

'மண்ணாங்கட்டி. டியூட்டி முடிஞ்சுதாம். என்ன சிறையில இருந்து வெளியில கூப்பிட்டு நட்புக் கொண்டாடுறானாம். இதை நம்பணும். ஆனால் இதை நம்புறமாதிரி நடிக்கணுமடா கௌதமா.' மனம் சொல்லவும், நான் பொரியலையும் கறியையும் கூச்சப்படாமல் எடுத்துத் தின்றேன். சோடா குடித்தேன். அவன் நிதானமாக மதுவைக் குடித்தான். நான்

மிகச் சகஜமாக வந்துவிட்டமை அவனுக்குத் திருப்திதந்தது போலும். அப்போது கேட்டான். “உங்களுக்கு நான் உதவுறது. எனக்கு நீங்க உதவுறது. உங்க மேல எந்தப் பிரச்சினையும் இல்ல என்டு நா எழுதி விடுறன். நீங்க எனக்கு விசாரணைக்கு ஒத்துழைச்சது என்றும் நா எழுதவேணும். அதுக்கு ஏதாவது சொல்லுங்க. நீங்க அரசாங்கத்துக்கு ஒத்துழைச்சது என்று நா எழுதக்கூடிய மாதிரி ஒரு விசயம் காட்டித்தாங்க. நானும் எதையாவது கண்டுபிடிச்சன் என்டு புறமோசனுக்கு பொய்ன்ட் வாங்கணும். இல்லையா... யோசிங்க. யோசிங்க...” அவன் சொல்லிக்கொண்டே கிளாசை வாயில் வைத்தான். பின் சிகரட் பற்ற வைத்தான். அவன் உள் இழுத்து வெளிவிட்ட புகை எனக்கும் போதை ஊட்டுவதாய் ஒரு பிரமை. அதன் நெடியில் ஏதோ போதையுறுகின்றேன் போலும்.

“உங்க ஆக்களில கனபேரு அப்படித்தாங் எங்களுக்கு உதவினது. நாங்க அவங்களுக்கு உதவினது. அவங்க இப்ப விடுதலையாகி ஊர் போயாச்சு. அவங்களுக்குச் சந்தோசம்.” அவன் விட்டு விட்டு வார்த்தைகளை உதிர்த்தான்.

“நீங்களும் விடுதலையாகிப் போகணும்தானே. நீங்க ஒண்ணும் பெரிய பிரச்சினையில்லதானே. தெரிஞ்சது ஒண்டைச் சொல்லிட்டு உங்க பிரச்சினையை முடிங்க. நமக்கு அதுதானே முக்கியம். நம்ம மனுசங்கதானே. எனக்கு என் வாழ்க்க. உங்கள்கு உங்க வாழ்க்கதானே முக்கியம்...?” அவன் கொச்சைத் தமிழில் எனக்கு ஆசையூட்ட முயற்சித்துக்கொண்டிருந்தான்.

வெறி போட்டதாய் பாவனை பண்ணுகிறான். ஆனால் நிதானமாக இருக்கிறான். விடுதலை எனும் அவன் சொல்லிய சொல்லில் என் மனம் சிக்குண்டு நிற்கிறது.

“உங்களுக்கு உங்க குடும்பம் முக்கியம். மற்றவன் சோறுபோட மாட்டான்தானே? எனக்கு எங்க குடும்பம். நீங்க யோசிங்க. நான் உதவி பண்ணுறது.”

இந்த அசாதாரணச் சூழலில் எமக்கு எம் சூழலாலும் எம் உறவுகளாலும் சில வேளைகளில் சக போராளிகளாலும்கூட ஏற்படக் கூடிய விரக்தியை அவன் இலாபமாகப் பயன்படுத்துகிறான்.

எங்கள் சாதாரணப் போராளிகள் இந்த விச வலையைக் கடப்பது எளிதன்று. இவனுக்கு ஒத்துழைத்தவர்களைப்

பரலோகம் அனுப்பியிருப்பான். விசாரணையின் இன்னொரு வடிவத்தை என்ன அழகாய் முன்னிறுத்துகிறான்? இதற்கு நான் முகம் கொடுக்கவேண்டும். இந்த அறையில் வீடியோ இருக்கவும் வாய்ப்புண்டு. நான் மனதை நட்பாக்கிக்கொண்டு, சோடாவை அருந்தி, மேலும் ஒரு கோழித்துண்டை எடுத்து வாயில் வைத்தேன். எந்தச் சுவையும் தெரியவில்லை. அதை மெல்லும்போது முகத்தின் கோடுகளை மறைத்துக்கொள்ளலாம் அல்லவா! நான் என்ன நினைக்கிறேன் என்பதை வெளிக்காட்டாமல் இருக்க அப்போது நான் கண்டுபிடித்த எளிய வழி அது ஒன்றே. என் வாயின் தாடையை அசைப்பதிலேயே கவனம் கொண்டேன். உள்ளே குப்பி வேறு இருக்கிறது. இவற்றினாலும் மேலும் உன் நட்பை ஏற்றுக்கொள்கின்றேன் என்பதை அறிவிக்கவும் நான் அந்த இறைச்சியை மென்று தின்றேன்.

"எனக்குத் தெரிஞ்சத சொல்லியிருக்கிறன். உங்களுக்கு வேறு ஏதாவது தேவையென்றால் நீங்க கேளுங்க. சொல்லுறேன்." என்றேன்.

"யோசிங்க. யோசிங்க. பிறகும் சொல்லலாம். ஒண்ணும் அவசரம் இல்லத்தானே?" என்றான். சுமார் ஒன்றரை மணித்தியாலத்தின் பின் என் 'செல்'லில் கொண்டுபோய் மறுபடி விட்டார்கள்.

கைகளும் கால்களும் விலங்கிடப்பட்டன. எனக்கு முன்னரே மற்ற இருவரையும் கொண்டுவந்து விலங்கிட்டு விட்டிருந்தார்கள். அவர்கள் வலியால் முனகிக்கொண்டிருந்தார்கள். இல்லை நடிக்கிறார்களா? தெரியாது. இந்த இடத்தில் நான் சகபோராளியைச் சந்தேகப்படுவது சரியா? அயோக்கியத்தனம் இல்லையா? மனம் அரட்டியது. அறம் பற்றிய உசாவல் இப்போது அவசியம்தானே எனக்கு? நாசமாய்ப்போக. சந்தேகத்தில் இருந்துதான் எச்சரிக்கை அடைய முடியும். எச்சரிக்கையில் இருந்துதான் பாதுகாப்பை உருவாக்கலாம். நான் சந்தேகப்படக் கூடாதா?

தலையில் வலி தாங்கமுடியாதவாறு உறுத்துகிறது. பற்களைக் கடித்துச் சமாளிக்க முயல்கிறேன். அருகே படுத்தவர்கள் முனகியபடி இருந்தார்கள். ஒரு சிப்பாய் என் 'செல்'லிற்கு வந்து இரண்டு மருந்துக் குளிசைகளைத் தந்தான். அவை வெவ்வேறு

வகையானவை. இவர்களின் முனகல் சத்தம் என்னுடையது என எண்ணி காவல்காரன் முறையிட்டிருப்பான். இது வலிநீக்கி மருந்தாக இருக்க வேண்டும். சரி மற்றது வழமையானதுதான். ‘அன்ரிபயோற்றிக்’ குளிசையாக இருக்கவேண்டும். காயத்தில் தொற்று வராமல் இருப்பதற்காகத் தந்தார்கள். கூட இருப்பவர்களின் முனகல்தான் ஆமிக்காரனுக்கு என் குளிசையை ஞாபகமூட்டியதோ? நன்றி தோழர்களே! மனதில் சொன்னேன். குளிசையை அண்ணாந்து விழுங்க முடியவில்லை. காரணம் பயம். எதுக்கு என எண்ணுகிறீர்கள். வாயினுள்ளே குப்பி. நான் சொக்கிளேட் சாப்பிடுவதுபோல வாய்க்குள் மாத்திரையை வைத்துத் தண்ணீர் குடித்தேன். கசப்பும் இனிப்பும் ஏது மரணத்தின் முன்னுள்ள கைதிக்கு? வாழ்தலும் சாதலும் மட்டுமே இப்போது உணரக் கூடிய சுவை.

வலியை மறக்க எதை நினைக்கலாம். விசாரணை பற்றி...? கூடாது. அது அச்சத்தை உருவாக்குகிறது.

‘ஓ... என் பிரிய காதலி...’

அவளின் பெயரை அறிய ஆவலாய் இருக்கிறதா? நான் சொல்லப்போவதில்லை. எதற்கு வீண் வம்பு?

அந்தப் பிரிவு வலியா? சுகமா? பிரிவு எப்படிச் சுகமாக முடியும்? பிரியும்போதுதான் கொண்டிருந்த நேசம் மனதில் உறைக்கிறது. பிரிவு இல்லையென்றால் உறவுக்குப் பொருளில்லை. கொண்டிருந்த உறவின் ஆழம் உக்கிரமாய் வெளிப்படும்போது அதை விடச் சுக அனுபவம் உலகில் வேறெதுவும் இல்லை. பிரிய நேர்பவரிடத்திலும் இந்த உக்கிரத்தைப் பார்க்கும்போது அதன் தீவிரம் என்னவென்று சொல்வது? அந்த உறவின் உணர்வு சுகமா? வலியா? அப்போது வலியாக இருந்தாலும் இப்போது எத்தனை சுகம் அந்த நினைவுகளால் பரவுகிறது?

இப்போதும் பாருங்கள் உயிரைப் பிரிய நேரும்போதுதான் வாழ்வின் சுகம் மனதில் உறைக்கிறது? அப்படியும் சொல்லமுடியாது. போர்க்களத்தில் உயிரைப் பிரியும் கணத்தை எதிர்நோக்கித்தானே போர் செய்திருக்கிறேன்? அப்போது அவ்வுணர்வுகள் இல்லையே. கேள்விகளில் மனம் சுழன்றது. ஆனால், போரில் உயிரின் பிரிவு பற்றிய எண்ணம் உதிப்பதில்லை. உதித்தால் அவன் பிழைப்பதில்லை. போரில் தேவையானது வீரம், விவேகம், செயற்றிறன். இவற்றை மனம்

வெளிப்படுத்தவில்லை என்றால் மரணம். இம்மூன்றுமே போரின்போது மனதில் வெளிப்பட்டுக்கொண்டிருக்கும் உணர்வுகள்.

இப்படியே எண்ணங்கள் சுழித்து என்னைப் பந்தாட உறங்கிப்போனேன். மறுநாள் காலையில் மற்றைய இருவரும் என்னுடன் கதைத்தார்கள். என்னைத் தெரியும் என்றும் சொன்னார்கள். இதற்குமேல் அவர்களுடன் கதைக்காமல் இருக்க முடியாது. பகல்பொழுது விசாரணைக்கு எவரையும் அழைக்கவில்லை. "எங்கள என்னண்ணை செய்யப்போறாங்கள்?" அவர்களில் ஒருவன் கேட்டான். முகத்தின் கன்னம் கன்றியிருந்தது. அவன் கீழ்ச்சொண்டு உப்பிப் பெருத்து அவன் கதைப்பதற்குத் தடையாக இருந்தது. அடி வாங்கியிருக்கின்றார்கள். மனதில் அவர்கள் கொள்ளும் பீதி மெய்யானது. அவர்களைச் சந்தேகிக்கவேண்டியதில்லை.

"ஆருக்குத் தெரியும். நடக்கிறதக் கண்டுகொள்ளவேணும்" சொன்னேன்.

"சுடுவாங்களோ? சிறையில போடுவாங்களோ?" பீதியுடன் அவன்.

"பயப்படாதேயுங்கோ. எல்லாம் முடிஞ்சிட்டுது. 15,000 போர்க் கைதிகளையும் சுடவா போறாங்கள்? பயப்படாமல் இருங்கோ. நிதானமா இருங்க. அவங்கள் தங்களுக்குத் தேவையானத எடுத்துக்கொள்ளப் பாக்கிறாங்கள். அவங்களுக்கு அறிவுறுத்தின கடமைய அவங்கள் செய்யுறாங்கள். நீங்கள் நிதானமாகப் பயப்படாமல் இருங்க." நான் ஆறுதல் சொன்னேன்.

ஆனால் அது ஆறுதல் அல்ல. என்னால் செய்ய முடிந்த உதவி. புத்தியிருந்தால் அவர்கள் புரிந்துகொள்வார்கள். கைதிகள் அனைவரையும் சுட முடியாது. தேவையானவர்களைத் தெரிவுசெய்ய வேண்டும் அவர்கள். நாங்கள் பயத்தை நீக்கி நிதானமாக இருந்தால், உளவுப் பிரிவு விரிக்கும் வலையில் விழாமல் தப்பலாம். நிதானமே முதற்பலம் இங்கு. இதுவே என் செய்தி அவர்களுக்கு.

நான் பார்வையால் என் மொழிதலுக்கு அர்த்தமூட்டினேன். அவனும் தலையாட்டினான். விளங்கியோ, விளங்காமலோ நான் சிறையறையின் கதவுகளைப் பார்த்தேன். நேர்கொண்ட கம்பிகள் குத்திட்டுச் சமாந்தரமாய் இருக்கின்றன.

சுவாசிக்கும் காற்றில் கனம். நிலத்தில் அழுக்குக் கசிகிறது. சுவரில் சாய்ந்தபடி அருகே இருந்த மலக்கூடக் கோப்பையை அர்த்தமின்றிப் பார்த்துக்கொண்டே இருந்தேன். அப்போது மாலை நேரம். ஒரு சிப்பாய் வந்து என்னைக் கூட்டிப்போனான் என்னை விசாரித்த அதிகாரி அறைக்கு.

"எப்பிடியிருக்கு."

"நல்லம்."

அவனைப் போலவே எனக்கும் ஒரு தினுசாய்த் தமிழ் வருகிறதே.

"நீங்க ஏதாவது சொல்ல விரும்புறது, சொல்லுங்க. பயப்பிடுறது ஏன்?"

"எந்த விசயத்தக் கேக்கிறீங்க?" நான் கேட்டேன்.

"இப்ப உங்களுக்கு ஆயுதங்கள் தாட்டு வைச்ச இடம் தெரிஞ்சிரிக்கிறது. உங்க பெரியாக்கள் எங்ககிட்ட சரணடைஞ்சது சில நேரம் தெரிஞ்சிருக்கிறது. உங்க புலனாய்வுத் துறை ஆக்கள் முன்ன கொழும்புக்கு வேலைக்கு வந்ததுதானே. அவங்க பற்றித் தெரிஞ்சிருக்கிற... இப்பிடி..." அவன் உதாரணங்கள் சொன்னான்.

"நான் அந்தத் துறைகளில வேலை செய்யல்ல. அதால எனக்கு அதப் பற்றித் தெரியா."

"அந்த துறையில வேலை செய்தாக்கள தெரிஞ்சா சொல்லுங்க. இப்ப அவங்க எங்ககிட்ட இருக்காங்களா?"

"எனக்கு அந்தத் துறையில அதிகம் பழக்கமில்ல. மூண்டு நாலுபேர் சும்மா பழக்கம்..."

"என்ன பேர்."

நான் இறந்தவர்கள் சிலரின் பெயரை எடுத்துவிட்டேன். "சந்திரன், கதிரவன், ராகவன்..."

அவன் மேலும் சில கேள்விகளுடன் குறிப்பெடுத்துக்கொண்டு போனான்.

மறுநாள் பின்னேரம்வரை யாரும் வரவில்லை. ஒரு நாள் கழிய ஒரு வருடம் கழிவதுபோல உணர்வு. பின்னேரம் இரு

சிப்பாய்கள் வந்தார்கள். சிங்களத்தில்தான் கதைத்தார்கள். என் கைகளைப் பின்னோக்கி விலங்கிட்டார்கள். கறுப்புத் துணியால் என் கண்களைக் கட்டினார்கள். மற்ற இரு கைதிகளும் என்னைப் பரிதாபமாகப் பார்த்தார்கள். அதன் அர்த்தம் என்னை இவர்கள் கொல்லப் போகிறார்கள் என்பதுதான். சுடப்போகும் கைதிகளை இவ்வாறு கட்டுவது வழமை. உயிர் பிரியப்போகும் கணம் மனிதனுக்குத் தெரிந்தால் தப்பிக்க எத்தனிக்கும் அவனின் வலிமை சிங்கத்தின் வலிமைபோன்று வெளிப்படும். அதனால் எங்கும் எப்போதும் சுடப்படுமுன் இவ்வாறு கட்டிவிடுவார்கள். வாகனத்தில் என்னை ஏற்றிச் செல்கிறார்கள்.

இனி என்ன? செய்வதற்கு எதுவுமில்லை. முடிந்தளவு முயற்சித்தேன். முடியவில்லை. அவ்வளவுதான். போய் வருகிறேன் என் தாய்நாடே! போய் வருகிறேன் நான் நேசித்த மக்களே! போய் வருகிறேன் நீ விரும்பாமல் உனைப் பிரிந்த என் பிரிய காதலியே! இதோ கௌதமனும் வருகிறேன் மாண்ட என் தோழர்களே! உங்களைப் போலக் கௌரவமான சாவு எனக்கில்லை.

06

அதிர்ஸ்டமா? துரதிர்ஸ்டமா? யாருக்குத் தெரியும். அதிர்ஸ்டமும் துரதிர்ஸ்டமும் நிகழ்காலத்தின் அளவு கோல்களாலேயே எப்போதும் அளக்கப்படுகின்றன. ஆனால் நிகழ்காலத்தின் அதிர்ஸ்டம் எதிர்காலத்தின் துரதிர்ஸ்டமாகி விடுவதுண்டு. நிகழ்காலத்தின் துரதிர்ஸ்டம் கூட எதிர்காலத்தின் அதிர்ஸ்டமாகிவிடுவதுண்டு. காலமே அறியும் அதை. காலமின்றி விதியறிய யாரால் கூடும்?.

வௌவால்களின் இரைச்சல். அவை பெருவிருட்சங்களில் மோதிப் படபடக்கும் சத்தம். தொடர்ந்து பல வௌவால்கள் கீச்சிடும் ஒலி. என் வாகனம் நிறுத்தப்பட்டபோது என் காதில் கேட்டவை இவையே. மூடிய வாகனத்தின் பின்பகுதியைத் திறந்து கைப்பிடியாக என்னை இறக்கிவிட்டார்கள். நான் நாக்கால் கொடுப்பிலிருந்த என் மரணத்தைத் தடவிப்பார்த்தேன். அது சௌக்கியமாக இருக்கிறது. நல்லவேளையாக இரு நாள்களின்முன் இந்தக் குப்பியை இடம் மாற்றி வைக்கத் தீர்மானித்திருந்தேன். ஆனால், அதற்கு நேரமும் சூழலும், சரியாக வாய்க்கவில்லை. பின்னர் மற்ற இரு போர்க் கைதிகள் என்னுடன் இருந்ததால் அதை இடமாற்றம் செய்ய என்னால் முடியாமற் போனது. அப்போது அது என் துரதிர்ஸ்டம் என நினைத்தேன். இப்போது அதுவே என் அதிர்ஸ்டம் என ஆகிற்று என உணர்ந்தேன். ஏனெனில் இடமாற்றம் செய்ய இருந்த இடம் என் மலவாசல் வழியாகக் குதத்தினுள் ஆகும். தேவைக்கு உடனே எடுத்திருக்கமுடியாத இடம் அது.

ஆனால் வாகனத்திலிருந்து இறக்கி விட்டவன் என் கண்கட்டை அவிழ்த்தான். குறிப்பாக எதனையும் காண முடியவில்லை. பூமியை விட்டு ஒளி விலகிவிட்டிருந்தது. வானத்தில் இருந்தும் ஒளி மெல்ல நழுவிக்கொண்டிருக்கின்றது. இப்போ கண்களுக்குள் புறச்சூழலை உள்ளிழுக்க முயற்சிக்கிறேன். அது ஒரு காட்டுப்பகுதி. மைதானத்தின் சுற்றாடலில் நீளமாய்க் கட்டடங்கள். வேறு சில கட்டடங்களும் தெரிகின்றன.

இரு சிப்பாய்கள் என்னை அழைத்துக்கொண்டு போய், ஓர் அதிகாரியின் அறையில் விட்டு அவருக்கு 'சலூட்' பண்ணி ஒரு தாளையும் கொடுத்தார்கள். வெளியே சிலர் நடந்து போனதைக் கண்டேன். நிச்சயமாக அவர்கள் போர்க் கைதிகள்தான் என்பதை உணர்ந்தேன். எனக்குத் தெரியாதா எங்களவர்களை? உள்ளூறுகிறது ஒரு வினோத உணர்வு. நான் சுடப்படப் போவதில்லை இப்போது. மனதில் ஒரு சிலிர்ப்பு. பின்னே, மரணத்திலிருந்து மீண்டால் வராதா என்ன? அதிகாரி வேறு ஒரு சிப்பாயுடன் ஏதோ சிங்களத்தில் சொல்லி என்னை அனுப்பி வைத்தான். அவன் என்னை அழைத்துப்போய் கே.என்.-2 அறையில் விட்டான்.

நான் கொல்லப்படுவது இரத்து செய்யப்பட்டுவிட்டதா? இல்லை ஒத்திப்போடப்பட்டுவிட்டதா? அல்லது இப்போதுதான் நிச்சயிக்கப்பட்டுவிட்டதோ? இந்த இடம் எதற்கானது என்று புரியவில்லை. அந்தச் சிறிய அறையில் நான் 11ஆவது நபர். மற்றவரின் முகங்களில் தேடினேன் என் மரணம் குறித்த பதில்களை. ஆனால், அவர்களின் இருபது கண்களும் என் தேகத்தில் மொய்த்தன. எதையெதையெல்லாமோ கேட்டுக் கண்டுபிடித்துவிட அவாவும் கண்கள் அவை.

மலையில் உற்பத்தியாகும் நதியொன்று தன் பயணத்தின் விதிபற்றி அறியுமா? பாறைகளில் தலைமோதி காடுகளில் கரைபுரண்டு பெரும் பள்ளத்தாக்குகளில் தலைகுத்தெனச் சிதறி, தன் வாழ்வின் வழிபற்றி அறியாத் திருப்பங்கள் அதற்கு. முடிவு! உப்புச் சமுத்திரத்தில் அது தன் ஜீவனை இழந்துவிடுவதுதான். நதியெனும் நாமத்தையும்கூட. வாழ்வின் வழியும் அதன் அழிவும், வலி நிறைந்த வறண்ட தருணங்களே! அது பயணித்த வழியெங்குமோ பசிய ஈரம் பரவியபடி. அதனாலோ என்னவோ பரமசிவனின் தலையிலும் அதற்கு ஒரு பவித்திரம் கிடைத்தது.

"நீங்கள் கௌதமன்தானே?" இரு கண்கள் என்னைக் கேட்டன.

ஓம்... என்று சொல்வதா? இல்லையென்று சொல்வதா? குழப்பமான தருணம்.

"இப்ப ருத்திரன்." சிரித்துக்கொண்டு சொன்னேன். அனேகமான கண்கள் சிரித்தன.

வெளியேதான் ஒளியிருக்கிறது. அறையின் உள்ளே லைட் எதனையும் அவர்கள் போடவில்லை. கைதிகள் தற்கொலை செய்ய மின்சாரத்தைப் பயன்படுத்தக்கூடாது அல்லது தப்பும் தேவைகளுக்குப் பயன்படுத்திவிடக் கூடாது என்பதற்காக இவ்வாறு இருப்பது வழமைதான். பின்புற ஜன்னலை மூடி அடைத்துவிட்டிருந்தார்கள். அதைத் திறக்க முடியாது. முன்புறம் உள்ள ஜன்னல் வழியாக வெளிப்புற வெளிச்சம் கொஞ்சமாய் வரும்.

"சாப்பாடு எடுக்கப் போங்கடா, மணியடிக்குது." ஒருவன் சொன்னான். வளர்த்தியாகப் பொதுநிறம் கொண்ட சதுர முகத்துடன் இருந்தான்.

"எங்க போனாலும் மணியடிச்சுத்தான் எங்களுக்குச் சாப்பாடு." சொல்லிக்கொண்டே இரு வாளிகளைத் தூக்கினான் ஒருவன்.

"மணி அடிச்சுச் சாப்பாடு கொடுத்தனியளல்லோ? மணியடிக்க இப்ப சாப்பிட்டுப் பாருங்கோ மாஸ்டர்." அர்த்தம் புரிபடாத சிரிப்புடன் சொன்னான் ஒருவன்.

"அதுதான் எங்களுக்கு உத்தரவு. ஆனால், சாப்பாடு குடுத்திட்டுத்தான் சாப்பிட்டனாங்கள். அது உத்தரவில்லை. புரிஞ்சுதோ பெரியண்ணை." போட்ட மறுத்தானில் நக்கலும் குத்தலும் காரமாய் இருந்தன.

"குழம்பு முடியப்போகிது. இவன விட்டிட்டுப் போங்க மாஸ்டர். வரேக்க சமையல் கட்டில போத்தல் இருந்தா ரண்டு போத்தல் எடுத்தாங்கோ. இந்த அண்ணைக்கு குடிதண்ணி எடுக்கவேணும்" அந்த வளர்ந்தவன் இந்தப் பகிடிக் கதைகள் வெற்றியாகிவிடாமல் தன் பேச்சில் முற்றுப்புள்ளி வைத்தான். கூடவே கதையை காரியத்தோடு திசைதிருப்பி எனக்காகப் போத்தல் எடுத்துவரச் சொன்னான். மறுபேச்சில்லாமல் மாஸ்டர் போய்விட்டார்.

"மாஸ்டருக்குக் கோபம் மூக்கில வருது. குழம்பில்லாட்டில் ஆமிக்காரனோட வருமோ கோவம். ம்... கார்த்திகேசு?" நக்கல் கதையைத் தொடக்கியவன்தான் மறுபடி நமட்டுச் சிரிப்புடன் மற்றவர்களைப் பார்த்துச் சொன்னான். சுமாரான குண்டன் இவன். வயதிற்கேற்றளவு மீசையில்லை. மிக ஐதான தலைமுடி. நக்கல் சிரிப்பு உறையும் சொண்டு அவனுக்கு. அது அவனது நக்கலை மேலும் மெருகூட்டுகிறது போலும்.

“ஜான், நீ போனியெண்டால் குழம்பில்லாட்டி அடுத்தவன் வாளியை மாற்றித் தூக்கியந்திடுவாய். அந்த ‘ட்றிக்ஸ்’ உனக்குத்தான் தெரியும். வாத்தி அதச் செய்யாது.” இன்னொருவன் குண்டனுக்குக் கதையைத் தொடுத்தான்.

“கொண்டுவாற குழம்பு கூட இருக்கிறவனுக்குத்தானே! என் குடும்பத்துக்கில்லையே!” குண்டன்.

“வாளியைக் கைவிட்டவன் வெறுஞ்சோறே தின்னுறது?” மற்றவன்.

“கூட இருக்கிறவனுக்குக் குழம்பூத்துறன் இல்லா?” குண்டன்.

“ஊத்தின குழம்பு உடம்பில சுவரணுமே!” கடுக்கிறது பேச்சு.

“சுவராமலா இந்தச் சுவத்துக்க ஆச்சும் உசிரோட இருக்கிறியள் தளபதியாரே?” குழம்புக் கதை குழம்பத் தொடங்கிற்று.

“பொத்து ஜான். சும்மா இருங்க. பகிடி வெற்றி தெரியாம...” அந்த வளர்ந்தவன்தான் இருவரையும் பார்த்து இப்படிச் சொன்னான். ஒரு கட்டளைபோல இருந்தது அது.

“குழம்புக் கதை வெளிய கேட்டால் போதும். கொழும்புக்குப் போயிடும். பிறகு நீங்கள் யாரார், என்னென்ன வேலை செய்தனியள் எண்டு விசாரணை தேவைப்படாமலே கொழும்புக்கு விளங்கிடும். தேவையோ இது?” அறையிலிருந்த வயதில் சிறியவன் சொன்னான். அரும்பு மீசையும் துள்ளும் வாலிபத் தோற்றமும் இவனது. படம் போட்ட ரீ சேர்ட் போட்டிருந்தான்.

உண்மைதான். எனக்கே இப்போது விளங்கியது. மாஸ்டர் பயிற்சி முகாமில பயிற்சி ஆசிரியராக இருந்திருக்கலாம். குண்டன் ஜான் நிதித் துறையில் ஏதோ ஒரு பொறுப்பாளன் போல. இத்துறையின் பணி உழைத்துப் போராளிகளுக்கு உணவு மற்றும் பிற தேவைகளையும் பூர்த்தி செய்வதே. ஆனால் மக்களிடமிருந்துதான் உழைக்க வேண்டும். வேறு வழியென்ன அவர்களுக்கு? ஆயினும் போரின் இறுதிக் காலத்தில் மக்களின் பசி முக்கியமில்லையா? அவர்களின் இயலாமையை உறிஞ்சிவிடுவது எப்படிச் சரியாகும்? மறுவளமாக எப்படியாயினும் போரில் சண்டையிட்டுக் கொண்டிருப்பவனுக்கும் காயமுற்றுக் கிடப்பவனுக்கும் ஒரு வேளையாவது கஞ்சி ஊற்றாவிட்டால் அவனது

இயலுமையை எப்படிக் காப்பது? குண்டனைச் சீண்டியவன் படைத்துறையைச் சேர்ந்தவன். ஒரு அணித் தலைவனாக இருக்கக்கூடும். மற்றையவன் - குண்டனையும் தர்க்கப்பட்டவனையும் அடங்கிப்போகச் செய்தவன் - இன்ன துறையென்று விளங்கவில்லை. ஆயினும் பெரிய பொறுப்பை வகித்திருக்கக்கூடும். கதையிலும் செயலிலும் முதிர்ச்சி. வயதிலும்தான்.

சாப்பாடு வந்தது. எனக்கு இன்று கொஞ்சம் பசியெடுத்தது. கடந்த நாள்களில் இருந்த என் மனத்தீவிரம் கொஞ்சம் அடங்கிவிட்டிருந்த தனாலாக்கும். அல்லது சக போராளிகளுடன் சேர்ந்திருக்கும்போது கிடைக்கும் ஆசுவாசமாகவும் இருக்கலாம். சாப்பிட்டு முடித்து அந்த அறையின் மூலையில் இருந்த வாளியில் எனது கையையும் கோப்பையையும் கழுவினேன். மலக்கூடம் இங்கு வெளியே. இந்தக் கழிவு வாளியைப் பின்னேரப் பொழுதில் இராணுவ அதிகாரி கைதிகளின் எண்ணிக்கையைச் சரிபார்க்க வரும்போது அனுமதி பெற்று வெளியே கொண்டுபோய் ஊற்றவேண்டும். ஊற்றுவதற்கு அவர்கள் காட்டிய இடம், நாற்றமெடுத்துக்கொண்டிருந்தது. அதுவா முக்கியம்? இங்கு கைதிகளுக்கு ஆணைகள்தான் முக்கியம்.

அடுத்தடுத்த சில நாள்களிலேயே தெரிந்துகொண்டுவிட்டேன். ஏறத்தாழ நான் எண்ணியது சரிதான் என்று. வித்தியாசம் என்னவெனில் அணித்தலைவன் என நான் எண்ணியவன் போரின் கடைசிக் காலத்தில் இளநிலைத் தளபதியாக இருந்திருக்கிறான். பெயர் சுரேன். அவனுக்கு என்னைத் தெரிந்தும் இருந்தது. மற்ற வளர்ந்தவர் பெயர் பசீலன். பல வருடங்கள் திருகோணமலை மாவட்டத்திற்குப் பொறுப்பாக இருந்தவர். இயக்கத்தின் பழைய உறுப்பினர். வயதைவிட இளமையான தோற்றம் கொண்டிருக்கிறார். பிற்காலத்தில் அவர் இயக்கத்தில் எந்தப் பொறுப்பிலும் இருக்கவில்லை. அவருக்கு எந்த முக்கியத்துவமும் இருந்ததில்லை. குண்டன் ஜானுக்கு இருந்த முக்கியத்துவம்கூட அவருக்கு இருந்ததில்லை. ஆனாலும் இந்த அறையில் அவரின் பேச்சுக்குத்தான் அனைவரும் கட்டுப்படுகிறார்கள். யாரை எப்படிக் கையாள்வது என்று அவருக்குத் தெரிந்திருக்கிறது என்றே எனக்குப் பட்டது. அவரது குரலிலேயே ஒரு மிடுக்குள்ளது. இயல்பான தலைமைத்துவம் இருக்கிறது அவரிடம்.

அந்த அறையில் எனக்கு ஏற்கனவே தெரிந்தவன் ஒருவன் இருந்தான். பெயர் தரணி. அரசியற்றுறையில் மாவட்டப் பொறுப்பாளராகக் கடைசி இரு ஆண்டுகள் இருந்தவன். பெரிய பொறுப்புத்தான். ஆனால் எதார்த்தத்தில் அவனுக்கு இயக்கத்தில் பெரிதாக முக்கியத்துவம் இல்லை. முகத்தில் பருக்களும் கம்பித் தலைமயிரும் ஒருவிதமான தோற்றத்தைக் கொடுக்கும். இடுப்பை ஆட்டி நடக்கும் இயல்பு மிடுக்கான ஆளுமையை அவனுக்குத் தருவதில்லை.

என்னை வெளியே வரச் சொல்லி ஓர் இராணுவச் சிப்பாய் வந்தான். அப்போதுதான் 'மிலிட்டரி டொக்ரர்' வந்து என் தலைக் காயத்திலிருந்த தையலை அவிழ்த்து மருந்து கட்டிப்போயிருந்தார். உச்சியில் கொஞ்சம் வலியுடன் படுத்திருந்தேன். வந்தவன் என்னைக் கூட்டிப்போய் ஓர் இளநிலை அதிகாரிமுன் நிறுத்தினான். உறுதியான உடல்தோற்றம் கொண்ட, சிவலை நிறமுடைய தடித்த முகத் தசைகளுடன் கூடிய தோற்றம் கொண்டிருந்தான். அந்த அதிகாரி என்னைத் தன் கூரிய கண்களால் பார்த்தான். என்னை இருக்கச் சொல்லி கேள்விகளைத் தொடுத்தான்.

"பெயர் என்ன?"

"கோமகன்." கௌதமனைக் கோமகன் என்று உச்சரிக்கும் ஒவ்வொரு தருணத்திலும் உடலில் ஒரு நடுக்கம் பரவத்தான் செய்கிறது.

"சொந்தப்பெயரா?"

"இல்லை. சொந்தப் பேர் ருத்திரா."

"இயக்கத்தில சேந்தது எப்ப?"

அதே கேள்விகள்தான். ஆனால் அதே பதில்களைச் சொல்வது சுலபமானதல்ல. மிகுந்த கவனமும் நிதானமும் ஞாபகமூட்டலும் வேண்டும். ஒவ்வொரு பதிலுக்குப் பின்னாலும் அவன் தன் கண்களை என்மீது வீசியெறிந்தான். என் பிரதிபலிப்பு எப்படி என்பதைக் காண்பதே நோக்கம். நான் பயந்து காட்டினேன். இவன் ஓர் இராணுவ உளவுத்துறை இளநிலை அதிகாரியாக இருக்கலாம் என ஆரம்பத்திலேயே ஊகித்துக்கொண்டேன். பின்னர் அவனே சொன்னான். "நாங்க 'மிலிட்டரி இன்ரெலியன்ஸ் கோப்ஸ்.' உங்களப் பத்தி

நாங்க எடுக்கிறதுதான் முடிவு. நீங்க எங்க கூட ஒத்துழைச்சா உடன வீட்ட போகலாம்." நான் சிரத்தையோடு கேட்டும் பயந்தும் காட்டினேன். அவனுக்குள் ஒரு கர்வம் மூண்டது. அதுதான் எனக்குத் தேவை. அந்தக் கர்வம் என்னைப் பொருட்டற்றவனாக அவன் மனதில் தோன்ற வைக்கும். ச்சா... இந்த உத்தியை நான் முதலே பயன்படுத்தியிருக்கவேண்டும். ஒருவேளை என் மண்டை உடையாமலும் தப்பியிருக்கலாம்.

அப்போது ஒருவன் உள்ளே வந்தான்... "மன்னிக்கோணும்" என்று சொல்லியபடி.

"என்னது?" அதிகாரி அவனைக் கேட்டான்.

"இல்ல, வரச் சொன்னீங்களாம்." அவனது தமிழில் நான் அவனும் கைதிதான் என்பதைப் புரிந்துகொண்டேன்.

"ஆ... பின்னே கூப்பிடுறது. இப்ப போங்க."

"சரி சேர்."

"ஆ... கொஞ்சந் தண்ணி குடிக்க எடுத்திட்டு வாங்க, அங்க."

வந்தவன் தலையை ஆட்டிவிட்டுப் போனான். அதிகாரி என்னை நோட்டமிட்டவாறே சில அர்த்தமற்ற அல்லது அவசியமற்ற கேள்விகளைக் கேட்டான். அவனது நோக்கம் அவற்றிற்கான பதில்கள் அல்ல. வந்துபோன அந்த நபர் பற்றி என் மனவோட்டம் எப்படியிருக்கின்றது, நான் கவனித்தேனா அவனை? அதனால் என் மனதில் என்ன தோன்றியது, பதட்டமா? பயமா? அலட்சியமா? எதுவுமில்லையா? இவை பற்றியே அறியத் துடித்தது. அவனது பார்வை. அதற்குத் தேவையான நேரத்தை எடுத்துக் கொள்வதற்காகக் கேட்பதற்குச் சுலபமான கேள்விகளை அவன் கேட்டுக்கொண்டிருந்தான். கேள்விகளில் கவனம் இல்லை.

"தண்ணி," போனவன் தண்ணீர் எடுத்துக்கொண்டு வந்தான்.

"நாலு மணிபோல கூப்பிடுறது என்ன?"

"சரி சேர்." அவன் போய்விட்டான்.

வெளியே வானம் மூட்டமாக இருந்தது. வெயிலும் மழையுமற்ற சூழல். வானம் மூட்டமாக இருந்ததால் உள்ளே புழுக்கம்.

வியர்த்து வடிந்தது எனக்கு. வியர்வையின் பிசுபிசுப்பு என்னை மேலும் அசௌகரியப் படுத்தியது.

"உங்க பொறுப்புக்குக் கீழ இருந்தாக்களோட பேரச் சொல்லுங்க."

'ஏதோ அறிஞ்சு கதைக்கிறானா. திடீரெண்டு இப்படிக் கேட்கின்றான். சொன்னதையே சொன்னால் எழும்பி அடிப்பானோ! சொல்லிடலாமா உள்ளது? ஊகூம். கூடாது.'

இமைகளைச் சுருக்கி அது என்ன? என்பதுபோல "என்ட பொறுப்பில யாரும் இல்லையே." சொன்னேன்.

"உனக்கு யார் பொறுப்பு?"

"சிவிச்செல்வன்."

"உன்னோட இருந்த மற்றாக்களின்ட பேர் சொல்லு" அவன் தன் விழிகளை மேலுயர்த்தி, பக்கவாட்டாகப் பார்த்து, என்னில் நிறுத்தினான்.

'எனக்கே கயிறு விடுறாயா?' என்பது போலிருந்தது அதன் அசைவு. எனக்குள் ஓர் அச்சம் மேலெழுந்து வந்தது. கால்கள் ஊன்றப் பலமிழப்பதாக உணர்ந்தேன். பயம் என்னை ஆட்கொள்கிறது என்பதைப் புரிந்துகொண்டேன். எப்படி இதை மறைப்பது? 'ச்சா.' இப்படிப் பயந்து பயந்து சாவதைவிட உள்ளதைச் சொல்லிவிட்டு, என்ன நடக்கிறது என்பதைப் பார்த்துவிடலாம். இல்லாவிட்டால் செத்துத் தொலையலாம். விரக்தி மனம் என் வாழும் இச்சையை அறுக்க முயன்றது. நான் விடவில்லை. பெயர்கள் சில சொன்னேன்.

"மலரவன், மணிமேகன், தயாமாறன்."

"வேற ஆக்கள்?" அவன் இன்னும் கேட்டான்.

"அன்புராஜ், விதுரன். இவர்கள் என்னோட வேலை செய்யல்ல. ஆனால், ஒரே பிரிவிலதான் வேலை செய்தவையள்." முதலே இவர்களைச் சொல்லாததற்குக் காரணத்தையும் சேர்த்து விட்டேன்.

இப்படிக் கேள்விகள் மாறுபட்ட கோணங்களில் வரத் தொடங்கின. இம்மண்டைக்குள் வலி காயத்தினாலா, கேள்விகளினாலா? ஆனால் என்னவோ குறுகிய நேரத்திலேயே

அவன் என்னைப் போகச் சொல்லிவிட்டான். எனக்கு அச்சம் எழத் தொடங்கிற்று. தொடர்ந்தும் என்னைக் காப்பாற்றிக்கொள்வது இலகுவான காரியம் இல்லையென்று பட்டது. நான் அறைக்குத் திரும்பியவுடன் ஒரு முக்கிய முடிவை எடுத்தேன்: வாய்க்குள் இருந்த சயனைட் குப்பியை என் குதத்திற்குள் மாற்றுவது என்று.

அன்று நானே சாப்பாடு எடுக்கப் போவதாகச் சொல்லிக் கிளம்பினேன். வளர்ந்தவர் - அவர்தான் பசீலண்ணை - என்னை விடவில்லை. "உங்களுக்குக் காலிலை காயம், தலையிலும் இப்ப காயம். வடிவா மாறல்ல. எதுக்கு இப்ப நீங்கள்...? நாங்கள் செய்யுறம்" என்றார் மரியாதையாக.

"இல்ல பரவாயில்ல" மறுத்தேன்.

"இல்ல தேவயில்ல. நீங்கள் விடுங்கோ" அவர் என்னை விடமாட்டார் போல இருந்தது.

"இல்ல. எனக்கும் விசரா இருக்கு உள்ள இருக்க. கொஞ்சம் வெளிக்காத்துப் பட்டாலே சுகமாய் இருக்கிற மாதிரி இருக்கு. அதுதான்..."

"சரி. அப்ப போய்ட்டு வாங்க ஒருக்கா." அவர் அமைதியானார்.

நான் போனது சமையல் கட்டில் ஒரு பொலித்தீன் பை எடுப்பதற்காகத்தான். அரண்மனையில் இருந்து மகாராணியின் ஒட்டியாணத்தைக் களவெடுப்பதற்கு உண்டான பதட்டம் எனக்குள் இருந்தது. சமையல் அறையில் பதினொரு பேரளவில் உணவெடுக்க வந்திருந்தார்கள். மணியடித்ததும் நான் திட்டமிட்டபடி அவ்விடம் போய்விட்டேன். அப்போது நால்வர் மட்டுமே அங்கிருந்தார்கள். பலரும் என்னைக் காண்பதைத் தவிர்ப்பதையே நான் எப்போதும் விரும்பினேன். ஆயினும் இன்று எனக்குப் பொலித்தீன் வேண்டும். சிப்பாய்கள் வேறு அங்கு நிற்கிறார்கள். வேறு வழியின்றித்தான் போனேன்.

ஒருவாறு 'ஒட்டியாணத்தை'க் களவெடுத்து வந்தேன். சாப்பிட்ட உடனேயே கக்கூசுக்குப் போனேன். முயற்சித்துப் பார்க்கலாம். என் வாயிலிருந்த குப்பியைப் பொலித்தீனைக் கிழித்து, அதனுள் வைத்துச் சுற்றினேன். மிகுதிப் பொலித்தீனை அருகிலிருந்த மரத்தின் இடுக்கில் வைத்தேன். சிறு பொலித்தீனும் மரணத்துக்கு உதவலாம் இல்லையா?

மலம்கழித்த பின் குப்பியைக் குண்டி வழியாக உள்ளே வைக்க முடிவுசெய்ததேன். கழித்தபின் வைத்தால், அதை எடுத்துத் திரும்பி வைக்கும் வேலை ஒரு முறை குறையும் அல்லவா! இன்று மலம் கழித்தால் நாளை போகாமல் விடலாம். அடுத்து முக்கியமானது, மலம் கழித்தபின் மலவாசல் ஒப்பீட்டளவில் விரிவடைந்திருக்கும். மலம் கழிப்பதற்காக உடலில் சுரக்கும் ஒருவகை 'ஜெலி' குப்பியை உள்ளே வைப்பதற்கு வழுக்கிக் கொடுத்து உதவும். ஆனால் இன்று மலம் கழிப்பது இலகுவானதாக இருக்கவில்லை. சிந்தனைக் குப்பி மீதும் அதை அங்கு வைப்பதால் உருவாகக்கூடிய அபாயம் பற்றியுமே இருந்தது.

ஒருவாறு நீண்ட நேர முயற்சியின் பின் மலம் கழிந்தது. கழுவிய பின் 'சயனட்' குப்பியைக் கீழிருந்து மேலாக உள்ளே செருகினேன். அதன் தூண்டலால் என் குதத் தசைகள் சுருங்கி விரிந்தன. அதன் நுட்பத் தசையசைவு குப்பியை வெளித்தள்ளுவதாகவே இருந்தது. நாசமாய்ப் போக!

போதை மருந்து கடத்துபவர்கள் இவ்வாறு செய்வதைக் கேள்விப் பட்டிருக்கிறேன். ஆனால் என் குதம் இதை வெளித்தள்ளுகிறதே! குதமே என் குதமே எனக்கு உதவாயோ? பாவம் அது என்ன செய்யும்? எப்போதும் பொருளை வெளித்தள்ளியே பழக்கப்பட்டு விட்டது. அதற்கு என் நிலை புரியுமா என்ன? இனிப் பொருளை உள்ளிழுக்கவும் பழக்கப்படுத்திக்கொள்ள வேண்டும். நான் வன்மையாக மீண்டும் முயற்சித்தேன். இதோ... இதோ... நுழைகிறது. மறுபடி கீழ்நோக்கி வர முயற்சிக்கும் என் குப்பியை விரல் மேலும் தள்ளுகிறது. தசை கீழ்நோக்கித் தள்ள என் விரலோ மேல்நோக்கித் தள்ள... ஆ! என்ன அற்புதம். குதத்தசைகள் இப்போது தாமாக மேல்நோக்கி இழுக்கிறது குப்பியை. அது தோல்வியை ஒப்புக்கொண்டுவிட்டது போலும். அவ்வளவுதான். குப்பி சௌகரியமாகப் போய் இருந்துவிட்டது. எழுந்து நின்றேன். அட! எதுவுமே உறுத்தலாய் தெரியவில்லை. மனதில் மட்டும்தான் குப்பி உறுத்துகிறது.

யமதர்மராசா இப்போ என் குண்டி வழியாகக் குதத்திற்குள் சென்று உட்கார்ந்துகொண்டார். வைக்க வேண்டிய இடத்தில், அவரை வைக்க வேண்டும். மலங்கழிக்கும் போது வெளியே

வந்து, சிலவேளை குளித்துவிட்டு உடையும் மாற்றிக்கொண்டு உள்ளே போவார். இது வழக்கமாகிவிட்டது சில நாள்களில்.

நான் இவ்வாறு முடிவு செய்ததற்கு இரு காரணங்கள் முக்கியமானவை. நான் மரணத்தை என்னுடன் பேணிப் பாதுகாத்து வரவேண்டும். மற்றது எனது அபாயகரமான இந்த விளையாட்டில் மேலும் அடி வாங்கவோ சித்திரவதைக்கோ சந்தர்ப்பம் இருக்கிறது. அதனால் அடிவாங்கும்போது அடிப்பவன் மூஞ்சையில் குத்தவே ஆசைப்படுகிறான். மூஞ்சையில் அறையும்போதுதான் ஆத்திரம் தீருகிறது. அடுத்தவனை அவமதிக்க முடிகிறது. தன்னைப் பற்றிக் கர்வம் கொள்ள முடிகிறது. அவனுக்கு இவையே தேவையானவை. அடிவாங்குபவர்கள் முகத்தை அனிச்சையாகத் திருப்ப நேருகிறது. எனவே வாயில் இனியும் குப்பியை வைக்கலாகாது.

ஒவ்வொரு நாள் இரவும் மிக நீளமாய் இருந்தது. தாங்க இயலா மனப் போராட்டங்கள் உள்ளே நிகழ்ந்துகொண்டிருந்தன. மனதின் தாக்குதலைச் சமாளிக்கவே பல சமயம் முடிவதில்லை. ஒரு நாள் பொழுது கழிய ஒரு மாதம் ஆகிறது. மனத் தீவிரத்தால் உடல் நித்திரையை நழுவவிட்டுக் கொண்டிருந்தது. கூட இருப்பவர்களது நிலையும் இதுதான். நடந்தவற்றை ஒவ்வொன்றாக மீட்டுப் பார்த்துக் காரண காரியங்களை அறிய முயன்றேன். நித்திரையில்லை. வேறென்ன வேலை?

அதிகாரி அந்தக் கைதியை வரச் சொல்லி அழைப்பு விடுத்திருக்கவேண்டும். என்னை அவனுக்குக் காட்டுவதற்காக இருக்கலாம் அல்லது அவனை எனக்குக் காட்டி என்னில் என்ன மாறுதல்கள் இருக்கிறது எனப் பார்க்க முயன்றிருக்கலாம். தண்ணி கொண்டுவரச் சொன்னது, வந்த கைதி என்னைச் சரியாகப் பார்க்கவில்லை என்பதால் இன்னொரு சந்தர்ப்பம் வழங்கவாகத்தான் இருக்கும். ஏனெனில், அதிகாரி அந்தத் தண்ணியைக் குடிக்கவேயில்லை. ஒருவேளை அந்தக் கைதி அவர்களுக்கு ஒத்துழைப்பவனாக இருக்கலாம். நிகழ்ந்ததை மதிப்பிட்டால் அதற்குத்தான் சந்தர்ப்பம் அதிகம் என்று தோன்றுகிறது. யாரவன்? தெரியவில்லையே! அவனுக்கு என்னைத் தெரிந்திருக்குமோ? காட்டிக் கொடுப்பானா? மாட்டானா? மனதில் ஒரே போராட்டம்.

அடுத்து வந்த சில நாள்களுக்கு நான் விசாரணைக்கு அழைக்கப்பட்டிருக்கவில்லை. அறையில் வேறு இருவர் அழைக்கப்பட்டனர். அதிலொருவர் பசீலண்ணை, மற்றவன் தரணி. அங்கு போய் வந்ததும் பசீலண்ணை பேயறைந்தவர் போல இருந்தார். "என்னவாம்?" குண்டன் கேட்டான்.

"25 வருசம் இயக்கத்தில இருந்தனி, 10 வருசமாச்சும் சிறையில இருந்தால்தான் எல்லாத்தையும் மறக்கலாமாம்."

"மறக்கலாமாமோ?" குண்டன் ஜான் தன் நக்கல் சொண்டால் வியந்து காட்டினான்.

"ம்... முன்ன சிங்கள மக்கள் திருகோணமலையில கொலை செய்யப்பட்டதுக்கும் எனக்கும் என்ன சம்பந்தம் எண்டு எனக்கு விசாரணை இருக்காம். அரசாங்கத்துக்கு ஒத்துழைச்சா எனக்குக் சலுகை இருக்காம்." அவர் சொல்லிவிட்டு நிராசையாக மேல்முகட்டைப் பார்த்தபடி இருந்தார். யாரையும் நேராகப் பார்த்துக் கதைக்கவில்லை. இவருக்கு என்னைப் பற்றியோ மற்றவர்கள் பற்றியோ அதிகம் தெரிந்திருக்கும் என்பதால் உளவுக்காரன் மிரட்டி அணைக்கும் உத்தியில் இறங்குகிறான் என்று நான் எண்ணிக்கொண்டேன்.

என்னதான் எங்கள் அறையில் கூட்டுணர்வு இருந்தாலும் விசாரணைக்கு இருவர் போய் வந்ததும் அசாதாரணச் சூழல் உருவாகிறது. அது விசாரணைக்குப் போனவர்கள் மீது எழும் சந்தேகம். உள்ளூறும் சந்தேகத்தை வெளிக்காட்டாமல் மறைக்க எடுக்கும் எத்தனிப்பே அசட்டுத்தனமாக அமைதியை அறையில் கொண்டு வந்தது. இவர்கள் அவன் வலையில் விழுந்திருப்பார்களா, இல்லையா? எங்களை உளவு பார்க்கிறானா இவர்கள் மூலம்? தாங்கள் இராணுவத்திடம் நல்ல பெயர் வாங்க எங்களை வம்பில் மாட்டிவிட்டார்களா? இப்படி எண்ணங்கள் உள்ளூறிக்கொண்டே இருக்கிறது ஒவ்வொருவரிடத்திலும். எனக்கும் கூட தரணிமீது சந்தேகம் உருவாகிற்று. அவன்தான் என்னை ஏற்கனவே தெரிந்தவன். அன்று நான் விசாரணைக்குப் போய்வந்தபோதும் அறையில் இந்நிலைமை இருந்திருக்கும். என்னையும் சந்தேகித்திருப்பார்கள். நான் கவனிக்கத் தவறிவிட்டேனோ?

ஒருவேளை இராணுவப் புலனாய்வுக்காரன் கோமகனைத் தெரியுமா? என்று கேட்டிருந்தால், இவன் 'கோமகனா?'

என்றிருப்பான். பிறகு 'ஓ... கௌதமனையா?' என்று விழித்துவிட்டிருந்தாலே போதும்! இவன் ஏதும் அறிந்து காட்டிக்கொடாமலேயே நான் சிங்கத்தின் வாய்க்குள் மாட்டிவிடுவேன். பெயரை ஏன் பொய் சொன்னாய் என்று தொடங்கி மரணம்வரை கூட்டிச் சென்றுவிடுவான். இருக்கட்டும். பார்க்கலாம். இத்தகைய சூழலை எதிர்பார்த்துத்தானே கோமகன் என்று பெயர் சொன்னேன். நான் கௌதமன் என்று பெயரைச் சொல்ல, நீங்கள் கோமகன் என்று எழுதிவிட்டீர்கள் எனச் சாதிக்கலாம். ஆனால் விட்டுவிடுவானா என்ன? இயக்கத்தில் தமிழ்ப் பெயர் புதிதாக வைத்தார்கள், அதுவே என் பதிவுப் பெயர் என்றும் சாதிக்கலாம். 'ச்சா... இப்ப எதுக்கு இவை?' இந்த எண்ணங்கள் அச்சத்தை ஊட்டுகின்றன. எனது உறுதியை வெடிகுண்டில் சிதையும் கட்டடம் போலக் குலைக்கின்றன.

நான் மாலை நேரத்திலேயே கக்கூசுக்குப் போய் வந்தேன். அவசரத்திற்கு இவ்வாறு அனுமதியுண்டு. தொடர்ந்து இவ்வாறு செய்வது பிரச்சினைக்குரியது. அதனால், எனக்குச் சோறு சாப்பிட்டால்தான் கக்கூசுக்கு வரும், இப்படிப் பழக்கமாகிவிட்டது என்று அறையில் கதை சொன்னேன். காலையில் அடுத்தவர் வெளியே காத்திருப்பதால் யமதர்மராஜாவை வரவேற்று அவரைக் குளிப்பாட்டி மீண்டும் பள்ளியறை அனுப்ப அவகாசம் இல்லை.

பசீலண்ணை மீது எனக்கு அசட்டுத்தனமாக நம்பிக்கை இருந்தது. ஏனென்று தெரியவில்லை. மறுநாள் காலை பல் துலக்க வெளியே சென்றபோது இரகசியமாக அவரிடம் பேச்சுக்கொடுத்தேன்.

"தரணியைப் பிறிம்பா விசாரிச்சவங்களோ அண்ணை?"

"இல்ல. அண்டைக்கு என்னோடதான் விசாரிச்சவன்."

"தரணீட்ட என்ன கேட்டவன்."

"ஒண்டுமில்ல. 'அரசாங்கத்துக்கெதிரா சனங்கள சண்டை பிடிக்கவச்ச குற்றச்சாட்டு உனக்கிருக்கு. ஆமியச் சுட்ட பெடியங்கள விட இது சட்டத்தில பெரிய பயங்கரவாதக் குற்றம் தெரியுமா? பிறகு உங்கட சனங்கள நீ சுட்டதென்றும் வழக்குப் போடுவம். நீர் மாவட்டத் தலைவர் சும்மாவா?'...

இப்படி அப்படியென்று வெருட்டினான். அரசாங்கத்துக்கு ஒத்துழைச்சா மன்னிப்பிருக்காம்..."

வசனத்தின் முடிவில் தூசணத்தால் திட்டினார். 'சென்றி'யில் நின்ற ஆமிக்காரன் நாங்கள் கதைப்பதைக் கவனித்தான். "ஏ போ... போ." என்றான். நாய் ஒன்று அவனைப் பார்த்துக் குரைத்தது. அவன் துப்பாக்கியைத் தோளில் வைத்துக் குறி பார்த்தான். நாய் எத்திச் சுழற்றி ஓடியது. நாங்கள் அறைக்கு வந்துவிட்டோம்.

காட்டின் நடுவிலிருந்த இந்தக் கட்டடத் தொகுதி இராணுவத்தின் முன்னைய பயிற்சி முகாமாகவோ இரகசிய நடவடிக்கைக்கோ பயன்படுத்தப்பட்டிருக்கலாம் சுற்றிவர உயர முட்கம்பி வேலி. அதன் வெளியே முட்கம்பிச் சுருள் கொண்டு ஒரு சுற்று வளையம் மேலும் இருந்தது. சுற்றிவரக் காவலுக்குச் சிப்பாய்கள். மூன்று இடத்தில் 'ஓ.பி' என்று சொல்லப்படும் உயரமான அவதானிப்பு நிலைகள் இருந்தன. இது வயலில் இருக்கும் பரண்போல 25 அடி உயரத்தில் கட்டப்பட்டிருக்கும். சமையல் கட்டு, மலக் கூடம், தண்ணிக் குழாய் இந்த இடங்களிலும் சிப்பாய்கள் காவல் நின்றார்கள்.

இங்கிருந்த இத்தனை நாள்களில் ஒன்றைத் தெரிந்து கொண்டேன். இயக்கத்தில் முக்கியமானவர்கள் என்று இராணுவம் நினைத்தவர்களை இங்கே கொண்டுவந்திருக்கிறார்கள். சாப்பாட்டு இடத்தில், மலக் கூடத்தில், தண்ணிக் குழாயடியில் பிற அறையைச் சேர்ந்தவர்களைக் கண்டதிலிருந்தும் அவர்களுடன் கூடவிருக்கும் மற்றவர்கள் பற்றி விசாரித்ததிலிருந்தும் இதனை ஊகித்துக்கொண்டேன். ஆனால், இவர்களை விடவும் முக்கியமானவர்கள் பலர் இருக்கிறார்கள். ஒருவேளை அவர்கள் வேறெங்காவது வைக்கப்பட்டிருக்கக் கூடும். அவர்களில் சிலர் தப்பியிருக்கவும் கூடும். அல்லது சுடப்பட்டிருக்கவும் கூடும். எங்களை யாருக்கும் தெரியாமல் இப்படித் தனிமைப் படுத்தியிருக்கிறார்களோ? என்ன செய்யப்போகிறார்கள் எங்களை? யாரும் அறியவில்லை. தங்களுக்குத் தேவையானதை எங்களிடமிருந்து எடுத்ததும் முடிவு செய்வார்களாக்கும். மரணமா? விடுதலையா?

07

ஒருநாள் சுரேன் - அவன்தான் படைத்துறையில் ஒரு அணித் தலைவன், கடைசி நேரத்தில் களமுனையில் ஒரு பகுதித் தளபதியாக நியமிக்கப்பட்டவன் - தன் தலையை முழங்கால்களுக்கிடையில் செருகி, குனிந்தபடி குந்தியிருந்தான் அறையின் ஒரு மூலையில். காலையில் எழுந்திருக்கவும் இல்லை. யாருடனும் பேசவுமில்லை. நித்திரையிலிருந்து எழும்பப் பிந்தியதால் முகம் கழுவும் நேரத்தையும் தவறவிட்டிருந்தான். சாப்பிட மறுத்தான். அட யாரையும் நிமிர்ந்துகூடப் பார்த்துக் கதை சொல்லமாட்டானாம்.

இங்கு வந்து ஒன்றரை மாதம் ஆகிறது. இப்படி யாராவது சிலர் ஒவ்வொரு நாளும் 'மட்டையாகி' விடுவது வழக்கம். பின்னர் அவர்கள் சுதாரித்துக்கொண்டுவிடுவார்கள். ஆனால், சில நாளில் மீண்டும் அவர்களை இந்நிலை தின்னும். என்னையும் கூடத்தான். ஆனால், சுரேன் இன்று மோசமான நிலையிலிருக்கிறான். முன்னர் இந்தளவுக்கு இருந்ததில்லை. குண்டன் ஜான் அவனைக் கிண்டல் செய்து பகிடிவிட்டு, வப்புக்கதை சொல்லி எழுப்பிவிட முயற்சிசெய்தான். ஆயினும் முடியவில்லை. பசீலண்ணையும் முயற்சிசெய்தார் முடியவில்லை. அவன் நிமிர்ந்து கதை சொல்லமாட்டானாமே!

மதியம் கழித்து அறையில் பலர் நித்திரையாகிவிடவோ அல்லது படுத்தபடி தங்கள் விதிகளில் மூழ்கிவிடவோ செய்வார்கள். அந்த நேரம் பார்த்து, நான் முயற்சித்தேன். அவன் தலை நிமிர்ந்தான்.

"ஒண்டுமில்லையண்ணை! பிரச்சினையில்லை. தலைக்குள்ள ஏலாமல் இருக்கு."

"எழும்பி, ரொய்லட்டுக்குப் போற மாதிரி, அங்க முகத்தைச் சும்மா கழுவீட்டு வாங்கோ, கொஞ்சம் சரியாயிடும்." நான் சொன்னேன். பசீலண்ணையும் குரல் கொடுத்தார்.

“எழும்புங்கோ சுரேன். யோசிச்சா உங்கட ஆளுமைய இழந்திடுவீங்கள். பிறவு இந்தச் சூழலில இருந்து தப்பிப் பிழைக்கேலாது.”

“ஓமண்ணை.” அவன் மரியாதையாகச் சொன்னான்.

பசீலண்ணை அன்று விசாரணைக்குப் போய்வந்ததிலிருந்து இவனுக்கும் அவர்மீது சந்தேகம். ஆனால் இந்த வார்த்தைகள் அந்தச் சந்தேகத்தைப் போக்கடித்துவிடும் என்று உணர்ந்தேன்.

“இல்லையண்ணை, தங்கச்சி செத்தது... நான்...”

சொல்ல முயற்சித்தான் ஏதோ. ஆனால், துக்கம் அவன் தொண்டையை நெருக்கி வார்த்தைகளை நெரித்தது. நெஞ்சைத் தடவினான். தலையைத் தலையை ஆட்டினான். அருகே படுத்திருந்த பசீலண்ணை எழுந்து “என்ன தங்கச்சி? சொல்லு, சொல்லு. சுரேன் என்ன தங்கச்சி...?” அவர் அவனை விடாது தூண்டினார்.

“தங்கச்சி செத்தது... அவள் செத்துப் போட்டாள். இனிக் காணேலாது.” அவன் விம்மி அழத் தொடங்கினான். முதல் கண்ட சுரேன் இல்ல... இப்போது அழும் சுரேன். பசீலண்ணை அவனை அழவிட்டுச் சுவரில் சாய்ந்தார் ஆசுவாசமாக. இழுத்து மூச்சை வெளியே விட்டார்.

அழுகை ஓயும் நேரம்,

“உருத்திரன், சுரேனை முகம் கழுவ வெளியே கூட்டிப்போய் வாங்க” பசீலண்ணை சொன்னார். இருவருமாக மலக் கூடத்தடிக்குப் போனோம். மலக் கூடத்திற்குத் தண்ணீர் பிடிக்கும் இடத்தில், அவன் முகம் கழுவி, வாயில் விரலை விட்டுக் கொப்பளித்துத் துப்பினான். இங்கு பல் துலக்க முடியாது. ஆமிக்காரன் கண்டாலும் பிரச்சினை. சுரேன் மலக் கூடம் போனான். அதன் கதவு கழன்றுவிட்டிருந்தது. பொருத்த முயற்சித்து முடியவில்லை. தகரத்தினாலான கதவு கன்னா பின்னா என்று நெளிந்திருந்தது.

வெளியே நின்ற என்னை சென்ரியில் நின்ற ஆமிக்காரன் பார்த்தான். அலுப்புக் குடுக்கப்போறானோ என்று நினைத்தேன். முன்னரும் சிலருக்கு இந்த இடத்தில் வைத்து அடி விழுந்திருக்கிறது. நான் என்ன செய்ய? என்று யோசிப்பதற்கிடையில், அவன் “அய்யே, எப்படி சுகந்தானே

மிச்சம்?" என்றான். வயதில் மிக இளையவன். அய்யே என்று சிங்களத்தில் விளிப்பது, 'அண்ணா' என்பதைத்தான். இருபத்து மூன்று வயதிருக்கலாம். வளராத மீசையை மழித்திருந்தான். வாய்க்கு வராத தமிழில் அவன் தமிழை உச்சரித்தான். "கொந்தாய், கொந்தாய், ஓயகே" என்றேன். அதாவது "நலம், நலம். நீ எப்படி?" என்றேன் எனக்குத் தெரிந்த சிங்களத்தில்.

"பொய் பேசுறதுதானே, இங்க நல்லமில்லத்தானே அய்யே?"

"..." நான் அசட்டுத்தனமான சிரிப்புடன் சமாளிக்க முயன்றேன்.

"பயம் வேணாங். எல்லாம் முடிஞ்சி. கதியா வீட்ட போகலாம். இங்க நம்ம ஆக்கள் அடிக்கும்தானே. நீங்க பெரிய சேர்கிட்ட போய்ச் சொல்றது. சரியா? பயம் வேணாங்."

"நல்லது, நன்றி." என்றேன். அவன் தனது ஆட்கள் 'இங்க உங்களுக்கு அடிக்கிறாங்கள்.' அதை முகாம் அதிகாரி மேஜரிடம் முறையிடச் சொல்கிறான்.

"நான் யாப்பா பட்ணாவில ரண்டி வரிசம் நின்னது. நல்லா தமிழ் பேசிம் முடியும்" என்றான்.

"ஓ" உரையாடிக்கொண்டிருந்தபோது சுரேன் வெளியே வந்தான். நான் சிப்பாய்க்கு நன்றி சொல்லி வெளிக்கிட்டேன். சுரேனுக்கு அவன் கதைத்தவை பற்றிச் சொன்னேன். சுரேன் சொன்னான் "அண்ணை பகையையும், குரோதத்தையும் ஒருவன் விலக்கிப் பார்த்தால் நாங்களும் அவனும் ஒரே சாதிதானேயண்ணை? போரின்ட வெற்றிய பிறர் அனுபவிப்பினம், போரின்ரை வலிய அனுபவிக்கிறது நாங்கள் ரண்டுபேரும் தானேயண்ணை." நான் வேறு அபிப்ராயம் சொன்னேன்.

"தோற்றவன் மேல இரக்கம் காட்டுறதும், வென்றவனோட கர்வத்தின் ஒரு வெளிப்பாடுதானே சுரேன்?"

சுரேன் விழியுயர்த்தி என்னைப் பார்த்தான்.

"அந்தப் பொடிப் பயல் என்னிலை இரக்கம் காட்டுறது எனக்கு அவமானமா இருக்கு. அவனார், நானார் அவன் எனக்குக் கருணை தர?" சொல்லும்போது அநியாயத்திற்கு என் சொண்டுகள் துடித்தன. ஆனால் உண்மையில் நான் விளங்கித்தான் இருந்தேன். இது விபரமில்லாத அப்பாவிச் சிப்பாய். ஒருவேளை விபரமில்லாமல் கருணை

காட்டுவதுபோல விபரம் இல்லாமல் குரூரக் கொலைகளையும் செய்திருக்கும்.

சுரேன் திடீரென்று கேட்டான் "அண்ணை இயக்கம் ஏன் கடைசி நேரத்தில் எல்லாரையும் கட்டாயப் படைக்குப் பிடிச்சது?"

இந்தக் கேள்விக்கு விபரம் அறிந்த பலரைப் போலவே என்னிடமும் பதிலில்லை. மௌனமாக இருந்தேன். சுரேன் மேலும் சொன்னான் "அதால களத்தில தோல்விக்கு வழி பிறந்ததே தவிர, வெற்றிக்கு வழி பிறக்கேல்ல. வந்த வெள்ளம் நிண்ட வெள்ளத்தை அடிச்சுக்கொண்டு போன கதையாப் போச்சு."

"இல்ல. ஜெயசுக்குறுச் சண்டை மாதிரி இல்லையே சுரேன் இது. வன்னியின்ட நாலு திசையாலும் ஆமி முன்னேறினான். இயக்கத்துக்கு முன்னரங்க நிலைக் காவலரணுக்காச்சும் ஆக்கள் வேணுமே!"

"அதுதானே அண்ணை பிரச்சினை. பயந்து வீட்டுக்க ஒளிச்ச பெடியளையும், பொம்பிளப் பிள்ளைகளையும் போர்ப் பயிற்சி இல்லாமல், உடற்பயிற்சியுமில்லாமல், மனப்பயிற்சியுமில்லாமல் நெருப்புக் குழம்பாய்க் கொதிக்கிற யுத்தக் களத்தில கொண்டுவந்துவிட்டால் என்ன நடக்கும்? ஆமி வந்தால் இதுகள் நிக்காதுகள். பலது கொண்டுவந்து விட்டவுடனேயே ஓடிடுங்கள். வேவுக்காரன் அதையறிஞ்சிடுவான். ஆமி அந்தப் பகுதியால சும்மா சாதாரணமாக முன்னேறி வந்திடுவான். அடுத்த காவலரணில நாங்கள் எவ்வளவு பெரிய வீரர் சண்டைக்குத் தயாரா இருந்தாலும் பிரயோசனமில்ல. உடன பின்வாங்க வேண்டியதுதான். உப்பிடியே மன்னாரில இருந்து முள்ளிவாய்க்கால் வரைக்கும். 'ச்சா...' நிலத்தையும் இழந்து அதுகளையும் பலிகொடுத்து, கடைசியா அழிஞ்சதுதான் மிச்சம்."

"ஏனண்ணை? யாரண்ணை இதுக்கெல்லாம் காரணம்?"

அவன் வலியும் விரக்தியும் கொண்டு தலையைத் தலையை ஆட்டினான். பிறகும் சொன்னான்

"நேரம் புரியாமல் காவடியைத் தூக்கினால் இந்த வில்லங்கம் வந்துதான் சேரும். ஆடவும் முடியேல்ல... இறக்கி வைக்கவும்

வன்மம் விடேல்ல. உலகம் தருணம் பார்த்து எங்களை விழுங்கிற்றுது."

என்னுடன்தான் கதைத்தானே தவிர அவன் அகமுகமாய்ச் சுழன்றுகொண்டிருந்தான் போலும். தொடர்ந்து கதைத்தான்.

"இயக்கம் மடத்தனமண்ண பண்ணிவிட்டுது. இரணைப்பாலையில வச்சு இயக்கம் தங்கச்சிய கட்டாயச் சேவைக்குப் பிடிச்சிட்டுது. விசயம் அறிஞ்சதில இருந்து என்னால களத்தில நிக்கமுடியேல்ல. இரண்டு மாசம் முன்னம்தான் அண்ணன் சுதந்திரபுரத்தில வச்சு செல்விழுந்து செத்தவன். அதுவரைக்கும் அவன்தான் அம்மா, அப்பா, தங்கச்சிய கூட்டிக்கொண்டு ஒவ்வொரு இடமா இடம்பெயர்ந்து வந்தவன். அவன் செத்ததோட, அண்ணி, பிள்ளையும் சேர்ந்து தனிச்சுப் போட்டினம். சாப்பாடு தேடுறது எண்டாலும் சரி, இடம்பெயரக் கொட்டில் போடுறது எண்டாலும் சரி, பங்கர் வெட்டுறது எண்டாலும் சரி, தங்கச்சிதான் பாக்கவேணும். பிள்ளை இந்த அலுவலுக்கு வெளிக்கிட்டு வெளியில திரிய இயக்கம் பிடிச்சிட்டுது. நீங்க சொல்லுங்க வீட்டப் பாதுகாக்கத்தானே நாட்டுக்காகப் போராளியானனம்? பிறகு இயக்கத்தாலேயே வீட்டுக்குப் பாதுகாப்பு இல்லையென்டால் என்னண்டண்ணை களத்தில நிண்டு சண்டை பிடிக்கிறது? யாரோட சண்டை பிடிக்கிறது? பிள்ளை நாப்பது நாளில களத்தில வீரச்சாவடைஞ்சிட்டாள். என்ன பாடுபட்டாளோ...?" அவன் நடந்துகொண்டே அழத் தொடங்கினான் மறுபடியும்.

"சுரேன் அழாதே. மனச விட்டிடாத. சுரேன் அது நடந்து முடிஞ்சுது. ஆக்கள் பார்க்கப் போறாங்கள்."

அவன் மூக்கைச் சிந்தி தன்னை ஆசுவாசப்படுத்த முயன்றான். வெளியே எந்தக் காற்றுமில்லை. ஓர் ஊமை அமைதி எங்களுக்குள். நான் அதை உடைத்தேன். "இப்ப அப்பா அம்மா அண்ணியாக்கள் எங்க?"

இருப்பவர்கள் பற்றி அக்கறைகொள்ள வைத்தால் இல்லாதவர்கள் பற்றிய துயரத்திலிருந்து விடுபடலாம். இதுதான் இப்போதைக்கு எனக்குத் தெரிந்த உத்தி.

"தெரியாதண்ணை. எங்க, என்ன என்று ஒண்டுமே தெரியாது. நான் கடைசியா நந்திக்கடல் கரையில பிடிபட்டன். செத்திருக்கலாம். ஒரு பிரியோசனமும் இல்லை." அவன்

மறுபடி விம்மினான். நான் கதையை மாற்றினேன். முகாம் அதிகாரி பற்றிக் கதைத்துக்கொண்டே எங்கள் அறைக்கு வந்து சேர்ந்தோம். சுரேன் இப்போ காலையில் இருந்ததை விடத் தேறிவிட்டான். அறையைக் கூட்டி வெளியே தள்ளியபடியிருந்தார் பசீலண்ணை.

"அறையில் விசித்திர அமைதி நிலவியது. குண்டன் ஜான் தன் நக்கல் முகம் குலைந்திருந்தான். அட, அவனது கன்னம் சிவந்து கன்றியிருக்கிறது. கீழ்ச்சொண்டு வலப்பக்கமாக வீங்கியிருக்கிறது. அருகே இருந்த ரகு, கடற்புலியில் இருந்த ஒரு பொறுப்பாளன். அவனும் முகம் சிவக்க கண்சிவக்க இருந்தான். ரகுவின் கண்களில் அடங்காக் கோபம்.

வயதில் சிறியவனான கலை சொன்னான் "மலிங்க வந்து, விளாசிட்டுப் போய்ட்டான். நீங்கள் அருந்தப்பு" நான் பசீலண்ணையைப் பார்த்தேன். "கோப்ரல் மலிங்கவும் அவனோட இன்னொரு புது நாயும் வந்து, சும்மா எத்தின வரிசம் இயக்கத்தில இருந்ததெண்டு கேட்டு அடிச்சாங்கள். என்ன செய்தது எண்டு கேட்டு அடிச்சான், என்னத்தையாச்சும் கேட்டான். எதைச் சொன்னாலும் அடிச்சான். இது இஞ்ச வழமை. ஆரம்பத்தில ஒவ்வொரு நாளும் யாரோ ஒருவன் புகுந்து அடிச்சுக்கொண்டே இருப்பான். இப்ப குறைஞ்சிட்டுது."

ரகு கோபத்தோடு சொன்னான் சாரத்தைத் தூக்கி மடித்துக் கட்டி.

"ஒருத்தரும் என்னக் குறை நினைக்காதேங்கோ, இனிக் கை வைச்சாங்கள் எண்டால் என்ன நடந்தாலும் பறவாயில்ல. அவங்கட மூஞ்சை உடைக்காமல் விட மாட்டேன்." சுட்டு விரலை அசைத்துக் கண்கள் சிவக்கக் கத்தினான்.

பசீலண்ணை பிறகு விளக்கமாகச் சொன்னார். "இவங்கள் இப்படி அறையளுக்க புகுந்து அடிப்பாங்கள். இதுக்கும் விசாரணைக்கும் ஒரு சம்பந்தமும் இல்லை. விசாரணை அடி வேற. இந்த அதிகாரப் பூர்வமில்லாத அடி அவங்கட தனிப்பட்ட சந்தோசத்துக்கு. இப்ப இருக்கிற ஆக்களில மலிங்கவும் ரூபசிங்கவும் மோசமான ஆக்கள். எல்லாருக்கும் அறையில அடிதான். ஜானுக்கு அடிக்க அவன் முகத்தத் திருப்பிக் கையைக் குறுக்கக் குடுத்தான். அதுதான் ஜானில கடுப்பாகி அறைஞ்சான். ரகுவுக்கு அடிக்க முன்னமே ரகு

தடுக்கிற மாதிரிக் கையைத் தூக்க, அவன் சிங்களத்தில ஏதோ திட்ட, ரகு முறைக்க, அவன் திருப்பி அடிச்சான்." இப்படி நடந்ததைச் சொன்னார் பசீலண்ணை.

கூடவே புதிதாக ஒரு கோப்ரல் தரச் சிப்பாய் வந்தது மலிங்க தன்ர 'ஸ்ரன்ட்' காட்ட காரணமாய் இருந்தது என்று விளங்கினேன். எதிர்ப்பவனை அடித்துத் தலைகுனிய வைப்பது ஒரு சுவையான சமாச்சாரம். தற்பெருமை, அதனால் தோன்றும் அகங்காரம் என இதன் உருசியே தனி. ரகு பார்ப்பதற்கு எழுப்பமான தோற்றம். அந்தத் தோற்றத்திற்கு உரியவனைத் தலைகுனிய வைக்கும்போது அந்தக் கர்வத்தை அனுபவிக்க மலிங்க விரும்பினான் போலும். கைதியாக நிற்பவனிடத்தில் கிட்டாத வாய்ப்பு அந்த நாய்க்கு வேறு எப்போது கிட்டும்?

அன்று முழுதும், இயக்கம் ஏன் தோற்றுப்போனது என்ற விவாதம் மீண்டும் பிறந்தது. இப்படி அடிக்கடி தோற்றதற்கான காரணங்கள் பற்றிய சர்ச்சை எழுந்துகொண்டே இருக்கும். இன்று மீண்டும் சூடு பிடித்தது. அவரவர் அறிவுக்கும் அனுபவத்திற்கும் ஏற்ப இதன் வட்டம் அமைந்திருக்கும். அடிப்படையில் இந்த உரையாடலில், தோற்றுப் போனதற்கான கொதிப்பே உள்ளூறைந்திருக்கும். எங்கள் இழி நிலைக்குக் காரணம் தோல்வியல்லவா?

"சண்டைக்குப் போதிய ஆயுதம் இல்ல. ஆக்களும் இல்லயெண்டால் இயக்கம் சண்டையைத் துவங்கியிருக்கக் கூடாது. கட்டாய இராணுவச் சேவையில ஆக்கள் திரட்டலாம். திரட்டிய ஆக்களை வச்சு யாழ்ப்பாணத்தைப் பிடிக்கலாம். பிடிக்கிற யாழ்ப்பாணத்தில ஆயுதத் தளபாடங்கள் போதியளவு ஆமிட்ட எடுக்கலாம். அத வச்சுச் சண்டையைத் தொடரலாம். இப்படிக் கற்பனையில கணக்குப் போடலாம். கணக்கு களத்தில சண்டை பிடிக்காது. களத்தில கையில இருக்கிற துவக்காலதான் சண்டை பிடிக்கோணும்." சுரேன் சொன்னான். இந்த மையத்தைச் சுற்றித்தான் அவனின் விவாதம்.

ரகுவோ வேறு விதமாகச் சொன்னான், "இயக்கம் முதலே ஒழுங்கு படுத்தி, அவனுக்கு அடிச்சிருக்கவேணும். வேறு இடத்தில அவனுக்கு அலுப்பைக் குடுத்திருக்கவேணும். குடுக்கத் தவறினமோ, அவன் முந்திக்கொண்டு எங்கட மடியில கைய வச்சு அலுப்பக் குடுத்திட்டான். இதைச் சிக்கெடுக்கேலாது. இதுக்கு ஒரே வழி, அவனுக்கு முறையா

சிங்கள எல்லைப் புறங்களில குடுத்திருந்தா அவன் தன்ட மடியில கவனமா இருந்திருப்பான். நாங்கள் பாதுகாப்புச் சண்டையில தொடர்ந்து நிண்டது பெரிய தப்பு. நாங்கள் தாக்குகிற ஆக்களா இருந்திருக்க வேணும்." ரகு இப்பவும்கூட இதைத்தான் சொன்னான். மலிங்கவுக்கு ஒன்று முறையாகக் கொடுத்தால் சொறிய வரமாட்டான் என்று.

சின்னவன் கலையும் சொன்னான் "அண்ணை எனக்கொண்டும் விளங்கேல்ல. இயக்கம் எப்பவும் பலந்தான் வெல்லும். பலந்தான் வெல்லும் எண்டு சொல்லிச்சுது. பலந்தான் வெல்லுமெண்டால் சிங்களப்படை, சர்வதேச நாடுகள், எங்களவிட எத்தின நூறு மடங்கு, இல்ல ஆயிரம் மடங்கு பலம். இந்தக் கேள்விய நான் யாரிட்டயும் கேட்டதில்ல. இப்ப உங்களிட்டக் கேக்கிறன்."

ஜான் கிண்டலைத் தொடங்கினான் "உன்ர விதியடா அது. நீ அப்ப அதைப் பொறுப்பாளரிட்டக் கேட்டிருந்தால், உன்ட பொறுப்புப் பறிபோயிருக்கும். இப்ப நீ இஞ்ச வந்திருக்கத் தேவையில்லை. உன்னை ஆமிக்காரன் செல்லாக் காசெண்டு, சனங்களின்ட தடுப்பு முகாமுக்கு அனுப்பியிருப்பான்."

"கீ...கீ...கீ..." ஒருவரல்ல. எல்லாருக்கும்தான் சிரிப்பு.

"உலகம் எங்கட போராட்டத்த அழிக்கிறது எண்டு முடிவு செய்திட்டு, நாங்கள் தப்பேலுமோ? கடலில வச்சு, அடுத்தடுத்து எங்கட 11 ஆயுதக் கப்பல அடிச்சுத் தாக்கேக்குள்ளேயே விளங்கியிருக்க வேணும். உது சிங்களவன்ட வேலையில்ல. உலக நாடுகள் எங்கள விடாங்கள் எண்டு. சும்மா இயக்கம் திட்டமிருக்கு திட்டமிருக்கு எண்டு... ச்சா." நக்கல் கதை பேசும் ஜானும் தன் பங்குக்கு இப்படி 'சீரியசாக'ச் சொன்னான்.

"ஜானண்ணை. திட்டமிருக்கு. பொறுத்திருந்து பார். இதில்லை இன்னும் அடியிருக்கு. எது?" கலை சிரித்துக்கொண்டே திரும்பவும் சொன்னான். "இண்டைக்கு விழுந்ததில்ல இது ஆசாரி கையால் வாங்கினது. பூசாரி கையால வாங்க இருக்கு ஜானண்ணை. பொறு பொறு. வீரர்கள் ஓய்வதெல்லாம். மரணத்தின் பின்புதான்." சின்னவனுக்குச் சிரிப்பைத் தாங்க முடியவில்லை.

தங்கள்மீது தாங்களே சுயஎள்ளல் புரிவதுதான் இந்த மரணவாசல் சிறையில் ஒரு சுய பரிகாரமாக இருந்தது. இந்தச்

சுய எள்ளலில், சிரிப்பில், உறையும் குரூரமான துயர்தரும் வலியை வெளியே இருக்கும் பார்வையாளரால் சுரம் பிரித்து அறிய முடியாது.

“சர்வதேசம் சமாதானமெண்டு ஒரு சதிவலை விரிக்குதெண்டு இயக்கம் பயந்திது. அது பொய்யில்லை. இவங்கள் உதத்தான் செய்வாங்கள். சரி, ஆனால் சர்வதேசத்துக்கெதிரா நாங்கள் என்ன செய்ய முடியுமென்ற கேள்வி முக்கியம். சரி எதிர்க்கிறது என்று முடிவு செஞ்சா இயக்கம் அதுக்குத் தன்னத் தகுதிப்படுத்திக் கொண்டிருக்க வேணும், அடிப்பம், பிடிப்பம் எண்டால் வேலைக்காகுமோ? சிலநேரம் பழைய இந்திய ஆமிகாலக் கதையும் உதாரணத்துக்கு வந்தது. அந்தச் சண்டையும் இந்த யுத்தமும் ஒண்டே? என்ன சொல்லுறது. தெரிஞ்சும் தெரியாம விட்ட தவறெண்டா? பக்கத்தில யாரை வைக்கவேணும்? தூரத்தில யார வைக்கவேணும் எண்டு இயக்கத்துக்குத் தெரிஞ்சிருக்க வேணும். குழப்பியடிச்சுப் போட்டாங்கள். பெரியவற்ற கண்ணைக் குருடாக்கிப் போட்டாங்கள். ச்சா. கண்ணுக்கு முன்னால மலையொண்டு மண்ணாப் போச்சு. உலகத்திலேயே பெரிய ஒரு விடுதலை அமைப்பு எங்கட. சும்மா இல்லையடாப்பா! ஒவ்வொரு கல்லாய் எடுத்துக் கட்டின மலை இது. ச்சா...” குனிந்தபடியே பசீலண்ணை தலையத் தலையை ஆட்டினார். விரக்தி தொனிக்கும் அவரின் இந்தச் சொல்லாடல் அறையிலிருந்த பகிடிச் சூழலைக் குழப்பிற்று.

சின்னவன் கலை இறுகிய சூழலைக் குழப்பினான். திடீரென்று இப்படி இந்த அறை நிசப்தத்திலும் சீரியசிலும் இழுபட்டுப் போய்விட்டால் அது மரணவாசலின் முகப்பறையாக உறைந்து, இதயத்தை இறுக்குகிறது. அந்த அறையில் ஏதாவது ஒன்றை நாங்கள் உருவாக்கவில்லை என்றால் அது எங்களுக்கு நாங்கள் விரும்பாத ஒன்றை உருவாக்கிவிடுகிறது. சிலவேளைகளில் எங்கள் ஒலிகளையே பேயுருவாக்கி அறை அதை எமக்கே எதிரொலித்துவிடுகிறது.

“பசீலண்ணை, வருத்தப்படாதேங்கோ! திட்டமிருக்கு. திருப்பி மணலைப் பொறுக்கி மலையக் கட்டுவம்” கலை சொல்லவும், குண்டன் ஜான் கலைக்குப் பகிடி உறையும் கோபத்துடன் அல்லது கோபம் உறையும் பகிடியுடன் கையை ஓங்கி அடிக்கப் போனவனாக “முதலில உன்ர குலையைக் கட்டுறதுக்கு ஒரு

கோவணத்துக்கு வழி பார். 'சைட் டிஸ்' வேணுமென்று அதையறுத்துப் பொரிக்கப் போறாங்கள். இரவு தண்ணியடிக்க." மறுபடியும் சிரித்தோம். அல்லது மறுபடி சிரிப்பைக் கொண்டு மரண வீச்சம் பரவும் அந்த அறையை எதிர்த்தோம் என்று இப்போது தெரிகிறது.

"அறுக்கிறதெண்டால் முதலில பெரிய குலயத்தான் பாத்து அறுப்பாங்கள், கவனம் ஜான் அண்ணை. எனக்குப் பிரச்சினையில்ல."

"உண்ட பெரிய குலையெண்டு நம்பித்தானே இங்க கொண்டு வந்து வச்சிருக்கிறாங்கள். நம்பீட்டாங்களோ? கண்டிட்டாங்களோ? யாருக்குத் தெரியும்." ஜான் கலைக்குச் சொன்னான் இரட்டை அர்த்தம் கொண்டு.

"அவங்கள் விட்டாலும், நீங்கள் விடமாட்டீங்கள்போல கிடக்கு. இது பாவப்பட்ட சீவன். பழியறியாச் சீவன். இந்தப் பால் முகத்த பந்தாடிப் போடாதேங்கோ. வாழ்க்கையில முக்கியமான விசயம் ஒன்றும் நான் இன்னும் பண்ணேல்ல" கலை நளினம் கொண்டு பேதையாக நடித்தான்.

இந்த அறைகளில் ஒருவர் மற்றவரின் கதையையோ அவர்களின் விசாரணையைப் பற்றியோ கேட்கக்கூடாது. கேட்பது நியாயமல்ல என்று தெரியும். ஆனாலும் அடுத்தவன் என்ன திட்டத்தோடு தன் விடுதலைக்கு முயற்சிக்கிறான் என்பதற்காகவோ அல்லது புலனாய்வு அதிகாரியின் சூழ்ச்சி வலையை அறிந்துகொள்வதற்காகவோ அடுத்தவர் கதையை அறிவதில் ஆர்வம் கட்டுமீறிப் பொங்கி வழியும். அப்படியான தருணங்களிலிருந்து இந்தச் சின்னவன் கலையைப் பற்றி அறியப்பட்ட விடயம் பரிதாபத்திற்குரியதாகவே தோன்றியது.

கலை வன்னியில் ஜெயசிக்குறு சண்டைக் காலத்தில், விடுதலைப் புலிகளில் இணைந்து இரண்டு வருடம் இருந்தான். ஓயாத அலைகள் நடவடிக்கைக் காலத்தில் அமைப்பை விட்டு விலகிவிட்டான். பின்னர் சமாதான காலத்தில் உயர்தரப் பரிட்சை எழுதி, கொழும்பிலுள்ள தொழில்நுட்பக் கல்லூரி ஒன்றில் பட்டப்படிப்பைத் தொடர்ந்தான். மீண்டும் யுத்தம் தொடங்கி, வன்னியின் கழுத்தை நெரிக்கும் காலம் வந்தபோது, இவன் வன்னிக்கு வந்துவிட்டான். இவனது தாயும் தகப்பனும் தங்கையும் விசுவமடுவிலிருந்தார்கள். இவையெல்லாம் கலை

சொல்லித்தான் தெரியும். இது விசாரணையில் சொல்லப்பட்ட கதை.

விசாரணைகளால் ஏற்பட்ட வில்லங்கம் என்னவென்றால், உளவுத்துறைக்காரன் கேட்டிருக்கிறான், ஏழு வருடம் இயக்கத்தில் இருக்காமல் யாரும் விலத்த முடியாதே என்று. அப்படி விதி இருந்தாலும் போராட விரும்பவில்லை என்றால் தண்டனைச் சேவையைப் பெற்று விலத்த முடியுமென்று கலை சொல்லியிருக்கிறான். 'கொழும்புக்குப் படிக்க வந்தனி, படிப்பு முடிஞ்ச பிறகும் ஏன் கொழும்பில இருந்தனி' இது மறறக்கேள்வி. 'வேலை தேடினான்' இது இவனின் பதில். 'வேலை தேடினனி ஏன் கிற்றார் பழகப் போனனி' 'வேலை கிடைக்கேல்ல... சும்மா இருந்த நேரம், கிற்றார் பழக ஆசைப்பட்டேன்' இது கலையின் பதில். 'இரண்டு வருசம் வேலை கிடைக்கேல்ல, நீ ஏன் வன்னிக்குத் திரும்பிப் போகேல்ல. அங்க நிறைய வேலை இருந்திச்சே' அவனின் கேள்வி. 'வன்னி பிடிக்கேல்ல. கொழும்பு பிடிச்சிருந்தது' இவனின் பதில். 'கொழும்பு பிடிச்சிருந்தது அப்ப ஏன் யுத்தம் மோசமாய் நடக்கேக்க திரும்பப் போனனீ' 'அம்மா, அப்பாவுக்காகத் திரும்பிப் போனேன்' இது பதில். 'அப்ப ஏன் முதலே போகேல்ல?' இது கேள்வி. 'முன்னம் சண்டையில்லை. அப்பா அம்மாக்குப் பயம் இல்லை' இப்படிக் கேள்விகளும் பதில்களும் நியாயமாகத்தான் இருந்தன. ஆனால் உளவுத்துறைக்காரன் கேட்ட ஒரு கேள்வி 'உனக்கு எப்படி வன்னியை விட்டு வெளியேற புலிகள் அனுமதி தந்தாங்கள்? அந்த நேரம் இளையவர்கள் யாருக்கும் வெளியேறும் அனுமதி கொடுப்பதில்லையே?' 'உயர்படிப்புக்குப் போறவர்களுக்கு அனுமதி கொடுப்பார்கள்.' இவன் சொன்ன பதில் இது. 'அது பல்கலைக்கழகத்துக்கு மட்டும்தான்.' அவனின் கேள்வி. ஆனால் 'இதுவும் பட்டப்படிப்பு அதால தந்தாங்கள்.' இந்தப் பதிலில் அவனுக்குத் திருப்தி வரவில்லை. ஏன் எங்களுக்கும்கூட இதில ஒரு சந்தேகம்தான்.

அடுத்தது 'வன்னிக்குப் போனனி, எப்படி உன்னைக் கட்டாய ஆட்சேர்ப்பில இயக்கம் விட்டுவச்சிது.' 'நான் பிடிபடாமல் ஒளிச்சிருந்தேன்.' அவன் இந்த ஒளிச்சிருந்த கதையை நம்பவில்லை. எங்களிலும் பலர் நம்பவில்லை. ஆமிக்காரனுக்கு வலுவாகச் சந்தேகம் வந்தது இவனது கொழும்புப் பயணம், பின்னர் சொல்லப்பட்ட காரணங்கள் எல்லாம் சேர்ந்து

புலிகளின் உளவுத்துறை உளவாளி. திறமைமிக்க உளவாளி. ஏனெனில் இவனது கல்வித்தகமை ஒரு சான்று. அடுத்தது மிகப் புத்திசாலித்தனமான பதில்கள்.

புத்திசாலித்தனமான பதில்கள் கூட இந்த மரண அறைக்கு ஆட்களைக் கூட்டுகின்றன. சிலவேளை உண்மையான பதில்களும் அவனுக்குப் புத்திசாலித்தனமாகத் தோன்றுவதால் அவர்கள் இங்கு வரவும் கூடும்.

"கலை இண்டைக்கு உன்ர ரேண். மணி அடிக்குது. சாப்பாடு எடுக்கப்போகேல்லயோ?" தரணி கேட்டான்.

சோடியாள் ஜான், "சாப்பிட்டவனும் சாகத்தான் போறான். சாப்பிடாதவனும் சாகத்தான் போறான். சாப்பிட்டென்ன, சாப்பிடாமல் என்ன?"

"ஏனண்ணை சாவு சாவு எண்டு சாவடிக்கிறியள். மகிந்த எல்லாரையும் விடுதலை செய்யப்போறான். ஐக்கிய நாடுகள் சபை வருகுதாம்." தரணி சொல்லவும் பேசாமல் இருந்த மாஸ்டர் பாய்ந்தார் "கொண்டவங்களே அவங்கள்தான். மகிந்தவால புலியின்ர மயிரையாச்சும் பிடுங்க ஏலுமோ? இப்ப பிணமெண்ண வருவாங்களாக்கும் ஐ.நா சபை?"

"எள்ளுக் காய வச்சிருக்கிறாங்கள் செக்குக்கு அனுப்ப. இந்த எலிப் புழுக்கைகளை ஏன் காயவச்சிருக்கிறாங்கள்?" சின்னவன் கலை நடிப்புத்தனமான அழுகையுடன் நகைச்சுவையூட்டினான். சுய எள்ளலே அதில் சிரிப்பைக் கொடுக்கிறது.

ஜான் கேட்டான் "இந்தத் தமிழ்க் கட்சித் தலைவர்கள் ஐநா சபையோட, ஐசிஆர்சியோட சரணடைஞ்ச ஆக்கள் பற்றிக் கதைக்காதோ? விடுதலைக்கு ஏதாவது செய்யமாட்டாங்களோ? சட்டப்படி சரணடைஞ்ச ஆக்கள குடும்பத்துக்குக் காட்டத்தானே வேணும்?"

"ஆ... 'நைனா செத்தது நமக்கு நல்லது. நல்லது, நல்லது, நல்லது. நைனா செத்தது நமக்கு நல்லது' என்று தமுக்கடிப்பாங்களோ? உன்னை மீட்டுக்கொண்டு போவானுகளோ சொல்லு?" பசீலண்ணை பதில் சொன்ன விதத்தைக் கேட்டு அறையே சிரித்தது. சிரிப்படங்க அதில் உறையும் உண்மை விரக்தியைத் தருகிறது. சாப்பிட்டுப் படுத்திருந்தோம். வியர்வையில்

உடல் பிசுபிசுத்தது. மூடிய அறையின் அழுக்கம், கொஞ்சம் காற்றுக்காக மனத்தை ஏங்க வைத்தது. ஒரு சிறு காற்றால்கூட எவ்வளவு உற்சாகத்தைத் தரக்கூடும் இப்போது. கிடைக்கவில்லையே! இரவு கைதிகளை எண்ணுவதற்காக முகாம் அதிகாரி மொழிபெயர்ப்பாளனுடன் வந்தான். அவர்களுடன் இன்னொரு அதிகாரியும் வந்தான். அறையில் பதினொரு பேர் இருக்கிறார்களா என்பதை எண்ணிவிட்டு "இவர்தான் இனி இந்த முகாம் பொறுப்பதிகாரியாக நியமிக்கப்பட்டிருக்கிறார். பெயர் மேஜர் டயஸ். நீங்க இவ்வளவு நாளும் எனக்கு ஒத்துழைத்ததுக்கு நன்றி." என்று விடைபெற்று அடுத்த அறைக்குச் சென்றான் தன் கூட்டத்தோடு அதிகாரி.

இரவு படுத்திருந்தோம். நித்திரை கொள்வதுதான் மிகவும் கடினமான காரியம். யுத்த காலத்தில் படுக்க நேரமில்லாமல் தவித்தோம். இப்போது தூக்கமில்லாமல் நேரம் கழிய மறுக்கிறது. நீண்ட இரவுகள் நினைவுகளை இழுத்துவந்து, மீன்களைத் தண்ணீரில் அழவைத்தன.

தலையிலிருந்த என் காயம் ஆறிவிட்டது. நான் அறிந்தவரை படுகாயமுற்று, சத்திர சிகிச்சை செய்யவேண்டியவர்கள் இந்த சிறைமுகாமில் பலர் இருந்தார்கள். யாரையும் சிகிச்சைக்காக வெளியே அனுப்பவில்லை. 'வெளியே என்ன நடக்கிறது என்பதை எப்படியாவது அறியவேண்டும்.' நான் எண்ணினேன். தமிழில் கதைத்த அந்தச் சிப்பாயை இனிக் கண்டால் அவனிடம் கேட்டு ஏதாவது தெரிந்துகொள்ள முயற்சிக்கவேண்டும்.

தூக்கமில்லாமல் உழலும் மனதை, ஒவ்வொருவரும் தோல்வியின் காரணங்களைச் சொன்னவைகளை நோக்கித் திருப்பிவிட்டேன். ஒவ்வொன்றும் மனத்தில் குடைபோல விரிந்தன. அவற்றைப் பகுத்துப் பார்க்கலாமா? இல்லை தொகுத்துப் பார்ப்பதே நல்லது.

ஏன் தோற்றுப்போனோம்? தமிழர் தரப்பிடம் அறம் இல்லையா? வீரம் இல்லையா? திறன் இல்லையா? இவை எதிலும் எங்களைவிட எதிரி மேம்பட்டு இருந்தான் என்று சொல்லமுடியாது. சொன்ன காரணங்கள் சரியாகக் கூடியவைதான். ஆனால் தோல்வியின் அடிப்படை எது என்றும் அதன் ஊற்றுமுகம் எது என்றும் கண்டறிய ஆவல் விளைகிறது.

எங்கள் இயக்கம் எப்போதும் அனுபவவாதத்தால்தான் சவால்களைக் கையாண்டிருக்கிறது. முன்னேறியும் வந்திருக்கிறது. கோட்பாடுகளின் துணைகொண்டு எதனையும் இயக்கம் கையாண்டதில்லை. முன்னேறுவதற்குப் பயன்படுத்தியதும் இல்லை. அனுபவவாதத்தினால் ஒரு கோட்பாடு செழுமைப்படுத்தப்படலாம். அதை அடுத்த பரிணாமத்திற்கு இட்டுச்செல்லலாம். ஆனால், அறிவுவாதத்தினாலேயே கோட்பாடு உருவாக்கப்பட வேண்டும். அனுபவம் அறிவாக்கப்படாவிடின் அது...

ஜான் இருமவும் நான் திடுக்கிட்டு விழித்தேன். பின்னர் அது ஜான் என அறிந்து அமைதியானேன். அறை முன்னரைவிட வெளிச்சமாக இருந்தது. கண்களை மூடிவிட்டுத் திறக்கும்போது கண்மணிகள் விரிவதனால் சிறு ஒளியைக் கூட அதனால் துல்லியமாக உள்வாங்க முடிகிறது. பார்வையில் அதிக வெளிச்சம் தோன்றுகிறது.

நான் மீண்டும் யோசித்தேன். ஆனால் கோட்பாட்டிற்கு அனுபவம் அவசியம் இல்லையா? ம். அவசியம்தான். ஆனால் அனுபவம் அறிவாக்கப்படும் பரிவர்த்தனம் நிகழவேண்டும். அல்லாவிடின் அனுபவம் ஒருபோதும், கோட்பாட்டை உருவாக்காது. அனுபவம் வெறும் தகவல் மட்டுமே! அனுபவத்தால் ஒருவனின் முகம் துலங்கலாம். ஆனால் ஒருவன் அனுபவத்தை அறிவாக்கும் பரிவர்த்தனத்தை நிகழ்த்தினால் ஒழிய அவனது பார்வை துலங்காது.

மனம் ஒன்றிலிருந்து ஒன்றுக்குத் தாவியும் பிணைந்தும் அலைக்கழிந்துகொண்டிருந்தது. நித்திரை மட்டும் வராதாம். இந்த ஆய்வு எனக்கு அவசியமா இப்போது? என் காதலி, என் பிரிய காதலி, அவளைப் பற்றி நினைத்தால் நினைவுகளின் சுகத்திலாவது நித்திரை வரக்கூடும். காலங்களின் அடுக்கில் கீழே போய்விட்ட நினைவுகளை மேலெழுப்பி சுகம் காண முயன்றேன். நளினம் கொண்டு இடையசைத்து நடக்கிறாள் கோவில் வீதியில். கூட நான் நடக்கும் சுக அனுபவம் அவள் முகத்தில் ஒளிர்ந்ததே! அவள் முகத்தில் ஏன் பெருமையும்... நான் கூட நடப்பதாலா...? முருகா! இப்படியே எனக்கு நித்திரையைத் தாடா!

08

“பயப்படவேணாம். நிதானமா இருக்கச் சொன்னியாம். நீ பெரிய பொறுப்போ அங்க? என்ன லீட் பண்ணுறியா மத்தாக்களை?” விட்டான் அடி என் செவிட்டில் அந்த இராணுவ உளவுத்துறை அதிகாரி.

எனக்கு எது, என்ன என்று ஒன்றும் புரியவில்லை. அதை மறுக்கச் சொற்கள் வரமுடியாமல் என்னுள் எழுந்த கோபம் தடுத்தது. அவமானத்தில் இருந்து பிறக்கும் கோபம். தன் வரையறைகள் விளங்காது பொங்கி நுரைத்தது. கன்னம் விறைத்துவிட்ட மாதிரியான உணர்வு. காதடைத்து உள்ளே ஒலிக்கிறது. பலமான அடியில் மண்டைக்குள் வலி. அது தலையிலிருந்த என் காயத்தினாலாக இருக்கலாம். உள்காயம் இன்னும் இருக்கக் கூடுமோ!

காயம் ஆறியதும் கூட நான் அடிவாங்கக் காரணமாக இருந்திருக்கலாம். காயம்தான் இத்தனை நாள் அடிகளிலிருந்து என்னைத் தக்கவைத்ததோ என்னவோ? “என்ன நான் கேட்கிறது. நீ சும்மா இருக்கெ?” மறுபடி தன் கீழ்ச்சொண்டைக் கடித்தவாறு மறு கன்னத்தில் அறைந்தான். கட்டப்படாத என் கைகளை எது கட்டி வைத்திருக்கிறதென்று எனக்கே தெரியவில்லை.

வலி! தீரா வலி! கன்னங்களா வலிக்கிறது? இல்லை உள்ளே வேறொரு இடத்தில் வலிக்கிறது. அவமானம். தீரா அவமானம். அவமானத்தின் வலியைத் தாங்க இயலவில்லை. மானம் நிலைகொள்ளும் இடம் ஜீவனில் எதுவோ அந்த இடத்திலிருந்து எழுகிறது இந்த வலி. இந்த வலி தரும் கோபத்தின் சக்தியைத் திரட்டி, ஓங்கி அவன் மூஞ்சையைப் பிளந்துவிடுமாறு குத்த ஆசை. ஆனால் அதைச் செய்யமுடியாமல் தடுப்பது எது? தப்பிப் பிழைப்பதன் மேலுள்ள என் ஆசையா? ச்சா. வெக்கக்கேடு. எங்கிருந்து எனக்குள் வந்தது இந்தக் கேடுகெட்ட ஆசை. அவமானம். ஒரு போராளிக்கு நேரக் கூடிய மகா அவமானம். சூழலில் தன்னைத் தக்கவைத்துக்கொள்வது,

உயிரின் ஜீவ இயல்பல்லவா? ஜீவனில் உறையும் இந்த இயல்பை நான் எப்படிப் புறந்தள்ள முடியும்? எனது இயல்பு என நான் கொண்டவையும் இப்போ எழும் ஜீவ இயல்பும் தமக்குள் மோதி அதுவே வென்றது. நான் தலைகுனிந்து நின்றேன். மானங்கெட்ட பிறப்பாய்.

மீண்டும் நான் அறையில் கூட்டி வந்து விடப்பட்டபோது, அறையில் என் சகாக்கள் என்ன நடந்ததென அறிய முயன்றனர். என் முகம் கொண்ட குலைவு ஏதோ விபரீதத்தை அவர்களுக்கு உணர்த்தியதாய் அவர்களின் முகப் பிரதிபலிப்புக்கள் இருந்தன. ஆனால், நான் யாருடனும் எதுவும் பேசவில்லை. மலைபோல எழும் மௌனத்தின் உள்ளே குழம்பாய்க் கொதிக்கிறது கோபம் எனும் வஸ்து. 'சுதந்திரமாய் இருந்துகொள்ளுங்கள் நாய்களே! நான் சிறையில் இருக்கும்வரை' ஒரு குரல்.

ஜன்னலின் நீக்கல் வழியே உள்பாயும் ஒளியின் பாதையில் அலையும் தூசித் துகள்களைக் காண்கிறேன். நிலையில்லாத, வழி தெரியாத, அலைச்சல் அவற்றிற்கு. ஏதோ ஒரு உணர்வு எழுந்தது. அவற்றிற்கும் உயிர் இருக்குமோ? ஞாபகங்கள், உணர்வுகள் இருக்கக் கூடுமா? மனம் ஊன்றி சிறுபொழுது அதில் நிலைபெற்றது.

அவன் கேட்டது 'யோசப் காம்ப்'பில் நடந்த சம்பவம் பற்றி. எனக்கே மறந்துவிட்டிருந்தது. இவனுக்கு எப்படி அந்தத் தகவல் கிடைத்தது? அங்கிருந்து அனுப்பியிருக்கிறார்களா என்ன? அங்கு என் சிறையறையில் இருவரைக் கூட விட்டார்களே, அவர்களுடன் கடைசி நாளோ, முதல் நாளோ நான் கதைத்தபோது சொல்லப்பட்ட வசனம்தான் இது. 'பயப்படத் தேவையில்லை. நிதானமாய் இருங்கோ.'

அவர்கள் விடுத்துவிடுத்து அதிகம் கேட்டதனால், எவ்வளவு முன்தீர்மானமாக எதுவும் பேசக்கூடாதென்று நான் இருந்தும், இறுதியில் முடியாமல் உதிர்த்த வார்த்தைகள் அவை. அவன் போராளிதான் என்று மனம் நம்பியபின், உதிர்த்த வார்த்தைகள். அதில் உட்பொருள் இல்லாமல் நான் அந்த வார்த்தைகளை உதிர்க்கவும் இல்லை என்ற உண்மை மீண்டும் என்னுள் உறைக்கிறது. உதவ விரும்பினேனோ?

அடுத்தவருக்கு உதவுவது என்ற செயலில் இருந்து மட்டுமல்ல: எண்ணத்திலிருந்தே விடுபட விரும்பினேன். ஆனால் மறுபடியும் அது என்னை வீழ்த்திவிட்டது. எவ்வளவு முன்தீர்மானமாக இருந்தேன். ஆயினும் அள்ளுண்டு போனேனே! வாழ்வில் நான் கண்ட பாடுகள் போதாதா என்ன? எதற்கும் எந்த அர்த்தமும் அதனால் விளைந்ததில்லையே! அறம் யாருக்கு வேண்டும்? எவனிடம் அது இல்லையோ அவனுக்கு அது பயன்பட்டுப்போன துர்விதியையே நான் கண்டேன்.

அந்தப் போராளி என்னைக் காட்டிக்கொடுத்துவிட்டானா? இல்லை மற்றவன்? 'ச்சா...' இருக்காது. 'என்ன கதைத்தது?' என்று கேட்டிருப்பாங்கள். இவன் இதுதான், வேறொன்றும் இல்லையெனச் சொல்லியிருப்பான். ஒருவேளை அடித்திருக்கவும் கூடும். இதனால் என்ன வரப்போகிறது என்று அவன் சொல்லியிருக்கக்கூடும். இதற்கு உள்ளர்த்தம் இருக்கிறதா எனப் பார்க்கவோ அல்லது இதை வைத்துப் போட்டெடுக்கவோ இந்த அதிகாரி முயன்றிருக்கலாம். அல்லது இவன் அங்கு போன இடத்தில் என் பற்றித் தற்செயலாகக் கதைக்கப்பட்ட வெறும் உரையாடலாகவும் இருந்திருக்கலாம். மனம் அடித்துக் கொண்டே இருந்தது. விடயத்தை இலகுவாக்கவே நான் விரும்பினேன்.

"அண்ணை, இங்க வந்த புதுசில சிலருக்கு அடியெண்டா கேக்கத்தேவேல்ல. கடற்புலி சீலனுக்குப் படுக்க வச்சு குதிக்கால் இரண்டிலையும் அடியடியெண்டு அடிச்சு மனிசன் எழும்பி நிக்கமாட்டான். கக்கூசுக்குப் போகமாட்டான். அப்பிடித்தான் ஜீவாவுக்கும். இன்னும் கனபேருக்கும். ஆனால், சீலன் இப்ப இங்கயில்ல. அந்த அறையில இருந்தவங்களுக்கு ஆமிக்காரங்கள் சொல்லியிருக்கிறாங்கள் வேற அறைக்கு மாத்தினதெண்டு. ஆனால் விசாரிச்சா, இந்த முகாமிலேயே ஆள் இல்ல." அச்ச உணர்வுகொண்டு தரணி சொன்னான்.

அறையில் விசித்திரமான அமைதி உருவாகிற்று. மலையின் உறைபனி உருகி, வெள்ளமாய்ப் பெருகுவது போல அச்சம் தன் உறைநிலை உடைத்துப் பெருகுவதால் உருவாகும் அமைதி இது. அவரவருக்கு நிகழ்ந்தது பற்றியும், இன்னும் நிகழுமா என்ற கேள்வி பற்றியும் கிளர்த்தும் எண்ணங்கள் தரும் அமைதி. இந்த முகாமிலிருந்து முன்னர் சிலர் வெளியே கொண்டு செல்லப்பட்டிருக்கிறார்கள். எங்கே, எதற்கு - திட்டமாகத்

தெரியாது. மனம் தன் சூழலுக்கேற்ப ஊகித்துக் கொள்பவையே இப்போதைக்கானது.

இந்த அறையில் நான் இன்னும் அறிமுகப்படுத்தாத ஒருவர் ராசு அண்ணர். இவர் இந்த அறையில் இருந்தாலும் இங்கு ஜீவிப்பதில்லை. அறையின் எள்ளலோ, துக்கமோ, கிண்டலோ, எதுவும் இவரைப் பாதிப்பதில்லை. என்னைப் பொறுத்தளவில், அதன் காரணம் அவரின் ஜீவிதம் இங்கு இல்லை. பிறிதொரு இடத்தில், பிறிதொரு காலத்தில் - அது இறந்த காலமாய் இருக்குமோ? எதிர்காலமாய் இருக்குமா? - சிக்கிக்கொண்டுவிட்டது. அவர் அங்கேயே இருந்துவிட்டார். திடமான தோள்களின் விரிவு இன்னும் குறுகவில்லை. கனத்த முகமும், ஏறு நெற்றியும், அகலக் கைகளும் அழுத்தமான மௌனமும் அவருடையது. ஐம்பதுக்கு மேல் வயது. இருபது வயதிலிருந்து இடதுசாரி இயக்கத்தில் தீவிரமாகச் செயற்பட்டவர். பின் சமூக விடுதலைக்கும் இலங்கையின் தமிழ்த்தேசியப் போராட்டம் தவிர்க்க முடியாது என்ற தீர்மானத்துடன் விடுதலைப் புலிகளோடு இணைந்துகொண்டவர்.

விடுதலைப் புலிகள் இயக்கத்தின் தலைமைப் பீடம் அந்தக் காலத்தில் இந்தச் சமூக இடது இயக்கத்தவர்களைத் தேசியப் போராட்டத்தோடு இணையுமாறு வேண்டிக்கொண்டது. சமூக விடுதலைக் கொள்கைக்குத் தாம் உத்தரவாதம் வழங்குவதாயும் வாக்குறுதி அளித்தனர். இந்த இசைவான கொள்கையின் பொருட்டுப் பலர் இணைந்தனர். அவர்களில் ஒருவரே ராசு அண்ணர். இயக்கத்தில் முக்கியமானவர் இல்லை. ஆனால் சிலரால் மதிக்கப்படுபவர்.

அறையில் இந்த வினோத அமைதி நிலவியபோதுதான், மலிங்க உள்ளே வந்தான். கூடவே புதிதாய் ஒரு இராணுவச் சிப்பாயும். அவனுக்கு உடலிலும் மனதிலும் திடமில்லை. அவனோடு வருகையில் மலிங்க எடுப்பாய்த் தோற்றமளிக்கிறான். இதற்காகவோ என்னவோ மலிங்க கூட்டிவரும் சிப்பாய்கள் இப்படித்தான் அனேகமாய் இருந்தனர்.

அன்றும் ரகுவிடம்தான் மலிங்க சொறியப் போறானோ? விளைவு என்ன ஆகுமோ? என்று அறையே அச்சத்தில் மூழ்கியது. முன்னர் ரகு சொன்ன வார்த்தை அறையில் எதிரொலிப்பதாய்ப் பிரமை. ‘மலிங்கவுக்கு முறையா ஒன்று

கொடுத்தால், இனிச் சொறிய வரமாட்டான்.' வந்தவன் அன்று ராசு அண்ணரைச் சீண்டினான். ரகுவின் முறைப்பான முன்னைய பார்வை அவனுக்கு அச்சத்தைத் தந்ததோ என்னவோ?

"உனக்கு எந்த ஊர்?" ராசு அண்ணரிடம் மலிங்க கேட்டான்.

"எல்லா விபரமும் கொடுத்திருக்கு. உங்கட கோவைகளில போய்ப் பாருங்கோ." அவரின் தடித்த குரலில் உதிர்த்த வார்த்தைகள் மேலும் தடிப்பாக இருந்தன.

"நாங்க கேட்டா நீ சொல்லணுமடா. சண்டையில நிண்டதா? முள்ளிவாய்க்கால் மாத்தளனில."

"ஓம்" கர்வத்துடன் சொன்னார். அவரை 'நீ' என்றோ, 'டா' என்றோ இதுவரை யாரும் விளித்திருக்க மாட்டார்கள் என்று நினைக்கிறேன். அவரது வயதும் முதிர்ச்சியும் பண்பும் அதற்குக் காரணமாகலாம்.

"சண்டையில நிண்டது. ஓமாடா சொல்லுறது?" சொல்லிக் கொண்டே அடிக்கக் கை ஓங்கினான். ஆனால், ராசு அண்ணர் எந்த அசைவுமற்று அவனை உற்றுப் பார்த்தார். அவன் அதை எதிர்பார்க்கவில்லை. தனக்குப் பயந்து வெளிப்படும் அனிச்சையான எந்த உடல் அசைவும் ராசு அண்ணரிடம் எழாததும் அவரின் திண்ணியமான பார்வையும் அவனை நிலைகுலைய வைத்ததை நான் கண்டேன். அவன் திரும்பித் தன் சகாவைப் பார்த்தான். பிறகு ஏதோ எண்ணியவனாகத் தானும் முறைத்துப் பாாத்தான் ராசு அண்ணரையும் பிறரையும். மீண்டும் தன் சகாவைப் பார்த்தான். அவன் அந்தச் சூழலை விரும்பாதவன் போல நின்றிருந்தான். மலிங்க அவனுக்குத் தன் பெருமைகள் பேசிக் கூட்டிவந்திருக்கக் கூடும். மலிங்கவின் சுபாவமே கர்வம்தான். தன் கர்வம் சுருண்டுபோவதை உணர்ந்த அவன் தன் சகா முன்னிலையில் கைதிகளால் அவமானம் நேர்வதை விரும்பவில்லை போலும்.

"நீ பெரிய ஆளாடா அங்க?" மலிங்க தலையைச் சரித்து எள்ளலுடன் கேட்டான்.

"போராளி." கர்வத்தொனி கொண்டு தடித்த வார்த்தைகளில் ராசு அண்ணர்.

இந்த வார்த்தையை எதிர்பார்க்கவில்லையோ ராசு அண்ணாிடமிருந்து. தன் சகாவைத் திரும்பிப் பார்த்தவன் சிங்களத் தூசண வார்த்தையோடு “சண்டை பிடிச்சியா? உங்க பொண்ணுகளுக்கு அலுவலக் கொடுத்தியா.” முடிவில் சிங்களத்தூசணத்தோடு அவர் முகத்தில் ஓங்கி அறைந்தான். மறு கை அறைய உயரவும் ராசு அண்ணர் அதைப் பிடித்து, தன் பருத்த உள்ளங்கையில் அடக்கி அதை முறுக்கியபடி, ஆனால் இறுக்காமல், பற்களை நெருமி முறைத்துப் பார்த்தார். விழிகளில் கனல். கணப்பொழுதுதான். அவன் சட்டென்று அவர் மார்பில் எட்டி உதைத்து விடுபட முயன்றான். ராசு அண்ணர் நிலை தளம்பியதாய்த் தோன்றவில்லை.

ஆனால், அவர் கை விடுபட்டது. விடுபட்டதா? விட்டாரா? தெளிவாக உணர முடியவில்லை. கணப்பொழுதில் இலாவகமாக திமிறிச் சுழன்ற அவன் மறுகரத்தைப் பிடித்துப் பின்வளமாக மடித்துத் தன் அதே கரத்தால் அவன் கழுத்தை வளைத்துப் பிடித்தார். அவர் கால்கள் அவன் தொடை இடுக்குகளில் சொருகி, நெம்புகோல் போல நின்றது. மலிங்க திமிறினான். எச்சரிப்பது போல அவனை மேலும் பிடியிறுக்கித் தன் முழங்காலை மடித்தார். விசித்திரமான விலங்கின் ஊளை ஒலிபோல மலிங்க குழறினான். திமிற முயலவும் அசாதாரணமாகப் பிடியை இறுக்கித் தன் காலைக் கொஞ்சம் மடித்து எச்சரித்தார். அவனது உணர்வு கசாப்புக் கடைக்காரனின் கையில் தன் நெஞ்சின் சுவாசம் இறுகும் வெள்ளைக் கோழியின் கம்மல் போல இருந்தது. அவன் விழிகள் செருகி மேலுயர்ந்தன.

அடுத்தவன் அடியெடுத்து பின்னகர்ந்து வாசலில் திகைத்து நின்றான். கண்களில் வெருட்சி. அறை, அந்தக் கணத்தைப் பிடித்துத் தன்னில் உறைய வைத்தது. சில நிமிடம் பிடியைப் பேணியவர், பிறகு கைவிட்டார். அவர் கைகளுக்கு அவனின் உடல் இரைஞ்சிக் கேட்டது தெரிந்திருக்கும். உடல்வழி மொழிப்பரிவர்த்தனை நிகழ்ந்திருக்குமோ என்னவோ? அவன் நேராக நடக்க முயன்று அறையை விட்டு வெளியேறினான். யாரையும் திரும்பிப் பார்க்கவில்லை. அவன் வெளியேறுவதையே ராசு அண்ணர் எச்சரிக்கையுடன் பார்த்துக்கொண்டிருந்தார்.

அவனது பிடியை இறுக்கியபோது, ஏதோ சிங்களத்திலும் ராசு அண்ணர் சொன்னார் என்பது என் நினைவில் இப்போது உறைக்கிறது. மிக அழுத்தமான வார்த்தையாகவும் இருந்தது. ராசு அண்ணருக்குச் சிங்கள மொழி தெரியுமோ?

முன் ஜன்னல் வழியே வெளியே பார்த்தேன். முட்கம்பி வேலிக்கு உட்புறமாய் நின்ற தடித்த பட்ட மரம் ஒன்று, கொப்புகளை இழந்து நின்றது. மயங்கும் மாலை நேரத்தில் வீசிய அடர்ந்த காற்றுக்கும் அது அசைவு காணாது நின்றது. கீழே ஒரு சிப்பாய் தன் துப்பாக்கியுடன் நிற்கிறான்.

அறையின் உறைநிலை அகாலமாய் நிலைத்தது. பின் இந்த நிகழ்ச்சியை மனம் கொண்டாடவும் செய்கிறது. பிறகு கண்டிக்கவும் செய்தது. ஆனால், எதையும் வெளிப்படுத்த இயலவில்லை. அறை உறைந்துபோனது. அடுத்து நிகழப்போகும் ஆபத்தான நிகழ்ச்சிகள் பற்றியே அறையின் மனக் களைப்பு இருந்தது. ஆமிக்கு அடித்தால் என்ன நடக்கும்? பலிமேடையைச் சுற்றியிருக்கும் சுவர்கள் போல அறையின் சுவர்கள். அதிகாரி கைதிகளைப் பார்வையிட்டு, எண்ணிக்கைளை உறுதி செய்யும் நேரம் நெருங்கி வருகிறது. எடுத்து வந்த சாப்பாட்டில் பாதி எஞ்சிப் போனது.

அடுத்த அறையில் தன் சகாக்களுடன் நுழைந்த காலடிச் சத்தம் கேட்கிறது. அறையில் மௌனம் மேலும் கனத்தது. என் இதயம் உடலை விட்டு வெளியேறி வெளியே துடிப்பதுபோல உணர்ந்தேன். அடுத்து எங்கள் அறைதான். அசம்பாவிதங்கள், முகாம் விதிமுறை மீறல்கள், விசாரிக்கப்படுவது இந்த வருகையில்தான். இப்படியொரு சம்பவத்தை இந்த முகாம் கண்டிருக்காது என எண்ணினேன். ரகு நகங்களைச் சப்பித் துப்பிக்கொண்டிருந்தான். “இப்ப முழியைப் பிரட்டிப் பிரயோசனம் இல்லை. அப்பவே யோசிச்சிருக்கணும். இப்ப எல்லாற்ற கதையும் முடியப்போகுது.” ரகு அச்சத்தைக் கக்கினான். அட இவன் அல்லவா மலிங்கவுக்கு ‘மூஞ்சையை உடைக்காமல் விடமாட்டன்’ என்று முன்னர் சொன்னவன்?

பசீலண்ணை சொன்னார். அல்லது அடக்கினார் “அழிஞ்சது இயக்கம்தான். நாங்கள் போராளிகள்தானே. என்ன வந்தாலும் பார்க்கலாம்.” இந்தப் பசீலண்ணைதான் அன்று ரகு கொந்தளித்து மலிங்கவுக்கு அடிக்கச் சபதம் செய்தபோது புத்திசொல்லி அடக்கியவர்.

அதிகாரி தன் சகாக்களுடன் வந்தான். வழமையான முகத்தைக் காண்பிக்க சப்பாணி கட்டி அமர்ந்திருந்த நாங்கள் முயன்று கொண்டிருந்தோம். "எக்காய், தெக்காய், துனாய், கத்தறாய், பகாய்....." உளவுத்துறை அதிகாரி மனதில் எண்ணினாலும் எப்போதும் சொற்கள் வெளியே துப்பத்தான் செய்கிறது. இந்த மேஜர் தன் கண்களாலே எண்ணி முடித்தான். எங்களை நோட்டம் விட்டவன், சிங்களத்தில் ஏதோ கேட்டான். அவன் முகம் சாதாரணமாகத்தான் இருந்தது. ஆனால் எங்கள் முகம் அப்படியில்லையே! நாங்கள் தமிழில் மொழிபெயர்க்கப்போகும் அந்தப் புலனாய்வு அதிகாரியைப் பார்த்தோம். "ஏதாச்சும் சொல்ல இருக்கா?" அவன் கேட்க நாங்கள் மருள விழித்தோம். ராசு அண்ணரில் அசைவு தெரிந்ததை என் விழிகள் உணர்த்தின. அதற்கிடையில் அவன் "சாப்பாடு, தண்ணி எல்லாம் சரிதானே?" என்றான்.

நான் துணிந்தேன். இதற்கு உள்ளர்த்தம் இருக்குமா? இல்லையா? என்று பார்த்துவிடவேண்டும். இல்லாவிட்டால் அச்சத்திலேயே மனம் செத்துவிடும். "ரொய்லட்டுக்குச் சில நேரத்தில தொட்டில தண்ணி இருக்கிறதில்ல." உளவுத்துறைக்காரன் மேஜருக்கு இதைச் சிங்களத்தில் சொன்னான். அவர் திருப்பி ஏதோ பதில் சொன்னார். மேஜரின் தொனியும் உடல்மொழியும் எனக்குச் சொன்னது 'அதைக் கேட்கும் உரிமை உனக்கு இல்லை'யென்று உளவுத்துறைக்காரன் மொழிபெயர்த்தான். "காலையில மட்டும் நீங்கள் ரொய்லட்டுக்குப் போகலாம். மற்றும்படி போகமுடியாது. சொல்லியிருக்கு. காலையில தண்ணி இருக்கா? இல்லையா?"

"இருக்கு." என்றேன்.

"ஹரி" என்றான் மேஜர். சரியென்றுதான் அதற்கு அர்த்தம். அவர்கள் போய்விட்டார்கள். என் கேள்வியின் உள்நோக்கத்திற்குப் பதில் கிடைத்துவிட்டது.

கை கழுவும் வாளி புளித்து நுரைத்து நாறியது. ஜான் அதை எடுத்துக்கொண்டு வெளியே ஊற்றப் போனான். இல்லாவிட்டால் இரவு நித்திரை வராது. இந்தச் சாப்பாடு யாருக்காவது வேணுமா? இல்லையா? அன்றைய எஞ்சிய சாப்பாட்டைக் கேட்டான். அமைதியின் பின், பசீலண்ணை சொன்னார். "வேண்டாம் ஜான், கொண்டுபோய்க் கொட்டு!"

விசித்திரம்தான். மறுநாளும் எதுவும் நடக்கவில்லை. ராசு அண்ணரை நசித்துவந்த குற்ற உணர்வு மெல்லக் குறைந்ததாய்ப் பட்டது. தன்னால் எங்களுக்கு ஆபத்து நேர்ந்ததோ என்று மறுகிக்கொண்டிருந்தார். முகத்தில் அச்சமில்லை. ஒரு குறுகலே இருந்தது.

எங்கள் விதி விசித்திரமான பாதைகளினூடு பயணிக்கவே ஆவல் கொண்டு நின்றது. சாமானியர்களாகப் பிறந்த எங்களாலோ விதியின் பாதைகளை முன்னுணர முடியவில்லை. ஆக, அசாதாரணமாக எங்கள் வாழ்விலிருந்து பெற்றுக்கொண்ட சக்தியை இத்தருணத்தில் இழக்கக் கூடாது. இழக்க நேர்ந்தால் விதியின் விநோதப் பாதைகளில் பயணிக்கவும் முடியாது என்று பட்டது. போர் தந்த அசாதாரண வாழ்வே இப்போதும் எமக்குத் துணை நிற்கக் கூடியது.

அறையில் மலிங்கவுக்கு அடித்ததற்கான எதிர்வினை எதுவும் இராணுவம் ஆற்றாததற்கான காரணங்கள் பற்றிய ஆராய்வுக் கதை நிகழ்ந்தது. பல கோணத்துப் பார்வைகள். அவரவர் மனநிலைக்கேற்ப கோணங்களும் மாறுபடுகின்றதோ?

சுரேன் அன்று மலக்கூடத்தடியில் என்னுடன் கதைத்த சிப்பாய் சொன்னவற்றை நினைவு கூர்ந்தான். நான் அந்தக் கருத்துடன் ஒத்துப்போனேன். நான் மீள அந்த வசனத்தை நினைவுபடுத்தினேன். “எங்கட ஆக்களால பிரச்சினைதானே! மேஜர்கிட்ட சொல்லுங்க.” மேலும் நான் சொன்னேன், “மலிங்க, அதிகாரப்பூர்வமில்லாமல்தான் அறைக்கு வாறான். வாறதுக்கு அனுமதி இருக்காது. அப்படி இருந்தால் துவக்கோடதான் வந்திருப்பான். அடுத்து, இதற்காக அவன் தனிப்பட எங்களைப் பழிவேண்ட ஏதாவது செய்யக்கூடும்.”

“ஒருவேளை நாங்கள் இந்தப் பிரச்சினையை வெளியில சொன்னால், தனக்குக் கைதிகளின் அறைக்குப் போனதற்கும் கலகத்தை உண்டாக்கியதற்கும் மிலிட்டரி பொலிசால் கைதுசெய்யப்படக்கூடும் எண்ட பயத்திலயும் அவன் இருக்கக்கூடும்” பசீலண்ணை சொன்னார். அதுவும் சரிதான்.

மறுநாளுக்கு அடுத்தநாள் பசீலண்ணை விசாரணைக்கு அழைக்கப்பட்டிருந்தார். விசாரணைக்குப் போனவர் பின்னேரப் பொழுதாகியும் அறைக்குத் திரும்பவில்லை. இரவு தொடங்கையில் கைதிகளை எண்ணிட அதிகாரி

வந்தான். கூடவே உளவுத்துறைக் காரனும் வந்தான். எண்ணிக்கை சரியென்ற முகபாவம்தான் அவர்களிடம் தெரிந்தது. நாங்கள் பதட்டத்தில் கேட்கலாமா கூடாதா என்று எண்ணிக்கொண்டிருக்க அவனே சொன்னான். "உங்க அறையில ஒருவர புனர்வாழ்வுக்கு அனுப்பியிருக்கம். வேற ஆக்களையும் அனுப்பியிருக்கம். கொஞ்சம் கொஞ்சமென்று உங்களையும் அனுப்புவம். விசாரணைக்கு உண்மை சொல்லணும். அரசாங்கத்திற்கு உதவி செய்யணும், புரிஞ்சிதா?"

அறையில் மௌனம் கனத்து, நெஞ்சை அமிழ்த்தியதில் அன்று இரவு யாருக்கும் நித்திரை வரவில்லை. நான், அதிகாரி போனதன் பின்னான நிலைமைகளில் சிக்குண்டு போயிருந்தேன். மறுநாள் எனக்குத் துலக்கமாகத் தெரிந்தது. அறையில் சிலரின் கண்கள் என்னில் ஊர்வது போன்ற உணர்வினால் அருட்டப்பட்டுக் கொண்டே இருந்தேன். அவர்களின் என்னுடனான உறவிலும் அதைக் காணமுடிந்தது. அறையில் கடைசியாக விசாரணைக்குப் போய் வந்தவன் என்ற வகையிலும், அறைக்கு நான் புதியவன் என்ற வகையிலும் நான்தான் பசீலண்ணையைக் காட்டிக்கொடுத்து விட்டேன் என்ற எண்ணம் சிலருக்கு உருவாகிற்று. அதிகாரி போனதும் 'புனர்வாழ்வுக்கு அனுப்பிய கதை' என்று நான் சொன்னதை மறுஅர்த்தம் கண்டு இவருக்கு எப்படித் தெரியும் என்று சந்தேகத்துக்கு வலுவும் சேர்த்துக்கொண்டனர்.

மலிங்கவுக்கு அடித்த பிரச்சினைக்கு எதிர்வினைதான் இதுவென்ற பார்வையும் சிலரிடம் இருந்தது. ஆனால் மறுநாளே முகாமில் வேறு சிலரும் கொண்டுசெல்லப்பட்டுவிட்டதை மலக்கூடத்தடியிலிருந்து நான் அறிந்துவந்து சொன்னேன். அதனால் இதற்கும் மலிங்க விவகாரத்திற்கும் சம்பந்தம் இல்லையென்றாகிற்று. ராசு அண்ணர் மீது சிலருக்குத் தோன்றிய எரிச்சல் இதனால் இல்லாது போயிற்று. ஆனால், இதை அறிந்துவந்து ஊர்ஜிதப்படுத்தியதால் என்மீது சந்தேகம் தோன்றிற்று. இதை சாடைமாடையாகத் தன் கதையில் எனக்குச் சொல்லிவைத்தவர் ராசு அண்ணர்தான். மலிங்கவுக்கு அடித்த பிறகுதான் ராசு அண்ணரின் மௌனம் கொஞ்சம் இளகத் தொடங்கியிருக்கிறது. "ஆமிக்காரன் பலவித வெறியில நிதானமில்லாமல் இருக்கிறான். எங்கடையள், பயத்தில நிதானிக்கேலாமல் இருக்குதுகள்" என்று ராசு அண்ணர் சொன்னதை நான் திரும்பவும் மீட்டுப் பார்த்தேன்.

இரண்டு நாள்களின்பின், அறையில் நிலைமை தலைகீழாக மாறியது. தரணி சொன்னான் "பசீலண்ணை வெளியில இருந்து ஆக்களை வச்சு அலுவலப் பாத்திட்டார். அல்லது எம்.ஐ.சி காரனோட டீல் பண்ணிற்றார்."

"நானும் அப்படித்தான் கேள்விப்பட்டன்" என்றான் அறையில் மற்றொருவன்.

"பசீலண்ணையோட அனுப்பின ரண்டு பேருக்கு ஏற்கனவே வவுனியாவில குடும்பம் இருந்ததாம். மாற்று அரசியல் கட்சிக்காரரோடையும் நெருக்கமாம். அதுதான் அலுவலப் பார்த்து புனர்வாழ்வுக்குப் போயிட்டாங்கள்" மாஸ்டர் சொன்னர். இப்படிப் பலர் முகாமில் நம்பத் தொடங்கினர். வெப்பியாரத்தில் கதைகள் குரூரமாகவும் வெளிப்பட்டன. ஒரு சிலர் இதை நம்பத் தயாரில்லை. ஆனால் இவர்களோ மௌனிகள்.

இரவுகளில் பசீலண்ணை இல்லாத அறை குடும்பத்தில் ஒருவர் குறைந்ததுபோன்ற வெறுமையைத் தந்தது. பசீலண்ணை தன் குடும்பம் பற்றிப் பகிர்ந்த மிகச் சில வார்த்தைகளை மீட்டேன். எதற்காக...? அவர்மீது கொண்ட இரக்கத்தினாலா? இல்லை. அவர்மீது எழுப்பப்படும் சந்தேகங்களுக்கு விடைதேடவா? மனம் அதிகமும் இரக்கம்தான் கொள்கிறது என்று எண்ணுகின்றேன்.

அவரது மனைவி, பிள்ளைகளின் கடைசி நிலைமை பற்றி அவர் ஏதும் அறிந்திருக்கவில்லை. இரணைப்பாலையில் அவர் ஏழு வயது மகனை இழந்துவிட்டார். மனைவி சிறு காயத்துடன் உயிர்தப்பியிருந்தார். மேலும் ஒரு பெண் பிள்ளையும் அதற்கு அடுத்ததாய் ஒரு ஆண் பிள்ளையும் உண்டு. இறந்தது கடைசிப் பிள்ளை என்ற வகையில் வலி அதிகமாய் இருந்திருக்க வேண்டும். அவர் அப்போது போரின் முன் களத்தில் இருந்தார். வீட்டிற்கு வந்து, மகனை ஒரு மண்பிட்டியில் அடக்கம் பண்ணிவிட்டு மறுநாளே களத்திற்குப் புறப்பட்டுவிட்டார். அந்த நேரத்தில் சுடலைகளில் எல்லாம் மக்கள் குடியேறிவிட்டிருந்தனர்.

அடக்கம் பண்ணிய அன்றிரவு, பங்கர் ஒன்றை வெட்டிக் கொடுத்துவிட்டுப் போகும் முயற்சியில் இருந்தார். மகள் மண் மூட்டைகளை அடுக்க உதவினாள். ஆறாத துயரையும்

வலியையும் ஆக்ரோசமாக பூமியை மண்வெட்டியால் பிளந்து போக்கினார். விடியும்வரை ஓயாது வெட்டினார். துயர்கொள்ள முடியாமல் மனம் தன் சக்தியை இழக்கும்வரை பூமியைப் பிளந்தார். மூவர் படுத்துறங்க முடியும் அளவுக்கான பங்கர் அது. எட்டுக்கு ஐந்து அடி என்று இருந்தது அதன் அளவு. யாரிடமோ கடன்வாங்கிப் பத்தாயிரம் பணமும் மூன்று கிலோ மாவும் மனைவியிடம் அன்றே கொடுத்தார். இது எத்தனை நாளைக்குப் போதும்? ஆனால் போதும்வரை உயிர் வாழ்வதே பெரும்பாடு என்ற நிலைமையே இருந்தது. இரணைப்பாலையில் மூன்று மாவட்ட மக்கள் ஒரு ஊரில் நசுங்கிய நேரம் அது.

பிறகு இரணைப்பாலையை இராணுவம் விழுங்க மாத்தளனில் அவர்கள் இடம்பெயர்ந்துவந்து ஊரின் அயலவர் குடும்பத்துடன் இருந்ததைக் கடைசியாக அவர் அறிந்திருந்தார். அவ்வளவுதான். அதன் பின்னர் அவர்களுக்கும் இவருக்கும் எந்தத் தொடர்பும் இருந்ததில்லை. என்ன நடந்தது? எங்கிருக்கிறார்கள்? யார் யார் இருக்கிறார்கள்? எதுவுமே தெரியாது. இதை அவர் சொல்லும்போது இதுதான் மொத்தத் தமிழனின் கதி. இதில் நானும் ஒருவன் அவ்வளவுதான் என்ற தோரணையையே வெளிப்படுத்தினார். ஆனால் அப்படி வெளிப்படுத்துவதன் மூலம் தன் தாளாத் துக்கத்தை முழு வீச்சுடன் புதைக்க முயன்றார் என்றே எனக்குப் பட்டது. மூத்தவர், முதிர்ந்தவர் இளைய போராளிகளின் முன்னிலையில் அப்படித்தானே நடக்க இயலும்!

சமயங்களில் இதயத்தின் வெம்மை விழிகளின்வழி சூடாக இரு சொட்டு நீராய் இரவுகளில் வெளியேறும். ஊமை இருளும் குருட்டு அமைதியும் மனதினை வியாகுலமுற வைக்கும். இன்னும் என் கன்னத்தில் சுடுநீர். காரணம் இந்த ராசு அண்ணரின் பாட்டு. இந்த மனிசன் மெல்ல மௌனம் கரைத்து, முணுமுணுத்து ஏதோ இசைக்க சுரேன், "பாடுங்க ராசு அண்ணை, பாடுங்க ராசு அண்ணை." என்று வற்புறுத்தினான். கசிந்த வெள்ளம் அணையுடைத்துப் பாயத் தொடங்கிற்று. அவர் தன் தடித்த குரலால் சுருதி குலையாது உச்ச ஸ்தாயியில் பாடினார்.

"தர்மம் ஒரு வாழ்வின் பொய்யோ
சூதே அதன் உள்ளின் மெய்யோ

பொய்யே அதன் பொருளும்தானோ - இல்லை
பொருளே பொய்தானோ?
பொய்யும் மெய்யும் பொருளும் வாழ்வின்
மாயை மாயை மாயை தானோ?
தர்மம் ஒரு வாழ்வின் பொய்யோ...”

அவர் பாடலின் வரிகளுக்கு உண்டான அழுத்தம் காரணமாகவோ என்னவோ நெஞ்சு விம்மிவிடும்போலிருந்தது. வாழ்வில் நான் கொண்ட நியாயங்களுக்காக நான் சிறைவைக்கப்பட்டிருக்கிறேன். அதுவும் மரணத்தின் விச நிழலில். எங்கள் நியாயங்களுக்காக எதையெல்லாம் இழந்தோம்? அடுத்தவருக்காக உயிரை இழக்கச் சித்தமாகவே வாழ்ந்தோம். இன்னும் நான் உயிருடன் இருப்பது என் குற்றமல்லவே. குற்றம்தான் என்றால் அது விதியின் குற்றம். ஒரு கோடி குண்டுகளால் என் உடலைக் களத்தில் சாய்க்க முடியவில்லை. ஆனால் வாழ்வனைத்தும் மரணத்தின் எதிரேதான் நின்றோம். இன்றது விசமுண்ட வாழ்வாகிப் போனதேன்?

துக்கித்த வாழ்வொன்றின் வலியும் வெம்மையும் ராசு அண்ணரின் குரலில் அடர்ந்துகிடந்தது. மகாப் பிரளயத்தில் மரணம் செரிக்காது துப்பிவிட்ட பாக்கியமற்ற மனிதன். ஒரு யுகப் பாடகன். காலத்தைக் கைம்மாறு செய்யப் பிழைத்த கால தூதனோ இவன்?

“அறம் என்ற பொருளும் பொய்யோ
பொருள் என்ற சொல்லும் பொய்யோ
பொய்யொன்றே வாழ்வின் மெய்யோ - இல்லை
பொய்யே விதிதானோ?
அகமும் புறமும் அறமும் திருவும்
மாயை மாயை மாயைதானோ?
தர்மம் ஒரு வாழ்வின் பொய்யோ... ?”

படுத்திருந்த சுரேன் எழும்பிக் கத்தினான், “ராசு அண்ணை பாடாதேங்கோ. குறை நினைக்காதேங்கோ! எனக்கு நெஞ்சுக்க வலிக்குது.” ராசு அண்ணை எழுந்து தன் அகல நெஞ்சில் பெரிய அகன்ற தன் கைகளால் சுரேனைக் கட்டி முதுகில் தடவினார். அவன் அழுதான். சிலர் அழக்கூடாது என்று முயன்றுகொண்டிருந்தனர். “அடுத்தவனை

களத்தில் வழிநடத்திய வீரனடா நீ. அழுது அவங்களை அவமானப்படுத்துவியா...?" ராசு அண்ணர் கர்வம் தொனிக்கும் குரல் கொண்டு, சுரேனைக் குத்திய துக்கமுள்ளைப் பிடுங்கி எறிந்தார்.

ராசு அண்ணரின் பாடல் வரிகள் மனதில் இருந்து போகுமுன்னே ரகுவும் சின்னவன் கலையும் அழைத்துச் செல்லப்பட்டார்கள். அவ்வளவுதான். எதுவும் தெரியாது. முகாமில் வேறு சிலரும் காணாமற்போனார்கள். புனர்வாழ்வுக்கு அனுப்பியதாக அதிகாரிகள் சொன்னார்கள். எண்ணிக்கைக் கணக்கெடுத்து அறையை விட்டு அதிகாரி அகலவும் ஜான் சொன்னான், "அது சரி. செத்தாத்தானே திரும்பிப் பிறக்கலாம். புனர்வாழ்வுக்கு அனுப்புறாங்களாம். என் இனிய போராளிகளே! தயாராகுங்கள் புனர்வாழ்வுக்குப் போக." ஜான் தனது நக்கல் சொண்டை ஒரு சாங்கமாக வைத்து அந்தச் சூழ்நிலையின் இறுக்கத்தை உடைத்த உடைப்பில் சிரிப்புப் பொத்துக்கொண்டு வந்தது.

தம் மரணத்தைத் தாமே எள்ளலுடன் எதிர்கொள்வது புதுமையான அனுபவம் இல்லையா? இந்த விச நிழலில் மரணம்கூட எள்ளலாகி விடுகிறதே.

உளவுத்துறை அதிகாரி திரும்பிவந்தான், "என்னது சிரிக்கிற?" மடையுடைந்த வெள்ளம் திரும்ப குளத்தின் உள்நோக்கிப் பாய்ந்தது. அவன்போக ஜான் மீண்டும், "அருமையாத்தான் 'அண்ணை' வளர்த்திருக்கிறார். இந்த வயதிலையும் என்ன மாதிரிச் சொல்லுக் கேக்கிறியள் பொடியள்." வாயைப் பொத்தி ராசு அண்ணர் குலுங்கக் குலுங்கச் சிரித்தார். ஜானின் முகபாவனையும் ராசு அண்ணரின் குலுங்கலும் எல்லாரையும் நிறுத்த முடியாது சிரிக்க வைத்தது.

"சரியடாப்பா, சிரிச்சிட்டுச் சாவுங்க என்று ஆமிக்காரன் சொல்லிட்டுப் போறான். நீங்க பயப்படாம சிரியுங்க" என்று ஜான் திரும்பவும் சொன்னான். மாஸ்டர் கேட்டான், "எங்கடா சொன்னான்?"

"உனக்குக் கேக்கேல்லை?... எனக்குக் கேட்டிச்சே. வாத்தி உனக்கு விசில்சத்தம் மட்டும்தான் கேக்கும். உன்னைச் சுடேக்க விசில் அடிச்சிட்டுச் சுடச் சொல்லுறன்." மீண்டும் அறையில் சிரிப்பு.

இரவு படுக்கும்போது மனம் என் குதத்தைச் சுற்றிச் சுற்றி வந்தது. அங்கு என்ன இருக்கிறது? என் மரணம் இருக்கிறது. யமனை வைக்க வேண்டிய இடத்தில் வைத்தவன் நான் ஒருவன்தான். நாளை காலை அது வெளியே வரும்போது எடுத்து, பழுதடைந்திருக்கிறதா, உள்ளே நீர்க் கசிவு இருக்கிறதா என்று சோதித்துவிட்டு உள்ளே திருப்பி வைக்கவேண்டும்.

நேரம் ஆக ஆக இருள் தன் கருமை வர்ணத்தைத் திரட்டி ஒரு திண்மமாக்கி என் நெஞ்சை நோக்கி அமிழ்த்துவது போன்ற ஒரு பிரமை தோன்றிற்று. கிழக்கின் காடுகளில் ஊற்றெடுத்த விசம் மெல்ல வடக்கின் காடுகளில் பரவி வயல், வாய்க்கால், கழனி, கிராமம், பட்டினம், நகரம் என்று துரத்தித் தின்றது மனிதர்களை. இன்னும் பசி அடங்காமல் தப்பிய பலி உயிர்களைத் தேடி வருகிறது. இனிச் செய்வதற்கு எதுவுமில்லை. விதியை அதன் போக்கில் விட்டுவிட வேண்டியதுதான். ராசு அண்ணரின் பாடல் இதயத்தில் ஆதார லயமாகிவிட்டது போல. "தர்மம் ஒரு வாழ்வின் பொய்யோ...?"

09

இப்பவெல்லாம் சுரேனை மௌனம் இழுத்துத் தனக்குள் புதைத்து வைத்திருந்தது. யாராலும் அதை விடுவிக்க முடியவில்லை. எனக்கோ பசீலண்ணைதான் ஞாபகத்திற்கு வந்தார். முன்னொரு தடவை இவன் இப்படியானபோது ஒரு வித்தைக்காரனைப் போல இவனைக் கதைக்கத் தூண்டி அழுகையை வரவைத்தாரே! அவ்வளவுதான் இவன் மீண்டுவிட்டிருந்தான்.

பசீலண்ணை 'அலுவல்' பார்த்துத் தப்பி இருப்பார் என்று நான் நம்பவில்லை. அவரின் கண்களில் பிழைத்தல்மீது கொள்ளும் நம்பிக்கைக்கான சிறு ஒளித் துலங்கலும் இருந்ததில்லையே. மரணம் அவரை விழுங்கியிருக்கும். வதை இல்லா மரணம் அவருக்கு வாய்த்திருக்க வேண்டும் என மனம் வேண்டிக் கொண்டது. நான் என் மனதை இதில் பின்தொடர விடாமல் இழுத்தேன்.

சுரேனை மௌனத்தின் பிடியில் இருந்து மீட்க முடியாமல்போக, அதன் மறுவிளைவு மௌனம் தன் ஆழச்சுழி நோக்கி மற்றவர்களையும் இழுத்தது. ஜான் பலமுறை பிரயத்தனப்பட்டு முயற்சித்தது இதற்காகத்தான். ஒவ்வொரு முறை தோல்வியிலும் ஒவ்வொரு முழம் எல்லோருமே புதைந்துபோய்க் கொண்டிருக்கிறோம். ஆழமறியா மௌனச்சுழி கொண்ட கிடங்கில். இந்தச் சிறையறையில் ஒருவரின் உணர்வு மற்றவரைச் சுலபமாகப் பீடித்துக் கொள்ளும். தோல்வியின் துக்கமோ, சிறையிருத்தலின் வெட்கமோ குடும்பத்தின் ஏக்கமோ எதுவாயினும் சரி தப்பவியலாது. இயலவே இயலாது.

தப்பி வாழ்ந்தவர்கள் அந்த அறையில் மீதமாய் இருந்த இருவர். அவர்களை ராசு அண்ணர் இரட்டையர் என்றுதான் அழைப்பார். அவர்கள் எதிலும் பங்கெடுப்பதில்லை. அவர்கள் பற்றியும் யாருக்கும் விபரம் தெரியவில்லை. ஆரம்பத்தில் இருந்தே அவர்கள் யாருடனும் கதைத்ததும் இல்லை.

அவர்களின் உலகம் தனியாய் இருந்தது. அவர்களின் இருமைத் தனிமை மற்றவர்களைப் பாதித்ததில்லை. மற்றவர்களின் நிலைமை அவர்களைப் பாதித்ததில்லை.

எதற்காக அப்படி இருக்கிறார்கள்? பாதுகாப்புக்காகவா? ச்சா... இதுவென்ன என் மடமை.

அறையில் தனித்தனி உலகம் உருவாகத் தொடங்கிற்று. இது மரணத்தின் நிழலை அத்தனைச் சுமையாக எங்கள் மேல் வீழ்த்தியது. முன்னர் தன் உலகத்தில் வாழ்ந்த ராசு அண்ணர் இப்போது தன் மௌனம் குலைத்து இந்தத் தனியுகங்களை உடைக்க முயன்றுகொண்டிருந்தார். ஜான் துணை நின்றான். பசீலண்ணை இல்லாததால் அந்த இடத்தை இட்டு நிரப்பவேண்டும் என்று ராசு அண்ணா எண்ணியிருக்கக் கூடும். ஆனால், அது அத்தனை சுலபமாக இருக்கவில்லை அவருக்கு.

நிகழ்காலம் நம்பிக்கையற்றதாகும் போது மனிதர்கள் கடந்த காலத்தின் துக்கச் சுழிக்குள் மாட்டிவிடுகிறார்கள். அல்லது எதிர்காலத்தின் அச்ச வலைக்குள் சிக்கிவிடுகிறார்கள். ஆனால் நானோ மனிதர்கள் கடந்த காலத்தின் துயரிலோ எதிர்காலத்தின் அச்சத்திலோ அகப்பட்டுக்கொள்ளும்போதுதான் நிகழ்காலத்தின் மீது நம்பிக்கையை இழக்கிறார்கள் என்றே புரிந்துகொள்ள முயன்றேன்.

எனக்கு ராசு அண்ணரின் பாடலின் மறுபல்லவி வரிகள் நினைவுக்கு வந்தன. எத்தனை வலிய வார்த்தைகள் அவை.

சாவுகள் சலிக்கக் கண்டேனே
சலிப்பது சாகவும் கண்டேனே
உயிர்த்தலின் மரணம் கண்டேனே
மரணத்தின் உயிர்ப்பையும் கண்டேனே
அகமும் புறமும் அறமும் திருவும் - அழியக்
கண்டேனே கண்டேனே!

சிறையை இருள் விழுங்கிவரும் மாலைப்பொழுதில் ஒரு அகத் தூண்டுதலாலோ அல்லது ஒரு மாறுதல் வேண்டியோ நான் ராசு அண்ணரைப் பாடச் சொன்னேன்.

அவர் நிமிர்ந்து மற்றவர்களைப் பார்த்தார். அதன் அர்த்தம் மற்றவர்களை அது இடையூறு செய்யக்கூடும் என்றிருந்தது. ஆனால், அவர் பாட ஆர்வமாக இருப்பதன் வெளிப்பாடும் அதுவாகும். ஜான் அதைப் புரிந்துகொண்டு, "அண்ணை எம்.ஜி.ஆர் படப்பாட்டு வேண்டாம். பாடுறதெண்டால் உங்கட பாட்டைப் பாடுங்கோ. தர்மம் ஒரு வாழ்வில் பொய்யோ... சூதே அதன் உள்ளின் மெய்யோ..." முதலடியைப் பாடிவேறு காட்டினான். "நீயே நல்லாய்ப் பாடுறாய்... பாடன்ரா" ராசு அண்ணர் சொன்னார். "இல்லையண்ணை நீங்களொருக்காப் பாடுங்கோ" மாஸ்ரர் சொன்னார். சுரேன் கூட சப்பணம் கட்டிக் கொண்டு நிமிர்ந்தான். பாட்டைக் கேட்கும் ஆர்வம் தூண்டப்பட ராசு அண்ணர் பாடினார். அவர் தன் தொண்டையை முழுமையாகத் திறந்து தன் தடித்த குரலில் பாடினார். அந்தப் பாடல் எங்களை ஆக்கிரமிப்பதன் காரணம் அது அவருடைய பாடல் அல்ல. அது எங்களுடைய பாடலாய் இருந்தது.

"தர்மம் ஒரு வாழ்வின் பொய்யோ
சூதே அதன் உள்ளின் மெய்யோ
பொய்யே அதன் பொருளும்தானோ - இல்லை
பொருளே பொய்தானோ
பொய்யும் மெய்யும் பொருளும் - வாழ்வின்
மாயை மாயை மாயைதானோ?"

தொடர்ந்து பாடிய ராசு அண்ணர் இன்று ஒரு பல்லவியையும் சேர்த்துக்கொண்டார்.

"கண்டவை பொய்யென்று ஆகாதோ
நடந்தவை இல்லையென்று போகாதோ
மாண்டவர் மீளவந்தே சேராரோ
என் ஞாபகம் அது செத்தே தொலையாதோ?
அகமும் புறமும் அறமும் திருவும் - ஒளிரக்
காணேனோ? காணேனோ?"

முதல் பல்லவியின் முடிவில் எங்கும் அறமும் திருவும் அழியக் கண்டனே என்று துக்கித்தவர், இன்றைய இறுதிப் பல்லவியில் அறமும் திருவும் ஒளிரக் காணேனோ? என அங்கலாய்த்தார். மரணத்தின் முன்னைய அங்கலாய்ப்பா இது?

‘ச்சா... ஏன் தேவையில்லாத யோசனை...’ நான் இப்படி நினைக்கவும் ஒரு ஆமிக்காரன் வந்து கதவைத் திறந்தான்.

“என்ன போடுறது சத்தம்.”

“.....” யாரும் எதுவும் பேசவில்லை.

“பாட்டுப் பாடுறதா...?” அவன் கேள்வியின் முகத்தில் கோபம் இல்லை.

“எல்லா பேரும் உடுப்பு சாமான்களை எடுத்து றெடியா நிக்கிறது. நான் திரும்பவும் வாற.”

“விளங்கேல்ல... எதுக்கு?” அச்சம் கொண்ட முகத்துடன் தரணி கேட்டான்.

“எல்லாம் நல்லம்.” சொல்லிவிட்டு அவன் போய்விட்டான்.

“எல்லாம் நல்லமா? யாருக்கடா கழிசடை மோனே? ஒண்டும் புரியுதில்லை.” ஜான் புலம்பினான்.

அதிகாரியின் அறைக்குக் கொஞ்ச நேரத்தில் எங்களைக் கொண்டுபோனான். நாங்கள் மூன்று பிரிவாக்கப்பட்டோம். எதுக்கு மூன்று பிரிவு? புரியவில்லை. என் மூளையோ சக்திகொண்டு ஆராய்ந்து கண்டுபிடித்துவிடத் துடித்தது. முடியவில்லை. பசீலண்ணை மற்றும் ரகு, கலைதான் நினைவுக்கு வந்தார்கள்.

என் பிரிவில் ராசு அண்ணரும், ஜானும் சுரேனும் இருந்தனர். தரணியும் இரட்டையில் ஒருவனும் தனிப்பிரிவு. மற்றவனும் மாஸ்ரரும் மறு பிரிவு. விம்மலாகத் தொடங்கிய இரட்டையர்களது அழுகை உரத்தது. அழுதபடியே மாஸ்ரரோடு விடப்பட்ட தனியன் தானும் மற்றவனோடு சேர்கிறேன் என்றான். அதிகாரி மேலும் கீழும் அவனை ஒரு தினிசாய்ப் பார்த்துவிட்டு முடியாதென்றுவிட்டான். என் பிரிவைத் தனித்த அறைக்குக் கூட்டிச் சென்றபோதுதான் தெரிந்தது. சிறைமுகாமே இப்படி பிரிக்கப்பட்டிருக்கின்றதென்பது. ஏனெனில் அந்த அறையில் தங்கள் உடுப்புடன் மேலும் பலர் நின்றுகொண்டிருந்தனர்.

உலகின் கண்களில் இருந்து மறைக்கப்பட்ட ரகசியச் சிறை முகாம் இது. பாதுகாப்பு அமைச்சருக்கும் அவரது

விசுவாசிகளுக்கும் மட்டுமே இது தெரியக்கூடும். இப்போது எங்களை எங்கேதான் கொண்டுபோகப் போகிறார்கள்? யாரும் யாருடனும் கதைக்க இயலவில்லை. மனமும் இல்லை. வாழ்வறியா நிலைக்குச் சொற்கள் இல்லை. தன் கூட்டத்தைத் தொலைத்த காட்டின் குட்டிவிலங்கு கொள்ளும் மனநிலையை ஒத்திருந்தது எங்கள் நிலை. வெளியே காற்று பெருவிருட்சங்களை அசைத்துச் சுழித்து முன்முற்றத்தில் சுழன்றெழுந்து போகிறது. சருகுகள் காற்றின் சுழிப்பில் அள்ளப்பட்டு அந்தரத்தில் சுழற்றப்பட்டு விசிறப்பட்டன. மக்கி மண்ணாகும்வரை அவற்றின் நிலை இதுதான்.

மற்றவர்கள் எங்கே சஞ்சரித்து உள்ளார்கள் என்று தெரியவில்லை. சிலர் தங்களுக்குள் ஏதோ கதைக்கிறார்கள். என் மனமோ என் குதத்தைச் சுற்றிச் சுற்றி வந்தது. பீயைச் சுற்றும் ஈ போல. யாரும் யாருடனும் எதுவும் பேசவில்லை. மரணம் அவர்களுடன் பேசிக் கொண்டிருந்தது.

நான் மற்றவர்களை விட ஆறுதலுடன் இருந்தேன். எப்படி என்றா கேட்கிறீர்கள்? அங்கே கடைசி நேரத்தில் வயிற்றைப் பிசைகிறது என்று நாடகம் போட்டு கக்கூசுக்குப் போக அனுமதி பெற்றிருந்தேன். ஒரு துப்பாக்கிச் சிப்பாயின் பாதுகாப்புடன் அதிகாரி என்னை அனுப்பி வைத்தான்.

'கெட்டாலும் மேன்மக்கள் மேன்மக்கள்தான்.' பாருங்களேன். இப்போது எனக்கு கக்கூசுக்குப் போகவும் 'பொடிகார்ட்' உண்டு. தந்திருக்கிறார்கள்.

அங்கே என் குப்பியை எடுக்கப்பட்ட பாடு இருக்கிறதே அதை இன்னதென்று சொல்ல முடியாது. சிறுநீர் கழிப்பது போல மலத்தை உடனே வரவழைத்துவிட முடியாது. அந்த இரட்டையர்போல மலம் வந்தால்தான் என் குப்பியும் வரும். எப்படியோ இந்தக் கட்டத்தில் விதி என்னை நேசித்தது. வெளியே வந்த குப்பியைக் கிளறி எடுத்து கொண்டுபோன தண்ணீரில் கழுவி வாய்க்குள் வைத்துவிட்டேன். இனி, வதை இல்லாத ஒரு மரணத்தை நானே நிகழ்த்துவேன். இந்தக் கழிசடை மக்கள் என்னைக் கொல்ல முடியாது. இந்த அகங்காரம் கடைசி நேரத்தில் என்னுள் எங்கோ ஒரு மூலையில் இருந்தது.

எங்களை ஏற்றிக்கொண்டு ஒரு வாகனம் புறப்பட்டது. காவலுக்கு நின்ற இராணுவச் சிப்பாய்கள் எங்களைப் பரிதாபமாகப் பார்த்தார்கள். அதிகாரியோ பரபரப்பாக இருந்தான். நாங்கள் விடைபெற்றோம். சபிக்கப்பட்ட எங்கள் வாழ்விலிருந்து.

இன்னொரு முகாமில் எங்களை ஏற்றிவந்த வாகனம் நிறுத்தப்பட்டு அந்த முகாம் அதிகாரி எங்கள் பெயர்களைப் பதிவு செய்து பொறுப்பேற்கும்வரை நாங்கள் எங்களை மரணத்தின் கையிலேயே ஒப்படைத்துவிட்டு அமைதியாகிவிட்டோம். அல்லது மரணித்து விட்டோம்.

ஆனால், சாவு அவ்வளவு சீக்கிரம் வந்துவிடாது என்பது இந்த முகாமில் மீண்டும் எங்கள் பெயர்களைப் பதிவு செய்தபோதுதான் தெரிந்தது. வந்து சேர்ந்த இடத்தை அகவிழியும் புறவிழியும் ஆராய்ந்தது. இரவு நேரம் என்பதால் சுற்றுச்சூழல் துல்லியமாகப் புலப்படவில்லை. அன்றைய இரவின் வானம் வெளிப்பாகவே இருந்தது. அதன் ஒளியே பார்வைக்கு ஓரளவு போதுமானதாக இருந்தது.

பக்கவாட்டாய் நீளமான மேல்மாடிக் கட்டடம். அதன் பின்புறம் நடுப்பகுதியில் தொடங்கி பின்னோக்கிப் போகிறது வேறு மாடிக்கட்டடம் ஒன்று. இரண்டையும் இணைத்து நோக்கினால் ஆங்கில 'ஜி' எழுத்துப் போல வரும். நாங்கள் பதிவுசெய்யப்படுவது தனித்த வேறொரு கட்டடத்தில். சிறு அரசாங்க அலுவலகம் போன்ற அமைப்பு. உள்நுழையும் வாசலுக்கு நேர் எதிராக இருக்கிறது இது. இந்த மேல் மாடிக் கட்டடம் கட்டி முடிக்கப்படவில்லை என்பதை கிடைத்த ஒளியில் கண்டுகொண்டேன். முடிவு பெறாமல் பாழாகிப் போகும் கட்டடம் இது. அதன் மாடியைச் சுற்றிக் கட்டியதுபோல வெளியே முட்கம்பிச் சுருள்கள் போடப்பட்டிருக்கின்றன.

முகாமின் முன்வாயிலினுள் பதினைந்து அடி உயரத்தில் முட்கம்பி வேலி சுற்றிவருவதைக் கண்டேன். அதன்கீழே முட்கம்பிச் சுருள் கொண்ட வேலி இன்னொன்று. வெளிப்புறமும் இத்தகைய சுருள் கம்பி வேலி இருந்தது. பதிவு செய்யும் இடத்தில் பொலிஸ் அதிகாரிகளும் நின்றிருந்தார்கள். பொலிசில் பதிவு செய்யப்பட்டோம். பின்னர் இராணுவ அதிகாரி எங்களைக் கூட்டி வந்த அதிகாரியின்

ஆவணக்கடிதத்தில் ஒப்பமிட்டு எங்களைப் பொறுப்பேற்றுக் கொண்டான். நாங்கள் யாரிடம் கையளிக்கப்படுகிறோம். தெளிவாயில்லை. எங்களில் பதினாறு பேர் இருந்தோம். அதிகாரியின் உதவியாளர் சொன்னார் நாங்கள் வந்திருப்பது புனர்வாழ்வு முகாமாம், போர்க் கைதிகளுக்கான சிறப்பு முகாமாம்.

எங்களை இரண்டு இரண்டு பேராக அறைகளுக்கு அழைத்துச் சென்றார்கள். நானும் ஜானும் ஒரே அறை. சுரேன் பக்கத்து அறை. எங்கள் அறைகள் இரண்டாம் மாடியில் இருந்தன. படியால் ஏறி வலப் பக்கம் திரும்பியவுடன் எங்கள் அறை. எங்கள் அறையின் ஓரத்தால் நடந்தால் மற்றதொரு அறை வரும். சுரேன் படியால் ஏறி இடப்பக்கம் திரும்பியதும் வரும் அறையில். மொத்தம் இந்தத் தளத்தில் நான்கு அறைகள்.

எங்களை அறைக்குக் கூட்டி வந்தவன் அங்கு ஒருவனை நித்திரையில் எழுப்பினான். அந்த அறையில் பிணங்களை அடுக்கிவிட்டது போலக் கைதிகள் படுத்திருந்தனர். ஒரு கால் வைக்கக்கூட இடமில்லாதவாறு உடல்கள் அடுக்கப்பட்டு இருந்தன. ‘விமல் எந்திரிடா… ஏய்… ஏய்…” எழுப்பும் இவனின் குரலில் ஒரு அதிகாரத்தொனி இருந்தது. தவிரவும் இவனது தமிழ் வடமாகாணத்தில் பரிச்சயமானது அல்ல. கிழக்கிற்கும் சரியாகப் பொருந்தி வரவில்லை. கண்ணின் கீழே வெளித்தள்ளி தடித்த தசையும் காட்டுப் பூனையின் முகமும் கொண்ட இவன் ஒருவேளை ஆமிக்காரன்தானோ? சிவில் உடையில் அல்லவா நிற்கிறான்?.

“ஓமண்ணை!” அவன் எழும்பி கைகட்டி நின்றான்.

“இவிங்க ரெண்டு பேரு உன் அறைக்குத்தான். இவிங்களைப் படுக்கவிடு. புரிஞ்சிதா?”

“இங்க இடமில்லையண்ணை.”

“ஏய்… பாத்து படுக்க உடுடா… ஹொட்டலுக்கா வந்திருக்கிங்க இங்க.”

“எங்கயண்ணை விடுறது நீங்களே பாருங்க.”

கூட்டி வந்தவன் சுற்றிலும் பார்த்தான். உடல்கள் அடுக்கடுக்காய்க் கிடந்தன. அதில் சில உடல்கள் விழித்துவிட்டன. ஆயினும் எழும்பவில்லை.

“ஏய்... எத்தினை பேரு உன் அறையில...?”

“நாப்பத்தி ஒன்பது.”

“ம்ம்...”

“ஏய்... இந்த இதில படுங்கடா... படுக்க விடு இவிங்களை இதில.” அடுத்த அறைக்குப் போகும் நடைபாதையில் படுக்கச் சொல்லிவிட்டு அவன் அடுத்த அறைக்கு வேறு இருவரைக் கூட்டிக்கொண்டு போய்விட்டான்.

“அவங்கள் இஞ்சால திரும்பிப்போன பிறகு இதில படுங்க. நாளைக்குப் பாப்பம்...” நடுத்தர உயரமும் தமிழ் சராசரி முகமும் கொண்ட இவன் சொன்னான். இருபத்து ஏழு வயதிருக்கலாம். பொது நிறமும், தடித்த மீசையும் கொண்டு நேர்த்தியாக இருந்தான்.

கூட்டி வந்தவன் “ஏய்... படுடா... படுடா...” என்று சொல்லிக் கொண்டு மற்ற அறையிலிருந்து திரும்பிப் போய்விட்டான். இந்த அறையில் பலரும் இப்போது விழித்துவிட்டார்கள். “மோகண்ணை உங்கட இடத்தில ஓராளைப் படுக்கவிடலாமோ?” விமல் கேட்டான்.

“இங்க எங்க படுக்கிறது? எனக்கு மேலதான் படுக்கோணும்.”

“அந்த வாளியைத் தூக்கி இடம் மாத்திற்று ஓராள் படுக்கலாம். வேறென்ன செய்யிறது?” இவன் இடம் இரந்தான்.

“ஆ... அப்ப உன்ர வாளியைத் தூக்கிற்று விடு, படுக்க.” அலட்சியமாக எடுத்தெறிந்து சொல்லிவிட்டு அவர் திரும்பிப் படுத்துவிட்டார்.

“ஒண்டும் செய்ய ஏலாது இப்ப. இந்தப் பாதையில படுங்கோ. பிறகு பாப்பம்.”

“அடுத்த அறைக்கு ஆக்கள் எப்பிடிப் போறது?” நான் கேட்டேன்.

“விலத்தி நடந்து போவாங்கள். அங்க பாருங்க அறையில கடைசி வரிசையில படுக்கிறவன் எப்பிடி வாறது, போறது...? இதுக்குள்ளதான் எட்டி விலத்தி நடக்க வேணும். ம்ம்... நாளைக்கு யோசிப்பம் இப்பப் படுங்கோ.”

“என்னத்தில படுக்கிறது?” ஜான் கேட்டான்.

“எங்க இருந்தண்ணை வரியள்... செட்டிக்குளம் தடுப்பு முகாமில இருந்தா?” கேட்டுவிட்டு அவன் எங்களைப் பார்த்தான். அதன் அர்த்தம் ‘பொத்திக்கொண்டு வெறுந் தரையில் படு’ என்பதுதான். அத்தனை எள்ளல் அவன் சொல்லிலும் தொனியிலும் இருந்தது.

மற்றவர்கள் ஏதோ கீழே விரித்துக்கொண்டுதான் படுத்திருந்தார்கள் என்பது தெரிந்தது. அதனால்தான் ஜான் கேட்டான் என்று நினைக்கிறேன். தவிரவும் கட்டி முடிக்கப்படாத இந்தக் கட்டடத்தில் நிலமும் வெறும் காறை மட்டுமே போடப்பட்டிருந்தது. இதன் மேலே சீமெந்து கொண்டு அழுத்தமான நிலம் போடப்படாமலே கைவிடப்பட்டுவிட்டது. எங்கள் படுக்கை இதன் மீதுதான்.

ஒருவனின் கால்மாட்டில் அடுத்தவர் என்று நடைபாதையில் படுத்தோம். தலைமாட்டில் கை கழுவும், சாப்பாடு கொட்டும் வாளி கெட்ட மணத்தை என் நாசியில் ஏற்றியது. நீட்டிப் படுக்க முடியாததால் நான் படுத்தபடி கால்களைச் சப்பணம் கொட்டும் சாக்கில் மடித்துக்கொண்டேன். அறையில் ஒருவன் கேட்டான். “எங்க இருந்து வரியள்” இந்தக் கேள்வியோடு மேலும் இரண்டு உடல்கள் தலை நிமிர்த்தின: பதிலை அறியும் பேரவா அவற்றிற்கு.

“ம்... செட்டிக்குளம்” ஜான் சொல்லிவிட்டுப் படுத்தான். இவன் சொன்ன விதத்திலும் படுத்த விதத்திலும் யாரும் மேற்கொண்டு எதையும் கேட்கத் துணியமாட்டார்கள். அத்தனை கடுப்பு ஜானின் சொல்லில் இருந்தது. ஆவல்கொண்ட உடல்கள் விருப்பை அடக்கிக்கொண்டு மீண்டும் படுத்தன.

நானோ நிலத்துடன் பொருந்த முடியாமல் படுத்தேன். முதுகின் எலும்பையும் தலையின் பிடரிப் பகுதியையும் கற்கள் குத்தின. பக்கத்து அறையில் இருந்து ஒருவன் வந்தான். அவன் செருப்பணித்த தன் பாதத்தை என் கழுத்தின் இடையில் பதித்து என் இடுப்பின் அருகே மறுபாதம் வைத்து, கவட்டின் இடையே அடுத்த மிதி வைத்துத் தாவி நடந்தான். அவன் கடந்து போகையில் கெட்ட வெடில் நாற்றம் அடித்தது. மீண்டும் சற்று நேரத்தில் திரும்பிவந்தான். அதே தாவலில் என்னைக் கடந்து சென்றான்; எந்த உறுத்தலும் இல்லாமல்.

இப்போது கடக்கையில் மூத்திர நாற்றம் நாசியில் ஏறியது. 'ஓ... மூத்திரம் பெய்திட்டு வாறான்போல" ஊகித்துக்கொண்டேன். செருப்பில் அத்தனை நாற்றம். இந்த நடைபாதையிலா படுத்திருக்கிறேன்? 'ம்ம்...' திரும்பி குப்புறப் படுத்தேன். நெஞ்சு, வயிறு, முகத்தில் இன்னமும் கொஞ்சம் தசை மீதமிருப்பதால் எலும்பை காறைகள் உறுத்தாதல்லவா? அது நல்ல யோசனையாய்த்தான் இருந்தது. ஆனாலும் மூக்கைக் கடவுள் முகத்தில் படைத்ததால் முடியவில்லை. பிடரியில் படைத்திருந்தால் நாற்றத்தை முகராது படுக்க வசதியாக இருந்திருக்கும். "ஓ... நாளை என்னை முகாமதிகாரி விசாரணைக்குக் கூப்பிடலாம். காலை எழுந்ததும் முதல்வேலையாகக் குப்பியை மீண்டும் இடம் மாற்றியாக வேண்டும்..." யோசித்தபடியே இருந்தேன்.

புனர்வாழ்வு முகாம் ஒரு கல்லூரி 'ஹொஸ்டல்'போல இருக்கலாம் என்றுதான் கற்பனை செய்திருந்தோம். ஆனால் அப்படிக் கற்பனை செய்த முட்டாள்தனத்தை எண்ணி இப்போ வெட்கப்பட்டேன். நடந்த யுத்தம் "பயங்கரவாதிகளிடம் இருந்து மக்களை மீட்கும் மனிதாபிமான நடவடிக்கை." என்று அறிவித்த அரசு 'பயங்கரவாதிகளுக்குப் புனர்வாழ்வு' என்று சொன்னால் அது எப்படி இருக்குமென்று உணர்ந்தல்லவா இருக்க வேண்டும். இது மனத்தை உறுத்தும்போது சுயவெட்கம் கொள்ளாமல் இருக்க முடியுமா?

தமிழ் மக்களால் இத்தனை ஆண்டுக் காலம் தங்கள் மீட்பர்களாக மதிக்கப்பட்ட போராளிகளுக்கு, அவர்களை அவர்களின் பயங்கரவாதச் சிந்தனையில் இருந்து இயல்பு மனிதராக்கும் புனர்வாழ்வு, அரசால் ஆரம்பிக்கப்பட்டுவிட்டது.

தவறுக்கான வரலாற்றின் தண்டனையா இது? இல்லை வஞ்சிக்கப்பட்ட மக்களின் சாபமா? அல்லது வாழும் காலத்தில் தியாகிகளும் தீர்க்கதரிசிகளும் படவேண்டிய நியதியான கால நிந்தனையா இது? யோசித்துக்கொண்டே இருந்தேன். இரவு முழுவதும் இருள் தோய்ந்த மனதின் அலைச்சலில்... இப்போ உடல்கள் எழுந்துபோகத் தொடங்கிவிட்டன மலம் கழிக்க. நானும் எழுந்துபோனேன். என் குப்பியை மீண்டும் பழைய இடத்திற்கு மாற்றிக்கொண்டேன்.

மறுநாள் அறையில் உள்ளவர் பலரும் தனியாகவும் கூட்டாகவும் ஒருபாட்டம் எங்களை விசாரித்தார்கள். முதிர்ந்த முகங்களிலும் விடுப்பறிவதை அடக்க முடியாமல் தவிக்கும் சாயலைக் கண்டேன். ஆனால் நான் மட்டும் திறமா என்ன? நானும் செய்தது அதுதானே! சுடுகாட்டில் வாழ்ந்திருந்தாலும் சுதந்திரமாக இருந்தோம். மரணம்வரை அங்கு பாடலும் பறத்தலும் எம்முடையதே. இப்போ இப்படி கூடுகட்டி அடைத்தால் வெளியுலகம் அறிய ஆவல் பிறக்காதா என்ன? தவிரவும், வெளியே தம்மைப் போன்றவர்களுக்கு என்ன நடக்கிறது என்பதை அறிந்து கொண்டால்தான் தமக்கான அடுத்த நாள்கள் பற்றி ஊகிக்கமுடியும்.

எங்களுக்கு நாங்கள் இருந்து வந்த இடத்தின் முகாம் அதிகாரி சொல்லிவிட்டான், நீங்கள் போகும் இடத்தில் எங்கிருந்தீர்கள், எப்படி இருந்தீர்கள் என்பன பற்றி சக கைதிகளுடன் எதுவும் பேசத் தேவையில்லை. இதுவும் ஒரு புனர்வாழ்வு முகாம்தான். ஆனால், உங்களுடைய நன்மைக்காக அரசாங்கம் உங்களை உங்கள் குடும்பங்கள் வந்து சந்திக்கக் கூடிய புனர்வாழ்வு முகாமுக்கு மாற்றச் சொல்லியிருக்கிறது. அதனால் உங்களை இங்கிருந்து அங்கு மாற்றுகிறோம்.

இந்த விடயத்தை மனத்தில் கொண்டு நாங்கள் வேறு புனர்வாழ்வு முகாமில் இருந்து வருவதாகச் சொன்னோம். ஜான் இரவு செட்டிக்குளம் மக்கள் புனர்வாழ்வு முகாமில் இருந்து தான் வந்ததாகச் சொல்லி சககைதிகளிடம் மாட்டிக்கொண்டான். அவர்கள் செட்டிக்குளம் முகாமில் உள்ள தங்கள் குடும்பங்கள்பற்றி விசாரிக்கத் தொடங்கிவிட்டனர்.

சக கைதிகளின் விசாரணை முடிய முன்பே இராணுவப் புலனாய்வு அதிகாரிகளிடம் இருந்து அழைப்பு வந்தது. விசாரணைக்கு வரட்டாம். விமலிடம் வந்து ஒரு சிப்பாய் சொல்ல விமல் எங்கள் இருவரையும் அனுப்பி வைத்தான். விமல் இந்த அறைக் கைதிகளுக்குத் தலைவனாக நியமிக்கப்பட்டிருக்கிறான் என்பதை ஊகித்துக்கொண்டேன். விசாரணைக்குப் போனபோது தெரிந்தது இரவு எங்களை அறையில் கூட்டிப்போய் விட்டவன்தான் விசாரணை அதிகாரி என்று. அட நம்மவர்கள் இவனை 'அண்ணை' என்றல்லவா விளித்தார்கள்? அறையின் வாசலில் நாய்

ஒன்று வாலைச் சுருட்டி பின்புறத்தை ஆட்டிக் குழைந்தவாறு உள்நுழைய இவன் அதைத் துரத்திவிட்டு எங்களை மேலும் கீழும் பார்த்தான். தமிழை அவன் சரளமாகவே பேசினான். ஆனால் உச்சரிப்பு வடக்கு கிழக்கைச் சார்ந்ததல்ல. இவன் தமிழைப் படித்து, கற்றறிந்தும் இப்படிக் கதைக்க முடியாது என்றும் மதிப்பிட்டேன்.

முப்பத்தைந்து வயதிருக்கலாம். வெகுவிரைவில் சொட்டைத் தலையாகப் போகிறது. என்னை விடக் கட்டையாக இருந்தான். கண்கள் நிரந்தரமாகவே சிவப்பேறிவிட்டன. விசாரிக்கத் தொடங்கிய உடனேயே சிகரட்டைப் பற்றவைத்துக் கொண்டான். இப்போதும் சிவில் உடையில்தான் இருந்தான். காலுக்குமேல் கால் போட்டு ஓர் அலட்சிய பாவனையை முகத்தில் காட்டி, புகையை ஒரு சாங்கமாக வெளியே ஊதி தனக்குத்தானே திமிர் ஏற்றிக்கொண்டு அந்த விசாரணையை நடத்தினான். அனேகமாக அது ஆரம்பக்கட்டப் பதிவுக்காகத்தான் என்று தோன்றியது எனக்கு. நாங்கள் இடம் மாற்றப்படும்போது எங்கள் கோவைகளையும் - அதுதான் ஃபைல்களையும் சேர்த்து அனுப்பமாட்டார்களா என்ற கேள்வியும் மனதில் எழுந்தது. தேவையா இப்போதிந்தக் கேள்வி எனக்கு?

அறையில் இன்னொருவன் இருந்தான். அவனது நடவடிக்கையைப் பார்த்தால் இவனது அல்லக்கை போல் தென்பட்டது. ஆனால் தமிழ் எங்களுடைய பேச்சு வழக்கில்தான் இருந்தது. பின்னர் தெரிந்துகொண்டேன அவனும் கைதிதானென்று. அதிகாரி தான் குறித்த எங்கள் பதில்களை அவனிடம்தான் கொடுத்தான். ஒரு விண்ணபத்தில் முறையாக அதைப் பதியுமாறு. முடிவில் கேட்டான். “ஏய் உங்க றாங் என்ன இயக்கத்தில?”

“...” நாங்கள் பதிலேதும் சொல்லவில்லை. இங்கயும் பழைய கதை தொடங்குதே. அடிக்கப் போறானோ என்றுதான் மனம் ஓடியது.

“இயக்கம் உங்களுக்கு ‘றாங்’ தரும்தானேடா! கப்டன், மேஜர் எண்டுட்டு... அதைச் சொல்லு.” திரும்பவும் கேட்டான். “செத்தாத்தான்...” ஜான் முடிக்காமல் இழுத்தான். அடியை எதிர்பார்த்து நெளிபவன் போலப் பட்டான். விசித்திரமாய் எனக்குச் சிரிப்பு வந்தது.

“டேய் நானும் முன்ன இயக்கத்தில இருந்ததுதான. எனக்கு வுடுறியா நீ...? உனக்கு உன் ‘றாங்’ தெரியும்தானே...?”

“சரி... வுடு, கேணல் எண்டு போட்டுக்க இரண்டையும்.”

எழுதியவனைப் பார்த்துச் சொன்னான். ஆனால் அதில் சிரிப்பும் விகடமும்தான் அவனிடம் இருந்தது.

“என்னெண்டாலும் வந்து என்கிட்டக் கதையுங்க. எப்ப வேணும்னாலும் நீங்க வந்து என்னைச் சந்திக்கலாம். நான் பிறவு கூப்பிடுறன்.” என்று அனுப்பி வைத்தான்.

இராட்சத மிருகம் ஒன்றின் மக்கிப்போகாத எலும்புக்கூடுபோல இருந்த அந்தக் கைதிகளுக்கான கட்டடத்தின் கீழ்த்தளம் மட்டும் பூர்த்தியடைந்து கைவிடப்பட்ட கட்டடமாக இருந்தது. அதன் பின்புறத்தில் பக்கவாட்டாக உள்ள கட்டடத்தில் வெளிப்பக்க வாசலைக் கொண்ட அறையில்தான் எங்கள் விசாரணை முடிந்து வெளியேறினோம். அது ஒரு பெரிய அறை. அதில் பாதியைத் திரைச் சீலையாலும் ஒரு அலுமாரி கொண்டும் பிரித்து வைத்திருந்தான். ஒன்று அவன் படுக்க. மற்றது அவன் கைதிகளைக் கூப்பிட்டுக் கதைக்க என்றிருந்தது. பாழாகும் அந்தக் கட்டடத்தின் எங்கள் அறையில் என்னைப் பொருத்திக் கிடத்தியவாறே யோசித்துக்கொண்டிருந்தேன்.

எப்படியோ புனர்வாழ்வு தொடங்கிவிட்டது போராளியாகப்பட்ட எங்களுக்கு, ச்சி... போர்க் கைதியாகப்பட்ட எங்களுக்கு, ச்சி... பயங்கரவாதியாகப்பட்ட எங்களுக்கு.

இந்தப் புனர்வாழ்வு முகாம் என்ற போர்க் கைதிகள் சிறைமுகாம் பற்றிய சித்திரத்தை உங்களுக்குத் தரத்தான் வேண்டும்.

‘பயங்கரவாதி’யாகப்பட்ட எங்களுக்குப் பாவ மன்னிப்புத் தந்து புனர்வாழ்வு அளிக்கக்கூடிய ஒரு முகாம் எப்படியிருக்கும் என்பது மிக அரிதான அனுபவம் இல்லையா? அதை எட்டி அறிந்துகொள்ள நீங்களும் ஆவலாய் இருப்பீர்கள் என்பது எனக்குத்தெரியும்.

மக்களை முதலில் எங்களிடம் இருந்து மீட்டெடுத்து விட்டார்கள். முப்பது வருடம் இடையறாது நடத்திய போரின் முடிவாக இது வெல்லப்பட்டது. மீட்கும்போது வன்னியில்

இருந்த மக்கள் தொகை மூன்று இலட்சத்து ஐம்பதாயிரம் பேராம்.

பயங்கரவாதிகளான எங்களிடம் இருந்து மீட்கும்போது அறுபதாயிரம் மக்கள் இறந்துபோனார்கள். ஒரு இலட்சத்திற்கும் சற்று அதிகமானோர் காயமுற்றார்கள். அதில் பாதிப்பேர் ஊனமடைந்து போனார்கள். எஞ்சியோர் செட்டிக்குளம் காட்டில் இராணுவப் பாதுகாப்பில் முகாம் அமைத்துத் தடுத்து வைக்கப்பட்டிருக்கிறார்கள். மக்கள் நலன்புரி முகாம் என்று பெயரிட்டிருக்கிறார்கள். தொண்டு நிறுவனங்களும், உலக ஊடகங்களும் வெட்கம்கெட்டு அப்படித்தான் அதை அழைத்தன.

போர்க் கைதிகளுக்கான எங்கள் சிறைமுகாமுக்கும் ஒரு நற்பெயர் கொடுத்தார்கள். புனர்வாழ்வு முகாம் என்று. நானிருக்கும் முகாம் அமைந்திருப்பது வவுனியாவில் இருந்து திருகோணமலைக்குப் போகும் வீதியில் கிராமங்களும் காடும் மருகும் ஓர் இடத்தில். இந்தக் கட்டடத் தொகுதி கைவிடப்பட்ட அரச பள்ளிக்கூடமாக இருக்கலாம். அல்லது படையினரின் தேவைக்குப் பெற்றுக்கொள்ளப்பட்டதாகவும் இருக்கலாம். நாங்கள் இருக்கும் மாடிக் கட்டடம் பல காலம் முன் கட்டத் தொடங்கி பின்னர் முடிக்கப்படாமலே கைவிடப்பட்டதாக இருந்தது. கட்டடத்தின் 'பிறேம்வேர்க்' மட்டும்தான் முடிக்கப்பட்டிருந்தது. கீழ்த்தளம் பாவனைக்குரியதாக முழுமையடைந்திருந்தது.

இந்தக் கட்டடத்தில்தான் கைதிகளாகிய நாங்கள் வைக்கப்பட்டிருந்தோம். சுவரில்லாத இந்தக் கட்டடத்தின் மேல்தளத்தில் இருக்கும் எங்களை முகாம் சூழலில் எங்கிருந்துகொண்டும் பார்க்கக் கூடியதாக இருந்தது. கைதிக் காவலுக்கு இது ஒரு வசதி. சுவருக்குப் பதிலாக முட்கம்பிச் சுருளைக் கீழிருந்து மேற்கரை வரைக்கும் நான்குபுறமும் போட்டுக் கட்டியிருந்தார்கள். அறைகள் மட்டும் சீமெண்ட் பூசாத சுவர்களால் பிரிக்கப்பட்டிருந்தன. ஒரு தளத்தில் நான்கு அறைகள். மொத்தம் பன்னிரண்டு அறைகள் மூன்று தளத்திலும். ஒரு அறையில் அண்ணளவாக ஐம்பது கைதிகள். ஆக, தோராயமாக இங்கு அறுநூறு கைதிகள் இருக்கலாம். இந்தச் சுவரில்லாத தளங்கள் நாங்களும் வெளிநோக்கிப் பார்க்க வசதி செய்தன.

முகாம் நுழைவாசலுக்கு நேர் எதிராகவும் இந்தக் கட்டடத்திற்குப் பக்கவாட்டாகவும் அதோ தெரிகிறதே ஒரு சிறிய கட்டடம். அதுதான் இந்தச் சிறை முகாமுக்கான காவல்துறை அலுவலகம். ஐம்பதடி நீளம் வருமா? ம்ம்... இருக்கலாம். அதன் பின்னால் ஒரு வில்வ மரம் விஸ்வரூபமாய் எழுந்து நிற்கிறது. எங்கள் மாடிக்கு வலது புறம் பாருங்கள். நுழைவாயில் இருக்கிறது. அருகே வயல்காவல் பரண்போலச் சற்று அதிக உயரமாக அமைக்கப்பட்டிருக்கிறதே! அது 'தூர அவதானிப்பு நிலை' என்று படைத்துறையில் சொல்வார்கள். தெரிகிறதா... மேலே ஒரு சிப்பாய் நிற்கிறான். கீழே பாருங்கள், மற்றொருவன் காவல் நிற்கிறான். நுழைவாயிலில் காவல்துறைக்காரனும் ஒருவன் நிற்கிறான். இப்படி தூர அவதானிப்பு நிலைகள் இந்த முகாமைச் சுற்றியுள்ள முட்கம்பி வேலி ஓரத்தில் வேறு பலவும் இருக்கின்றன.

எங்கள் கட்டடத்திற்கு நேர் எதிரே ஒரு கொட்டில் இருக்கிறது. பார்த்தீர்களா? அதுதான் சமையல்கூடம். இரண்டுக்கும் இடையில் நுழைவாயில் பக்கமாக ஒரு சிறிய கொட்டில் இருக்கிறதே. சுற்றி அடைக்கப்படாத இந்தத் திறந்த கொட்டிலின் நடுவே முட்கம்பிச் சுருள்களை உயரே அடித்து இரண்டாகப் பிரித்திருக்கிறார்கள். இதுதான் கைதிகள் தங்கள் குடும்பத்தவர் வந்தால் சந்திக்க ஒதுக்கப்பட்ட இடம். முட்கம்பிச் சுருளுக்கு இப்புறம் அப்புறமாக இரு தரப்பும் நின்று கதைக்க வேண்டும். முட்கம்பி சுருள் மூன்று அடி அகலம் வருமா? கொஞ்சம் அதிகமாகவும் இருக்கக் கூடும். திங்கட்கிழமையும் வியாழக்கிழமையும் சந்திப்பு நடக்கும். ஒருவருக்குப் பதினைந்து நிமிடம் ஒதுக்கீடு.

சமையல்கட்டுக்குப் பின்புறமாகச் சேற்று நிலமாகத் தெரிகிறது பாருங்கள். பரண் அமைத்து இரண்டு தண்ணீர்ப் பீப்பாய்கள் ஏற்றிவிடப்பட்டிருக்கின்றன. ஒரு நாற்றம்கூட வருகிறதே! அதுதான் கைதிகள் குளிக்கும் இடம். அங்கும் காவல் பரண் ஒன்று இருக்கிறது. மேலே சிப்பாய் பார்த்தீர்களா?

சமையல்கட்டின் மேற்கு மூலையில் ஒரு அலரிமரம் அருகே காவல் பரண். காவல்துறை விடுதியின் பின்னால் ஒரு காவல் பரண். எங்கள் கட்டடத்தின் தொடக்கப் பகுதிக்கு நேர்பின்னால் மலக்கூட வரிசை. எண்ணிப் பாருங்கள். எட்டு இருக்கின்றனவா? ம்ம்... சரிதான். தகரத்தால்

விடமேறிய கனவு ❋ 135

அடைக்கப்பட்டிருக்கின்றன இல்லையா? அருகே ஒரு காவல் பரண். மறுகரையில் அருகே சிறு தட்டியில் தூக்கி வைக்கப்பட்டிருக்கிறது தண்ணீர்ப் பீப்பாய். இது மலக் கூடத் தேவைக்கு உரியது. இப்போது இதில் தண்ணீர் இல்லை. காலையில் மட்டும்தான் தண்ணீர் நிறைப்பார்கள். மற்ற நேரத்தில் தண்ணீருக்கு என்ன செய்வதென்று கேட்கிறீர்களா? ஒன்றும் செய்வதற்கில்லை. சும்மா மலத்தைக் கழித்துவிட்டு வரவேண்டியதுதான். பலவேளைகளில் அதிகாலையிலும் தண்ணீர் இருக்காது. காவல் பரணில் மேலும் கீழும் மீசை மழித்த சிப்பாய்கள் எதன் மீதோ வெறுப்புக்கொண்டவர்களாக நிற்கிறார்கள் பாருங்கள்.

எங்கள் கட்டடத்தின் முடிவுப் பகுதிக்குப் பின்புறமாக இருக்கிறதே ஒரு கட்டடம். அறுபது அடி நீளம் வருமா? வரலாம். வேலிக் கரையைப் பார்த்தபடி வாசல்கள். இதில் ஒரு அறைதான் புலனாய்வு அதிகாரியுடையது. அடுத்தது அதிகாரியின் உதவியாளர்களுடையது. அடுத்தது முகாம் அதிகாரியினுடையது. அருகே உள்ள சிறிய அறை இராணுவக் காவல்துறை அதிகாரிக்கு உரியது. எங்கள் கட்டடத்தின் கீழ்த்தள அறைகள் இரண்டு உணவுக் களஞ்சியமாக்கப்பட்டிருக்கிறது இப்போது. அருகே இன்னொரு காவல்நிலை. முகாம் அதிகாரியின் அறை வாசலில் ஒருவன் காவல் நின்றால் அதிகாரி உள்ளே இருக்கிறான் என்று அர்த்தம்.

இந்தச் சிறிய சிறைமுகாமை அமைக்கச் சுற்றிவர முட்கம்பி வேலி. அதன் இருபுறமும் சுருள் முட்கம்பி வேலி தரையில். இரண்டுக்கும் இடையில் மிதிவெடி இருப்பதாகப் படையினர் சொன்னார்கள். ஆனால் கைதிகள் பலரும் இதை நம்பவில்லை. எங்கள் கட்டடத்தின் பின்புற நடுப் பகுதியைத் தொட்டாற்போல ஒரு மாடிக் கட்டடம் கிடையாகப்போகிறதே! இதை வெளியே விட்டு கம்பி வேலியை உட்புறம் வளைத்துப் போட்டிருக்கிறார்கள். இந்தக் கட்டடத்தில் யாரும் இல்லை. கீழ்த்தளத்தில் சிப்பாய்கள் தங்குகிறார்கள். இந்த இடத்தையும் கைதிகள் தங்க ஏன் பயன்படுத்தக் கூடாது? எனக்கும் அது விளங்கவில்லை. இந்தச் சிப்பாய்கள் போய்வர பின்புறத்தில் கம்பிவேலியின் நடுவே முட்சுருள்களை அகற்றிவிட்டிருக்கிறார்கள்.

அறைக்கு ஒரு கைதித் தலைவன் இருப்பதுபோலவே முகாமுக்கும் ஒருவன் கைதிகளின் தொடர்பாளனாக அதிகாரியால் நியமிக்கப் பட்டிருந்தான். இவன் பெயர் பாலன். இவன் ஒரு தலைவனாகவே பாவனை பண்ணுவான். அதுவும் ஒரு பதவிதானே இல்லையா? மனிதன் தான் வாழும் சூழலில் தன் தலையில் ஒரு கோழி இறகாயினும் மற்றவர்களுக்கு இல்லாதது தனக்கு இருக்கவேண்டும் என விரும்புகிறான் போலும். அது சொர்க்கமாயினும் சரி, நரகமாயினும் சரி. தலைவனாகியதற்கான விசேடத் தகைமைகள் சில உண்டு. முதலாவது சிங்கள மொழி தெரிந்திருந்தமை. அதனால் மொழிபெயர்க்க உதவ முடியும். மேலும் தன் விசுவாசத்தைச் சிப்பாய்களிலிருந்து அதிகாரி வரைக்கும் நிரூபிக்க முடிந்தமை. அடுத்து விடுதலைப் புலிகளுக்குரிய தோற்றமோ குணநலமோ அவனிடம் இல்லை என புலனாய்வு அதிகாரி கண்டமை. வளர்ந்த சுருள் முடிக் கேசமும், தாடியும் பள்ளிப்பெண்கள் அச்சமடையும் கண்பார்வையும் கொண்டிருந்தான் அவன். இந்த அல்லக்கைக்கும் ஒரு அல்லக்கை இருந்தது. அவன் பெயர் மூர்த்தி. இதுவும் ஒரு பதவிதானே! புலனாய்வு அதிகாரியின் முழு ஆசீர்வாதம் இவர்களுக்கு இருந்தது. மூர்த்திக்கு இன்னும் அதிகமாக. இது பாலனை எப்போதும் பதவி அச்சம்கொள்ள வைத்தபடியும் இருப்பதாய் எனக்குப் பட்டது.

காலையில் 'பௌசர்'இல் வரும் தண்ணீரைப் பிரித்து வழங்கும் அதிகாரம் என் பக்கத்து அறையில் இருக்கும் மதனுக்குரியது.

இது ஒரு சர்வ அதிகாரம் போன்றது. அது நாட்டின் உள்துறை அமைச்சுக்கு ஒப்பானது. ம்ம்... உண்மையாகவேதான். இங்கு தண்ணீர்தான் மகத்துவமான பொருளாக்கப்பட்டிருக்கிறது. இதிலிருந்துதான் புனர்வாழ்வு தொடங்கப்படவேண்டுமோ என்னவோ?

தண்ணீரைப் பொறுத்தவரை அதன் முன்னுரிமைப்படுத்தல் முகாம் அதிகாரியால் பின்வருமாறு வகுக்கப்பட்டிருந்தது. முதலில் சமையல் கூடத்திற்கு, அடுத்து அதிகாரிகளுக்கு, பின் சிப்பாய்களுக்கு, பிறகு காவல்துறையினருக்கு, அதன்பிறகு கைதிகளின் குடிதண்ணீர் தாங்கிக்கு, அடுத்து மலக்கூடத்திற்கு, எஞ்சுவது முகம் கழுவவும், கைதிகள் குளிக்கவும். இவை எல்லாவற்றையும் தாண்டி குளிக்கத் தண்ணீர் கிடைப்பது நடக்கக் கூடிய காரியமல்ல. குடிதண்ணீருக்கு ஒரு நாளைக்கு

இரண்டு சோடா போத்தல். மூன்று லிட்டர். சாப்பிட்டபின் கைகழுவுவதும் இதில்தான். இந்தக் கைதிகளின் தண்ணீரில் பெரும் ஊழல் நடக்கும். பணம், பண்டம் என்றும் கைமாறும். தரகர்கள்கூட இருக்கிறார்கள். ம்ம்... உண்மைதான். இந்த சர்வ அதிகாரமும் மதனிடம் இருந்தது.

சமையல்கட்டின் தலைவன் வெடி பாலன். ஏற்கனவே ஒரு தலைவன் பாலனாய் இருப்பதால் சமையல்கட்டு பாலனுக்கு ஒரு அடைப்பெயர் சேர்க்க வேண்டியதாயிற்று. நீங்கள் கேட்கக்கூடும் ஏன் 'சமையல் பாலன்' என்று வைத்திருக்கக் கூடாதென்று. என்னிடம் அதற்கு பதிலில்லை. நான் அறிந்தவரை இவன் அண்டப் புளுகன். இயக்கத்தில் எல்லாத் தளபதிகளுடனும் தனக்கு உள்உறவு இருக்கிறது என்பதைப் போலக் கதைப்பான். அதேபோல இப்பவும் இந்த முகாம் அதிகாரிகளுடனும் தனக்குக் குடும்ப உறவு இருக்கிறதைப் போலக் கதைக்கிறான். ஐம்பது வயது வரும். மன முதிர்ச்சி எதுவும் கிடையாது. குள்ளமான தடித்த உடல்வாகு. ஊரில் தொழில் வேட்டையாடுவதுதான். முன்னர் கள்ளமரம் அரிந்தானாம். பிறகு இயக்கம் வன்னியில் காடுவெட்டுவதை முழுமையாகக் கட்டுப்படுத்தியதும் அந்தத் தொழில் கைவிட்டுப்போனது. அதனால் முதல் இயக்க உறவு வனத்துறைப் பொறுப்பாளர் ஒருவருடன் வந்தது. உதிரி லாபங்களை அடையும் வழிமுறையை இங்கிருந்துதான் இவன் தொடங்கினான். இவன் ஏன் கைதியாகப் பிடிபட்டான் என்பது மட்டும் எனக்கு விளங்கவில்லை.

இந்த வெடிபாலனுக்கு ஏழு உதவியாளர்கள் நிரந்தரமாகச் சமையலுக்கு விடப்பட்டிருந்தார்கள். இவர்கள் சமையல்காரர்கள். இதைவிட ஒரு அறை ஒரு நாளைக்குப் பத்துபேரை காலை ஆறுமணிக்குச் சமையலுக்கு உதவிக்கு அனுப்பவேண்டும். இது சுழற்சிமுறையில் வரும். இப்படி வேலைக்குப் போகிறவர்களுக்குப் பதினைந்து லீட்டர் தண்ணீர் குளிக்கக் கொடுப்பார்கள். இதற்காகச் சமைக்க விரும்புபவர்களும் அறையில் உண்டு. காரணம் குளியலுக்கான தண்ணீர் ஒருவருக்கு இருபது லீட்டர் என வரையறுக்கப்பட்டிருந்தது.

ஒரு வாளி தண்ணீர் கிடைக்க அறுநூறு பேரின் முறை கடந்து திரும்பிவரப் பத்து நாள்களுக்குமேல் ஆகும். ஐம்பதுபேர்

கொண்ட அறையில் அவிச்சல், வெக்கையில் உடல்கள் சாகும்முன்னே நாறின. இனி இருபது லீட்டர் தண்ணீரில் ஒரு முழுக்குப் போடுவது சுலபமான காரியமல்ல. தேத்தண்ணி கோப்பையால் முழுகுவதற்கு விசேடப் பயிற்சி வேண்டும். நாளடைவில் பல நுணுக்கங்களைக் கண்டுபிடித்தோம். தலையை முதலில் தண்ணீரால் தோயவேண்டும். குனிந்தபடி இப்படித் தலையை மட்டும் தோய்ந்து கீழே விழும் தண்ணீரைச் சிந்தாமல் சிதறாமல் மற்றொரு வாளியில் ஏந்தவேண்டும். இப்படிச் செய்து இரு மடங்கு ஆக்குவோம் குளிக்கும் தண்ணீரை. சூடு இறங்கும். பிறகு ஒரு நடனவித்தைபோல முழு உடம்பும் படும் வண்ணம் தண்ணீரை வார்ப்போம். பிறகென்ன புனர்வாழ்வு என்றால் சும்மாவா? முன்னர் நாம் வைக்கப்பட்ட முகாமில் இந்த உத்தரிப்பு இல்லை. சுடலைக்கு அனுப்புவதற்கு வைத்த ஆக்களை நன்கு குளிப்பாட்டினார்கள்போலும்.

உணவுக் களஞ்சியம் தர்மு அண்ணரின் கட்டுப்பாட்டில். ஐம்பது வயது வரலாம். அதிகம் கதைக்காதவர். நல்ல உயரமும் நிமிர்ந்த நெஞ்சும் கொண்டவர். கொஞ்சம் நேர்மையும்தான். இவரை எப்படி இந்தப் பணிக்குத் தேர்ந்தெடுத்தார்கள் என்று புரியவில்லை. வயதா? இல்லை மௌனமா? இல்லை நேர்மையா? ஏதாவது ஒன்றாக இருக்கலாம். அதிகாரி இதற்குப் பொறுப்பான ஒருவர் வேணுமென்று உணர்ந்திருக்கக்கூடும்.

வெடிபாலனின் இந்தப் பதவிக்கு அவனது சமையல் கலையும், வாலைச் சுருட்டும் குணமும் மட்டும் காரணமில்லை. அவனது மனைவி ஒரு பேரழகி. காட்டழகி. சிறு பெண்போலத் துள்ளும் கண்களுடன் இருப்பாள். இதுவும் ஒரு காரணம் என்று அறைகளில் கதையிருந்தது.

உறவினர் கைதிகளைப் பார்வையிட வரும்போது, அவர்கள் எழுதிக்கொடுக்கும் கைதியை அறையில் தேடிப் பிடித்துக்கொண்டு வரவேண்டியது வண்ணனின் அதிகாரம். இருபது வயதே இருக்கக் கூடிய சிறியவன். புலனாய்வு அதிகாரியின் அசத்தலான எடுபிடி. பொடியள் எல்லாத்துக்குமான எடுபிடி இவன் என்று சொல்வாங்கள். சமையல்கட்டில் இருக்கக்கூடிய எல்லாருக்கும் இராணுவம், பொலிஸ் இந்த இரு பகுதியுடனும் நல்லுறவு உண்டு. அறைத் தலைவர்களும் புலனாய்வுக்காரனுக்கு அல்லக்கைகளாய்

இருந்தார்கள். மேற்சொன்ன இவர்கள் அனைவரும்தான் கைதிகளில் அதிகாரம் படைத்தவர்கள்.

இங்கு சாப்பாடு எனப்படுவது, களஞ்சியத்திற்கு வரும் சிங்கள நாட்டு இலைகுழைகளையும், கிழங்கையும் உப்பும் தண்ணீரும் போட்டு அவிப்பதுதான். வேறு எதுவும் அனேகமாகப் போடுவதற்கு இல்லை. பச்சைக் கோதுப்பருப்பும் நித்தம் அவித்து வைப்பார்கள். இது மேற்கு நாடுகளில் உற்பத்தி ஆகிறது என்று நினைக்கிறேன். சோறு குழைந்துவிடும். ஆனால் உள்ளே அரிசித்தனம் மிடுக்காக அவியாமல் நிற்கும். இது சாப்பாடு.

இந்தப் பச்சைக் கோதுப்பருப்புத்தான் இரணைப்பாலை மாத்தளன் வரை போரில் அள்ளுப்பட்ட மக்களுக்குச் சாப்பிடக் கொஞ்சம் கிடைத்தது. கூட்டுறவுச் சங்க நிவாரணப்பருப்பு இது. இதைச் சாப்பிட ஒரு வயிற்றோட்டம் வரும். பல குழந்தைகளும் வயோதிபர்களும் இறந்தது இந்தப் பருப்பால்தான். தவிர்க்கவும் முடியாது. சாப்பிட வேறு எதுவும் இல்லை.

வயிற்றோட்டத்தில் சனங்கள் இறந்தாலும் காரணம் வயிற்றோட்டம் இல்லை. சாப்பாடில்லாமல் 'அனீமிக்' ஆகியவர்கள் இந்தப் பருப்பைச் சாப்பிட்டதும் அது செரிக்க முடியாமலோ என்னவோ வயிற்றோட்டம் ஆகியது. அந்த வயிற்றுப்போக்கைத் தாங்க சக்தி இல்லாமல் உடனேயே உயிர் பிரிந்தது. இதில் அதிகம் உயிர் பிரிந்தவர் குழந்தைகளும் வயோதிபர்களும்தான். கூடவே சில கர்ப்பிணிகளும்.

இந்த முகாமில் மழையில் நனைந்த அரிசிச் சோற்றைத் தின்றதினாலோ, அல்லது சிங்கள நாட்டு இலை குழையைத் தின்றதனாலோ, இல்லை பச்சைக் கோதுப்பருப்பினைத் தின்றதாலோ இங்கு வந்து மூன்றாம் நாள் ஒரு விபரீதம் நடந்தது எனக்கு. முதல் இருநாளும் அதைச் சாப்பிட முடியாமல் தவிர்த்துவிட்டேன். பசி பொறுக்காமல் இறுதியில் இரவு சாப்பிட்டுவிட்டேன்.

அதிகாலையில் வயிறு கலக்க வலி தாங்க முடியாமல் ஒரு போத்தல் தண்ணீரைத் தூக்கிக்கொண்டு மலக்கூடம் ஓடினேன். தண்ணீர்கூட வந்திருக்காது. நான் போய் சாரத்தைக் கிளப்பினேனா இல்லையா வயிற்றில் இருந்த அனைத்தும்

சீறியபடி நுரை எழுப்பிப்போனது. போச்சா...? ஐயோ! என் உயிரே வழுக்கி மலக் குழிக்குள் போயிற்றே. குப்பி ஐயோ...! என் சையனைட் குப்பி! மலம் தண்ணீர் போல பீய்ச்சி வெளியேறிய வேகத்தில் என் குப்பியும் மலக்கூடக் கோப்பையில் நிற்காமல் குழிக்குள் விழுந்ததே ஐயோ!

இன்னும் சரியாக விடியவில்லை. உள்ளே இன்னும்தான் பெரும் இருட்டு. உள்ளே எதையும் பார்க்க முடியவில்லை. இந்த நேரத்தில் போச்சே என் குப்பி.

இன்றுவரை நான் பாதுகாத்துவந்த என் அருமை மரணம்! என் வாழ்வோடு துணைநிற்கும் என் அருமை மரணம்! என்னைக் காக்கும் என் பிரிய மரணம்! என் அச்சங்களைப் போக்கவல்ல என் அருமை மரணம்! கொடும் விசாரணைகளில் சுழித்தோட வல்லமை தந்த மரணம்! மகத்தான மரணம் என் மகத்தான மரணம்! இறுதி நம்பிக்கையாய் இன்றுவரை - ஏன் இப்போதுவரை - என்கூடத் துணை நின்ற மரணம் என்னுயிர் மரணம் அது போயே விட்டதே! ஐயோ போயே விட்டதே!

இந்தத் தருணத்தில் மரணம் என்னைக் கைவிடவேண்டுமா? நான் அதைக் கைவிட்டு விட்டேனா? இந்தச் சம்பவிப்பு எதைக் குறிக்கிறது? என் மரண அலைச்சல் இதைச் சுற்றியே இருந்தது. நித்திரையில் பின் தொடரும் கனவின் குரலாக. இனி நடக்கவிருப்பது என்ன? மரம் அசையக் கிளம்பிவரும் காற்றுப்போல நினைவெழ இக்கேள்வி என்னை மோதிக்கடக்கிறது அனுகணமும். ஐயோ...!

10

போர்க் கைதிகளின் சிறைவைப்பில் அதிகம் தாக்கும் ஒரு விடயம் இருக்கின்றதென்றால் அதன் பெயர்தான் சந்தேகம் எனக் கண்டுகொண்டேன். அது இங்கும் தொடர்ந்தது. புதிதாக வந்த எங்கள் பதினாறு பேர்மீதும் எல்லாருக்கும் சந்தேகம். “இவங்கள் ஆமின்ர பக்கம் மாறிற்றாங்கள். எங்க இருந்து வந்ததெண்டும் குழப்பமாக் கதைக்கிறாங்கள் பார்த்தியா? அதுதான் அறைக்கு இரண்டு பேர் படி பிரித்துவிட்டிருக்கிறாங்கள். இனி அலுப்புதான் இவங்களிட்ட இருந்து தப்ப ஏலாது.” கைதிகளின் இந்த வகையறாக் கதைகள் என் பிடரி மயிரைக் கூசச் செய்தன.

ஜானையும் என்னையும் அறையில் மிகக் கவனமாக அணுகினார்கள். சிலர் ‘நாங்கள் இயக்கத்தில முக்கியமானவர்கள் இல்லை... உங்களுக்குத் தெரியும்தானே’ என்று வலிய வந்து கதைத்தார்கள், ஏதோ நாங்கள்தான் அவர்களின் விடுதலை அல்லது மரணம் குறித்து தீர்மானிக்கப்போவது போல.

நான் விழிப்பாக இருக்கவேண்டும் என ஓயாமல் என் அகத்தைத் தீண்டிக்கொண்டே இருந்தேன். இந்த அறையில் உளவுத்துறைக்கு ‘வேலை பார்க்கும்’ கைதி இருப்பான். அவன் இப்போது புதிதாக வந்த எங்கள்மீது முழுக் கவனம் கொண்டு இருப்பான் என்று மனம் அடித்துக்கொண்டே இருந்தது. யார் அந்தக் ‘கறுப்பாடு’ என்று நான் ஒவ்வொருவராக ஆராய்ந்தேன். சந்தேக விசத்தைச் சக போராளிகள் மீதே பாயவிடுவதா? களத்தில் அடுத்தவருக்காக உயிர்கொடுத்துத் தோழமைக்கு உயிர் தந்தவர்கள் இவர்கள். நான் காயமுற்றுக் களத்தில் வீழ்ந்தபோது சண்டையிட்டு என்னைக் காப்பாற்றிக் காவி வந்தவர்கள் இவர்களில் யாராகவும் இருக்கக்கூடும், இவர்கள்மீது சந்தேகம் எனும் விசத்தைப் பாய்ச்சுவதா? என்ன தர்மம் இது? மற்றொரு மனம் அடித்துக்கொண்டது.

குற்றம்கொண்ட மனம் எப்போதும் தன் அகத்தை அந்தரங்கமாகத் தாக்கிக்கொண்டே இருக்கும். குற்றத்தை ஒருவன் தன்மீது கண்டால் அவனால் தன்னிடமிருந்து தப்பவே இயலாது. அடுத்தவரிடம் இருந்து தப்பித்துக் கொள்வது இலகு. ஆனால் அதுபோல இலகுவானதல்ல அவன் தன்னிடம் இருந்து தப்பித்துக்கொள்வது.

இந்தத் தாக்கங்கள் தற்செயலானவை அல்ல. இதுவே 'புனர்வாழ்வின்' ஆழமான அம்சமாய் அரசு வைத்துக் கொண்டிருக்கிறது. உலகளாவிய போர்க் கைதிகள் பற்றிய படிப்பினையில் இருந்துதான் அரசாங்கம் தன் வழியை வகுத்துக்கொண்டிருக்கும். ஒருவரை ஒருவர் சந்தேகம் கொள்ளும் சூழலை உருவாக்கி அதற்குள் போர்க் கைதிகளை வைக்கவே அரசுகள் விரும்புகின்றன. அத்தகைய சூழலில்தான் சிறைப்பட்ட வீரர்கள் தங்கள் கூட்டுணர்வைக் கைவிடுவர். கூட்டுணர்வைக் கைவிட்ட ஒருவன் தன் பாதுகாப்புக்காக எதிராளியையே சரணடைந்துவிட வேண்டியிருக்கும்.

இதுதான் சூழல் என்று ஆகும்போது எவர் முந்திக்கொண்டு அதிகாரியின் அனுசரணையைப் பெறுவது என்ற மன உந்துதலே உருவாகும். இப்போட்டியில் பங்கேற்பவர்களும் பங்கேற்காதவர்களும் கூட தமக்குள் ஒருவரை ஒருவர் பகைத்துக்கொள்ள நேரும். எதிரிக்குத் தலைகுனிதல், தம் தோழர்களுடனேயே பகைமையுறுதல், கூட்டுணர்வை இழத்தல், சகதோழர்கள் காட்டிக்கொடுத்துவிடக் கூடுமோ என அஞ்சித் தாமே சென்று எதிரியிடம் பாதுகாப்புத் தேடுதல் இவையே அரங்கேறும் முதல் காட்சிகள்.

வழி நடத்தியவர்களையும் வழி நடந்தவர்களையும் இத்தகைய நச்சுச் சூழலுக்குள் வைத்திருப்பதன் மூலம் அவர்களுக்குள் பகைமை மூட்டித் தம்மை வழி நடத்தியவர்களிடத்தில் எந்த மகிமையும் இல்லை என இழிவுபெற வைத்தல் ஒரு முக்கிய உபாயம். இதன் மூலம் போராளிகளைத் தமது போராட்டப் பயணத்தையும் வாழ்வையும் குறித்து விரக்தியடையச் செய்ய முடியும். இவை இந்தப் புனர்வாழ்வுப் பொறிமுறையின் சூத்திரமாக இருப்பதை இரவும் பகலுமாக என்னை அலைக் கழித்த கேள்விகளில் இருந்து விடையாகக் கண்டுகொண்டேன்.

இந்த முட்செடியில் சிக்கிய சேலையாகப் போராளிகளாகிய நாங்கள் இருந்தோம். இதிலிருந்து எங்களை விடுவிக்க இயலாது. முயன்றால் சேலை கிழியும்.

உலகம் ஒடுக்குமுறைக்குக் கண்டிருக்கும் நுட்பமான அறிவியல் பொறிமுறையை ஒடுக்கப்பட்டவர்கள் தம் சாதாரணக் கண்கொண்டு பார்த்துவிடமுடியாது. முடியவே முடியாதா? அங்கலாய்த்துக் கொண்டே இருக்கிறேன் இரவும் பகலுமாக. என் சக்தி அனைத்தும் குவிகிறது. அல்லது விரயமாகிறதோ இந்த சூத்திரத்தின் சூக்குமத்தை அறிந்திட.

மாடியில் இருந்து வெறுமையில் பார்த்து வெளியே நான் சஞ்சரித்து விட்டபோது கீழே முற்றத்தில் இராணுவப் பொலிஸ்காரன் அருளைப்போட்டு கன்னம் கன்னமாக அறைந்தான். மாடியில் இரைச்சல் அப்படியே நின்றுவிட்டது இந்தக் காட்சியால். இரைச்சல் நின்று போனமை அந்த நிகழ்வை மேலும் தீவிரத்தனம் கொண்டதாக ஆக்கியது. இந்த மடையர்கள் விடுப்புப் பார்ப்பதை விட்டுத் தமக்குள் கதைச்சு இரைந்தால் என் மனப் படபடப்பு குறையும் என்று எண்ணிக்கொண்டேன்.

என் ஞாபகத்திற்கு வருகிறது, இந்த மிலிட்டரி பொலிஸ்காரன் இப்ப ஒரு மணித்தியாலம் யாருடனோ கைத் தொலைபேசியில் தொடர்ந்து கதைத்துக்கொண்டிருந்தான். முதலில் அவன் உடல் அசைவு குழைவு, சந்தோசம் கொண்டிருந்தது. பின் அது வெறுப்பு, கோபத்திற்கு உரியதாக மாறி வந்ததை என் மனம் நினைவுக்குக் கொண்டுவந்தது. அந்த இடத்திற்கு வந்த இராணுவ உளவு அதிகாரி மிலிட்டரி பொலிசிடம் என்ன ஏதென்று கேட்டான். சிங்களத்தில்தான் உரையாடினார்கள்.

கேட்டுவிட்டு இராணுவப் புலனாய்வுக்காரன் அருளுக்கு மீண்டும் கன்னத்தில் தானும் அறைந்தான். 'றாஸ்கல் சரத்தை மடிச்சுக் கட்டுவியா? உன்ட இயக்கத்தில தறுதலைப் பழக்கம்தானேடா... நீ உன் வீட்டிலயாவது நல்ல பழக்கம் பழகியிருக்கியா, இல்லையா?" கோபம் காட்டி மீண்டும் அறைந்தான். அருளுக்கு இப்பதான் ஏன் அடிக்கிறார்கள் என்று புரிந்திருக்கவேண்டும். பார்த்துக் கொண்டிருந்த எங்களுக்கும்தான்.

அருள் இன்று சமையல்கட்டு வேலைக்குச் சென்றவர்களில் ஒருவன். இரு வாளிகளில் தண்ணீர் பிடித்துக்கொண்டு சமையற்கட்டுக்கு எடுத்துச் சென்றான். சாரத்தை மடித்துக் கட்டாவிட்டால் நீர் ததும்பி வழியும்போது நனைந்துவிடும் என்பது ஒருபுறம், மறுபுறம் மடித்துக்கட்டாமல் பாரத்தோடு நடக்கவும் முடியாது. இப்போ மடித்த சாரத்தை அவிட்டுவிட்டு தண்ணியைச் சுமந்துபோனான்.

மிலிட்டரி பொலிஸ்காரனின் கோபத்தில் உள்ள நியாயத்தை ஆமோதித்து ஏதோ கதைக்கிறான் புலனாய்வு அதிகாரி என்பது புரிகிறது. அவனது வஞ்சக முகம் தெளிவாகத் தருகிறது சித்திரத்தை. ஓங்கி வளர்ந்த தென்னை மரம் காற்றுக்கு ஆடுகிறது பேயாட்டம். அதில் கழன்ற பன்னாடை ஒன்று காற்றில் மிதந்து வந்து முற்றத்தில் வீழ்ந்தது.

மிலிட்டரி பொலிஸ்காரனின் கடமை இங்கு இராணுவத்தினர் ஒழுக்கமீறல்களிலோ குற்றச்செயல்களிலோ ஈடுபடாமல் கண்காணிப்பதுதான். ஓர் உயர் அதிகாரி மீதுகூட நடவடிக்கை எடுக்கக் கூடியளவு சக்தி படைத்தவன். இராணுவக் கட்டமைப்பில் இந்தப் பொறிமுறையை வலுவாக்காவிட்டால் இராணுவம் அரசுக்கெதிராகவும் திரளும் என்ற அச்சமே இதற்குக் காரணம். பதினைந்து நாளுக்கு ஒரு முறை மாற்றமடையும் இந்த மிலிட்டரி பொலிஸ்காரனை வளைத்துப் போடாவிட்டால் வில்லங்கம். வளைத்துப் போடுவதில் புலனாய்வுக்காரன் கில்லாடி. அவனது தில்லுமுல்லுகளை மறைக்க வேண்டுமல்லவா? இப்போதும் அதற்கான முயற்சியே நடந்தது.

சுயமானத்தைக் கடந்து பொதுமானத்தைச் சிந்திக்க முடியாது. சுயமானம் நிறைவுற்றே அது பொதுமானம் நோக்கி விரிவடையும். பொதுமானத்தின் இழிவுகண்டு போராளியாகியவர், தாம் போராடியதற்காகச் சுயமானத்தையும் அற்பர்களின் காலடியில் இழக்க நேரிடும்போது உருவாகும் வலி இருக்கிறதே, ரணத்தில் காய்ச்சிய எண்ணெய் ஊற்றுவது போன்றது அது. நான் பெருமூச்சு விட்டு உள்நோக்கித் திரும்பினேன். மீண்டும் அருளைப் பார்க்க வெளியே திரும்பியபோது அவன் அடுப்பில் விறகுக் குற்றிகளை இழுத்துத் தணலில் இடித்துத் தள்ளிக்கொண்டிருந்தான்.

நெருப்பின் பொறி பறந்தது. சாம்பல் விலகத் தீயின் நாக்குகள் மேல்நோக்கி எழுந்து அடங்கின.

திங்கட்கிழமை வந்தால் ஒரு மகிழ்ச்சி இருக்கும். கைதிகளைத் தேடி உறவுகள் வரும். உறவுகள் வராத கைதிகளே அதிகம் என்றாலும் அவர்களுக்கும் அது ஒரு எதிர்பார்ப்பு மிக்க நன்னாளே! வெளியே நடக்கும் புதினங்களைச் சுமந்துவரும் உறவுகள் எங்கள் எல்லோருக்கும் தேவையானதாக இருந்தது. உறவு வந்த கைதிகளைச் சூழ்ந்து புதினம் அறிவோம்.

இப்போ புதிதாகக் கைதிகளுக்கு உணவுப்பொருள்களைக் கொடுக்க இராணுவம் அனுமதித்துவிட்டது. அதனால் தின்பண்டங்கள் வரும். வரும் தின்பண்டங்களை அறையில் ஐம்பதாகப் பங்கிட முடியாது. தனியே தின்பது எங்கள் போராளிகளின் பழக்கமும் அல்ல. அதனால் வரும் உணவைச் சிலருடன் பகிர்ந்துகொண்டார்கள். இச்சமயம் மற்றவர்கள் அறையில் மறுபுறம் திரும்பிக்கொள்வார்கள். பார்த்திருக்க முடியாதல்லவா?

சில நாளில் யார் யாருடன் பகிர்ந்துண்டார்களோ அவரவர் ஒரு கூட்டாக, குழுவாக அடையாளம் ஆகினர். இதனால் அறையில் பல குழுக்கள் உருவாகின. இதற்கு அடிப்படை இந்த உணவுதான் என்று எனக்குப் பட்டது. ஒரு அறையில் பல சிறு அறைகள். இதுவரை தம்மை ஒன்றாக உணர்ந்தவர் இப்போ தம்மைத் தம் குழுவாக எண்ணத் தொடங்கினர்.

குழுக்களுக்கிடையே வெறுப்பும் சண்டையும் மூண்டது. இந்த இடைவெளிக்குள் தன் வண்டியை விட்டான் புலனாய்வுக்காரன். அது அவனுக்குக் கைமேல் பலனையும் கொடுத்தது. கூத்தாடி சும்மா இருப்பானா ஊர் துண்டுபட்டால்?

இந்த உணவு கொடுக்கும் விடயத்தைக்கூடத் திட்டமிட்டுத்தான் இராணுவம் அனுமதித்ததா? இத்தகைய பாரிய பலன் தங்களுக்குக் கிடைக்கும் இதனால் என்பது தெரிந்திருந்ததா? அந்தளவுக்கு இவர்கள் புத்திசாலிகளா? எனக்குக் குழப்பமாய் இருந்தது. இப்போதெல்லாம் எதற்கும் முந்திக்கொள்ளும் என் சந்தேகம் இந்த விடயத்தையும் விட்டு வைக்கவில்லையோ? இதுவொரு திட்டமிடப்படாத தற்செயல் விளைவாகவும் ஏன் இருக்கக்கூடாது?

இந்த உணவுதான் கைதிகளைக் குழுவாகப் பிரித்து எதிரிக்கு வாய்ப்பளிக்கிறது என்பதை என்னால் யாருடனும் பகிர்ந்துகொள்ள முடியவில்லை. ஏனெனில் என்னுடனும் ஜானுடனும் யாரும் தம் உணவைப் பகிர்ந்ததில்லை. இந்தக் கட்டத்தில்தான் அறையில் குழு அற்று இருந்த சஞ்சயன் எங்களோடு உறவுவைத்துக்கொள்ள வந்தார்.

இந்த அறையில் முதலில் எங்களைக் கைதியாக ஏற்றுக் கொண்டவர் அல்லது நம்பியவர் சஞ்சயன்தான். இதனால் இவர்மீது எங்களுக்கு மரியாதை மேலும் கூடியது. ஏற்கனவே இயக்கத்தில் அவரது அறிமுகம் எனக்கிருந்தது. ஆனாலும் அதிகப் பழக்கம் கிடையாது. என் வயதையொட்டியவர் என்றபோதும் இயக்கத்திலேயே அவருக்கு மரியாதை கொடுத்துத்தான் பழகியிருந்தேன். மூத்த தளபதிகள், பொறுப்பாளர்களும் இவரை மரியாதையுடன் நடத்துவதைக் கண்டிருக்கிறேன். தீட்சண்யமான பார்வையும், அகச்செருக்கும் இன்னும்தான் அவரில் ஒட்டிக்கொண்டிருக்கின்றன. மற்றயவை எல்லாம் அவரைவிட்டுப் போய்விட்டன. அல்லது அவரே அதை அழித்துவிட்டிருக்கக் கூடும்.

தன் ஆளுமையால் வசீகரிக்கும் அழகும், மிடுக்கும் கொண்ட இளமைத் தோற்றம் முன்னர் இவருடையதாக இருந்தது. உரையாடும்போது வெளிப்படும் அறிவுத்தனமும், அதன் கூர்மையும் இவரது சிறப்பியல்புகளாய் இருந்தன. தன் அபிப்பிராயங்களைத் தர்க்கத்துடன் முன்வைக்கும்போது ஒரு அகச்செருக்கும் சேர்ந்தே வெளிப்படும். அது தர்க்க உரையாடலின் விளைவே தவிர அவரின் குறையல்ல என்றே நான் நம்பினேன். ஆனால் இவரது மதிப்பைக் கெடுக்க விரும்பியவர்கள் இதைத் தங்கள் ஆயுதம் ஆக்கிக் கொண்டனர். வன்னியில் சிலர் என்னிடமும் சொல்லியிருக்கிறார்கள். கர்வம் கொண்டவர் என்று. மற்றும்படி பார்த்தால் பிடித்துப்போகும் முகம் கொண்டவர். இப்போது மொட்டைத் தலையும், மழித்த மீசையும், உருக்குலைந்த மெலிந்த உடலும், நைந்த சாரமும் அழுக்குப் படிந்த வண்ணத்தில் வெள்ளை பெனியனுமாக இருந்தார். பார்வையில் எந்தக் கவர்ச்சியாலும் தன்னை ஈர்க்காதபடி வைத்திருக்கிறாரோ?

இப்போது இந்தக் குழுக்களை உள்ளூர வெறுத்தவர்கள் என்ற வகையில் நாங்கள் மூவரும் தவிர்க்கவியலாத ஒரு

குழுவாகிவிட்டோம் என்றுதான் சொல்லவேண்டும். எனக்கும் ஜானுக்கும் நடைபாதையே படுக்கை இடமாகையால் பகலில் இருப்பதற்கு இடமில்லை. அதனால் படிகளை எங்கள் இருக்கை ஆக்கிக்கொண்டோம். சஞ்சயன் எங்களோடு அமர்ந்து பலவற்றைக் கதைத்தார். அவர் அந்தக் கைதிகளின் சிறைமுகாமை எமக்கு வெளிச்சமாக்க உதவினார்.

"எல்லாரும் உங்களில சந்தேகப்படுறாங்கள் என்டு யோசிக்காதையுங்கோ, சில நாளில அது மாறிடும். புதுச்சந்தேகம் வரேக்க அப்ப அதைப் பகிர்ந்துகொள்ள உங்களிட்ட வருவாங்கள். பிறகு நீங்களும் சந்தேகப்படுற ஆக்களின்ர ரீம் ஆகிடலாம்." சொல்லிக்கொண்டே சிரித்தார். பிறகு சீரியசாகி "நீங்கள் அப்பவும் அதில பங்கெடுக்கவேண்டாம். ஏனென்டா அதுவும் பிறகு மாறும்" என்றார். மனிசன் வலு தெளிவாத்தான் இருக்கிறான் என்று நான் மனதில் எண்ணினேன்.

"கவனமா இருங்கோ. இங்க இருக்கிற அறுநூறு பேரில ஒருவன் ஒரு மயிரைப் புடுங்கிக்கொண்டுபோய்ப் புலனாய்வுக்காரனிட்ட குடுத்தானோ அவன் அதை வச்சு தேர் இழுக்கிற வடம் அளவுக்குக் கயிறு திரிப்பான்." கண்டிப்பான குரலில் சொன்னார்.

"அவன்ர ஆக்களும் இதுக்குள்ள இருக்கோ?" ஜான் அடக்க முடியாமல் கேட்டான்.

"ம்ம்... இருக்கு."

"யாரு?" ஜான் பயத்துடன் கேட்டான்.

"நீங்கதான்." சஞ்சயன் சிரித்தார்.

"மற்றவங்கள் உங்களை அப்பிடித்தான் நினைக்கிறாங்கள். நீங்களும் யாரையாவது அப்பிடி நினைக்க வேண்டியதுதான்."

"உண்மையாவே இல்லையா?"

"அப்பிடியில்லை. அவனாகவே சிலரிட்ட தந்திர உறவு வைச்சுக் கதை கறப்பான். சில வெருளிகள் தங்களை அறியாமல் கதை கக்கிப்போட்டு வருங்கள். உசார் மடையன்கள், விளப்பம் கெட்டதுகள் அவனுக்கு வேலை செய்யுங்கள். வண்ணனும், சந்திரனும் இந்த அறையில அப்பிடியான பேர்வழிதான். இது எல்லாருக்கும் தெரியும். ஆனால் தெரியாமல் யாரையாவது

புலனாய்வுக்காரன் விட்டிருப்பான். அவன் கெட்டிக்காரனாயும் இருக்கக் கூடும். கடும் கவனம் இருக்கவேணும்" அர்த்த பாவத்துடன் அவர் முகம் இருந்தது.

நான் முதலில் வண்ணனையும், சந்திரனையும் மனத்தில் குறித்துக்கொண்டேன். அவர் பிறகும் சொன்னார்.

"சமையல்கட்டில இருக்கிறவங்கள், தண்ணி குடுக்கிற வேலை பார்க்கிறவங்கள், இந்தமாதிரி வேலை பார்க்கிற ஆக்களோட பழக்கம் வைக்காதையுங்கோ. அதிகம் அவங்கட கண்ணிலயும் படாதையுங்கோ. இவங்களுக்கும் ஆமிக்கும் நல்லுறவு இருக்கும். ஆமிக்காரன் உங்களைப் பற்றி ஏதாவது கேட்டால் முகம் முறிக்கக்கூடாதென்று வேசையாடி விட்டுடுவாங்கள். அதுதான் சொன்னன். கவனம்." அகத்தில் உள்ளூறையும் கொதிப்பு முகத்தில் கொப்பளிக்கிறது அவரை அறியாமல்.

இப்படி இந்த முகாமில் உலையேற்றுவதில் இருந்து உறவுச்சந்திப்பு வரை உள்ள நீக்குப்போக்குகள் பலவற்றைக் காட்டித் தந்தார். இவர் எங்களுடன் பழக ஆரம்பித்ததும் வேலு அண்ணரும் வந்து எம்மோடு பழகினார். நாளடைவில் மற்றவர்களும் பழகத் தொடங்கினர்.

சூழலுக்குள் தன்னைப் பொருத்திக்கொள்ளும் உயிரே வாழும் என்று பட்டது. எந்த ஞானமும் இல்லாதவர்கள் மிக இலேசாக இதைப் புரிந்துகொண்டு, வென்றவன் தோற்றவனிடத்தில் எதிர்பார்க்கும் உறவின் தன்மைக்குள் தம்மைப் பொருத்திக்கொண்டு வாழத்தொடங்கினர். இந்தச் சிலரால் அறைகளில் உருவான புதிய சூழலுக்குள் மற்றையவர்கள் தம்மைப் பொருத்தியாக வேண்டியிருந்தது. இது பலருக்கு இலேசாக இருக்கவில்லை. பொருத்தித்தான் ஆகவேண்டும் என்று அறிவு சொன்னாலும் மனம் அதை ஏற்கவேண்டுமல்லவா?

ஒருவனின் நடத்தைக் கோலங்கள் அவன் செய்த தொழிலாலும் அந்தத் தொழிலுக்குண்டான சமூகநிலையாலும்கூடத் தீர்மானிக்கப் படுவதாகத் தோன்றியது எனக்கு. விடுதலைப்போராளி என்பது உள்ளூர கர்வம் தருவதாய் இருந்தது எங்கள் சமூகத்தில். மக்கள் தந்த மதிப்பு, உயர்நிலை என்பன அகத்தில் தன் கர்வம் ஊற வைப்பதாய் இருந்தன. அந்தக் கர்வத்தின் சுகிப்பில் ஒரு தன் அகங்காரம் உறைந்து

கிடக்கிறது. இந்தச் சிங்கள இராணுவத்தை எம் உயிர்கொடுத்து எதிர்த்து நின்றதால்தான் ஓர் உயர்நிலை வழங்கி எம் வாழ்வு குறித்து கர்வமுற வைத்தனர் மக்கள். இன்று இவன் காலை நக்க அகங்காரம் விடுமா என்ன? இத்தனை வருடம் வாழ்ந்த கர்வத்தை, தன் அகங்காரத்தை ஒரே இரவில் ஜீவன் இழந்துவிடுமா? நிர்ப்பந்தச் சூழலுக்குள் எம்மைப் பொருத்திக் கொண்டால் வெளிப்படுவது நடிப்பாக இருக்குமே தவிர நடத்தையாகிவிடாது. இங்கு மெய்யில் தம்மைப் பொருத்த முடிந்தவர்கள், முன்னர் தம்மை மெய்யில் பொருத்தியிருக்க முடியாது என்று தோன்றியது.

நடிப்பும்கூட மனத்தினால் நிகழ்த்தப்படவேண்டியதே தவிர உடலினால் அல்ல. அனிச்சை அசைவுகளை உடலில் உருவாக்கக் கூடிய ஆழ்மனக் கட்டளைகளால் பிறக்கும் உடல்மொழியே மெய்யாகும் ஒரு நடிப்பைத் தரக்கூடும். கர்வம் கொண்ட மனத்தால் எதிரே நின்றவனின் காலை நக்கித் தப்ப முடியவில்லை. மனம் இசையா நடிப்பு வெறும் சொற்களாகவோ உடலசைவுகளாகவோதான் பலருக்கும் வெளிப்பட்டன. சிலர் கர்வத்தை இழக்க முடியாமலும் அதைக் காட்டிக்கொள்ளக் கூடாதென்றும் பெரும் அவஸ்தைப்பட்டனர். அத்தகைய இயல்புதான் சஞ்சயனிடமும் இருந்தது. அவர் தன் நடத்தையால் இழக்க முடியாத கர்வத்தைத் தன் புறத்தோற்றத்தால் இழந்து காட்சிப்படுத்த முயன்றார் என்றுதான் நான் நம்புகிறேன். ராசு அண்ணரும்கூட இந்த வகையறாதான். ஆனால், சுரேன் அப்படியல்ல. அவன் இந்தச் சூழலுக்குள் தன்னைப் பொருத்தும் முயற்சிகூட எடுக்க மாட்டாதவனாய்த் திணறினான்.

அடுத்த அறை சுரேனுடையது என்பதால் அவனும் இந்தப் படிக்கட்டில்தான் பகலில் தஞ்சம் அடைவான். ராசு அண்ணர் எப்பவாவது என்னையும் சுரேனையும் ஜானையும் பார்க்க வருவார். படிக்கட்டில் எப்படியோ இப்போ நால்வர் கொண்ட குழு உருவாகிவிட்டிருந்தது.

இங்கு போராளிகள் இந்தச் சூழலுக்குள் தம்மைப் பொருத்திக் கொள்வது பற்றி நான் சொல்லிக்கொண்டிருக்கிறேன். நீங்கள் யாரும் கேட்கவில்லையே... ‘இது போர்க் கைதிகளின் சிறை முகாம்தானே. எல்லோரும் போராளிகள்தானே... பொருத்திக்கொள்ள என்ன ஒவ்வாமை இருக்கிறது?’ என்று.

ஓ... சிலர் கேட்டீர்களா? அதுதான் இல்லை. கேளுங்கள். சிறைவைக்கப்பட்ட இந்தக் கைதிகளில் பல ரகம், பலவிதம் உண்டு.

போராளியாக இருந்ததினால் விடுதலைப் புலிகள் இயக்கத்தில் இணைந்துகொண்டவர்கள், இயக்கத்தில் இணைந்து கொண்டதனால் போராளி ஆகியவர்கள், போராளியாவதற்காக இணைந்து கொண்டவர்கள், கட்டாயப் படைச் சேவையில் இணைக்கப்பட்டவர்கள், நிர்ப்பந்தத்தால் தாமே இணைந்து கொண்டவர்கள் -இவர்களிலும் போராளியாகிக் கொண்டவர்களும் உண்டு. ஆகாதவர்களும் உண்டு. ஆச்சரியம் தரும் வகையில் கட்டாயத்தில் இணைக்கப்பட்டவர்களிலும்கூட போராளியாகியவர்களும் உண்டு. ஆகாமல் வன்மத்தோடு வாழ்ந்தவர்களும் உண்டு. இவர்கள் எல்லாரும் விடுதலைப் புலிகள் உறுப்பினரே.

இதைவிட முன்பொருகாலம் இயக்கத்தில் இருந்து பின்னர் விலகியவர்கள், ஊதியத்திற்குப் பணிசெய்த இயக்கம் உருவாக்கிய தேசிய இராணுவத்தின் உறுப்பினர்கள், காவல்துறையினர், தமிழீழப் பொதுநிர்வாகக் கட்டமைப்பிலும் வேறு நிர்வாகங்களிலும் அதிகாரிகளாக இருந்தவர்கள், ஊடகங்களில் பணிசெய்தவர்கள் எனப் பல பொதுமக்களும் இங்கு போர்க் கைதியாக்கப் பட்டிருக்கிறார்கள். விடுதலைப் புலிகளுடன் சேர்ந்தியங்கியதால் இலாபம் ஈட்டிய பொதுநபர்களும் இப்போது இங்கே நஸ்டப்பட்டுக் கொண்டிருக்கிறார்கள். விடுதலைப் புலிகளின் காவல்துறையில் கைதியாக இருந்தவன் கூட இங்கே கைது செய்யப்பட்டிருக்கிறான். அங்கு அவனைக் கைது செய்தவனும் இங்கே இருக்கிறான். இது ஒரு கதம்பக் கைதிகள் சிறைமுகாம்.

ஆனால், என்னை முதல் வைத்திருந்த அந்த இரகசிய முகாம் இப்படியான சூழல் கொண்டதல்ல. அங்கிருந்தவர்கள் அனேகம் முதிர்ச்சியான போராளிகள். போராளியாக இருந்ததால் இயக்கத்தில் இணைந்தவர்கள், இயக்கத்தில் இணைந்து போராளியாகியவர்கள் என இரு வகைதான் அங்கு இருந்தனர். இந்த வகையில் இந்த முகாமில் போராளிகள் தப்பிப் பிழைப்பது உண்மையில் இலகுவானது அல்ல என்பது மட்டும் புரிந்தது.

சில நாள்களில் இந்தத் தடுப்பு முகாமே திடுக்கிடும்படி ஒரு சம்பவம் நடந்தது. கீழ்த்தளத்தில் ஓர் அறையில் இருந்த கைதி வயித்துக் குத்தென்று படுத்திருக்கிறான். சற்று நேரத்திற்கெல்லாம் அவன் முடியாமல் அந்த அறையின் தலைவனை முகாம் அதிகாரியிடம் போய்ச் சொல்லுமாறு வற்புறுத்தினான். முதலில் அசட்டை செய்த அறைத் தலைவன் இவன் முடியாமல் அழுகின்ற கட்டம் வந்ததும் போய்ப் புலனாய்வு அதிகாரியிடம் சொன்னான். புலனாய்வு அதிகாரிக்குத்தானே அறைத்தலைவன் கழுவிவிட்டுக் கொண்டிருந்தான். அதனால் உறவும் தொடர்வும் புலனாய்வுக் காரனோடுதான் இருந்தது. “போடா போ... வயித்துக் குத்துன்னு வாறே... யாருடா அவன் நாடகமா போடுறான் நம்மகிட்ட?” என்று சொல்லி அனுப்பியிருக்கிறான் அந்த அதிகாரி.

இவனோ “அழுகிறான் அண்ணை... அதுதான் வந்தனான்.” என்றான். இதில் அக்கறை இல்லை, தான் அந்த நாடகத்தோடு சம்பந்தப்படவில்லை என்று தப்பித்துக்கொள்ளும் முன்னெச்சரிக்கையே இருந்தது.

“போடா வாறன் பார்க்க...” என்று துரத்திவிட்டானாம். ஆயினும் அறைக்கு வரவில்லை. வயித்துக் குத்துக்காரன் குளறும் நிலைக்கு வந்துவிட்டான். அந்த அறையில் இருந்த இன்னொரு கைதி போய் புலனாய்வுக்காரனிடம் சொல்ல அவன் பார்க்க வந்தான். புலனாய்வுக்காரனின் பெயர் ராகவன். இவனுக்குக் கழுவிவிடுபவர்கள் இவனை ராகவண்ணை என்றுதான் அழைக்கிறார்கள். ஆனால், இவனுக்குப் பெயர் றகீம். சொந்த இடம் கிண்ணியா என்றும், மட்டக்களப்பிலும் மன்னாரிலும் அதிகக் காலம் பணியில் இருந்திருக்கிறான் என்றும் சஞ்சயன் சொன்னார்.

புலனாய்வு அதிகாரி வந்து, “என்னடா... என்ன பிரச்சினை?” என்றான்.

“வயித்துக்க குத்துது... தாங்க முடியல...” என்றான் இவன்.

“எங்கடா குத்திது...?”

“இங்க.” அவன் அடிவயிற்றைத் தொட்டுக் காட்டியிருக்கிறான். கண்ணை உயர்த்தி யோசித்துவிட்டு “நடிப்பு, கிடிப்பு வைச்சுக்காதே நம்மகிட்ட.” என்றான்.

“குத்துதண்ணே...” கைதி நிமிர முடியாமல் குறுகினான்.

“டேய்... நீ போய் என்ர அறையில வண்ணன் நிப்பான் அங்க ‘பனடோல்’ இருக்கு எடுத்திட்டு வா... சரியா?” ஒருவனைத் துரத்தினான். ‘பனடோல்’ வந்தது. அக்கம் பக்க அறையெல்லாம் இவனின் கூச்சலில் கூடிவிட்டது. குளிசையைக் கொடுத்துவிட்டு அதிகாரி போய்விட்டான்.

பொழுதுபடும் தருணத்தில் ராசு அண்ணன் அவனைப் போய்ப் பார்த்திருக்கிறார். அவரும் கீழ்த்தளத்தின் கடைசி அறையில்தான் இருந்தார். அவருக்கு அவன் படும் அவஸ்தை சாதாரணமானதல்ல என்று புரிந்தது. அவர் நேரடியாக முகாம் அதிகாரியிடம்போய் முறையிட்டார். ராசு அண்ணருக்கு சிங்களம் தெரியும் என்பது அப்போதான் மற்றவர்களுக்குத் தெரியவந்தது. கையோடு முகாம் அதிகாரியைக் கூட்டி வந்தார். அதிகாரிக்கு வயித்துக் குத்துக்காரன் கூறியதைத் தமிழில் இருந்து சிங்களத்திற்கு மொழிபெயர்த்தார். எல்லாவற்றையும் கேட்டுவிட்டு அதிகாரி “பொறுத்திருந்து பாருங்கள்” என்று சொல்லிவிட்டுப் போய்விட்டான்.

இரவு ஏழுமணி தாண்டி அந்தக் கைதி அலறத் தொடங்கினான். உச்சவலியில் துடித்தான். அங்கு போன ராசு அண்ணர் அறைத் தலைவனைப் போய் முறையிடுமாறு சொன்னார்.

“நான் சொல்ல ராகவனண்ணை என்னோட ஏறிப்பாயுது” என்றான் அவன். ராசு அண்ணர் மறுபடியும் கோபத்தோடு போய் அதிகாரியிடம் முறையிட்டார். புலனாய்வு அதிகாரியையும் அழைத்துக்கொண்டு முகாம் அதிகாரி வந்தான். பொலிஸ் இன்ஸ்பெக்டருக்கும் அதிகாரி அழைப்பு விடுத்தான். பொலிஸ் இன்ஸ்பெக்டர் இவனை வைத்திய சாலைக்கு அனுப்பவேண்டும் என்றான். முகாம் அதிகாரியும் உடன்பட்டார். ராகவன் - அவன்தான் புலனாய்வு அதிகாரி றகீம் - முகத்தை மறுபக்கம் திருப்பிக்கொண்டான். ‘இது வெறும் நடிப்பு... இப்படி எத்தனை பேரை நான் பார்த்துவிட்டேன்’ என்று முன்னர் அதிகாரிக்கு இவன் சொன்னானாம் என்றறிந்தேன்.

இன்ஸ்பெக்டர் அம்புலன்சுக்கு அறிவித்து வரவழைத்தான். பொலிஸ் மற்றும் இராணுவப் பாதுகாப்புடன் கைதி கொண்டு செல்லப்பட்டான். ஆஸ்பத்திரியில் பார்த்துவிட்டு “சரி...

'வார்ட்' இல் நிற்கட்டும். பெரிய டொக்டர் வந்து பார்ப்பார்" என்றனராம்.

இரண்டாம் நாள் எங்கள் சமையல்வேலை முறைக்குப் போய் வாடிப்போன காய்கறிகளைக் கிடங்கில் கொட்டினேன். கூட வந்த சமையல்கட்டு வெடிபாலனின் கையாள் சொன்னான்... 'வயித்துக் குத்துக்காரன் ஆஸ்பத்திரிக்குக் கொண்டுபோய் இரண்டு மணித்தியாலத்தில இறந்துபோனானாம். பொலிஸ் மூலம்தான் கதை கசிந்தது.'

இவனது மனைவி, பிள்ளை செட்டிக்குளம் காட்டில் தடுத்து வைக்கப்பட்ட வன்னி மக்களுக்கான 'நலன்புரி முகாம்' என்ற கதிர்காமர் முகாமில் இருந்தனர். இதுவரை அந்தக் குடும்பங்களைத் தங்கள் கணவரையோ, பிள்ளைகளையோ வந்து பார்க்க அரசாங்கம் அனுமதிக்கவில்லை. மக்களும் ஒருவகைக் கைதிதானே? கைதிகள் மற்றொரு கைதிகளைப் பார்க்க அனுமதிப்பார்களா என்ன?

இறந்தவன் உடலை வீட்டுக்குக் கொடுப்பதா? இல்லையா என்று சிக்கல் எழுந்ததாம். அதற்கான முடிவை எடுக்கமுடியாமல் தகவலை மேலே மேலே அனுப்பி இறுதியில் அரசாங்கத்திடம் இருந்து கொடுக்கவும் வேண்டாம், காட்டவும் வேண்டாம். ஆஸ்பத்திரி செலவில எரித்துவிடச் சொல்லி கட்டளை வந்ததாம். நாலாம் நாள் அனாதைப் பிணம் என்ற பதிவில் போட்டு எரித்துவிட்டார்களாம்.

அவனது பிள்ளைக்கு மூன்று வயசு. மனைவி கர்ப்பிணியாக இருந்ததாகவும் அவனது நண்பர்கள் சொன்னார்கள். இவளைத் திருமணம் செய்ததில் அவனது வீட்டாருக்கு உடன்பாடு இல்லாததால் அவளை வீட்டார் ஒதுக்கிவிட்டனர். பண உதவிக்கோ, மற்ற உதவிக்கோ மனைவிக்கு யாரும் இல்லை எனச் சொல்லி அழுதிருக்கிறான். இவன் போரில் முன்களத்தில் நின்றிருந்தான். தன் குடும்பத்திற்கு என்ன ஆனதென்று எதுவும் இவனுக்குத் தெரியாது. இப்போது ஒரு மாதம் முன்தான் உறவுச் சந்திப்புக்கு வந்த யாரோ மூலம் குடும்பம் உயிருடன் இருப்பதைத் தெரிந்துகொண்டானாம்.

இந்தச் சம்பவம் சிறை முகாமில் பரவிவிட்டிருந்தது. இச்செய்தி கேட்ட பாதிப்பில் எங்கள் அறை சுமந்திரன் அண்ணர் போய் 'நான் ஒரு டொக்டர்' என்று உண்மையை அதிகாரியிடம்

சொல்லிவிட்டார். அவர் கொடுத்த வாக்குமூலம் திருத்தி எழுதப்பட்டது. அவருக்கு மீள் விசாரணையும் நடந்தது. ஆனால் அவர் வைத்த கோரிக்கை வேறு. 'என்னால் கைதிகளுக்கு வரும் இத்தகைய நோய்களைப் பார்த்துக்கொள்ள முடியும். அனுமதி தரவேண்டும். சில மருந்து வகைகளையும் தந்துதவ வேண்டும்' என்று அதிகாரியிடம் வேண்டுகோள் வைத்தார்.

"டேய் நீ டொக்டரா எழும்பு, எழும்புடா... நீ டொக்டரா? எங்கிட்ட நீ சொன்னியா? சொன்னியாடா?" அறைக்கு வந்த புலனாய்வுக்காரன் முகம் சிவந்து கத்தினான். அறையே திகிலடைந்தது. டொக்டர் எழுந்து தலைகுனிந்து நின்றார்.

"நீ வரணும் அங்க... பின்ன ஆளு அனுப்புறன்."

அறையே உறைந்துபோனது. டொக்டரும் பயந்துதான் போனார். அந்த அச்சம் அவனுக்கு ஒரு சுகிப்பைத் தந்தது. இமைகளை மேலே தூக்கி தூக்கி "எல்லாருக்கும் திருப்பி இரிக்கிடா... விசாரணை திருப்பி இரிக்கி." சுட்டுவிரலைக் காட்டி ஆணவத்தோடு சொன்னான். பயந்துபோன பலரும் டொக்டரை நிந்திக்கத்தான் செய்தனர். "இந்த மனிசனுக்குத் தேவையில்லாத வேலை" என்று.

டொக்டர் ஒரு சிறிய உருவம். வயது நாற்பது. மழித்த மீசை தன்னை அடையாளம் காட்ட உதவிவிடும் என்பதால் இங்கு மீசை வைத்துக்கொண்டார். அவரைத் தெரிந்திருந்தும் மீசையில் அவர் முகம் அதிகமாக மாறித்தான் போயிருந்தது. அறையை விட்டு எங்கும் போகமாட்டார். பொதுவாக இப்படிச் சிலர் அறையில் இருந்தனர். சுமந்திரன் டொக்டர் மென்மையான சுபாவம் கொண்டவர். கதைப்பதும் கூட மிருதுவாகத்தான் இருக்கும். முதுகைக் கூனி இப்போ ஒரு மூலையில் அமர்ந்திருக்கும் இவர் இயக்கத்தில் ஒரு சத்திர சிகிச்சை நிபுணர். இறுதி யுத்தத்திலும் பல ஆயிரம் உயிர்களைக் காத்தவர். இயக்கத்தின் மருத்துவக் கல்லூரியில் ஏழு ஆண்டுகள் படித்துப் பின் பல களம் கண்டு உயர்ந்தவர் இவர்.

சுமந்திரன் டொக்டர் விசாரணையில் தான் ஒரு மருத்துவப் பிரிவுப் போராளி என்று சொல்லியிருக்கிறார். டொக்டர் என்பதைச் சொல்லவில்லை. இயக்க மருத்துவப் பிரிவில் படைத்துறையில் ஒரு பிளட்டூனுக்கு ஒரு மெடிசின்காரன்

என்பதில் இருந்து சத்திர சிகிச்சை நிபுணர் என்பதுவரை பல தரநிலைகள் உண்டு. ஆறுமாதம், இரண்டு வருடம், ஏழு வருடம் என இவர்களுக்கான மருத்துவக் கல்வியும் வேறுபடும். சண்டைகளின் போது களத்திற்கு ஒரு தற்காலிகச் சத்திர சிகிச்சை நிலையமே வந்துவிடும். போர்க்களத்திற்குச் சத்திர சிகிச்சை நிலையத்தைக் கொண்டு வந்ததினால் பல உயிர்களைக் காக்க முடிந்தது. காயப்பட்டவர்களைக் கொண்டு ஆஸ்பத்திரிக்குப் போகும் நிலை மாற்றப்பட்டது. இந்த வசதி இராணுவத்திற்கு இருக்கவில்லை. போரில் கிழிந்துபோய் வரும் உடலில் உயிரைப் பிரியவிடாது களத்தில் வைத்தே தடுத்துப் பின் அவற்றைக் கட்டி மீள்உருவமும் செய்து அனுப்புபவர் இவர்.

சக கைதியின் மரணம் அந்த முகாமை எதுவும் செய்துவிடவில்லை. ஆனால் அரவம் இல்லாமல் கைதிகளின் மனதில் கரிய பூதமாய் நுழைந்தது. குறிப்பாகத் தம் குடும்பங்களைச் செட்டிக்குளம் மக்கள் தடுப்புமுகாமில் கொண்டிருந்த கைதிகளை இது வெகுவாகத் தாக்கியது. இந்த இருபகுதியை இணைத்து தொடர்பாடல் செய்யக்கூட ஆள் இல்லாத கைதிகளும் இருந்தனர். இவர்கள் துன்பச் சுமை தாங்க இயலாமல் நெஞ்சு கனக்க குப்புறப் படுத்தார்கள்: இரவும் பகலும்.

இறந்துபோன கைதி சில நாளாகச் சந்தோசத்தில் இருந்தானாம், இன்னும் தன் மனைவி, பிள்ளை உயிருடன் இருப்பதை அறிந்து. முள்ளிவாய்க்கால் கடந்தும் ஒரு குடும்பம் தன்னில் எவரையும் சாவிடம் கொடுக்கவில்லை என்றால் அது அதிசயம்தான். அரிதிலும் அரிதாய் இருந்தது. விதி ஒரு நீச விதி. அந்தக் கைதியின் குடும்பத்தின் முழுமையை அதனால் சகிக்க இயலவில்லை போலும். வயிற்றில் குத்திக்கொன்று பிரித்ததே அந்தக் குடும்பத்தை. கைதிகள் குடும்பம் எனும் துன்பச் சுழிக்குள் இழுபட்டனர் இதனால்.

மரணத்திற்கான காரணம் சுமந்திரன் டொக்டர் சொல்லி அறைகளில் கமுக்கமாகப் பரவியது. என்னுடன் கதைக்கும்போது டொக்டர் சொன்னார் “அது ஒன்றும் இல்லை. சலம் வெளியேற முடியாமல் அடைச்சிட்டு. இதுக்குப் போய் ஓர் உயிர் சாக வேணுமோ?” என்றார் தீராத துயரத்துடன்.

“சலம் அடைச்சா ஆக்கள் சாவினமோ டொக்டர்?” கேட்டேன்.

“வெளியேறாவிட்டால் ‘பிளாடர்’ (சலப்பை) வீங்கிப் பெருக்கும். இறுதியில் வெடித்துவிடும். அப்படித்தான் அவன் செத்தான்.” அதை விளக்க அவர் மனநிலை விடவில்லை. தலையை அங்கும் இங்கும் ஆட்டினார்.

“என்ன செய்திருக்கலாம்?”

“சின்ன விசயம் இது. எங்கட ஒரு மெடிசின்காரன் செய்வான் இதை. ஆணுடம்புக்குள்ளால ஒரு ‘கலிட்டர்’ (சிறு குழாய்) போட்டுவிட்டால் சலம் வெளியேறிவிடும் அதுக்குள்ளால. ஒரு வலி நிவாரணக் குளிசை குடுத்தால் அவனுக்கு வலியும் தெரியாது. அவ்வளவுதான்.”

“ஓ...” நான் ஏங்கிப் போனேன். இது செய்யாமலா சாகக் குடுத்தார்கள் ஓர் உயிரை. றாஸ்கல்கள். நீசப் பிறப்புகள். சிங்கள ஊழியர்களைப் போட்டு நிறைத்த வவுனியா ஆஸ்பத்திரியில் பயங்கரவாதக் கைதியைப் படையினர் கொண்டுபோனால் என்ன மரியாதை கிடைத்திருக்கும்?

ஓர் அற்பக் காரணத்துக்காகத் தான் பார்த்திருக்க நிகழ்ந்த மரணம் தந்த வலியும் அது எழுப்பிய தன் தொழில் மீதான தார்மீகக் குற்றவுணர்வும் அவரை நிலைகுலைய வைத்துவிட்டன. இதன் விளைவுதான் அவர் தன்னை டொக்டர் என வெளிப்படுத்திக் கொண்டது. இப்போது விசாரணைக்காக அழைத்துச் செல்லப்பட்டுவிட்டார். மதியம் சாப்பிட அறைக்கு வந்தவரின் முகம் கன்றிச் சிவந்திருந்தது. சாப்பிடவில்லை. திரும்பியும் விசாரணைக்குச் சென்றுவிட்டார்.

இந்த நிகழ்ச்சியினாலோ என்னவோ இரவு கைதிகளின் எண்ணிக்கைக்கு வரும் அதிகாரி கூடவே ராசு அண்ணரைக் கூட்டிவந்தான். வழமையில் மொழிபெயர்க்கும் புலனாய்வு அதிகாரி சும்மா நின்றான். ராசு அண்ணரின் இந்த வருகையோடு முகாமின் பழைய அத்தியாயம் முடிந்தது. இனிய புதிய அத்தியாயம்.

11

“இவர்தான் புதிதாக வந்திருக்கும் முகாம் அதிகாரி மேஜர் ஸ்ரீபன் பெர்னாண்டோ. அவர் கோப்ரல் விஜயகுமார, இராணுவக் காவல்துறை அதிகாரி.” ராசு அண்ணர் பழைய முகாம் அதிகாரி சொல்வதைச் சொல்லச் சொல்ல மொழிபெயர்த்தார். புதிதாக இராணுவ அணி மாறுகிறது. புதியவர்களை அறிமுகம் செய்கிறார்கள். இந்த இடைப்பட்ட நாள்களுக்கிடையில் பழைய அதிகாரி ராசு அண்ணரைக் கைதிகளின் தொடர்பாளராக ஆக்கிவிட்டார். பழைய பாலன் ஓரங்கட்டப்பட்டான். ராசு அண்ணர் கிட்டத்தட்ட சிறை முகாமில் கைதிகள் தலைவர் ஆகிவிட்டிருந்தார்.

“எனக்கு நீங்கள் ஒத்துழைப்பு வழங்கியதற்கு நன்றிகள். புதிய அதிகாரிக்கும் ஒத்துழைப்பு வழங்கவேண்டும் என்று கேட்டுக்கொள்கிறேன். விரைவில் நீங்கள் விடுதலைபெற்றுக் குடும்பங்களுடன் இணையவேண்டுமெனப் பிரார்த்திக்கின்றேன்.” ஒவ்வொரு அறையாகச் சொல்லி நகர்ந்தார் பழைய அதிகாரி இப்போது வந்த புதிய அதிகாரிகளுடன்.

வந்திருக்கும் புதிய அதிகாரி இதுவரை வந்தவர்களில் வயதானவர். ஐம்பது வயதிருக்கலாம். கறுத்த மெலிந்த தோற்றம். தலைமுடிக்குக் கறுப்பு ‘டை’ அடித்திருந்தது தெரிந்தது. மிடுக்கில்லாத தோற்றமும் மனிதர்களைப் பார்த்து சம்பிரதாயத்திற்காகச் சிரிக்கவேண்டும் என்ற முகமும் கொண்டவர். மிலிட்டரி பொலிஸ்காரன் முப்பது வயது மதிக்கத்தக்க கட்டுமஸ்தான உயர்ந்த சிவந்த உருவம். அதிகாரத்தை வெளிப்படுத்தியவாறு கைதிகளைப் பார்க்கிறான். அதிகாரி மேஜரோ ஏதோ அலுவலக அதிகாரி போல நடந்துகொண்டார். வகுப்பாசிரியர் போல பிரமை தரும் நடத்தையும் தோற்றமும்.

புதிய அதிகாரி ராசு அண்ணரை நிர்வாக வேலைகளை சிறைமுகாமில் ஒருங்கிணைக்கப் பயன்படுத்திக்கொண்டார்.

சமையல் கட்டு, நீர் வழங்கல், துப்புரவுப் பணி, உறவுச் சந்திப்பு இப்படிப் பல. இதுதவிர களஞ்சியத்தில் ஒரு பாதியில் டொக்டருக்கு இடம் ஒதுக்கப்பட்டு ஒரு சிறிய 'டிஸ்பென்சறி' ஆக அது இயங்க அதிகாரி வழிசெய்து கொடுத்தார்.

புலனாய்வு அதிகாரி ராகவன் மூன்று முறை விசாரித்த உள் விபரங்களைக் கொழும்பு அனுப்புகிறேன் என்றான். சுமந்திரன் டொக்டரும் பயந்துதான் போனார். ஆனால் சஞ்சயன் சொன்னார். "டொக்டர் பயப்படாதையுங்கோ, மருத்துவப் போராளி என்டதுக்கும் டொக்டர் என்டதுக்கும் இவங்கள் பெரிய வேறுபாடு காணமாட்டாங்கள். இந்தத் துறையில முக்கியம் - முக்கியமில்லை என்றது ஒரு பிரச்சினை இல்லை. உங்களுக்கு இனி இஞ்ச மரியாதை கூடலாம். விடுதலை செய்யவும் வாய்ப்பிருக்கு" என்று. உண்மையில் பின்னர் நடந்ததும் அதுதான். மேஜரும் மரியாதை கொடுத்தான். சிப்பாயும் மரியாதை கொடுத்தான். ஆனாலும் அந்த மரியாதை கைதிகளுக்குள் மரியாதையான கைதி என்றளவில்தான் அமைந்திருந்தது.

இராணுவ வைத்தியர் முதலும் பின்னர் அரச வைத்தியருடனும் வந்து சுமந்திரன் டொக்டரை அழைத்துக் கதைத்தார். இவரின் மருத்துவ அறிவை அளவிடவாக்கும். இவரளவு அறிவோ அனுபவமோ அவர்களுக்கு இல்லை. ஆனாலும் டொக்டர் கைகட்டித்தான் நின்றார். சுமந்திரன் டொக்டர் சொன்னார். "நாங்கள் கைதி மாதிரி இருக்க வேணும். அவன் எஜமானாய் இருக்கத்தான் ஆசைப்படுவான். தெரியாததுபோலக் கேட்டு தெரிஞ்சுகொண்டதா நடிக்கவேணும். ஓமடாப்பா... அப்பதான் அவனுக்கு தன்ர திமிரில திருப்தி வரும். ஒண்டுஞ் செய்ய ஏலா. நாயாய்ப் போனா நக்கித்தான் தண்ணி குடிக்கோணும்."

"டொக்டர் வலு தெளிவாயிற்றிங்கள். ராகவன் நல்ல போடு போட்டிருக்கிறான். மறைச்சிட்டியள் ஆ..." ஜான் கிண்டலடித்தான்.

"இல்லையடாப்பா. அதுதான் வெண்டவனுடைய உளவியல். இதை விளங்காட்டி நாங்கள் இஞ்ச வம்பில மாட்டோணும்."

"டொக்டர் தோத்தவன்ர உளவியல் எப்பிடி இருக்கும். பழி தீர்க்கோணும். டொக்டர் பழி தீர்க்கோணும்." போலி இருமாப்போடு சுரேன் சொன்னான்.

“பாத்தியே... உது கூடாது இப்ப. இஞ்ச நாங்கள் நடிக்கவேணும். அண்டைக்கு இரண்டாம் மாடியில ராகவன் போக ஒருத்தன் எழும்பி நிற்கேல்லை எண்டு பிரச்சினை. பிறகு ராகவன் தன்ர எடுபிடிகளை வச்சு தண்ணி குடுக்கிற இடத்தில அவனோடை தகராறுப்பட வச்சிருக்கிறான். பிறகு தகராறுப்பட்ட ஆக்களை விசாரணை எண்டு கூப்பிட்டு அண்டைக்குத் தன்னைக் கண்டு எழும்பாத பெடியனுக்குச் சரியான அடி அடிச்சுப்போட்டான். அதுவும் பெரிய கொட்டனால. அவனுக்கு முதுகெல்லாம் கண்டிப்போச்சு. இவங்கள் எங்களைச் சும்மா விடாங்களடாப்பா.” டொக்டர் சொல்லிக்கொண்டே இடத்தை விட்டு நகர்ந்தார். இது ஓர் ஆபத்தான கூட்டம் என்று எண்ணி.

பொலிசுக்கும் இராணுவத்திற்கும் இங்கு எப்போதும் ஒத்து வந்ததில்லை. வந்த எந்த இராணுவ அதிகாரியும் பொலிசோடு மதித்து நடந்ததில்லை. எந்த அதிகாரமும் இல்லாதவர்களாய்த்தான் இங்கு பொலிசின் பிரசன்னம் இருந்தது. இந்த முரண்பாட்டை மேலும் தூண்டி வளர்ப்பவன் ராகவன்தான். இதைவிட இராணுவத்திற்கும், இராணுவப் பொலிசுக்கும் முரண்பாடு இருக்கும். எல்லாரையும் பிரித்து வைத்து தன்ர வண்டில ஓட்டுறதில ராகவன் என்ற றகீம் விண்ணன்.

இப்போ புதிதாக வந்த அதிகாரியோ இன்ஸ்பெக்டருடன் நட்புறவு வைத்துக்கொண்டான். சம வயதினர் என்பதாலும் இருவரும் நீர்க்கொழும்புச் சிங்களவன் என்பதாலும் நான் அறியாத வேறு காரணிகளாலும் உறவாக இருந்தனர். சேர்ந்து தண்ணியடிக்க முடிந்தது. வழமையாக வரும் அதிகாரிகள் ராகவனின் வயதையொட்டி இருப்பதால் இரவு ‘பார்ட்டி’க்குத் தண்ணியடிக்க அழைப்பு விடுத்து அவர்களை ராகவன் தன் வலையில் வீழ்த்திவிடுவான். தண்ணியடிக்க ‘சைட் டிஸ்’ செய்து கொடுப்பது வெடி பாலனின் கடமை. இந்த நாள்களில் கழுவிகள் வேலையாக ஓடித் திரிவார்கள்.

“இண்டைக்கு ராகவண்ணை கப்டனுக்கு பார்ட்டி வைக்கிறார். சாப்பாடு எப்பன் ருசி குறைஞ்சாலும் அந்தாள் தூசணத்தால் பேசுமடாப்பா.” இப்படி அலுத்துக்கொள்ளும் வசனத்தின் மூலமே அகப்பெருமையை இந்தக் கழுவிகள் வெளிப்படுத்துவர். எங்கள் அறையில் வண்ணனின் கதை

இப்படித்தான் இருக்கும். இதெல்லாம் இலவச இணைப்பாக நாங்கள் பெறும் அவமானம்.

இரவு பார்ட்டி நடக்கும் அறையே துவளும். பக்கத்து அறையில் சிப்பாய்கள் குடிக்கவென பிறிதொரு ஏற்பாடும் செய்திருப்பான் ராகவன். பாட்டும் கூத்தும் மட்டுமல்ல. போதையை மேலும் கூட்ட நீலப் படம் முக்கிய இடம் பிடித்திருக்கும். குறிகளின் ஒளிச் சுகிப்பில் திணறும் மனதிற்கு மேலும் போதை தேவைப்படும். மதுவால் நிரம்பிய போதைக்கு மேலும் காமம் தேவையென ஆகும்.

கைத்தொலைபேசியை எடுப்பார்கள். அதில் உள்ள வீடியோ காட்சிகள் அளவிலாப் போதை தரும் அவர்களுக்கு. இந்தப் படங்களில் அவர்களே நாயகர்கள் ஆனவையும் உண்டு. அவர்களே கமராமேன், இயக்குநர், தயாரிப்பாளர் என எல்லாமும். வன்னிப் போரில் அவர்கள் தின்று தீர்த்த பெண்கள். எங்கள் இளம் பெண்கள். குரூரமாய்ப் பின் கொல்லப்பட்டு பல மாதங்கள் ஆகிவிட்டபோதும் மீண்டும் மீண்டும் குதறப்பட்டுக் கொண்டே இருக்கிறார்கள். இன்னும் இவர்களின் உடல் தின்னப்பட்டுக் கொண்டே இருக்கிறது. இத்தகைய பார்ட்டிகளிலும், தனிமை நிறைந்த இராணுவச் ‘சென்றி’களிலும். இது தொடருமா நூற்றாண்டுகளாய்?

சில வேளைகளில் வாந்தி எடுக்கும் சத்தமும் அதன் வீச்சமும் எங்கள் அறைகளை எட்டும். ச்சீஸ், கோழி இறைச்சி, மீன் பொரியல், பியர், சாராயம், கடலைப்பருப்பு, மிக்சர், சிகரட் எல்லாம் சேர்ந்து நுரைத்து ஓங்காளித்த வாந்தி முற்றத்தில் நாறும்.

கழுவிகள் காத்திருந்து வாந்தியெல்லாம் அள்ளிப்போட்டு கழுவித் துப்புரவு செய்து எஞ்சிய எலும்புகளையும் முட்களையும் நக்கித் தின்று அறைகளில் வந்து படுக்க விடியும் தறுவாய் ஆகிவிடும். ஆயினும் மறுநாள் நேரத்தோடு எழுவார்கள். நேற்றைய இரவுப் பார்ட்டியில் தாங்கள் அறுசுவை உணவை எப்படிச் சுகித்தோம் என்று சொல்ல வேண்டுமல்லவா? வாழ்வில எவருக்கும் கிடைக்காத அலாதியான உருசி அதற்கு இருக்குமாம். இந்தக் கழுவிகளிலும் பல ரகம். கௌரவமான கழுவி, கௌரவம் கெட்ட கழுவி. அறியாக் கழுவி, தெரியாக் கழுவி இப்படிப் பல.

கழுவி என்ற சொல் ஏன் வந்தது? சொல்லவே இல்லை நான். ராகவன் கக்கூசுக்குப் போறதுக்கு ஒருநாள் அவனுக்கு உளவு பார்க்கும் மூன்றாம் அறைக்காரன் ஒருவன் வாளியில் தண்ணீர் கொண்டுபோய் வைத்தான். இதை எங்களில் ஒருவன் கண்டுவந்து சொன்னான். அன்றிலிருந்து இம்மாதிரி ஆக்களுக்குக் கழுவி என்று பொதுப்பெயர் கொடுத்தான் ஜான். அது பிரபல சொல்லாகிற்று. வண்ணன் ராகவனின் அறைக்கு முன்னால் நிற்கும் பூக்கன்றுக்குத் தண்ணி வார்ப்பது வழக்கம். அதற்குத் தண்ணி எடுக்கும் சாக்கில் பத்து லீட்டர் தண்ணியை மடக்கிடுவான்.

ஜான் கேட்பான். 'டேய் வண்ணன் இண்டைக்கு ராகவண்ணன்ர பூத்தடிக்கு தண்ணி வாத்தனியோ... மறந்திட்டியோ?"

"வார்த்தனான் காலமை", அந்த விசரும் பதில் சொல்லும்.

எல்லாரும் சிரிப்பார்கள். பூத்தடி ஜானின் பிரபலமான கண்டுபிடிப்பு.

இப்பவுள்ள புதிய அதிகாரியோட நட்பு வைக்க ராகவனால முடியேல. வயதாலும், அதிகாரத்தாலும், அனுபவத்தாலும் குறைந்தவர்களுடன் அவரால் தண்ணியடிக்கவும் முடியாது. இதனால் பொலிஸ் இன்ஸ்பெக்டருடன் வளர்ந்த உறவு இரவு கைதிகள் சந்திப்புக்கும், எண்ணிக்கைக்கும் அவரையும் கொண்டுவந்து சேர்த்தது. இதன் மூலம் பொலிசுக்கும் எங்களுக்குமான தொடர்பாடலுக்குச் சின்னஞ்சிறிய வழி தென்பட்டது. புலனாய்வுக்காரன் ராகவன் கடுப்பில் இருந்தான்.

சஞ்சயன் சொன்னார் "இதுதான் சரியான நேரம், பொலிசுடன் தொடர்பைப் பிடிக்க வேணும். வளக்க வேணும்."

"ஏன்?" நான் கேட்டேன்.

"இவ்வளவு காலமும் பொலிசோட யாரும் தொடர்பு வைக்க முடியாது. யாரும் கதைச்சது கண்டால் ராகவன் விசாரணைக்குக் கூப்பிடுவான்."

"ஓ... ஏன்?"

அவன் புதிசா வாற அதிகாரிகளை வெருட்டி வச்சான். கைதிகளைப் பொலிசோட தொடர்பு வைக்கவிட்டால் காசு குடுத்துத் தப்பிவிடுவாங்கள் எண்டு. கைதிகள் பற்றி ராகவன் பயங்கரமாக வர்ணிப்பான். தன்ர புலனாய்வு 'நெற்வேர்க்'கில் கைதிகளை அடக்கி வச்சிருக்கிறதா பிரமை காட்டுவான். வாற அதிகாரியும் பயந்துபோவான். புலனாய்வு அதிகாரிக்கு மாற்றம் வராது. தொடர் கண்காணிப்பு அவசியம் எண்டதால். முகாம் அதிகாரிக்குப் பதினைஞ்சு நாளில், மிஞ்சினால் ஒரு மாதத்தில் மாற்றம் வரும். தான் இருக்கிற காலத்தில ஒரு கைதியும் தப்பிக்கக் கூடாது. அதுபோதும் எண்ட நிலைமை வந்திடும். பிறகென்ன ராகவன்ர சொல்லுக்கு ஆடுவாங்கள் அதிகாரிகள்.

"பொலிசோட உறவு வைச்சு என்ன செய்யிறது?" நான் கேட்டேன்.

"தொடர்பும் உறவும் தேவை. என்னத்துக்காச்சும் உதவும். வாழ்க்கை முழுதும் இந்த நரகத்துக்க இருக்கப்போறிங்களா?" எனக்கு சஞ்சயன்ர கதையைக் கேட்க மண்டை குழம்பிற்று. உண்மைதான். புனர்வாழ்வு முகாமுக்கு வந்திட்டன் என்று கொஞ்சம் அசட்டையாக இருந்துவிட்டேன் போலும். இங்கு வந்த பின்பு மூன்று முறை விசாரணைக்கு அழைக்கப்பட்டிருக்கிறேன். ஆயினும் அச்சம் அதிகம் கொள்ளவில்லை...

மாடியின் படிக்கட்டு திரும்பும் முடக்கில் யன்னல் வைக்க வேண்டிய சிமெந்துக் கட்டில் அமர்ந்து வெளியே கால்களைத் தொங்கப்போட்டு தூரப் பார்வையில் மனம் லயித்திருந்தது. சிறையின் சுவர்களுக்குப் பதில் தூரப் பார்வை கிடைத்தால் அதுவே ஒரு விடுதலை உணர்வைத் தரும்.

மனித மனமே ஒரு விசித்திரம். அறிவின் பலத்தை இழந்து உணர்வு தீர்மானங்கள்மீது அதிகாரம் கொண்டுவருகிறது. பெரும் வதையில் இருந்து கொஞ்சம் தளர்ச்சி ஏற்படும்போது அதுவே விடுதலை போல மனம் ஆறுதல் கொள்ளத் தொடங்கிவிடும். தூரப் பார்வை கிடைக்கும் இந்த இடம் பெரும் ஆறுதல் ஆகிவிட்டதே! இங்கிருந்தபடி மனிதர்களை, வெளிச்சூழலைக் காண நேரும்போது பொங்கிவந்ததே ஒரு பூரிப்பு உள்ளம். முன்னர் 'யோசப்' சித்ரவதை முகாமின் சிறையை எண்ணிப் பார்க்கிறேன். இப்போது, இதுவே போதும் என்று அலட்சியமாகிவிட்டேனே மடத்தனமாய்.

மனத்திடமிருந்து தீர்மானத்தைப் பிடுங்கி எடுத்து அறிவிடம் ஒப்படைக்கவேண்டும். தூரப் பார்வையில் சஞ்சரித்தபோது கிடைத்த ஞானமாக விழிப்படைந்தேன்.

இரவு கைதிகளை எண்ண மேஜர் வரும்போது "நாங்க பேப்பர் வாசிக்கலாமா?" என்று சஞ்சயன் கேட்டார். ராசு அண்ணர் மொழிபெயர்த்தார்.

"ஓம். ஆனால் நாங்கள் அதை தருவதற்கு இப்ப வசதியில்லை"

"எங்கட உறவுகள் பாக்க வரேக்க கொண்டுவரலாமா?"

"ஓம் பிரச்சினை ஏதும் இல்லை" ராசு அண்ணர் மொழிபெயர்த்துச் சொல்ல மீண்டும் தான் சொன்னதை யோசித்த அதிகாரி "நாளைக்கு உங்களுக்குச் பதில் சொல்கிறன்" என்றான்.

மறுநாள் இரவு வரும்போது மறக்காமல் அந்த அதிகாரி சஞ்சயனைப் பார்த்துச் சொன்னான். ராசு அண்ணர் மொழிபெயர்த்தார்.

"நீங்கதானே பேப்பர் படிக்கக் கேட்டது. அரசாங்கப் பத்திரிகை மட்டும் எடுத்துப் படிக்கலாம். கொண்டு வரலாம். சரியா?"

"சரி" அவர் போய்விட்டார். சிலர் சஞ்சயன் மடையனுக்கு ஏன் தேவையில்லாத வேலை என்றும் எண்ணிக்கொண்டார்கள்.

தமிழில் 'தினகரன்'தான் அரச பத்திரிகை. ஒரு ஊதுகுழல் இது. தலைவர்களின் திறப்பு விழாக்களே முன்பக்கச் செய்தி. ஆனால் சஞ்சயன் வேறுவிதமாய்ச் சொன்னார்.

"ஐலண்ட் ஆங்கிலப் பத்திரிகையும் அரசாங்கப் பத்திரிகைதான். ஆனால், அது கொஞ்சம் மீடியா தர்மத்தோட வரும். வெளிநாட்டுத் தொடர்பகங்களும் பார்க்கிறதல்லா... அதில கொஞ்சம் வெளி அரசியலில் என்ன நடக்குதெண்டு அறியலாம்." சஞ்சயன் சொல்ல எனக்கும் அது திறமான உத்தி என்றுதான் தோன்றியது.

"வெளி அரசியலை அறிஞ்சு என்ன செய்யப்போறம் சும்மா...?"

ஜான் அலுத்தபடி கேட்டான்.

"உள்ள இருக்கிற எங்களுக்கு என்ன நடக்கும் எண்டு அறிய வேண்டாமா? தேவையில்லையா?"

"ஓ. .அதுவா?"

சஞ்சயன் புத்திக்காரன். பொலிஸ் விடுதிக்குச் சென்று சிங்களம் படிக்க என சிங்களப் பத்திரிகை எடுத்துவந்தார். 'ஐலண்ட்' பத்திரிகை பொலிசிடம் காசு குடுத்து வாங்கினார். மிச்சக் காசு வாங்க மாட்டார். புதினம், உறவு, பொலிசை நாடி பார்த்தல் என ஒரு கல்லில் பல மாங்காய் வீழ்த்தினார்.

சில நாள்களின் பின்னர் பல மாற்றங்கள் நடந்தன. உறவுச் சந்திப்பு நாலு நாள்களாக அதிகரிக்கப்பட்டது. மக்களைத் தடுத்து வைத்திருந்த செட்டிக்குளம் முகாமில் இருந்த கைதிகளின் உறவினரை அழைத்து வர ஏற்பாடு செய்தார்கள். சிலருக்குத் தங்கள் குடும்பம் எந்த முகாமில் இருக்கிறது என்பது தெரிய வந்திருந்தது. பலருக்குத் தெரியாது. பெயர்கள் பதியப்பட்டு தேடுதலுக்காக ஒவ்வொரு முகாமுக்கும் விபரங்கள் அனுப்பப்பட்டன.

எங்கள் சிறைமுகாமே ஏதோ விடுதலை பெறப்போவதான பூரிப்பில் பொங்கி வழிந்தது. இந்தப் பூரிப்பு முகாமில் நடந்த மரணத்தை அள்ளிக்கொண்டு போயிற்று. வன்னியின் போரில் செத்துப் பிழைத்த வாழ்வில் ஒருவரை ஒருவர் மீண்டும் சந்திக்கப்போகிறோம் என்ற அகம் பூரிக்கும் துள்ளலில் திளைத்தனர் கைதிகள். நித்திரை இழந்து மனம் அந்த நாளுக்காய்த் தவித்தது. காலையில் எங்கள் முகாம் சூழலிலும் புள்ளினங்களின் ஓசை கேட்கத்தான் செய்தது. இந்த மனம் துக்கத்திலும் நித்திரையிழக்கிறது. மகிழ்ச்சியிலும நித்திரையை நழுவ விடுகிறது. சிலர் தங்கள் குடும்பம் இருக்கிறதா இல்லையா, எங்கிருக்கிறார்கள், யார் யார் உயிருடன் இருக்கிறார்கள் என்பதை வருபவர் மூலம் அறிந்துவிடலாம் என்ற மனக் கிளர்ச்சியில் நித்திரை இழந்து தவித்தனர்.

உணவில் கைவைக்க முடிந்ததே தவிர வாய்வைக்க முடியவில்லை. நம்பிக்கை அலை உள்ளே பொங்கிக்கொண்டே இருக்கிறது. சடுதியாய் ஒரு மின்னல்போல மேலெழும் 'அவர்கள் இல்லை என்றால்?' என்ற கேள்வி. அவ்வளவுதான். அது தரும் பதட்டம், அகத் திணறலால் மலை ஒன்று மணலாய்

உதிரும் மாயம்போல நொறுங்கிக் கொட்டுண்டு விடுகிறது போராளியாய் வாழ்ந்த தீரமெல்லாம்.

இரண்டுவாரம் ஆகியும் உறவுகளைக் கூட்டி வருவதாய்ச் சொன்னதற்கு முடிவில்லை. ஏமாற்றம் தரும் விரக்தியும் அறையில் காரை நிலத்தில் குரூரமாய்ப் படிந்தது. வழமையான சந்திப்பு நடந்து அறைக்கு யாரும் திரும்பினால் அவர்களின் குதூகல முகம் எங்களுக்கு ஒரு வெளிக்காட்ட முடியாத வெறுப்பையும் காழ்ப்புணர்வையும் கொடுத்தது. அவசியமற்று சக போராளிகளிடத்தில் - மன்னிக்க - சக கைதிகள் இடத்தில் நஞ்சைத் தீண்டுகிறதோ எங்கள் மனம். மனம் நடிக்கும் ஆற்றலைக் கூட இழந்தது சக கைதிகளிடம். ஆனால் ஆமிக்காரனிடம் மட்டும் என்ன அழகாய் நடிக்கிறது. நாசமாய்ப்போக...!

இரவின் காற்றில் இரைச்சல் கேட்டபடியே இருக்கும். இத்தனை நாள் இந்தக் காற்று வீசவில்லையா என்ன? அந்த இரைச்சலில் மனம் குத்திட்டு நிற்கும். அதை விலக்க முடியாமல். விலக்க எண்ணுந்தோறும் அந்த இரைச்சல் மேலும் வலுப்பெற்று உரக்கிறது. அது மனத்தின் சுமையாய் எப்படித்தான் மாறுகிறதோ? மனம் என்ன இதயத்திலா இருக்கிறது? ஏன் நெஞ்சு கனத்து நசிகிறது?

பகற்பொழுது ராகவன் ஓர் இலக்கத்தை எழுதிய கடுதாசித் துண்டை எடுத்துக்கொண்டு அந்த இலக்கத்திற்கான கைதி யார் என ஒவ்வொரு அறையாக ஓடி ஓடித் தேடினான்.

அவனது உதவியாளனும் ஒரு அல்லக்கையும் கூடவே ஓடின. காட்டிய பரபரப்பும், வேகமும் விடயத்தை மேலும் மனத்தீவிரம் கொண்டதாக்கின. பதட்டம் பொங்க எங்கள் அறைக்கு வந்தவன் "டேய் விமல் இந்த நம்பர் யாருண்டு பாரு. உன் அறையில இருக்கா பாரு" என்றான். கண்களைச் சந்தேகம் கொண்டு துழாவினான். "ஓமண்ணை இருக்கு" விமல் சொல்லவும் பெரும் நிசப்தம் மனங்களின் குண்டாய் வெடித்தது. பல இதயங்கள் துடிக்க மறுத்துவிட்டன. கொண்டு வந்தது கைதிகளுக்கான ஐ.சி.ஆர்.சி. (சர்வதேச செஞ்சிலுவைச் சங்கம்) நம்பர் ஒன்று. அறைத் தலைவனிடம் அடிப்படை விபரம் கொண்ட கைதிகளுக்கான குறிப்புப் புத்தகம் இருக்கும். அதில்தான் இந்த நம்பருக்குரிய ஆளைத் தேடினான். அவன் காட்டிய தீவிரத்தின்படி சுடுவதற்காக ஒருவனைத்

தேடுவதுபோல்தான் இருந்தது. தலைவர் பிரபாகரனே வேறு பெயரில் இதற்குள் நுழைந்து, ஒளிந்துவிட்டார் போல இருந்தது அவனின் தீவிரம்.

"யாருடா... யாருடா...?" விரலை சொடுக்கி உற்சாகமடைந்தான்.

"சஞ்சயன் சூரியபாலன்." நான் நாடிகள் ஒடுங்கித் திகைத்தேன்.

சஞ்சயனைப் பார்த்து ஆவேசமாகக் கத்தினான். அவன் போட்ட சத்தத்தில் எனக்குக் கால் பதறியது.

"ஓ... நீயாடா... அது? நெனைச்சன். முன்ன இருந்தே எனக்கு உன் மேல டவுட். எழும்படா... எழும்படா... உன் சாமான் எல்லாம் எங்க...? தூக்கு... தூக்கு..."

சஞ்சயன் தன் ஊன்றுகோலுடன் எழும்பி நின்றார். காலில் அவருக்குள்ள காயம் பார்க்க பயங்கரமாக இருக்கும். சேற்றில் குழந்தைகள் விளையாடிய பின்னர் அது வெயிலில் உலர்ந்துவிட்டால் இருக்குமே ஒரு கோலம், அப்படி இருக்கும் காலின் காயம் பட்ட தசைகள். ஆனால் உண்மை என்னவென்றால் ஊன்றுகோல் இல்லாமலே சஞ்சயனால் நடக்கவும் - ஏன் கொஞ்சம் ஓடவும்தான் முடியும். ஆனாலும் சஞ்சயன் ஊன்றுகோலைக் கைவிட்டதே இல்லை. மேலும் சாரத்தை மடித்துக் காயம் பிறர் கண்ணில் படும்படியாகக் கட்டியிருப்பார். அப்பிடியேதான் இப்போதும் எழுந்து நின்றார்.

"வாடா இங்கால. நீயாடா அது. நீ ஒரு கேர்ணலா புலியில?" ஒரு சாங்கமாய்க் கேட்டான்.

"உங்க எல்லாருக்கும் இவனைத் தெரிஞ்சிரிக்கு. யாரும் சொல்லல. இந்த அறையில எல்லா பேருக்கும் விசாரணை இருக்கு" சுட்டுவிரலை நீட்டியவாறு ஆட்டி ஆட்டிக் கத்தினான். அகங்காரம்தான் வெளிப்பட்டது. சஞ்சயன் தனது சோப்பு டப்பாவையும், துவாய் என அழைத்த ஒரு துண்டையும், பல்லுமினுக்க பிரசையும் கையில் எடுத்துப் பக்கத்தில் இருந்தவர்களிடம் ஒரு பை கேட்டார், தன் இந்த உடமையைக் கொண்டு போக.

"வேணாம். அது கிடக்கட்டும். கீழே போடு. முதல்ல நீ வா." என்று சத்தம் போட்டான். உதவியாளனுக்குச் சொன்னான். "வசந்ததுங்க...! கொழும்புக்கு மெசேஜ் அனுப்பு. ஆள் இங்கதான் இரிக்கான்... கண்டுபிடிச்சிட்டோம் என்று."

இந்தக் கூத்தில் எங்கள் அறை மட்டும் அல்ல. அக்கம்பக்கத்து அறைகளும் உறைந்துவிட்டன. ஒரு சத்தம் இல்லை. இந்த நிசப்தம் மேலும் அச்சம் தருவதாய் இருந்தது.

எடுப்பதிலும் வைப்பதிலுமான தன் உடல் அசைவுக்குள் ஒளிந்தபடி ராகவனையும் அவனின் உதவியாளனையும் கவனிக்கிறார் சஞ்சயன் என்று தோன்றியதெனக்கு. நான் சஞ்சயனின் மரணம் நிச்சயிக்கப்பட்டுவிட்டது என்றுதான் எண்ணினேன். பலரும் அப்படித்தான் எண்ணினார்கள்.

ராகவன் அறையில் இருந்த மற்றவர்களையும் ஓநாயின் கண்கள் கொண்டு நோட்டம் விட்டான்.

நான் அறைவாசலில் இருந்தேன். முள்ளந்தண்டில் கூசியோடுகிறது ஏதோ! பக்கவாட்டில் திரும்பி எங்களில் அவன் பார்வை வந்து நின்றபோது, "டேய் நீங்க ரெண்டு பேரும் எழும்பு, வா."

அதிர்ச்சியில் அசைவற்று இருந்த என்னையும் ஜானையும் நோக்கி அவன் காலால் அடிக்க வந்தான்.

"நானுமா அண்ணா?"

ஜான் பலிக்கு இழுக்கப்படும் ஆட்டின் குரல் கொண்டு கேட்டான்.

அது அவனது குரலே அல்ல. கண்களும் முகமும் சிவந்தன. ஒருவேளை என் முகமும் அப்படித்தான் இருந்திருக்கக் கூடும். மூவரும் விசாரணை அறைக்குச் சாய்த்துச் செல்லப்பட்டோம்.

விசாரணை அறையில் ஏற்கனவே ஒருவன் முட்டுக்காலில் இருந்தான். எனக்கு அவனை ஏற்கனவே தெரியும். பெயர் நவம். ஆனாலும் இன்றுவரை இந்த முகாமில் கண்டதில்லை. அறையில் நுழையும்போதே அவன் சஞ்சயனைப் பார்த்தான். சஞ்சயன் அவனைப் பார்த்தார். பார்வைகள் மோதித் திரும்பின.

"இரிடா முட்டுக்காலில." ராகவன் பல்லை நெருமிக் கத்தினான்.

"என்னால முழங்காலில இருக்க முடியா... காயம்."

அடக்கத்தோடுதான் சஞ்சயன் சொல்ல முயன்றார். அது ஆத்திரத்தை அடக்கிய தொனியில்தான் வெளிப்பட்டது.

இதைக் கேட்டதுமே பயந்து போனேன். "வில்லங்கத்தை விலை குடுத்து வாங்கிறானே இவன்." என்று நினைக்கவும் ஜான் இருந்துவிட்டான். நான் இருக்கவா பொறுக்கவா என்று நினைக்க பக்கத்தில் இருந்த மெத்தையைக் கிளப்பி சட்டத்தைப் பிடுங்கி குண்டியில் விட்டான் ஒரு அடி. முழங்காலில் இருந்துவிட்டேன். அதே நேரத்தில் ஜானின் தோள்பட்டையில் சட்டத்தால் விசுக்கினான் "அம்மா ஆஆ...!" ஊமையாய்க் கத்தினான் ஜான். அதே வேகத்தில் முழங்காலில் இருந்த நவத்திற்குத் தொடையில் பக்கவாட்டில் விழுந்தது அடுத்த அடி. நவத்திற்கு ஏற்கனவே ஒரு கண்ணில்லை. அந்தக் கண்ணிருந்த இடம் உட்குழிந்து மொண்ணையாக இருந்தது. அந்தக் கண்ணிலிருந்து நீர் வழிய கோரமாய் இருந்தது முகம்.

"சொல்லுடா இவன் யாருன்னு. உங்களுக்குச் தெரியுமா இல்லையா?"

மௌனச் சிலையாய் இருந்தோம் நாம்.

"சொல்லுடா நீங்கதானே கூட்டாளி."

"இங்க வந்துதான் தெரியும்... ஒரே அறையில..." நான் இழுத்தேன்.

"ஏண்டா நீ உண்மை சொல்லல. ஏன் மறைச்சாய் நீ...?"

"நான் எல்லாம் சொல்லிற்றன்" இமைகளைச் சுருக்கிக்கொண்டு சஞ்சயன் அலட்சியமாகச் சொன்னார். ராகவன் சட்டத்தை ஓங்கவும் சஞ்சயன் பக்கவாட்டாகத் திரும்பவும் அடி கையின் புஜத்தில் வீழ்ந்தது. சஞ்சயன் அவனைக் கீழிருந்து மேலாக கிழிக்கும் கூர்மைகொண்டு பார்த்தார். அந்தப் பார்வையால் தடுமாறினான் ராகவன். சஞ்சயனின் ஊன்றுகோலையும் கண்கள் பார்த்துத் திரும்பின.

"உன் முழுவிபரம் கிடைச்சிட்டுது கொழும்புக்கு." ராகவன் சொல்லிவிட்டு சஞ்சயனைப் பார்த்தான்.

"செட்டிக்குளம் முகாமில ஒளிச்சிருந்த உங்க ஆக்கள் இரண்டு பேர் சொல்லிட்டாங்க உன்னை! உன் முழுவிபரம் கொழும்புக்குத் தெரியும். நீ ஒரு 'கேணல்' உடன உன்னைக் கண்டுபிடிச்சு அனுப்பச் சொல்லி எல்லாப் புனர்வாழ்வு முகாமுக்கும் தகவல் வந்திருக்கு." சொல்லிவிட்டு சஞ்சயனில் பார்வையை ஊன்றினான் ராகவன்.

“எடுடா இவன்ர ஃபைல” உதவியாளன் அலுமாரியில் இருந்து ஃபைலை எடுக்க ‘லைற்’றைப் போட்டான். இருளில் புதைந்திருந்த அந்த அறையில் ஒளி பரவிற்று. ஃபைலைப் பார்த்தபடியே தொலைபேசி இலக்கங்களை அழுத்தினான். சிங்களத்தில் ஏதோ ஃபைல் பார்த்தபடியே உரையாடினான். பிறகு தன் மொபைலை வைத்துவிட்டுக் கேட்டான்.

“நீ முழு விபரத்தையும் சொல்லு. உன்னைப் பற்றியும் நீ செஞ்ச வேலை பற்றியும் சொல்லு. நான் அதை எழுதி அனுப்பிற்று உன்னை இங்கே என்ர பொறுப்பில வைச்சிருக்கன். நான் மேஜர்கிட்ட கேட்டுக்கிறன். இல்லைன்னா சொல்லு, உன்னை நாளைக்குக் கொழும்புக்கு அனுப்பிவிடுறன்.” மேல் கண்ணால் பார்த்தான். பிறகு அலட்சியமான உடலசைவு காட்டினான்.

அறையில் ஓர் ஊமை அமைதி. மூச்சைச் சீராக இழுத்துவிட முடியாமல் அவ்வப்போது மறந்தேன். சஞ்சயன் ஒப்புக்கொண்டு விடுவாரா? அடுத்து எனக்கு என்ன நடக்க இருக்கிறது? மனதில் இது ஓடவே திரும்பி சஞ்சயனைப் பார்த்தேன். அவரது பார்வை பதிந்து சுவரில் குத்தியிருந்ததே தவிர முகம் வெளிப்படைந்துவிட்டது. எந்தச் சலனத்தையும் காண இயலவில்லை. முன்னர் இருந்த பதட்ட முகம் மாறி வேறு தினுசாய் ஆகிவிட்டது. ஆனால், ராகவனின் முகத்தில் நம்பிக்கைத் துளி தெரிகிறது. தளம்பிவிட்டான், யோசிக்கிறான் என்று ராகவனுக்கு நம்பிக்கை பிறந்திருக்கலாம்.

“நீங்க இரண்டு பேரும் எழும்புங்கடா, அறைக்குப் போங்க. திரும்பக் கூப்பிடுறன்” அர்த்த பாவத்துடன் சொன்னான். நானும் ஜானும் அறைக்கு வந்தோம். மனம் அங்கேயே தங்கிவிட்டது. மனம் கொஞ்சம் இலேசாகினது போலிருந்தாலும் அடுத்து நிகழப்போவதைப் பற்றி ஆயிரம் தெரிவுகள் மனதில் ஓடின. அறையில் எல்லாரும் எங்களைத்தான் பார்த்தார்கள். நான் எதுவும் பேசவில்லை. பேசவும் முடியவில்லை. வெளிநோக்கி ஆகாயத்தைப் பார்த்தபடி இருந்தேன். வானத்தில் முகில்கள் வேகமாய் ஓடின. ஒன்றிலிருந்து மற்றொன்று பிரிந்தும், ஒன்று இன்னொன்றுடன் பிணைந்தும் கொழுவியும் அள்ளுண்டு போகின்றன.

மதியம் கழித்து நான்கு மணியளவில்தான் சஞ்சயன் அறைக்குத் திரும்பினார். என்ன நடக்க இருக்கிறது என்று அறிய ஆவல் உந்தியது என்னை. தன்னைக் காப்பாற்ற

உள்ளதைச் சொல்லியிருப்பார். ஒருவேளை என்னையும் காட்டிக் கொடுத்திருக்கக் கூடும். தன்னைப் பாதுகாக்க எந்த மனிசனும் விரும்புவான்தானே? என் சந்தேகம் போலவே அவர் முகத்தில் அச்சத்தைக் காண்கிறேன். அது அச்சமா?... ம்ம்... அது என்னை மேலும் அச்சுறுத்துகிறது.

அறையில் அவருக்கு எடுத்துவைத்த சாப்பாட்டைப் பிசைந்து பிசைந்து சாப்பிட்டார். உண்மையில் அந்தப் பிசையலும், சோற்றில் நிலை குத்திய பார்வையும் அவர் இந்த அறையிலேயே இல்லை என்று காட்டியது. ஆழச் சிந்திக்கும் முகக் குறிகளைக் கண்டேன். அது மேலும் பதட்டம் தருகிறது. ராகவன் அடுத்து என்னைக் கூப்பிடுவான் என்றே எதிர்பார்த்தேன். ஐந்து மணிவரை யாரும் கூப்பி வரவில்லை.

அறையில் விழும் மாலை வெயில் சாய்ந்ததும் சஞ்சயன் என்னிடம் வந்தார். "உங்களுக்கு ராசு அண்ணர் பழக்கம்தானே?"

"ஓம்." பதில் சொன்னாலும் எனக்குப் பதட்டம் கூடியது.

"ஒருக்கா வர முடியுமா?"

"..." 'எதுக்கு?' என்பதுபோலப் பார்வையை உயர்த்தினேன். ஆனால் வெளிப்பட்டது என் முகத்தில் அச்சம்தான் போலும்.

"பயப்படாதீங்க. இப்ப உங்களுக்கு என்னில சந்தேகம் வந்திருக்கும் இல்லையா?" சொல்லிக்கொண்டே சிரித்தார். எனக்கும் சிரிப்பு வந்தது. இந்தாள் அப்பவே சொன்னான். "நீங்களும் கொஞ்ச நாளில வேறு ஆக்களைச் சந்தேகப்படுவீங்கள்" என்று. இப்ப இவர் மேலயே சந்தேகம் வந்துவிட்டது.

"ஐஞ்சு சதத்துக்கு பெறுமதியில்லாத மொண்ணைப் பயல் ஒரு மயிரையும் புடுங்கேலாது. இண்டையோட இவனுக்கு ஆப்பு வைக்கிறன் ஆப்பு. புடுங்கிப் பாக்கட்டும் இனி." நாவும் சொண்டும் படபடக்கச் சொன்னார்.

"அமைதியா இருங்கோ... இப்ப ஒண்டும் செய்யாதையுங்கோ" நான் பொதுவாகச் சொன்னேன். எனக்கு எதுவும் வெளிப்பாகவில்லை. நாங்கள் வருவதற்கு முன்னிருந்தே ராகவன் தன்னை ஓயாமல் விசாரணைக்குக் கூப்பிடுவது

பற்றிச் சொன்னார். தன்னை உளவு பார்க்க ஆக்களை விட்டிருப்பது பற்றியும் சொன்னார்.

ராசு அண்ணரைச் சந்திக்க வேண்டும் என்று கேட்டார். நான் தாமதிக்கவும் “வாறீங்களா நான் போகட்டா?” என்று கேட்க, நான் முகம் முறிக்க முடியாமல் திணறினேன். அவர் போகவும் நானும் பின்னால் எழுந்து போனேன் கூடவே.

“மேஜரோடு ஒருக்கா கதைக்க வேணும். வரமுடியுமா ராசு அண்ணா?” என்று ராசு அண்ணர் அறையிலேயே போய்க் கேட்டார். நான் ராசு அண்ணரைப் பார்த்தேன். அவர் மறுபேச்சில்லாமல் எழுந்து போனார். ஆச்சரியத்தை அசைபோட்டவாறு நான் அறைக்குப் போனேன்.

மேஜரிடம் போன சஞ்சயன், புலனாய்வுக்காரன் தன்னைத் துன்புறுத்துவதாக முறைப்பாடு செய்தாராம். அடிக்கடி விசாரணைக்கு அழைத்துத் தீராமல் துன்புறுத்துவதாகவும் சொன்னாராம். ராசு அண்ணர்தான் இதை எனக்குச் சொன்னார். அதற்கு அதிகாரி ‘யாரும் துன்புறுத்த முடியாது. அதற்கு அனுமதியில்லை’ என்று சொன்னானாம். ‘என் மனைவி பிள்ளைகள் எங்கே என்று எனக்குத் தெரியாது. வயதான எனது அம்மாவைச் சந்திக்க வரவழைக்க எனக்கு பயமாக இருக்கிறது. ராகவன் பயமூட்டுகிறார்’ என்றும் சஞ்சயன் சொன்னாராம்.

அதிகாரி கேட்டிருக்கிறான் ‘குடும்பத்தைத் தேடுறதுக்குப் பெயர் குடுத்தீங்களா?’ என்று. இந்தாள் அதுக்கு ‘இல்லை. சுதந்திர புரத்திலேயே மனைவி தன்ர பெற்றோரோட ஆமிட்ட சரணடையக் கேட்க தான் மறுத்ததால தன்னைப் பிரிச்சு பிள்ளைகளைக் கூட்டிக்கொண்டு போயிற்றா’ என்று பதில் சொல்லியிருக்கிறார்.

நான் ‘இந்தாளுக்குக்’ கிறுக்கு முத்திப்போச்சு என்றுதான் நினைத்தேன். எல்லாக் கைதிகளும் இயக்கம் தங்களைக் கட்டாயமாக இணைத்துக்கொண்டது என்றுதான் சொல்லுறாங்கள். இந்த மனிசன் தான் சரணடைய மறுத்து போர்க்களத்தில நின்றன் என்று சொல்றானே. என்ன நாசமடா இது? ஆனாலும் இந்தாள் சும்மா சொல்லானே?

மேஜர் தன் தொலைபேசியைக் கொடுத்து அம்மாவைச் சந்திக்க வரச்சொல்லுங்கள் என்று சொன்னானாம். இவர் தயங்கவும்

'வேணுமென்றால் பேசிவிட்டு நம்பரை அழித்துவிடுங்கள்' என்றும், 'குடும்பத்துடன் நீங்கள் மறுபடி சேரவேண்டும்' என்றும் சொன்னானாம்.

சஞ்சயன், தனக்குப் பயமாக இருக்கிறது. விசாரணையால் நித்திரை கொள்ளமுடியவில்லை. சாப்பிட முடியவில்லை. என்னை விசாரணைக்குக் கூப்பிட வேண்டாம் என்று சொல்லச்சொன்னாராம். அதற்கு அதிகாரி, விசாரணைக்குக் கூப்பிட்டால் நாங்கள் அனுப்பி வைக்கத்தான் வேண்டும், ஆனால் நான் ஒன்று செய்ய முடியும். இனி உங்களைக் கூப்பிட்டால் தன்னிடம் வந்து சொல்லிவிட்டுப்போகுமாறு சொன்னாராம். சஞ்சயன் அதற்கு 'எனக்குப் பயமாக இருக்கிறது. ஒரு மிலிட்டரிக்காரரை விசாரணையின்போது கூட இருக்க அனுப்ப முடியுமா?' என்று கேட்டிருக்கிறார். அதற்கு மேஜர் 'ஒரு சிப்பாயையும் ஒரு பொலிஸ்காரரையும் சேர்த்தே அனுப்புகிறேன். அவர்கள் முன்னிலையில் உங்களை விசாரிக்கட்டும் அவர். நீங்கள் பயப்பட வேண்டாம். எதென்றாலும் வந்து கதையுங்க. அம்மாவையும் வந்து பார்க்கச் சொல்லுங்க' என்றானாம்.

இந்தச் சம்பவம் நடந்தபோது தற்செயலாக அங்கு வந்த புலனாய்வு ராகவனின் உதவியாள் வசந்ததுங்க அங்கே நின்றிருக்கிறான். ஆக, இந்தத் தகவல் ராகவனுக்கும் போயிருக்கும். இத்தோடு சஞ்சயனின் கதை முடியப்போகிறது என்றுதான் நம்பினேன் நான். நடந்ததோ வேறு!

ராகவன் அதன்பின் எப்போதுமே சஞ்சயனை விசாரணை என்று அழைத்ததே இல்லை. அது மட்டுமல்ல. முகாமிலேயே அனேகமாக யாரையும் விசாரணைக்குக் கொண்டு சென்றதில்லை என்றுதான் சொல்லவேண்டும். அதற்குக் காரணம் சஞ்சயனின் இந்த அதிரடி ஆட்டம்தான். ராகவன் கைதிகள் தனக்குத் தலைவணங்கவேண்டுமென்று விரும்பினானே அல்லாமல் கைதிகள் பாதுகாப்புக்குப் பொலிசையும் இராணுவத்தையும் அழைத்துவந்து தன்னைத் தலைகுனிய வைக்கவேண்டும் என்றல்ல.

துலக்கமான வானம் மின்மினிகளைக் காட்டிய ஒரு நாள் இரவு துயிலாது மாடியின் ஜன்னல் கட்டில் இருந்து யோசித்துக் கொண்டிருந்தேன். வலியிலிருந்துதான் வாழ்வைக் கற்றுக்கொண்டோம். வாழ்விலிருந்து வலிகளைக்

கடந்தாகவேண்டும். இல்லையேல் இந்தப் பாழ் கிணற்றிலிருந்து ஏறிக்கடக்க முடியாது. எண்ணவும், சஞ்சயன் வந்தார். பழைய சந்தேகத்தை இப்போது கேட்டேன்.

"கொழும்பில் இருந்து வந்து உங்கட நம்பரைக் கொண்டு தேடுறான். அகப்பட்டும் போனீங்கள். எப்படித்தான் நிதானமா இருந்தியளோ? பலமுறை யோசிச்சிட்டன்."

"அந்த முட்டாள், கையில வைச்சிருந்தது இயக்கத் தகட்டு இலக்கம் என்றால் தேடியிருக்கலாம். ஐசிஆர்சி இலக்கம் அதுவென்று தெரிந்ததும் அந்த முட்டாள் எங்களை வடிகட்டின முட்டாள் எண்டு நினைக்கிறான் எண்டது தெரிஞ்சிட்டு. ஐசிஆர்சி விபரம் கொழும்புத் தலைமையகங்களுக்குக் குடுக்கப்பட்டிருக்குமே. இந்த முகாம் கைதிகளின்ர பதிவும் அங்கதானே இருக்கு? இவன் நான் இஞ்ச இருக்கிறன் எண்டு கண்டுபிடிச்சிட்டானாம். மெசேஜ் அனுப்பச் சொல்லுறானாம். வெறும் பேயன்." சினமும் எள்ளலும் கொண்டு கதைத்தார் சஞ்சயன். நான் கேட்டேன்.

"உங்கட குடும்பத்தைத் தேட முகாம்களுக்கு ஐசிஆர்சி இலக்கத்தையும்தானே குடுத்திருப்பியள். செட்டிக்குளம் முகாமில குடும்பத்தைத் தேடும் உங்கட விபரத்தைப் பாத்து யாரும் காட்டிக் குடுத்திருக்கலாம்தானே?"

"ம்ம்... அந்த முட்டாள் அப்பிடியும் நினைச்சிருக்கக் கூடும். இருக்கலாம். ஆனால் நான்தான் குடும்பத்தைத் தேடவே இல்லையே."

"தேடக் குடுக்கேல்லையா?" அந்தச் சொல்லிலேயே நின்று கொண்டேன்.

"யாரோ காட்டிக் குடுத்திருந்தால் நான் ஆர், செய்த வேலை என்ன எண்டு சொல்லாமலா விட்டிருப்பான்?" சொண்டை பிதுக்கி மூச்சைத் தள்ளி வெளியே விட்டார்.

"ஏற்கனவே அங்க முழங்காலில இருந்த நவம் என்னைக் காட்டிக் குடுத்திட்டான் என்று என்னை நினைக்க வைக்கவே நவத்தை அங்க இருத்தி இருக்கிறான். ஆனால் என்னை வெருட்ட நவத்துக்கு விழுந்த அடி எனக்குச் சொன்ன செய்தி, அவன் காட்டிக் குடுக்கேல்லை எண்டதுதான். தனக்கு

ஒத்துழைச்சவனுக்கு அடிப்பானா யாரும்?" பொருட்டின்றி ஏதோ வெளியே பார்த்தார்.

"கடைசியா கொழும்புக்கு ஒரு கேணலுக்கு ரெலிபோன் பண்ணினான் ஒரு சார்ஜன். அவ்வளவுதான் நூறு வீதம் தெளிவாகிவிட்டேன். முட்டாள் என்னை வடிகட்டின முட்டாள் என்று நினைக்கிறான். ஒரு கேர்ணலோட ஒரு சார்ஜன் நேரடியாக் கதைக்கமுடியாது. போதாததுக்குத் தன்ர மொபைலில நம்பர் அழுத்தேக்க எட்டு நம்பர்தான் அழுத்தினான். பத்து இலக்கம் அழுத்தாமல் எந்தக் 'கோல்' உம் போகாது. கதைக்கத் தொடங்கும்போது தான் யார் எண்டதைச் சொல்லிக் கதைக்கத் தொடங்க இல்லை. தன்ர மனிசிக்கா ஃபோன் பண்ணினான் பேயன்?" கதை சொல்லும்போது என்னுள் ஆச்சரியம் முடிவில்லாமல் விரிந்துகொண்டே போனது.

இதுவெல்லாம் ஒருவகையில் சாதாரணமானதுதான். ஆனால் அந்தக் கணங்களில் இருந்த பதட்டமும் திகைப்பும் முன்னால் நடப்பதையே மறைத்துவிடக் கூடியது. என்ன கேள்வி என்பதையே விளங்கக் கடினம். மரணம் துரத்தும் கணம் அது. நிலைகொள்ளலையே சூழலின் சுழி இழுத்துப்போய்விடும். அந்தக் கணத்திலுமா ஒருவன் இத்தனை நிதானமாய் இருப்பான்? மொபைலில் எத்தனை இலக்கம் அழுத்துகிறான் என்பதையும் ஒருவன் எண்ணமுடியுமா என்ன?

எனக்கு சஞ்சயன் மீதிருந்த மரியாதை இன்னும் கொஞ்சம் கூடியது. தருணம் பார்த்து ராகவனுக்கு அடிச்ச அடி முழுப் பெடியளையும் காப்பாத்திற்று. அவன்ர பொல்லைப் பறிச்சு அவனுக்கு அடிச்சதுக்குச் சமம், முகாம் அதிகாரியை சஞ்சயன் கையாண்ட இந்த விதம்.

வானத்தில் அம்புக்குறி ஒன்றைச் சில நட்சத்திரங்கள் உருவாக்கி இருக்கும். அதை வைத்துத் திசையையும் நேரத்தையும்கூட அறிய முடியும். இன்று அது முகாமின் வாயில்புறத்தைக் காட்டிக்கொண்டு நின்றது.

12

அன்று எங்கள் சிறை முகாமே இன்பவெறியில் நுரைத்துத் ததும்பியது. நுரைகட்டி எழும் ஒரு பொங்கல் பானைபோல புனர்வாழ்வு முகாம் எனப்பட்ட அந்தச் சிறை முகாம் செத்துப்போன மகிழ்வுணர்வுகளை உயிர்ப்பித்தபடி பூரித்து விடிந்தது. விமல் கூட விடிய ஆறுமணிக்கு முன்னரே பல்லுத்துலக்கி முகம் கழுவிவிட்டான் என்றால் பார்த்துக்கொள்ளுங்களேன். பலரும் முகம் கழுவி விடிந்த காலை இன்றுதான். ஏனென்று கேளுங்களேன்! மக்களைத் தடுத்து வைத்திருக்கும் முகாமிலிருந்து இன்று கைதிகளைச் சந்திக்க உறவுகளை அழைத்து வருகிறார்களாம். அடிடா சக்கை! வாரே வா!

மதியம் 11 மணிக்குப் பேருந்து நான்கு வந்து நின்றது. நிற்கமுன்னரே பேருந்தின் ஜன்னல் வழியாக உடல்கள் தலையை நீட்டி தூரத்தில் இருந்த எங்கள் கட்டடங்களில் தங்களுக்கு உரியவர்களைத் தேடுகின்றன. எங்கள் அறையில் இருந்து யாரும் அனுமதியின்றி வெளிவரக்கூடாது என்பது சார்ஜனின் உத்தரவு. ஆமிக்காரர்களும் முற்றத்தில் பரபரப்போடு திரிகிறார்கள். உளவுத்துறை ராகவன் சத்தம்போட்டு தன் கழுவிகளை ஏய்க்கிறான். தானே முகாமை நிர்வகிப்பவன் போல ஒரு பந்தா. இறங்கிவந்த மக்களை வாசலின் உட்புற முற்றத்தில் மண்ணில் அமரவைத்தார்கள். நேற்று முன்தினம் பெய்த மழைச்சேறு இன்னும் காயவில்லை. குழந்தைகளும் வந்த வயோதிபர்களும் கூடப் பொருட்டின்றி சேற்றில் இருந்தனர். ஜன்னலோ கதவுகளோ சுவரோ இல்லாத அம்மணமான எங்கள் குறைக்கட்டடம் இப்போது எங்கள் உறவுகள் யாராவது வந்திருக்கிறார்களோ எனத் தேட உதவியது. அறுநூறு பேரின் கண்களும் மாடியிலிருந்து முற்றத்தில் பார்த்தன.

மிலிட்டரி பொலிஸ்காரன் தன் புஜத்திலிருந்த 'எம்.பி' என்கிற எழுத்தைச் சரிசெய்துவிட்டவாறே முற்றத்தில் உலவுகிறான். ஒரு நிமிர்வும், ஒரு திமிரும் அவன் முகத்தில்

வந்தவர்களைப் பார்க்கும்போது குடியேறுகிறது. முகாமதிகாரி தன் பாதுகாவலனைக் கையில் தொலைத்தொடர்புக் கருவியை ஏந்தியபடி வரச் சொல்லி நடந்து திரிகிறான். றகீம் ஒவ்வொரு அறையிலும் ஒவ்வொரு கழுவியை அழைத்து இங்கே வந்திருப்பவர்கள் கொடுத்த பெயர்களை அறைகளில் தேடவைக்கிறான். கழுவிகள் ஒரு மிதப்புடன் அறைகளில் அலைகிறார்கள். சந்திப்பு தொடங்கியது. இந்தக் குதூகலம் வெளியே நிகழ்கையில் அறையில் மோகன் குப்புறப் படுத்திருந்தார். கையை இழந்த சிரஞ்சீவியும் ஏறத்தாழ அப்பிடித்தான்.

மோகன் - இவர் என்னைவிட வயதில் மூத்தவர். மனைவியை இரணைப்பாலையில் பலிகொடுத்துவிட்டார். குழந்தைகள் ஏதும் இல்லை. அவள் இருந்திருந்தால் தன்னைப் பார்க்க வந்திருப்பாள் என்று நினைத்திருக்கக்கூடும். கையில்லாத சிரஞ்சீவியும் அதே நிலைதான். திருமணஞ்செய்த ஒரு வருடத்தில் மனைவி கர்ப்பிணியாகச் சுதந்திரபுரத்தில் உயிர் பிரிந்திருந்தாள். அப்போது அவன் புதுக்குடியிருப்பில் மேற்குப் புறக்காட்டில் களமுனையில் நின்றான். இரணைப்பாலையில் இருந்த இவன் மனைவி சுதந்திரபுரத்தைப் பாதுகாப்பு வலயம் என அரசு அறிவித்ததை ரேடியோவில் கேட்டுத் தன் பெற்றோரோடு சுதந்திரபுரம் போனாள். இவன் போகவேண்டாம் என மறித்தும் அவளின் பெற்றோர்கள் வற்புறுத்தி அழைத்துப் போனார்கள். இந்தியா ஏதோ அழுத்தம் கொடுத்து பாதுகாப்பு வலயம் உருவாக்கப்பட்டிருக்கிறதாம். இவன் சொல்வதை அவர்கள் கேட்கத் தயாராக இருக்கவில்லை.

பதினைந்து நாள்களுக்குப் பிறகுதான் தன் கர்ப்பிணி மனைவி இறந்த செய்தி அவனுக்குக் கிடைத்தது. அப்போது சுதந்திரபுரம் ரணகளமாகிவிட்டிருந்தது. புதுக் குடியிருப்பு வீதியைப் பாவிக்கவிடாமல் 24 மணிநேரமும் இடைவிடாது குண்டுமழை பொழிந்தது இராணுவம். சனங்கள், போன உயிர்போக மீதி உயிர்களைக் கொண்டு காடுகளுக்குள்ளால் ஒரு பாதை கண்டு தப்பி இரணைப்பாலைக்கு வந்தனர். வானிலிருந்து அதையும் கண்டு இடைவிடாது ஏவிய செல்லில் வழியிலும் பல உயிர்போனது. அவள் குடும்பம் மீண்டும் இரணைப்பாலைக்கு வந்தபோதுதான் இவன் செய்தி அறிந்தான். இப்போது அந்த நினைவுகள் உக்கிரம் கொள்கின்றன போலும்.

சந்திப்புக் கொட்டிலின் நடுவே இருந்த முட்கம்பிச்சுருளின் இருபுறத்திலும் நின்றபடி கட்டியணைத்து ஒன்றாகிடத் துடிக்கும் அப்பனும் பிள்ளையும் கணவனும் மனைவியும் அம்மாவும் பிள்ளையும் என நேசம் எனும் வஸ்து பெரும்பாறைகளில் மோதிச் சிதறும் பேரலையாய் உருக்குலைந்து நொறுங்கியது. சுருளும் முள்ளுக் கம்பிகளினூடு தன் குழந்தையின் கைகளைப் பிடித்து இடுக்குகளின் வழிபார்த்துக் கணவனை நோக்கி நீட்டுகிறாள் ஓர் இளம்பெண். அவள் புறங்கையைக் கீறிவிடுகிறது கம்பி. இரத்தத்தைக் கண்டு இவன் பதைபதைக்கிறான். அவளோ குழந்தையின் கையை மறுகரைக்கு நீட்டிவிட்டதை எண்ணி முகம் மலருகிறாள். பிஞ்சுக் குழந்தையின் கையின் மெதுமையைத் தொட்டுத் தொட்டுப் பூரிக்கிறான் இவன். பிறகு அழுகிறான். தன் கையைக் கம்பிகளின் இடுக்கில் நுழைத்துக் குழந்தையின் உடலைத் தடவுகிறான். முள்ளு சேர்ட்டில் கொழுவி இழுக்கிறது. குழந்தையின் ஸ்பரிசத்தில் அவனுள் ஏதோ பொங்கிவருகிறது. இன்பமா? துன்பமா? அழுகிறானோ? குழந்தையை முதன்முதல் இப்போதுதான் காண்கிறானோ? சந்தோசத்தில் அழுகிறானோ? மேல்மாடியில் இருந்து பார்க்கத் தெளிவாகவில்லை. அட.... என் கண்கள் ஏன் பனிக்கின்றன?

ஒருவருக்குப் பதினைந்து நிமிடப்படி சந்திப்பு நேரம் வரையறுக்கப் பட்டது. மீண்டும் உயிருடன் பிள்ளையை, துணையை, தாயை, தங்கையைக் கண்ட இன்ப அதிர்ச்சியிலிருந்து மீள்வதற்கிடையில் நேரம் முடிந்ததென்று திருப்பியனுப்பிவிடுகிறார்கள். றகீம், அவன்தான் ராகவன், அவற்றை ஒரு ஜெனரலுக்கு உரித்தான பாவனையுடன் நிறைவேற்றுகிறான். கழுவிகள் சிலருக்கு இந்த நேரம் விலக்களிக்கப்பட்டது. பத்து நிமிடம் கூடுதல் அவர்களுக்கு. மீண்டும் முற்றத்துச் சேற்றில் போயிருக்கும் தன் குடும்பத்தோடு மாடிகளின் அம்மண வெளிகளினூடு கையசைவுகளின் மூலம் கதைக்க முயலுகின்றனர் பிரிந்துவந்த உயிர்கள். தம் உறவுகளில் இன்னும் யார் யார் உயிருடன் இருக்கின்றனர் என்றுகூட அறியமுன்னர் சந்திப்பு நேரம் முடிந்துவிட்டது.

விதி தன் வாழ்வில் இச்சை அடங்க சப்பி சலித்துத் துப்பிய இந்த ஜீவன்கள் தாம் தடுக்கப்பட்ட செட்டிக்குளம் காட்டுமுகாமிலிருந்து வெயிலில் வெந்து வரிசையில் நின்று மடியேந்தி வாங்கிய பச்சைமாவில் பலகாரம் சுட்டு

எடுத்து வந்திருக்கின்றன, பாழாய்ப் போன எங்களுக்கு. அடையாளம் காணமுடியாமல் உருமாறிப்போன அரைப் பிணங்கள் கொண்டுவந்த வெறும் பலகாரப் பண்டம்தானோ இது? வாழ்வெல்லாம் நெஞ்சுயர்த்தி நின்றோமே. விதியே நீசவிதியே! எம்மில் எதைக் காண மோகமுற்றாய்? ஐயோ ஐயோ வீழ்ந்தபோதும் காடுகளில் மாய்ந்த போதும் வஞ்சித்ததில்லையே விதியை! கர்வத்தோடுதான் காலத்தைக் கடந்தோம் முன்பெல்லாம். இப்போது, இல்லாது இழந்த எங்கள் கைகளைக்கூட எதிரியிடத்தில் ஏன் கூப்ப வைத்தாய்? விதியே! நீசவிதியே! இல்லாத எங்கள் கால்களில்கூட ஏன் மண்டியிடவைத்தாய் சீழ்விதியே!

அன்று மாலை ஐந்து முப்பதுக்குத்தான் சந்திப்பு முடிந்தது. பேருந்து புறப்படும் தருணம் மாடியிலிருந்த வெளிகளினூடு 600 தலைகளும் வெளியே நீட்டின. பேருந்திலிருந்து மேலுயர்ந்த கைகள் ஏதோ சொல்ல முயன்றன. அறையில் யாரோ குளறியழுகிறான். ஓ... இப்போதுதான் கேட்கிறது எனக்கும். போகும் பேருந்தில் அழுகை ஓலம். கூட்டாக அழுகையில் சூழலின் வெட்கம் அறுந்து மனம் சுயம்கொண்டு கதறியது. வெறும் கோழைகள்போல மாடிகளில் வீரர்கள் விசும்பி யழுதார்கள். காவலுக்கு நின்ற சிப்பாய்கள் உறைந்துபோனார்கள். முகாமதிகாரிகூட முற்றத்தில் செய்வதறியாது திகைத்துச் சிலையானான். காவல்துறைக்காரர்கள் முன்னோடி வந்து விடுப்பாய்ப் பார்த்தனர். அவர்கள் போர்க்களம் அறியாதவர்கள். சார்ஜன்ட் முற்றத்தில் மறுபக்கமாய் நடந்தான் கண்களைத் துடைத்தவாறு.

றகீம் கழுவிகளை அழைத்துக் "கீழ ஒருத்தரும் வரப்பிடா... என்டு எல்லா அறைக்கும் சொல்லு" கட்டளை பிறப்பித்தான். சொறிநாய் ஒன்று ஊளையிட்டு முற்றத்தில் அலைகிறது. றகீம் இன்னும் போகாது நின்ற கடைசிப் பேருந்தை எடுக்கச்சொல்லி அவசரமாய் விரட்டினான். கடைசி அழுகையொலியும் காற்றில் கம்மித்தேய்ந்தபடி போகிறது. அவ்வளவுதான். அறைகளின் வெளிகளில் பேயுலவும் மௌனம்.

மறுநாள் சந்திப்புக்கொட்டிலில் இருந்த முட்கம்பிச் சுருள்களை அகற்றினான் சார்ஜன்ட். பள்ளிக்கூட வாங்குகளைச் சந்திப்பவர்கள் இருப்பதற்காகப் போட்டான். அப்போதுதான்

அங்கு வந்த றகீம் முட்கம்பிச் சுருள்களை அகற்றவேணாம் என வாதம் செய்தான். இது முகாமதிகாரியின் உத்தரவு என்று சார்ஜண்ட் சொன்னான். முற்றத்தில் ஒரு வாதம் நடந்தது. சிங்களம் தெரிந்த நம்மவர்கள் அதை எமக்கு மொழிபெயர்த்தனர். இறுதியில் றகீம் அதிகாரியோடு கதைத்து முட்கம்பிச் சுருளுக்குப் பதிலாக நடுவே முட்கம்பி நிரல்களை அடித்துவிட்டான். சந்திப்பவர்கள் நெருங்கியிருக்க முடியும், ஆனாலும் முள்ளு குறுக்கே இருக்கும்.

தங்கள் குடும்பத்தைக் கண்ட சந்தோசத்தில் நித்திரையிழந்தனர் சிலர். அடுத்த சுற்றில் தங்கள் குடும்பத்தைக் காணமுடியும் என்ற ஆதங்கத்தில் நித்திரையிழந்தனர் வேறு சிலர். என்னைப் போலச் சிலர் தங்களைப் பார்க்கவர யாரும் இல்லை என அலறும் மனத்துடன் நித்திரை இழந்தனர். ஆனால் நேற்றுத் தன் குடும்பத்தைச் சந்தித்துவிட்ட எங்கள் அறைத் தலைவன் விமல் தனித்துத் துயரில் அள்ளுண்டு போனதை யாரும் கவனிக்கவேயில்லை.

விமலின் முகம் நீளமாகிவிட்டிருந்தது. கண்களின் கீழ்த்தசைப் பகுதி தடித்துவிட்டிருந்தது. வாயின் கீழ்ச்சொண்டை நாடித்தசைகளுடன் சேர்ந்து உயர்த்திப் பிடித்து வைத்திருக்கிறான். முகத்தில் அத்தனை குலைவு. உள்ளே ஏதோ கொப்பளிக்கிறது வெளியேறத்துடித்து. கண்கள் சிவந்து வேர்பாய்ந்திருந்தன. காலையில் எழுந்திருக்கவுமில்லை. முகம் கழுவவும் இல்லை. யாருடனும் கதைப்பதாயும் இல்லை. மறுநாளும் இப்படியேதான் இருந்தான்.

அடுத்த நாள் மாலையில் வேலு அண்ணரும் சஞ்சயனும் மாடிக்கு வரும் திருப்பத்திலுள்ள சிமெண்ட் கட்டில் அமர்ந்து கதைத்துக் கொண்டிருந்தனர். தூரத்தே குருவிச்சை மொய்த்த ஒரு மரம், மாமரமா, வில்வ மரமா... சஞ்சயன் வாதிட்டார்... அது மாமரந்தான். ஆனால் குருவிச்சைக் கொடி ஒட்டிப்படர்ந்துவிட்டதென்று. "மாவிலையைக் காணமுடியாவிட்டாலும் அதன் அடியையும் கொப்பையும் பாருங்கள் மாமரத்தின் சாயல்" என்றார். அப்போதுதான் அங்கு கீழிறங்கிப் போகும் விமலைச் சஞ்சயன் வழிமறைத்துக் கதைத்தார். கதை நெடுத்து நெடுத்து சுமார் மூன்று மணித்தியாலங்கள் ஆயின. இரவாகியதும் விமல் மேலேறி அறைக்குப்போனான். படிகளிலிருந்த என் காதுகளில்

சில உரையாடல்கள் விழுந்தனதான். ஆயினும் அறையின் இரைச்சல் எதையும் கிரகிக்க விடவில்லை. அன்று இரவு சஞ்சயனும் வேலு அண்ணரும் என்னிடத்தில் நடந்ததைச் சொன்னார்கள்.

"விமலின்ர மனிசி பார்க்க வரேல்லியாம். அக்காக்காரியும் தாயும்தானாம் வந்தவேயாம்." வேலு அண்ணர் சொன்னார்.

"ஏனாம்? மனிசி இருக்குத்தானே?" நான் பதைப்புடன் கேட்டேன். சஞ்சயன் பதில் சொல்லாமல் வேலு அண்ணரைப் பார்த்தார்.

"ஏதும் துக்கமோ அண்ணை?"

நான் திருப்பிக் கேட்டேன். என் கேள்வியின் அர்த்தம் புரிந்து...

"சாச்சா... மனிசி கர்ப்பமா இருக்காம்."

"அதுக்கு...?" நான் அவசரப்பட்டுக் கேட்டேன். ஏதுமறியா அவசரம்.

"ம்ம்... மூன்று மாசக் கர்ப்பிணியாம்" வேலு அண்ணர் குரல்மாற்றிச் சொன்னார்.

"ஓ" நிலைமையின் நாசம் புரிந்துபோய்த் திடுக்கிட்டேன். அந்த வாரத்தில் சோளகக் காற்று மாறும்போது சுடலையில் எரியும் பிண வாடை ஊரில் கசிவதுபோல விமலின் மனைவி கர்ப்பிணியாகிவிட்ட கதை அறையில் கசிந்தது. தங்கள் விடுதலை பற்றி ஏதுமறியாக் கைதிகள் இக்கதையால் தம்முள்ளே ஈரல்குலையறுந்து போனார்கள். விமலுக்காகவா? ம்கூம்... விமலின் குடிலைச் செட்டிக்குளக் காட்டில் விழுங்கிய விசம் மெல்லெனத் தம் குடில்களை நோக்கிப் படர்வதைச் சாமங்களில் யாருமறியாக் கனவுகளில் கண்டு திடுக்குற்றனர் கைதிகள். விமலை மீட்கவே முடியவில்லை.

கொழும்பிலிருந்து குற்றப் புலனாய்வுப் பிரிவு விசாரணைக்கு வந்தது. மூன்று நாள்கள் தொடர் விசாரணை. எட்டு அதிகாரிகள் அனைத்துக் கைதிகளையும் விசாரித்து முடித்தார்கள். அநேகமாக இது ஒரு பதிவுதான். வெகுசிலரை பொலிஸ் விடுதிக்குள் கூட்டிக்கொண்டுபோய் அடித்தார்கள். சிறைமுகாமில் இந்த விசாரணை குடும்பச் சந்திப்பு கொடுத்த மனக் கிளர்ச்சிகளை நிர்மூலமாக்கிக் கைதிகளைப்

பதட்டத்திற்குள் தள்ளியது. சஞ்சயன் எனக்கும் வேலு அண்ணருககும் ஒன்றைச் சொன்னார். "வந்திருக்கிறது. பொலிஸ் குற்றப்புலனாய்வுப் பிரிவு. நீங்கள் இயக்கத்தில என்னவாய் இருந்தியள் என்டது முக்கியமில்ல. சட்டப்படி வழக்குப்போடக்கூடிய காரணம் எதையும் உங்கட கதையில விட்டிடக்கூடாது. அதுதான் முக்கியம்."

"விளங்கேல்ல தம்பி" வேலு அண்ணர் பரிதாபமாகக் கேட்டார்.

"அண்ணே... அண்ணே... பொலிசால சட்டப்படிதான் எல்லாத்தையும் அணுகயேலும். ஆமி மாதிரி இல்ல. குற்ற வழக்குத் தொடுக்க நாங்கள் காரணம் விடக்கூடாது. இதில வச்சுக் கனக்க கதைக்க ஏலாது. நல்லா யோசியுங்கோ... விளங்கும்." சஞ்சயன் முகத்தைச் சாதாரணமாக்கி எங்கோ பார்த்தார்.

நான் வந்து சஞ்சயன் சொன்னதையே திரும்பத் திரும்ப மீட்டுப் பார்த்தேன். கொஞ்சம் வெளிச்சமாகியது. பின்னர் நான் யானுக்கு அறிவுறுத்தினேன்.

"ஜான்... நீ கொஞ்சக் காலம் சந்தைகளுக்குப் பொறுப்பல்லோ?"

"ஓ... ஏன்?"

"அதைச் சொல்லாத இவங்களுக்கு."

"ஏன்... ஏன்?"

"சந்தைவரி அறவிட்டது உங்களப் பொறுத்தவரை தமிழீழச் சிவில் நிர்வாகம். ஆனால் இலங்கைச் சட்டத்தில மிரட்டிப் பணம் பறிச்சது எண்டு குற்ற வழக்குப் போட்டிருவாங்கள் கவனம்."

"ஓ..."

அவன் திகைப்போடு ஏதோ யோசித்தான்.

"வடிவா யோசிச்சு சொல்லு."

இந்த விசாரணையில் விரல் அடையாளம் எடுத்தார்கள். படம் பிடித்தார்கள். நான் எதற்கும் எச்சரிக்கையாக அடுப்படியில் போய் தலையில் எண்ணை வைத்துவிட்டு

விசாரணைக்குப் போனேன். விரல் அடையாளம் பெற அடுத்த மேசைக்குப் போனபோது... தலையில் விரல்களைத் தேய்த்து எண்ணையாக்கிக்கொண்டேன்.

ம்... நான் எண்ணியபடியே விரல் அடையாளம் கலங்கியபடியே பதிந்தது. ஆனால் நான் எண்ணாதபடி அவன் அந்தத் தாளைக் கசக்கியெறிந்துவிட்டு என் விரல்களை ஆராய்ந்தான். எனக்கு அடிவயிறு கூசியது. பிறகு அவன், ஒரு துணியைத் தந்து விரல்களைத் துடைக்கச் சொன்னான். நான் துடைத்துவிட்டு விரல் அடையாளம் கொடுத்தேன். சர்வ நாசம்!

சஞ்சயனும் சும்மா ஆளில்லை. அடுப்படியில் நெருப்புத் தணல்களைக் கையால் எடுத்து அடுப்பில் போட்டு சமையலுக்கு உதவிசெய்யும் சாக்கில் ரேகைகளைச் சுட்டுக்கொண்டார். விரலைப் பார்த்தான் பொலிசுகாரன். அடையாளம் எதுவுமில்லை. ஆனால், ரேகை சேதமடைந்துவிட்டிருந்தது. இதனைப் பின்னாளில் சஞ்சயன் சொல்லித்தான் அறிந்தேன்.

'இவருக்கு மட்டும் எப்பிடித்தான் துல்லியமான திட்டங்கள் மூளைக்கு வருகுதோ?' எண்ணிக்கொண்டேன். அதே நேரம் இனம்புரியாத வெறுப்பும் அவர்மீது படர்ந்தது. 'ச்சா... எனக்கும் சொல்லியிருந்தால், நானும் செய்திருப்பேனே?'

இப்போது எங்களுக்குச் சந்திப்பு நாள்கள் நான்கு நாள்கள் ஆக்கப்பட்டன. மேலும் ஒரு தொண்டர்படைப் பெண் சிப்பாய்க் கடமைக்கு இணைக்கப்பட்டாள். அதுவும் ஒரு முக்கிய விடயந்தான். அழகென்று ஏதுமாய் இல்லை. ஆனாலும் அவளைக் கடக்கையில் தவிர்ப்பது கொஞ்சம் கடினம். உறவுச் சந்திப்புக்கு வரும் பெண்களைச் சோதனையிடும் கடமைக்காகவே இந்தப் பெண் சிப்பாய். இத்தோடு உறவுச் சந்திப்பு நேரமும் கொஞ்சம் கூட்டித் தரப்பட்டது. றகீம் தானேதான் நேரத்தைக் கூட்டியிருப்பதாக அறைகளில் வந்து கதையளந்தான்.

சஞ்சயனின் அதிரடி ஆட்டத்தைத் தொடர்ந்து றகீம் இப்போது மறுவளத்தில் தீவிரமாக வேலை செய்தான். விசாரணைக்கு அழைத்து மிரட்டுவதற்குப் பதிலாக கைதிகள் இடத்தில் உறவு வளர்த்து முகவர்களை அதிகரித்தான். தனக்கு வேலை செய்பவர்கள் பெயர் விபரங்களைப் புலனாய்வுத் தலைமையகத்திற்கு அனுப்பி விடுதலைக்கு முன்னுரிமை

கொடுக்க சிபாரிசு செய்கிறானாம். முதற்பதிவில் பதினாறு பேரின் விவரங்கள் எடுக்கப்பட்டனவாம். அதில் பன்னிரண்டு பேர் ஆயுதங்கள் ஒளித்த இடங்களை, ஆவணங்கள் ஒளித்த இடங்களைக் காட்டித் தந்தவர்களாம்.

செட்டிக்குளத்தில் காடுகளில் தடுக்கப்பட்ட தம் குடும்பங்களின் அந்தரிப்பில் அலைச்சலுற்ற கைதி மனங்கள் விடுதலையை வேண்டின. விடுதலைக்குக் காண்பிக்கப்பட்ட மார்க்கம் றகீம் காட்டிய காட்டிக்கொடுப்பு மார்க்கமே. மீதமாய் உள்ள வாழ்வை விசம் தீண்டமுன் காத்துக்கொள்ள எத்தனித்தன மனங்கள். விடுதலையின் சுகிப்பை அனுபவிக்க இச்சைகொண்டு கட்டுத்தறித்தன சில மனங்கள். பழகிப்போன பொறுக்கி வாழ்வைப் பின்தொடர்ந்தன இன்னும் வேறு சில மனங்கள். இப்படி இந்த எண்ணிக்கை சில வாரங்களில் முப்பத்தாறாக உயர்ந்ததை அறிந்தோம்.

மேலும், இரு தடவை செட்டிக்குளத்தின் வேறு முகாம்களி லிருந்தும் உறவுகள் அழைத்து வரப்பட்டன. சந்தித்த குடும்பம் பகிர்ந்த துக்கத்தில் அறையில் சிலர் வீழ்ந்தனர். சந்திக்க முடியாத துக்கத்தில் சில கைதிகள் வீழ்ந்தனர். எங்கே உறவுகளைச் சந்திக்கப் பெயர் கொடுத்து தங்கள் குடும்பங்களை அடையாளம் கண்டுகொள்வார்களோ என்ற அச்சத்தில் சிலர் வீழ்ந்தனர். சந்திக்க யாருமற்றுப் போனதால் சிலர் வீழ்ந்தனர். இன்னும் சிலர், சந்திக்க வந்தவர்களின் வெறுப்பு உமிழ்ந்ததில் வீழ்ந்தனர். இத்தனை வீழ்ச்சிகள் ஒரே சமயத்தில் ஒரே சூழலில் ஒரே அறையில் நிகழ்ந்தன. ஆனால் வீழ்ச்சியின் மனங்கள்தான் வேறு வேறு. இந்தக் கழுவிகள் தங்கள் குடும்பங்களை றகீம் முதலில் வெளியே எடுத்துவிடப்போகிறான் என நம்பித் திரிந்தனர்.

சஞ்சயன் சொன்னார், “இதுகள் ஒரு லும்பனுகள். சீசன் என்னமோ அதற்கேற்ற மாதிரி மூஞ்சியைக் காட்டுங்கள்.”

சிஐடி விசாரித்துப்போய் நான்காம் நாள், பதினாறு பேரை கொழும்பிலிருந்து வந்து கூட்டிப் போனார்கள். இப்படிக் கொண்டு போனவர்கள் இயக்கத்தில் முக்கியமானவர்கள் இல்லை என்பதால் கதை வேறுவிதமாகப் பரவியது. சிலரின் குடும்பங்கள் கொழும்பில் ஆட்களை வைத்துக் காசு கொடுத்து அலுவல் பார்த்திற்றுது என்றுதான் பொடியள்

நம்பினாங்கள். ஆனால் நான் என்னமோ சஞ்சயன் எனக்கு அறிவுறுத்தியதையே எண்ணிக்கொண்டேன்.

மறுவாரம் தேசிய உளவுத்துறைப் பிரிவு (என் ஐ பி) விசாரணைக்கு வந்தது. இது அடுத்த விசாரணை. மீண்டும் விசாரிக்கப்பட்டோம். முகாமில் பதட்டம், இம்முறை யாரைக் கொண்டுபோவார்களோ என்று. ஐந்து நாள் விசாரணையின்பின் அவர்கள் மூவரைக் கொண்டு போனார்கள். இரண்டுநாள் கழித்து மேலும் இருவரைக் கொண்டுபோனார்கள்.

கூட்டில் அடைக்கப்பட்ட கோழிக்குஞ்சுகளை அடுத்தடுத்து வரும் சர்ப்பங்கள் விழுங்கிப்போகும் சூழல் கூட்டில் பரவியது. தொலைதூரச் செட்டிக்குளக் கூடுகளிலும் செய்தியறிந்து இதே பதட்டம் நிசிகளில் நிறைந்தது. தங்கள் கணவனை, தந்தையை, மகனை 'அவர்கள்' கொண்டுபோய் விடுவார்களா? யாரும் எதுவும் அறியார். கடவுளாலும் கைவிடப்பட்ட சனங்கள் நாங்கள். கண்டுகொள்வதே கதியென்று கிடக்கும் சனங்கள் நாங்கள்.

கடும் மழை. மழைவிட்டுக் கூடக் காட்டாறு ஓடுகிறது, அகப்பட்ட எல்லாவற்றையும் அள்ளிக்கொண்டு! காட்டுவெள்ளத்திற்கு எதுவும் பேதமில்லை. அள்ளிப்போய்க் கடலில் கொட்டிவிடுவதே அதன் கடனென வெறியோடு ஓடுகிறது.

நோயில் விழுந்தனர் கைதிகள். ஜான் தான் உண்மையில் திருமணம் செய்துவிட்டதையும் ஆனால் ஆமிக்காரனின் எந்தப் பதிவிலும் அதைக் கொடுக்காததைப் பற்றியும் சஞ்சயனுக்கும் எனக்கும் இப்போதுதான் சொன்னான். போரின் கடைசிக் காலத்தில் திருமணம் செய்திருந்தானாம். பிள்ளைகள் இல்லை. அதனால் யாருக்கும் எதுவும் சொல்ல வேண்டாம் என்று அறிவுறுத்தி மனைவியைப் பெற்றோரோடு மாத்தளனிலேயே இருக்க வைத்துவிட்டான். மாத்தளன் பிடிபட்டபோது அவர்கள் கைதாகினர். அவர்கள் என்னவானார்கள் என்று தவிக்கிறான். ஆனால் அறிய முயற்சித்தால் அவர்கள் அகப்பட நேருமோ என்ற பயத்தில் மறுகுகிறான்.

இந்தக் காலத்தில் தொடரும் விசாரணையும் றகீம் அல்லது ராகவன் என்ற புலனாய்வுக்காரனின் புதிய முயற்சியும்

அவனுக்குச் சேரும் கழுவிக் கூட்டமும் கண்டு ஒரு பகுதிக் கைதிகள் அச்சம் கொண்டனர். சஞ்சயன் தீவிரமாய்த் தன் நிலையைப் பறிகொடுத்தார் என்றுதான் எனக்குப் பட்டது. ஒரு கைதி இரண்டு கோடி பணம் புதைத்துவைத்த இடம் தெரியும் என்று போய் ராகவனுக்குச் சொன்னான். இரண்டு நாள், மூன்று நாள்கள் கழித்து அவனை ஏற்றிக்கொண்டு போனார்கள். அவன் விடுதலை செய்யப்பட்டு விடுவான் என்றுதான் பொதுவாகக் கைதிகள் நம்பினார்கள். சஞ்சயன் அதை அடியோடு மறுத்தார். “வெறும் விசரன், காசைக் காட்டிக் குடுத்தா விடுவாங்களா? முதல் வட்ட அதிகாரத்துக்குள்ளேயே அந்தக் காசப் பங்குபோடத்தான் இவங்கள் பார்ப்பாங்கள். தாங்கள் பங்குபோட்டதுக்குச் சாட்சி இவன்தான். எப்பிடியாச்சும் இவனைக் கொல்லத்தான் போறாங்கள். ஆனாப் பதிவுசெய்யப்பட்டிருக்கிற இவனை எப்பிடித் தந்திரமாகக் கொல்வாங்கள் என்டதுதான் எங்களுக்குத் தெரியாது.” எனக்கு அது சரியென்று பட்டதால் காட்டிக்கொடுத்தவன் மீது அனுதாபமும் ஒருவகைக் கோபமும் வந்தது. அந்த விசரன் ஒரு போராளிகூட அல்ல. தமிழீழ நிர்வாகச் சேவையில் வெறும் பணியாளன் என்பது எனக்குத் தெரியும்.

முகாமுக்குள் புதிய செய்தி பரவியது. சஞ்சயன் குதூகலத்தோடு வந்தார். இனிமேல் சாப்பாட்டுக்கு ஒரு நாள் மீனும் ஒரு நாள் இறைச்சியும் தருவதாக முகாமதிகாரி சொன்னாராம். எனக்குக் கோபம்தான் வந்தது. “இப்ப மீனும் இறைச்சியுமா முக்கியம்?” ஆனால் அவர் சொன்னது வேறு கதை.

“மீன், இறைச்சி வந்தால் குசினிக்குள் அதை வெட்ட இன்னும் ஆக்கள் தேவைப்படும். வெட்டத் தெரிஞ்ச ஆக்களக் கேப்பாங்கள். இதுக்குள்ள நாங்கள் எப்பிடியும் நுழைஞ்சிடவேணும்...” சஞ்சயன் சொன்னார். முகத்தில் ஒரு புதுமையான உற்சாகம்.

“ஏன் வம்பு?...” சுரேன் கேட்டான், அலுத்துப்போய்.

“இல்ல... இந்தச் சமையற்கட்டுக்குள்ள போனாத்தான் இஞ்ச என்ன நடக்குதென்டது தெரிய வரும். பொலிசுன்ர இந்த ஆமிச் சிப்பாய்களின்ர தொடர்புகள் லேசாக் கிடைக்கும். அவங்களோட உறவு வளரும். நாங்கள் இதுக்குள்ள போகத்தான் வேணும்” சஞ்சயன் சொல்லிவிட்டு எல்லாரையும் பார்த்தார்.

"ம்ம்..." நான் ஆமோதித்தேன்.

"நாங்கள் இயங்காட்டிக்கு இயக்கமா இருக்கேலாது. இஞ்சயும் இயக்கமா இருந்தாத்தான் தப்பிப் பிழைக்கலாம்." முகம் ஒரு தீவிரத் தன்மை கொண்டது. சஞ்சயனுக்குக் கால் ஏலாததாலும் எனக்கும் காயம் இருப்பதாலும், ஜானையும், சுரேனையும் மேலும் இரு இளைய குழப்படிப் பெடியளையும் கீழ்மாடியில் இருந்து ஒருவனையும் சஞ்சயன் கதைத்துச் சேர்த்து வைத்தார். ஜானிலும் சுரேனிலும் சந்தேகம் வராமலிருக்கவே மற்றவர்களை இம்மாதிரிக் கூட்டுச் சேர்த்தார் என்பது புரிந்தது. கீழ்மாடியிலிருந்து தெரிவுசெய்யப்பட்டவன் கையில் சிறு காயம். அவன் பெயர் வர்மன். இவனை எனக்கு ஞாபகம் இருக்கிறது. ஆமி ஓமந்தைக்கு எங்களைக் கொண்டுவந்த முதல் நாள் ஓமந்தையில் வைத்து எனக்குத் தண்ணீரும் பிஸ்கட்டும் தந்தானே அவன்தான் இவன்.

இந்தக் காலத்தில்தான் இன்னொரு சலுகையும் கைதிகளுக்குக் கிடைத்தது. கைதிகள் கடிதம் போடவும், கடிதம் பெறவும் அனுமதிக்கப்பட்டனர். ஆனால் எழுதும் கடிதம் உளவுத்துறை அதிகாரி றகீமிடம் கையளிக்கப்பட்டு அவன் வாசித்தே அனுப்பி வைப்பானாம். அதேபோல உள்ளேவரும் கடிதங்களும் வாசித்த பின்னரே கைதிகளுக்குக் கொடுக்கப்படும். நிச்சயமாக அவனால் இதைச் செய்யமுடியாது. ஆகக் கழுவிகள்தான் இதைச் செய்து கொடுக்கவேண்டும். இதைக் கணக்கிலெடுத்துக்கொண்டு சஞ்சயன் காரியத்தில் இறங்கினார். மனுசன் ஒரு மூலையில் சப்பணம் கொட்டி இருந்தாலும் மூலைமுடுக்கெல்லாம் யோசித்துக்கொண்டே இருப்பார். இந்தக் கட்டத்தில் றகீமிடம் முகவராகப் போய்ச்சேருமாறு பள்ளிக் கூடத்தில் படித்துக் கட்டாய ஆட்சேர்ப்பில் இயக்கத்தில் இணைக்கப் பட்ட நம்பிக்கைக்குரிய இரு பெடியளை சஞ்சயன் அனுப்பிவைத்தார். அவரது கணக்குப்படி இப்படியானவர்களையே றகீம் கடிதம் பார்க்கத் தெரிவுசெய்வான் என்ற ஊகம் இருந்தது. எப்படித்தான் இந்த மனுசன் ஊகிக்கிறானோ தெரியவில்லை.

சொன்னபடி இருவாரத்தில் அனுப்பிய இருவரும் றகீமின் கடிதம் பார்க்கும் தொழிலில் நம்பிக்கைக்குரியவர்களாக அமர்த்தப் பட்டனர். அதே போலவே மீன்வெட்ட அனுப்பியவர்களும் அந்த வேலைக்கு எடுபட்டனர். இதற்கு

ராசு அண்ணரின் சிபாரிசு முக்கியமானதாக இருந்தது. இப்படி வேலைக்குப் போன எட்டுப்பேரில் ஐவர் நம்மவர். பொறுக்கிக் கூட்டமாக அடையாளம் காணப்பட்ட இவர்களில் சுரேனும் ஜானும் இணைந்துகொண்டனர். இது முக்கியமான விசயம். உண்மையைச் சொன்னால் சில வாரங்களில் அவர்களின் நடத்தைகளும் கொஞ்சம் அப்படியே ஆகிற்றோ என்று எண்ணத்தோன்றியது. இதில் சஞ்சயன் எதிர்பாராத வாய்ப்பு என்னவென்றால் இந்த மீன்வெட்டும் வேலை இரவில்தான் வந்தது. இரவு வரும் மீனை விடிவதற்குள் வெட்டி முடித்துவிட வேண்டும். ஒன்பது மணியின்பின் அறையில் எழுந்துகூட நிற்கமுடியாத விதிமுறை இருக்கையில் இந்த வேலைக்காக இரவில் நடமாடவே ஒரு வழியைத் திறந்தது இந்தத் தொழில்.

நானும் சஞ்சயனும் மீன் வெட்டுபவர்களின் நண்பர்கள் ஆனோம். சஞ்சயன் தன் ஊன்றுகோலோடு உற்சாகமாக அலைந்தார்.

சமையலுக்குப் போடப்படும் ஒரு புதிய கொட்டிலில் வேலு அண்ணரும் பங்களித்தார். வேலு அண்ணரிடம் அந்தக் கொட்டிலில் இரண்டு நீள வளை மரத்தை மேலதிகமாகச் சேர்த்துக் கட்டக் கூடியவாறு செய்யச் சொன்னார் சஞ்சயன். வேலு அண்ணர் “எதுக்குத் தம்பி?” என்றார் புரிந்தும் புரியாததுபோல. ஏதோ களவுக் குணம் என்பது மட்டும் அவருக்குத் துல்லியமாகத் தெரியும்.

“இல்லையண்ணே… ரெண்டு வளையை மேலதிகமாகக் கட்டுங்கோ… ஆனா, கொட்டில் அதில பொறுக்கக்கூடாது. தேவை வரேக்க அந்த ரெண்டு வளையையும் கழற்றி எடுக்கக்கூடிய மாதிரி இருக்கோணும்,” சஞ்சயன் கொஞ்சம் வெளிப்படையாகவே சொன்னார். நான் பயந்துதான் போனேன். வேலு அண்ணர் பதட்டம் கொள்ளப்போகிறார் என்று. ஆனால் அவர் “செஞ்சிரலாம் தம்பி… இந்த முட்டாப் பயலுகளுக்கு என்ன விளங்கும்? இவங்களிட்ட தோத்தமே…! தமிழற்ற தலையெழுத்து” என்று ஒரு செருக்கோடு சொன்னார்.

நேரடியாக எமக்குள் இன்னும் எதையும் கதைக்காவிட்டாலும் நாங்கள் தொடங்கிவிட்டோம். நாங்கள் தப்பிப்பதற்கான முன் நடவடிக்கையைத் தொடங்கிவிட்டோம்.

13

கண்டல் நிலக்காடுகளின் முட்செடிகளில் கிழிபடும் காற்றின் ரீங்காரம் என் காதில் குடிகொண்டது. இரவுகளில் அது அதிகமாய் இருந்தது. காதினுள் இரையும் இந்த ஒலியுடன் மனம் போராடத் தொடங்கினால் அவ்வளவுதான் கதை. சர்வநாசம். மனத்தை அதனின்றும் விடுவிக்கவே முடியாது. ச்சா... முடியவே முடியாது.

மழைக்காலம் தொடங்கிவிட்டதனால் ஆரம்பத்தில் இதனைச் சில்வண்டுகள் கத்துவதால் கேட்கிறது என்றுதான் எண்ணினேன். சில்வண்டு என்பது ஒரு மழைப்பூச்சி. மரங்களில் ஒட்டி அதே வர்ணத்தில் மரப்பட்டை போலத் தன்னை உருமாற்றியிருக்கும். அது எழுப்பும் ஒலியிலும் இத்தகைய ரீங்காரம் உண்டு. மழைக்கு முன்னாலான மாலைப்பொழுதில் அநேகமாக இதைக் கேட்கலாம். ஆனால், மழையற்ற நாளிலும் மேலும் பகற்பொழுதிலும் கூட நான் அதைக் கேட்க நேர்ந்தபோதுதான் கொஞ்சம் சுதாரித்துக்கொண்டேன். இது வேறு ஏதோ என்று.

மற்றவர்கள் சிலரிடத்தில் அப்படி இந்தச் சூழலில் இப்படி ஒலி கேட்கிறதா என நான் விசாரித்தபோது வேலு அண்ணர் உட்பட சிலர் ஓமென்றுதான் சொன்னார்கள். இளையவர்கள் சிலர் இல்லையென்று சிரித்துக் கேலி பண்ணினார்கள். அவர்கள் சொல்வது உண்மையா இல்லையா என்று திடமாக எனக்குத் தெளிவு இல்லை. ஒருநாள் இன்னொரு பெடியனிடம் நான் கேட்கும்போது அதைக் கேட்டுக்கொண்டிருந்த டொக்ரர் சிரித்தார். நான் கேட்டேன்... “என்ன டொக்ரர் சிரிக்கிறியள்? இதுக்குள்ள ஏதோ விசயம் இருக்குப்போலக் கிடக்கு?”

“இல்ல... கொஞ்சம் கூடுதலான மன அழுத்தம் இருந்தா இப்படிக் காதுக்குள்ள இரைச்சல் கேட்கிற பிரமை வர வாய்ப்பிருக்கு. கதைக்கிறதக் கேட்கிறதில உங்களுக்கு கஸ்டம் இருக்கோ?”

“இல்ல டொக்ரர்... அது பிரச்சினையில்ல...”

"இல்ல... சிலவேளை பெரும் குண்டுவெடிப்பு அதிர்வுகளாலேயும் இந்தப் பாதிப்பு வந்திருக்கலாம். அப்படி நடந்திருந்தால் கேட்கிற தன்மையும் குறைஞ்சிருக்கவேணும்."

"நல்லாக் கேட்குது டொக்ரர். அப்ப இதென்ன பிரச்சினை?"

"மனதை எதிலயாவது ஈடுபடுத்துங்கோ... இல்லையெண்டா இந்தச் சூழலில உங்களக் காப்பாத்திறது கஸ்டம்"

"என்ன டொக்ரர்? விசராக்குதெண்டா சொல்லுறியள்?" - என்னை முந்திக்கொண்டு ஜான் கேட்டான்.

"இல்லையடாப்பா... இது ஒரு மன அழுத்தம்தான். நடந்தது பேரழிவு. அதுவும் இன்னமும் ஓயவில்லை. இஞ்ச எங்களப் பொறுத்தவரைக்கும் அது இன்னும் எங்களுக்க உக்கிரம் கொண்டிருக்கு. தீர்க்கமுடியாத பிரச்சினைகளுக்க ஒவ்வொருத்தரும் அகப்பட்டுட்டம். தங்கட தங்கட பிரச்சினைகளில் மூழ்கிப்போறதால வரக்கூடிய மன அழுத்தம். பயப்படாதேங்கோ. உங்கட சஞ்சயனிட்ட கேளுங்க. அவருக்கும் இந்தச் சத்தம் நல்லாக் கேட்கும்" டொக்ரர் சொல்லிக்கொண்டே சிரித்தார்.

"என்ன டொக்ரர் சிரிக்கிறியள்?" கொஞ்சம் பயந்துதான் கேட்டேன்.

"பயப்படாதேங்கோ... பிரச்சினை ஒண்டும் இல்ல. முடிஞ்ச அளவு ஏதாவது செய்து உங்கட நேரத்தைப் போக்காட்டுங்கோ... தண்ணிக்குப் போய்ச் சண்டை பிடியுங்கோ... சின்னப்பிள்ளையள் மாதிரித் தாயம் விளையாடுங்கோ... தெரிஞ்ச பகிடிக் கதையளச் சொல்லுங்கோ... இப்பிடி... இப்பிடி ஏதாவது..."

சொல்லிவிட்டு மீண்டும் கொடுப்புக்குள் சிரித்தார்.

"அடேயப்பா... எனக்கும்தான்ராப்பா கேட்குது." டொக்ரர் சொல்ல, அறியாமல் கையைத் தட்டிச் சிரித்துவிட்டோம்.

"இஞ்ச பிரச்சினையில்லாமல் யாரும் இல்லை. வண்ணன் கைலாசு மாதிரி இருந்தா அது வேற கதை. நாங்கள் நாளைல இருந்து தாயம் விளையாடுவோம். புளியங்கொட்டையும் கரித்துண்டும் உங்க குசினியில எடுத்திற்று வாங்கோ..."

நாங்கள் சில நாள்களில் தாயம் விளையாடத் தொடங்கினோம். ஏற்கனவே அறைகளில் கடதாசிக்கூட்டம் விளையாடத் தொடங்கி விட்டார்கள். அதனால் அறைகளில் அடிக்கடி சண்டை மூண்டு விடுகிறது. எங்களுக்கு அது விளையாட சோடி போதாது. மற்றவர்களுடன் விளையாடி சண்டை பிடிபட்டு மரியாதையைக் கெடுக்க நாங்கள் விரும்பவில்லை. வேறு சில பெடியள் குசினியில் தேங்காய்ச் சிரட்டை எடுத்து வந்து பாழாகிப்போகும் அந்தக் கட்டடத்தூண்களில் தேய்த்து மோதிரங்களும் பென்டன்களும் சில குருவிகளும் செய்தார்கள். காலத்தை ஓட்டப் படாதபாடு பட்டோம்.

கடிதப்போக்குவரத்து பலருக்கு மன ஆறுதலைக் கொடுத்தது. அது ஒரு பொழுதுபோக்காயிற்று. கைதிகள் நீண்ட கடிதங்களை எழுதினார்கள். நீண்ட கடிதங்களை எதிர்பார்த்தார்கள். கடிதங்களில் துக்கமும் வலியும் மட்டுமல்ல, மாறாகச் சிலவற்றில் காதலும் காமமும் கூடப் பறந்து திரிந்தன. வேலு அண்ணர் சொன்னார். "தெறிச்சுத் திரியும் இந்த வயசில பொடியள அடைச்சு வச்சா வேற வில்லங்கம்தான் வரும்." எனக்கும் அப்படித்தான் தோன்றியது. ஆனால் கடிதங்களால் வீட்டு நிலைமையறிந்து பல அறைகளில் கைதிகள் வீழ்ந்தார்கள். பலிகொள்ளும் சேற்றுக் குழியாய்க் காகிதங்கள் பறந்துவந்தன.

தீர்க்க வழியற்ற கைதிகளிடம் பிரச்சினைகளைக் கையளித்தால் என்னதான் செய்வார்கள்... பாவப்பட்ட இந்த ஜென்மங்கள்...? மறுபுறம் அங்கே குழந்தைகளுடன் செட்டிக்குளம் காட்டில் தடுக்கப்பட்ட மனைவியர்கள், நோயிலும் வறுமையிலும் அச்சத்திலும் தனித்துவிடப் பட்ட மனதை யாரிடம்தான் பகிர்ந்து கதறுவார்கள்? அவர்கள் கடிதங்களில் கதறினார்கள். இவர்கள் காலமற்று சஞ்சரித்த தம் மனத்தில் கதறி வீழ்ந்தார்கள்.

வேறு சிலர் என்னைப் போன்றவர்கள். கடிதத் தொடர்பு ஆபத்தானது என்று அதை வைத்துக்கொள்ளவே இல்லை. ஆனால் மனமோ அவாவுகின்றது, தங்களுக்குரியவர்களுடன் உறவாட. கடிதங்கண்டு துள்ளிக் குதிக்கும் இந்தப் பெடியளப் பார்க்கையில் ஒருவித எரிச்சலும் அவர்கள்மீது நியாயமற்ற ஆத்திரமும் பரவுகிறது. வண்ணன் போன்றவர்களை மனதில் திட்டித் தீர்க்க முடிந்தது. ஆனால், இந்த இளையவர்களில்

அப்பாவிகளும் இருந்தார்கள். ஒரு கடிதம் இவர்களுக்குப் பெரும் விடுதலை அளிப்பதாய் இருந்தது. பருவத்தின் தீரா வேட்கைகளை அவர்கள் சிலர் இந்தக் கடிதங்களில் தீர்த்துத் தள்ளினார்கள்.

முகாமுக்குள் வரும் ஒவ்வொரு சலுகையும் முதலில் ஒரு ஆறுதல்போலத் தோன்றினாலும் பின்னாளில் அதுவே கைதிகள் பலமடங்கு உக்கிரமாய் வீழ்வதற்குக் காரணமாயிற்று. உறவுச் சந்திப்பிலிருந்து கடிதத் தொடர்புவரை இதுவே நடந்த கதை. இவற்றினால் ஆறுதலடைந்தவர் சிலர் என்றால் அடுத்தவர் அறியாமல் தம் அகத்தில் அழிந்தவர் பலர். இதற்குக் குறிகாட்டியாய்ச் சில சம்பவங்கள் நடந்தன.

இரண்டாம் மாடியிலிருந்த மற்றவர்களால் 'வெள்ளை' என்று அழைக்கப்பட்ட ஒருவன் ஒருநாள் மாலைக் கருக்கல்பொழுதில் மாடியிலிருந்து குதித்தான் தற்கொலைக்காக. முகாமே திடுக்கிட்டுப் போயிற்று. காலொன்று முறிந்த நிலையிலும், மண்டை அடிபட்ட நிலையிலும் பொலிஸ் அம்புலன்சுக்கு அறிவித்து ஆஸ்பத்திரிக்குக் கொண்டுபோனார்கள். சுமந்திரன் டொக்ரர் முதலுதவி செய்துதான் அனுப்பிவைத்தார். சிறை முகாமே அதிர்ந்துபோனது. வெள்ளை யாருடனும் கதைப்பவன் அல்ல. அவனை நான் கண்டதுகூட இல்லை. சில நாளின்முன் அவனின் குடும்பம் கதிர்காமர் முகாமிலிருந்து வந்து சந்தித்துவிட்டுப் போனதாயும் சொன்னார்கள். அறைகளில் பல கதைகள் பரவின. டொக்ரர் சொன்னார். "கால் எலும்பு முறிஞ்சிற்றுது. அதனால் உசிருக்கு ஏதும் பிரச்சினை இல்லை. மண்டையில அடிபட்டிருக்கு. இரத்தம் வெளியேறயில்ல. சொல்லேலாது. 'இன்ரேனல் பிளீடிங்' இருந்துதெண்டா தப்பிறது கஸ்டம். மயக்கத்தில இருக்கிறான். மண்டை பலமா அடிபட்டிருக்கு..." சொல்லும்போதே முகம் மாறிக்கொண்டார். அவரது கண்கள் அகல விரிந்து விரக்தியை வெளிப்படுத்துவதாய் இருந்தன. வெள்ளை பற்றிப் பிறகு எந்தச் செய்தியும் கிட்டவில்லை.

மூன்றாம் நாள் டொக்ரர்தான் இரகசியமாக சஞ்சயனுக்குச் சொன்னார். "வெள்ளை செத்திட்டான் அடுத்த நாளே... ஒரு நாள் ஆஸ்பத்திரியில கோமாவில இருந்தவனாம். 'பொடிய' வீட்டுக்குக் கொடுக்கயில்ல... பொலிஸ் அறிக்கை எழுதி அனுப்பினத எனக்குச் சொன்னாங்கள்."

சஞ்சயன் கேட்டிருக்கிறார். "இது ரெண்டாவது சாவு இந்த முகாமில என்ன டொக்ரர்?" என்று. டொக்ரர் சொன்னாராம்... 'இல்ல சஞ்சயன், இது நாலாவது" என்று. நாங்களும் திடுக்கிட்டுத்தான் போனோம். இந்த முகாமுக்குக் கைதிகள் வந்த முதல் மாதத்திலேயே ரெண்டு சாவுகள் விழுந்துவிட்டனவாம். ஒருவன் வயிற்றுக் காயத்துடன் இருந்து சிகிச்சைக்கு அனுப்பாமல் சின்னக் காயந்தானே என்று ராகவன் மறித்து, கடைசியா செப்றிக் ஆக்கி ஆஸ்பத்திரிக்கு அனுப்பியதும் செத்தானாம். மற்றவன் காய்ச்சல் வயிற்றோட்டம் என்று கொண்டுபோய் ஆஸ்பத்திரியில் பதினான்கு நாள்கள் இருந்து செத்தானாம். இதெல்லாம் டொக்ரருக்கு இப்ப பொலிசுடன் ஏற்பட்ட உறவால் கசிந்த கதைகள். ராசு அண்ணருக்கும் இது பற்றித் தெரியுமாம்.

எங்கள் முகாமுக்கு வாய்த்த நல்ல மேஜருக்கும் அந்த அணிக்கும் மாற்றம் வந்தது. புதிய இராணுவப் பிளாட்டூனும் அதிகாரியும் வந்தார்கள். அநேகமாக எல்லாரும் மிக இளவயதினர். சார்ஜனுக்கு மட்டும் முப்பத்தைந்து வயது இருக்கலாம். குள்ளமான, சுருட்டை முடிகொண்ட கறுவல் தோற்றம். முகாமதிகாரி லெப்டினன்ட் தர நிலை கொண்டவன். மெலிந்த, சிவந்த ஆனால் இறுக்கமான உடல்வாகு கொண்டவன். கூர்மூக்கன். பெரிய வெள்ளைப் பற்கள். முள்ளிவாய்க்கால் வரை சண்டையில் நின்ற இராணுவ டிவிசனைச் சேர்ந்தவர்கள் இவர்கள். சார்ஜனுக்கு உடலில் பல காயங்கள் இருந்தன, எங்களைப் போலவே! லெப்டினன்ட் காலில் சிறு காயம் இருந்ததைக் காலையில் அவன் வெள்ளைக் காற்சட்டையும், சப்பாத்தும், பெனியனும் எனப் போட்டு உடற்பயிற்சி செய்யும்போது கண்டோம்.

அறிமுகத்திற்காகப் புது அதிகாரி அறைக்கு வந்தபோது அவனது உரை வழமைக்கு மாறாகவும் விசித்திரமாகவும் இருந்தது. ராசு அண்ணர்தான் மொழிபெயர்த்தார். "உங்களுக்கு என்ன வேணுமெண்டு கேளுங்கோ... நான் செய்யிறன் என்னால முடிஞ்சத. என்ர அதிகாரத்துக்குட்பட்டிருந்தா கட்டாயம் செய்வன். இங்க எந்தப் பிரச்சினையுமில்லாமல் நீங்கள் இருக்கவேணும். நீங்களும் நாங்களும் போரில அடிபட்டம் அதுவேற. வென்டது, தோற்றது வேற. ஆனால் இப்ப நாங்கள் ரெண்டுபேரும் போர் செய்த வீரர்கள் என்டத மறக்கக்கூடாது. நாங்கள் உங்கள எந்த விதத்திலும்

துன்பப்படுத்தமாட்டம். எங்கட ஆக்களால இஞ்ச பிரச்சினை வந்தா சொல்லுங்க. கடுமையான நடவடிக்கை எடுக்கத் தவறமாட்டன்." அவன் நிறுத்தி நிறுத்தி சபைக் கூச்சத்துடன் கோர்வையாகச் சொல்லமுடியாமல் சொன்னதை ராசு அண்ணர் கோர்வையாக்கி மொழிபெயர்த்தார்.

"எங்களை அரசாங்கம் இந்த டியூட்டிக்கு அனுப்பியிருக்கு. உங்களப் பாதுகாப்பா வைச்சிருக்கப் பணிக்கப்பட்டிருக்கிறம். மற்றும்படி நாங்கள் ரெண்டுபேரும் வீரர்கள்தான். களத்தில உங்கட சண்டைத் திறமைய நான் பார்த்திருக்கிறன். இப்ப நீங்கள் தோற்றது ஆச்சரியமாகத்தான் இருக்கு. அது முடிஞ்ச கதை. இப்ப நீங்கள் விரைவில வீட்ட போகவேணும். அதத்தான் நாங்கள் விரும்புறம். இப்பிடியான கேவலமான சூழலில உங்கள வைச்சிருக்கிறதுக்கு மனம் வருந்திறன். எனக்கு அரசியல் தெரியாது" - அவன் விட்டுவிட்டு மேலும் கதைக்கிறான். அந்தக் கதை எங்களுக்கு ஆச்சரியமளித்துக் கொண்டே இருக்கிறது.

"தயவுசெய்து உங்களிட்டக் கேட்கிறன். தப்பியோட முயற்சியா தேங்கோ... அது உங்களுக்கு நல்லதில்ல. நானும் கஸ்ரப்பட்டுத்தான் இந்த ராங்குக்கு வந்தனான். சாதாரணமாகச் சிப்பாயாகச் சேர்ந்த நான் இப்பிடி ஒரு அதிகாரியாய் ஆக முடியாது. ஜெனரல் சரத் பொன்சேகா கொண்டு வந்த புதிய நடைமுறைதான் சார்ஜன்டாக இருந்த நான் கட்டளை அதிகாரியாக ஆக வைச்சது. உங்கட இயக்கம் மாதிரி சண்டைத் திறமைக்கு முன்னுரிமை அளித்தார் ஜெனரல். நீங்கள் யாரும் ஓடினால் இந்தப் பதவி எனக்குப் பறிபோகும். உங்களுக்கும் நன்மை இல்லை."

அவனின் பேச்சு முதலில் வெளிப்படையாக இருந்து தந்திரத் தனமாக மாறியது. பின்னர் முதிர்ச்சியில்லாததைக் காட்டியது. ஆனால், உண்மையைக் கதைக்கத் தெரிந்த கிராமப்புறத்து இளம்படைவீரன் இவன். இவனை நம்பலாம் என்றும் எனக்குப் பட்டது.

மறுநாளே உறவுச் சந்திப்புக் கொட்டிலிலிருந்த முள்ளுக்கம்பி நிரலை அறுத்தெறிந்தான். கொட்டிலில் ஒரு பகுதி பொலிஸ் உத்தியோகத்தர்களுக்காகப் பிரித்து அடைக்கப்பட்டிருந்தது. அதையும் பிரித்தெறிந்து இதனுடன் இணைத்துவிட்டான். இருப்பதற்கு வாங்குகளை மேலும் கொண்டுவந்து போட்டான்.

சந்திக்க வருபவர்களைச் சோதனையிட்டபின் சுதந்திரமாக இந்தக் கொட்டிலில் எங்கும் இருந்து கதைக்கலாம் என்றான். போதாததற்குச் சந்திக்கும் நேரத்தை அதிகமாக்கினான். செட்டிக்குளம் முகாமிலிருந்து வந்தவர்களை நேரம் வரையறுக்காமல் கதைக்கவிட்டான்.

மலக்கூடத்தில் இரண்டு கோப்பை உடைந்து பழுதடைந்துவிட்டது. மீதி எட்டு மலக்கூடமும் அறுநூறு பேருக்குப் போதுமானதில்லை. சிறையில் ஒரு நாள் அல்லது இரண்டு நாள் நகரசபை வந்து மலமள்ளிப் போகும். அதற்கிடையில் மலக்குழி முட்டி கோப்பையும் முட்டி மலம் நிலத்தில் படரத் தொடங்கிவிடும். அவசரமானவர்கள் அதன்மீதே போய் இருக்கவேண்டும். சிலருக்கு ஓரிருநாள் அடக்கும் கலை கைவந்தது. நான், நாள்பார்த்து சாப்பிடாமல் தவிர்த்துக் கொள்வேன். புதிய அதிகாரி உடனுக்குடன் அலுவல் பார்த்து அதை அகற்ற கிழமைக்கு மூன்று முறை அழைப்பு விடுத்தான்.

முழுமையாக இல்லாவிடினும் கொஞ்சம் முன்னேற்றம். இராணுவத்தினரது மலக்கூடத்திற்கு வரும் மருந்தும் பிரஸ்சும் எடுத்துத் தந்து ஒவ்வொருநாளும் கழுவித் துப்பரவு பண்ணத் தண்ணியும் தந்தான். இதுவே பெரிய விசயமாகத்தான் இருந்தது எங்களுக்கு.

வந்த கோதுமை மாவை களஞ்சியக்காரன் சார்ஜனுடன் கதைத்து வெளியே பேக்கரிக்கு அனுப்பிப் பாண் போட்டுத் தந்தார்கள். பேக்கரிக்குக் கூலியாக மாவே கொடுக்கப்பட்டது. பாண் ஒரு சுவைமிக்க சாப்பாடு ஆகியது எங்களுக்கு. வெறும் பாண்தான். இருந்தாலும் அந்தச் சிறை முகாமில் அது அமிர்தமாய் இருந்தது. இப்படிப் பல மாற்றங்கள். தண்ணீர்கூட ஐந்து லீட்டர் கூடுதலாகக் கிடைத்தது என்றால் பாருங்களேன்.

றகீமுக்கும் இந்தப் புதிய அணி உற்சாகத்தைக் கொடுத்தது என்பதுதான் எங்கள் கவலையாகிற்று. அவன் புதிய அதிகாரியைத் தன் வலையில் வீழ்த்தினான். 'தண்ணிப்பார்ட்டி' நடந்தது அடிக்கடி. றகீம் தான்தான் முள்ளுக் கம்பியை அகற்றச் சொன்னதாக அறைகளில் கதை விட்டான். அதிகாரிக்கு இருந்த, தன் பதவி கைதிகள் ஓடினால் பறிபோகும் என்ற அச்சத்தை றகீம் ஊதிப்பெருப்பித்தான். கைதிகள் பற்றி படுமோசமாக அச்சமூட்டினான். தானே தனது உளவு

நடவடிக்கை மூலம் எல்லாவற்றையும் கட்டுப்படுத்துவதாக அதிகாரிக்குப் பாவனை பண்ணினான். பாவம்... அவனும் அதை நம்பினான். கழுவிகளுக்கு இதனால் அதிகச் சலுகைகள் பெற்றுக் கொடுத்தான் றகீம். அதிகாரியும் கழுவிகளின் வேலையால்தான் றகீம் இந்த முகாமைக் கட்டுப்படுத்துகிறான் என்று எண்ணிக்கொண்டான். இந்தச் சூழல் எங்களுக்கு நல்லதல்ல. றகீமின் கழுவிகளின் கையோங்குவது ஆபத்தானது என்றுணர்ந்த சஞ்சயன், ராசு அண்ணரோடு குளிக்குமிடத்தில் யாருமறியாமல் கதைத்தார். சஞ்சயன், ராசு அண்ணர் வெளிப்படையாக ஆளையாள் தெரியுமென்று காட்டிக்கொள்வதில்லை. ஆனால் சூத்திரங்களை வகுப்பவர்கள் இவர்கள்தான். சார்ஜன் முதிர்ச்சியானவன். சார்ஜனை றகீம் அதிகாரியுடன் தனக்குள்ள நட்பைக் காட்டி மதிப்பதும் கிடையாது. இதைப் பயன்படுத்தி சார்ஜனுக்கு ராசு அண்ணர் மூலம் போதனைகள் நடந்தன. ராசு அண்ணரை முகாம் தொடர்பாளராக இருப்பதிலிருந்து தூக்கியெறிய றகீம் எடுத்த முயற்சியும் சார்ஜனால் தடுக்கப்பட்டது. பொலிசுடன் ராணுவம் பகைத்துக்கொண்டால் பொலிஸ்காரர் கைதிகளை ஓடவிட்டு விடுவார்கள் என்று ராசு அண்ணரே சார்ஜனை அச்சமூட்டி ராணுவத்துக்கும் பொலிசுக்கும் நல்லுறவை ஏற்படுத்தினார். இப்படிச் சிலபல காரியங்களால் றகீமின் பிடி கொஞ்சம் தளர நிலைமை சீரடைந்தது.

இந்தக் காலத்தில்தான் மக்களைத் தடுத்த கதிர்காமர் முகாமிலிருந்து பசீலனண்ணையின் மனைவி தன் தம்பிக்காரனைப் பார்க்க எங்கள் முகாமுக்கு வந்தாள் தன் பிள்ளைகளுடன். கண்டுவிட்டு நான் சார்ஜனிடம் அனுமதிபெற்றுப் போய்ச் சந்தித்தேன். "அக்கா... பசீலண்ணை எந்த முகாமில? சுகமா இருக்கிறாரோ?" நான் கேட்கவும், மனிசி அழத்தொடங்கிற்று. நான் திடுக்கிட்டுப் போனேன்.

"தம்பி, தேடாத இடமில்லை. ஐசிஆர்சி யில பெயர் குடுத்து எல்லாத் தடுப்பு முகாமிலயும் தேடியாச்சு. ஆனால் எங்கயும் இல்லையாம்." அவள் அழத் தொடங்கினாள்.

"அக்கா... அழாதேயுங்கோ..." என்றேன் திகைப்பில் இருந்து விடுபடாத நெஞ்சுடன்.

எனக்கு ஏதோ மண்டைக்குள் இறுக்குவதுபோல ஓர் உணர்வு மேலெழுந்து வந்தது.

"நீ அழாத... சும்மா இரு" என்று தம்பிக்காரன் அவளின் தலையைத் தடவினான். மருமகனை இழுத்து மடியில் போட்டுக்கொண்டான்.

"சிலர் இவர் முள்ளிவாய்க்கால்ல காயத்தோட இருந்தவர் செத்திற்றார் எண்டினம். சிலர் இல்லை, ஓமந்தையில கண்டது எண்டு சொல்லினம். உங்களுக்கு அவரைத் தெரியுமோ தம்பி? ஏதும் அறிஞ்சனியளோ?" மூக்கைச் சிந்தி புறங்கையால் துடைத்து விழிகளை உயர்த்தி என்னைப் பார்த்தாள். நான் எதிர்கொள்ள முடியாமல் உள்ளே தடுமாறினேன்.

"இல்லையில்லை... தெரியாது. அதுதான் கேட்டனான்."

பொய்யுரைத்த என் போலிமுகத்தைக் கண்ணுறும் நிலையில் அவளில்லை. அவள் அவரின் நினைவுகளில் பாதி மூழ்கியிருந்தாள்.

சின்னவன் கலை, ரகு, பசீலண்ணை என் நினைவுகளில் வந்து உறக்கத்தைத் தின்றனர். இரவுகளில் முள்ளில் கிழிபடும் காற்றின் ஓசை என் காதில் மேலும் அதிகமாயிற்று.

இந்த நாள்களில் சஞ்சயன் என் முகக்குலைவு கண்டு என்ன என்று விசாரித்தார். முதலில் ஏதுமில்லை என்று மறுத்த நான் பிறகு உண்மையைச் சொன்னேன். "ச்சா...தன் எஞ்சிய பிள்ளைகளும், மனைவியும் உயிருடன் இருப்பதையாவது பசீலனண்ணை அறிந்துவிட்டுச் செத்திருக்கலாம்." என்னுடன் அவர் கதைத்தவை மீண்டு எழுந்து வந்தன. கடைசிநாள் அந்த இரகசியச் சிறையில் ஆட்கள் பிரிக்கப்பட்டபோதும் சிலர் பலிக்களத்திற்குக் கொண்டுபோகப் பட்டிருக்கக்கூடும். இந்த நினைவுவர கூடவே அறையிலிருந்த மற்றவர்களும் ஞாபகத்திற்கு வந்தனர். மாஸ்டரையும் ரெட்டையரில் ஒருவனையும்கூட நாங்கள் ஏற்றப்பட்ட அன்று ஏற்றினார்களே? ஆனால் இப்போ அவர்கள் பற்றி எங்கும் அறியக் கிடைக்கவில்லை. மற்ற இருவரும் வேறு முகாமில் இருக்கிறார்களாம். இவர்களை எங்கே கொண்டுபோனார்கள்? ஒருவேளை அவர்களிருக்க வாய்ப்பில்லையோ?

அப்போதுதான் அறிய விரும்பினேன். என்னுடன் வந்தவர்கள் அனைவரும் ஓமந்தையிலிருந்து கொண்டுவரப்பட்டு முதல் கிழமை தடுத்து வைக்கப்பட்ட இடத்தில் ஐசிஆர்சி போர்க் கைதிகள் பதிவு எடுத்ததா இல்லையா என்று.

நான் வவுனியாவில் ஒரு பாடசாலையில் படையினரால் முதற்கிழமை வைக்கப்பட்டிருந்தபோது ஐசிஆர்சி போர்க் கைதிகள் பதிவு எடுத்துக்கொண்டது. அங்கிருந்துதான் முதற்கட்ட ராணுவ உளவுத்துறையின் விசாரணையில் பிரிக்கப்பட்டு நான் ஜோசப் சித்திரவதை முகாமுக்குக் கண்கட்டி அனுப்பப்பட்டேன்.

விசாரித்ததில் சுரேன், ஜான், ராசு அண்ணர் எல்லாரும் இரகசிய முகாமுக்குக் கொண்டுவரப்படமுன்னர் ஐசிஆர்சியில் முதலே பதிவுசெய்யப்பட்டிருக்கிறார்கள். ஓ... ஒருவேளை பசீலண்ணர், ரகு, கலை போன்றவர்கள் ஐசிஆர்சியில் பதியமுன்னர் அங்கு கொண்டுவரப் பட்டார்களா? மாஸ்டரும் மற்றவனும்...? நாங்கள் பதிவுசெய்யப் பட்டதால்தான் புனர்வாழ்வு முகாமுக்கு அனுப்பினார்களா? அப்படியாயின் முக்கியமானவர்கள் என்று கருதிக் கொண்டுபோன எங்களை ஐசிஆர்சியில் பதிந்ததால் மட்டும் சும்மா விட்டு விடுவார்களா? அப்போ என்னதான் நடக்க இருக்கிறது? பல கேள்விகள்.

நான் கேள்விகளால் உதைபட்டேன், எனது கேள்விகளாலேயே பந்தாடப்பட்டேன். யாருடனும் பகிர்ந்துகொள்ளவில்லை. என்ன நடக்கிறது... அரசாங்கத்தின் உள்நோக்கம் என்ன? அறிய முயன்று தோற்றுப்போய்க்கொண்டிருந்தேன். சாப்பிட முடியவில்லை. உறங்க முடியவில்லை. படிகளில் இரவு விடியும்வரை குந்தியிருந்தேன். அந்தப் பாழும் கட்டடத்தில் சுடலைக்காட்டு இருள் கனத்தபடி சுற்றி இந்தக் கைதியைக் காவல் நின்றது. படுத்தால் கனவு வரும். நினைவுபோல, அல்லது நிஜம்போல.

மேகத்திரள்கள் அதன் அச்சமூட்டும் வெண்மையுடன் என்னைச் சூழ்ந்துகொள்கிறது. அதன் கனதியில் நான் நசிகிறேன். அது மென்மையானதே அல்ல. கனதியும் அடர்த்தியும் மேகக் கூட்டத்திற்கு இருப்பதை அதன் அழுத்தத்தில் உணருகிறேன். தப்பிக்க முயலும் தோறும் புதிய மேகத்திரள்களுக்குள் சிக்குப்பட்டுக்கொள்கிறேன். நிஜம்போல நித்தம் தொடருகிறது இக்கனவு.

இந்த நாள்களில்தான் டொக்ரர் எனக்கும் சஞ்சயனுக்கும் குளிசை தந்தார். 'டயசஃபாம்' குளிசை. சஞ்சயன் கேட்டார். "என்ன டொக்ரர்... எனக்கு விசர் என்று முடிவு செய்ஞ்சிட்டீங்களோ?"

“இல்ல... இது சாதாரண மன அழுத்தத்துக்குப் போடுறதுதான். போடுங்கோ... நல்லது. சிலவேளையில நானும்தான் போடுறனான்.” நாங்கள் மறுக்காமல் வாங்கிப்போடவேண்டித்தான் இருந்தது. காரணம் எங்கள் அறையிலிருந்த மோகன் அண்ணருக்கு நட்டுக் கழண்டுவிட்டது. நான் இங்கு வந்த முதல்நாள் இரவு விழித்திருந்த இவரிடம்தான் விமல் படுக்க எங்களுக்குக் கொஞ்சம் இடம்தரக் கேட்டான். உங்களுக்கு அது நினைவிருக்கலாம். எடுத்தெறிந்து பேசி மறுபக்கம் திரும்பிப் படுத்தவர் இவர். இப்போ தன்பாட்டுக்குக் கதைக்க ஆரம்பித்துவிட்டார். இவரின் நிலை மாறுதலை படிமுறையாக நான் அவதானித்துத்தான் வந்தேன்.

இவர் இயக்கத்தில் இருந்திருக்கவில்லை. மாறாக, தமிழீழக் காவல் துறையில் கைதிகள் சிறைச்சாலைக்கே காவலர் சார்ஜனாக இருந்தவர். 45 வயதிருக்கலாம். ஆனாலும் தலைமுடி நரைத்து தடித்த முகத் தசைகளில் நீளமாய் வளைந்த கோடுகள். மார்பு ரோமங்களும் நரைத்து முதுமை காட்டின. நாங்கள் வந்த நாள்களில் திருநீறு பூசி காலை வழிபாடு செய்வார். விரதங்கள் பிடித்தார். தேவாரம் படித்தார். தனது பைக்குள் இருந்த முருகன் படத்தை வெளியே எடுத்து பூசை முடித்து உள்ளே வைப்பார். கந்தசஸ்டி விரதமும் இருந்தார். பக்தியில் மூழ்கியிருப்பதே இவர் பொழுதாய் இருந்தது.

சிலகாலம் பின் யாரும் எழுமுன்னரே ஐந்து லிட்டர் தண்ணீரில் காலை ஐந்து மணிக்கே முழுகிவிடுவார். தியானம் செய்கிறாராம். சப்பணம்கொட்டி எட்டு மணிவரை இருப்பார் ‘ஓம்ம்ம்... ஓம்ம்ம்...’ என்று சொல்லியவாறே. அருகே படுத்திருப்பவர்கள் எரிச்சலுற்றார்கள். “காலையிலதான் மனுசன் கொஞ்சம் நித்திரை கொள்ள முடியுது... இந்த வெக்கையில புழுக்கம் தணியிறது காலையிலதான். இந்தப் பாடையிலபோவான் விட்டாத்தானே...”

“மோகன்ணை மற்ற ஆக்களையும் கொஞ்சம் யோசியுங்கோ... படுக்க விடுங்கோ... இரவில உதைச் செய்யலாம்தானே?” அடக்க மாட்டாமல் பக்கத்தில இருந்தவன் சொன்னான்.

“பிரமோத்சவ காலத்தில செய்யிறதுதான் பலிக்கும். காலை ஐந்து மணிக்குப் பிறகு ஆரும் இஞ்ச எழும்பலாம் எண்டதுதான் ஆமியின்ர உத்தரவு.” இதுக்குமேல கதைச்சால் இந்த மனுசன் மரியாதையைக் கெடுத்திருவான் என்றெண்ணி

விட்டுவிட்டான். சில நாளில் பகலிலும் மாலையிலும்கூட தியானத்திலிருந்தார், "ஓம்... ஓம்..." என்றபடி.

மீன் வெட்டிப்போட்டு அதிகாலையில் குளித்துவிட்டுப்போய் படுத்த சதன் என்ற பொடியன் ஒருநாள் காலையில திடுக்கிட்டு எழும்பி தூசணத்தால் திட்டினான். "மீன் வெட்டிப்போட்டு வந்து இப்பதான் படுத்தா... மயிர நீர் மோம்... மோம்... மோம்... என்று புடுங்கிறீர் காணும்... அறிவில்லையே? சுடலையில போயிருந்து மோம்... மோம்... மோம்... என்றும் ஐசே." அறையே வெடிச்சிரிப்புச் சிரித்துவிட மோகன் கடுப்பாகிவிட்டார். ஆனாலும் அந்த ஆள் பிறகும் விட்டபாடில்லை. விமல் சொன்னான். "இந்த மனுசன் அங்க எத்தினை கைதிகளுக்கு 'இல்லை... இல்லை...' எண்டிச்சோ தெரியேல்ல. இப்ப இஞ்ச இருந்துகொண்டு 'ஓம்... ஓம்...' எண்டுது."

சில காலத்தின் பின், பிடித்த விரதம் போலவே இதையும் கைவிட்டார். இப்போ கடிதங்கள் எழுதினார்.

'மாண்புமிகு ஜனாதிபதிக்கு',

'மேன்மைமிகு சட்டமா அதிபருக்கு',

'மதிப்புக்குரிய இராணுவத்தளபதிக்கு',

'கௌரவமிகு பிரதம நீதியரசருக்கு',

இப்படி இன்னபிறருக்கும்...

இரவில் எண்ணிக்கை சரிபார்க்க வரும் அதிகாரியிடம் கொடுத்து விடுவார்.

"இந்த மனுசனிட்டயும் முந்தி வன்னியில கைதிகள் மேதகு தேசியத் தலைவருக்கு என்டு கடிதம் கொடுத்திருக்கிறாங்கள் போல" என்றான் சதன் ஒரு கெக்கட்ட சிரிப்போடு. இதை விடவும் ஒரு காரியம் இந்தக் கட்டத்தில் நடந்தது. ஆன்மீகப் பெண்கள் சபையொன்று கைதிகளைச் சந்திக்க வந்திருந்தது. அவர்கள் சொன்னார்கள் "நீங்கள் கடவுளுக்குக் கடிதமெழுதி தலைமாட்டில வச்சுக்கொண்டு படுங்கோ!" என்று. சபாஸ்டா சங்கரா! கௌரவக் கடவுளெண்டு போடணுமோ? மேதகு கடவுளெண்டு போடணுமோ? தமிழ்ச் சாதியே முள்ளிவாய்க்காலில் அழியும்போது

இவர்களொரு கடிதமெழுதி தலைமாட்டில் வைக்காமல் இருந்துவிட்டார்களே!

சில காலத்தில் இந்தக் கடிதமெழுதலையும் கைவிட்டு மோகண்ணர் ஓர் உறைநிலை அடைந்தார். கண்களில் வெளிநோக்கிய சஞ்சரிப்பு இருக்கும். யாருடனும் கதைப்பதில்லை. முகத்தில் கோடுகள் துலங்கித் துலங்கி மறையும். அது முகத்தை விகாரப்படுத்தியது. குளிப்பதில்லை. முகம் கழுவுவதுகூடக் குறைவு. மூலையில் பழைய துணிகளை மடியில் அணைத்தவாறு சுவரில் சாய்ந்திருப்பார். சாப்பிடுவதில்லை. கேட்டால் "இப்பதான் சாப்பிட்டுக் கைகழுவினனான்" என்று சொல்வார். இந்தக் காலத்தில்தான் பெடியளுக்கு முதல்முறையாய் இவர்மீது பரிதாபம் வந்தது. அவர் மெய்யாகவே தான் சாப்பிட்டு விட்டதாய் உணர்வதுதான் காரணம். இப்படிப் பல பொய்யை அவர் மெய்யென நம்பினார். இரவில் நித்திரையில் வாய் பிசத்துவார். ஆனால் மிகத் தெளிவான உரையாடல்களாக அவை கேட்கும். அதைக் காது கொடுத்துக் கேட்கும் நிலையில் எந்தக் கைதியும் இல்லை. ஒருவேளை பாழும் அந்தக் குறைக்கட்டடம் அவற்றைக் கேட்டுவைத்திருக்கும்.

மோகண்ணர் வாய் பிசத்துகிறார் என முன்னர் நையாண்டி பண்ணியவர்கள் பலரும் இப்போ இரவில் வாய் பிசத்துகிறார்கள். சொன்னால் வெட்கக்கேடு, நானும்கூடத்தான் பிசத்துகிறேனாம். இதில் எனக்கென்ன வெட்கம். டொக்ரர் பிசத்துவதையே நான் கேட்டிருக்கிறன்.

இறுதியாக மோகனண்ணர் பகலில் தன்பாட்டுக்குக் கதைக்கத் தொடங்கிவிட்டார். ஒன்றோடு ஒன்று தொடர்பற்ற சம்பவங்கள் பற்றிய உரையாடலாக அவை இருந்தன. ஆனால் அவரளவில் அவற்றுக்கு ஒரு கோர்வை இருப்பதுபோலத்தான் முகபாவம் இருந்தது. முற்றத்தில் இறங்கினால் முன்னே நடப்பதும், பிறகு பின்னே வந்து மீண்டும் முன்னே நடப்பதுமாக விசர்த்தனமாக இருந்தார். அவ்வளவுதான். தன் இருத்தலை அவர் மறந்துவிட்டார். அதுவும் ஒரு விடுதலைதான் இல்லையா! இருந்தாலும் இது எங்களை மிகமோசமாக அச்சமூட்டியது.

'டயசஃபாம்' குளிசை எனக்குப் பயனளிக்கவில்லை. நித்திரை வரவில்லை. சஞ்சயனும் அப்படித்தான் சொன்னார். ஆனால்

இதைச் சொன்னால் டொக்ரர் நட்டுக் கழறப்போகிறது என்று முடிவெடுத்துவிடுவார் என்ற அச்சத்தில் சொல்லவில்லை. இரவுகளில் நாங்கள் நித்திரை விழிப்பதற்கு வேறு காரணங்கள் இருந்தன. மீன்வெட்டு நாள்களில் இரவில் நம்மவர்கள்தான் சமையல்கட்டில் இருப்பார்கள். இந்த நேரத்தில் இருவரும் அங்கு சென்று ஏதாவது சமைத்து மீன்பொரித்து மீன்வெட்டுபவர்களுக்குக் கொடுப்போம். நாங்களும் சாப்பிடுவோம். மழையில் நனைந்துபோய் காவல்நிற்கும் சிப்பாய்களுக்குத் தேநீர் வேணுமா எனக் கேட்டு சார்ஜனுக்குத் தெரியாமல் தேநீரும் மீன்பொரியலும் ரொட்டியும் கொண்டுபோய்க் கொடுப்போம். சஞ்சயன் அவர்களுடன் மெல்ல உறவு வளர்த்தார். சிப்பாய்களுக்குத் தனிநேசம் வந்தது எங்களில். ஏனென்றால் இந்தச் சமையல்கட்டில் வெடி பாலனும் அவனது ஆட்களும் அதிகாரிகளைத்தான் தாஜா பண்ணி முறையாகக் கவனித்துக்கொள்வார்கள். இவர்களைத் திரும்பிப் பார்ப்பதில்லை. ஆனால் சஞ்சயன் அதிகாரிகளோடு முரண்பட்டார். சிப்பாய்களை அணைத்தார்.

சஞ்சயனின் திட்டப்படி மீன்வெட்டும் வேலை இரவில் நாங்கள் விழித்திருக்கக் காரணம் தந்து வாய்ப்பளித்தது. இரவில் முகாமின் நிலைமை எப்படி இருக்கிறதென அறையின் வெளியே வந்து அவதானிக்க முடிந்தது. கீழ்மாடியில் இருந்து மீன்வெட்ட சஞ்சயன் சேர்த்த வர்மன் இருக்கும்வரை எங்கள் இரவு நடமாட்டம் எந்தப் பிரச்சினையும் இல்லை. ஏனெனில் இவனும் றகீமின் கழுவிதான். ஆனால் உண்மையில் கழுவி இல்லை என்பதே சஞ்சயனின் மதிப்பீடு. ஓமந்தையில் நடந்த என் முதல்நாள் சம்பவ அனுபவத்தைச் சஞ்சயனுக்குச் சொல்லி நானும் அதை ஏற்றுக்கொண்டேன். வர்மன் பகலில் ஒருமாதிரி இருப்பான். இரவில் வேறு மாதிரி இருப்பான்.

இந்த இரவு விழிப்பு முகாமின் பாதுகாப்பு நிலவரம் மட்டுமன்றி பல அறியாத இரகசியங்களை அறியத் தந்தது. சமையல்கட்டில் கள்ளு வடிக்கிறார்கள். இளநீருக்கு 'ஈஸ்ட்' போட்டு பிளாஸ்டிக் குடத்தில் வார்த்து மூடிக்கட்டி நிலத்தில் தாக்குறார்கள். மூன்று நாள்களின் பின் அது போதை ஏற்றும் கள்ளாக மாறிவிடுகிறது. பொலிஸ்காரர், றகீம் என எல்லாரும் இதைக் குடிக்கிறாங்கள். கசிப்புக் காய்ச்சவும் தன்னால் முடியும் என்று வெடி பாலன் சொன்னானாம்.

பொலிஸ் விடுதியிலும் அதிகாரி அறையிலும் நீலப்படம் பார்க்கிறார்கள். கீழ்த்தளத்தில் உள்ள ஒரு கமுவிதான் புதிய படங்களை வரவழைத்துக் கொடுக்கிறானாம். றகீமின் அறையில் கமுவிகள் கள்ளுண்டு கறிதின்று நீலப்படம் பார்க்கிறார்கள் போலும். சிலரை அங்கே மறித்துவிடுவதும் உண்டாம். சில நாள்களில் றகீம் களவாக இரவில் வெளியே போய்விட்டு விடியும் தறுவாயில் வருவானாம். கமுவிகளில் முக்கியக் கமுவிகள் றகீமின் மொபைலில் தம் வீட்டாருடன் கதைக்கிறார்களாம். வெடிபாலனின் சமையல் கூட்டாளிகள் பொலிஸ்காரரின் மொபைலில் கதைக்கிறார்களாம். இப்படி அந்தச் சிறைமுகாமில் எங்கள் இரவின் விழிப்பு பலவற்றை வெளிச்சமாக்கியது. சில விடயங்களைக் குறிப்பெடுத்துக் கொண்டோம்.

இரவு எங்கள் நேசத்துக்குரியதாகியது. நட்சத்திரங்கள் ஒளி தந்தன. சூழலின் வெக்கை தணிந்து குளிர்மை நிலவியது. சமையல் கட்டிலும் கமுவிகள் குளிக்கும் இடத்திலும்தான் உருவாகிய சேறு அடிக்கடி குமட்டும் நெடியுடன் நாசியில் அறைந்தது.

14

மனம் ஒரு நோக்கத்தோடு ஆர்வமுற்று இயங்கும்போது அந்த இயக்கமே ஒரு விடுதலை உணர்வைத் தருகிறது. முதல் விடுதலை உக்கிரமாய் அழுத்தப்படும் மனத்திலிருந்து கிடைக்கிறது. மேலும் வீணே மற்றவர்கள் மீது சினம், பொறாமை, வெப்பியாரம் கொள்ளும் மனதிற்கு உற்சாகமான வேலை கிடைத்துவிட்டால் அந்தச் சகதியைத் தவிர்த்து விடுதலை கொள்கிறது போலும்.

இரவில் நாங்கள் பல திட்டங்களைத் தீட்டினோம். ராசு அண்ணரும், சஞ்சயனும்தான் எல்லாவற்றிற்கும் சூத்திரங்களை வகுப்பது. முதலில் கழுவிகளுக்குப் பாடம் கற்பிக்கவேண்டும். முறையாக நையப் புடைக்கவேண்டும் என முடிவு செய்தோம். இதற்கு சார்ஜனின் ஆதரவு உண்டு என ராசு அண்ணர் சொன்னார். காட்டிக்கொடுப்பால் கைதிகள் விடுதலையாக முடியாமல் போவதை சார்ஜன் விரும்பவே இல்லையாம். தவிரவும் கைதிகள் பலர் றகீமுக்குப் பயந்து மரியாதை கொடுப்பதும் சார்ஜனுக்கு ஒரு காழ்ப்புணர்வை ஏற்படுத்தியிருக்கும் என்று சஞ்சயன் சொன்னார். எங்களுக்குத் தேவை சார்ஜன் எங்கள் பக்கம் நிற்கும்போது இந்தக் கழுவிகளை ஒரு கை பார்த்துவிட வேண்டும் என்பதுதான். வாய்க்கும்போதே அவர்கள் வாலை நறுக்கிவிடவேண்டும். இல்லாவிட்டால் ஆட்டிக்கொண்டு திரிவார்கள்.

மீன்வெட்டு இல்லாத நாள்களில் இரவு நித்திரை வரவில்லை. மூட்டைப் பூச்சிகள் பெருகி எங்கள் முதுகில் இரத்தம் குடிக்கின்றன. கட்டி முடிக்கப்படாமல் கைவிடப்பட்டுப் பாழடைந்த அந்தக் கட்டடத்தின் சுவரிடுக்குகள் மூட்டைப் பூச்சிகள் குடியேறவும், பெருகவும் வசதியாகிவிட்டது. எங்கள் இரத்தம் குடித்துப் பெருகின. நிலத்தின் ஓரத்தில் நான் படுப்பதால் விளிம்புகளில் இருக்கும் மூட்டைப் பூச்சிகள் என்னை உறங்கவிடவில்லை. பலருக்கும் இதுதான் நிலைமை. சஞ்சயன் இரவு சமையற்கட்டில் கொதிநீர் வைத்துக்

கொண்டுவந்து அறையில் இடுக்குகளில் இருக்கும் மூட்டைப் பூச்சிகளின்மீது ஊற்றினார்.

சில நாள்களில் வாய்த்த தருணத்தில் முதல் அடி பாலனுக்கு என முடிவாகியது. இவன்தான் ராசு அண்ணருக்கு முன்னர் கைதிகளின் தொடர்பாளர். அல்லது எஜமான். தானே ஒரு ஆமிக்காரன் என்பது போல அப்போது நடந்துகொண்டான். முதல் காட்டிக்கொடுப்பு இந்த முகாமில் இவனாலேயே நடந்தது. அதனால் இவனை முதலில் குறிவைத்தோம். பல வருடத்தின் முன் இயக்கத்திலிருந்திருக்கிறான். பின்னர் மன்னாரில் மண்ணெண்ணெய் கடத்தும் வேலை செய்துகொண்டிருந்தானாம் இவன்.

குளிக்கும் இடத்தில் தண்ணீர்ச் சண்டை வருவது வழக்கம். தண்ணீர் வழங்கும் மதனுக்கு நம்ம பெடியளில் ரெண்டுபேரைத் துணைக்கு விட்டு பாலனுடன் வாய்த் தர்க்கத்தை வளர்த்து அதை சாட்டாக வைத்து செம்மையாகப் போடச் சொன்னார் ராசு அண்ணர். இந்த வேலையை நம்ம முதலாம் அறைப் பெடியள் கனகச்சிதமாய்ச் செய்தார்கள்.

கடுதாசிக் கூட்டம் விளையாட வண்ணனைக் கூப்பிட்டு அவன் சோடிசேரும் சந்திரனும் சேர்ந்துவர விளையாட்டு வாய்ச்சண்டையை மூட்டி வளர்த்து முறையாகப் போட்ட போடுகையில் வண்ணனுக்குச் சொண்டு பிளந்தது. சந்திரனின் ஒரு கன்னம் வீங்கிப் புடைத்தது.

நீலப்படம் தன் தமையனின் மூலம் உறவுச் சந்திப்பில் பெற்று பொலிசுக்கும் றகீமுக்கும் விநியோகிக்கும் பொறுக்கிக்குச் சமையல்கட்டில் சாப்பாடு எடுக்க வரும்போது சண்டையை உருவாக்கி ஒரு வாங்கு வாங்கினாங்கள் நம்ம பெடியள். அவனால் காலை நிமிர்த்திச் சில நாள் நடக்கமுடியாமல் போனது. இந்தச் சண்டைகள் நடக்கும் இடத்தில் றகீமுக்கு முன் சார்ஜன் வருவான். விசாரணைக்கு அழைத்து சண்டை பிடிப்பவர்களை எச்சரித்து அனுப்பிவிடுவான். றகீமால் எதுவும் செய்யமுடியவில்லை. குசினியில் வைத்து வெடிபாலனுக்கு வர்மனே ஒருநாள் இரவு செமையாகப் போட்டான்.

இந்தக் கைங்கரியங்களால் நம்ம பெடியளுக்கு உசார் பொங்கி வந்தது. தாங்கள் அடித்தும் அதிகாரியோ சார்ஜனோ தங்கள்மீது எந்த நடவடிக்கையும் எடுக்கவில்லை என்பது

உற்சாகத்தைக் கொடுத்தது. சார்ஜன் விசாரணைக்கு அழைத்து றகீமின் கையை மடக்கி வைத்தது கூடுதல் உற்சாகம். றகீமால் தலையிடமுடியவில்லை. மறைமுகத்தில் நடப்பவை அவனுக்குத் தெரியாது. ராசு அண்ணர் சொல்வார்... “அடியுங்கோடா இவனுக்கு. மிச்சத்த நான் பார்க்கிறன்.” சார்ஜனை எப்பிடிக் கையாள்வது என்று ராசு அண்ணருக்குத் தெரியும். சார்ஜன் சொன்னானாம், தான் மூன்று முறை எங்கள் போராளிகளால் சண்டையில் வைத்து சுடப்படாமல் தப்பியோட விடப்பட்டவன் என்று.

1996இல் கிளிநொச்சியிலும், 1999இல் ஒட்டிசுட்டானிலும், 2009இல் கைவேலியிலும் தன்னைச் சுட வாய்ப்பிருந்தும் உங்கள் போராளிகள் கொல்லாமல் விட்டனர் என்றானாம் சார்ஜன். சண்டையில் தனித்துப்போன தன்னை இப்படி விட்டார்களாம் மூன்றுமுறை. எங்களால் நம்பவே முடியவில்லை. மனிதன் எப்போது மிருக உருக்கொள்வான், எப்போது கடவுள் உருக்கொள்வான் என்று யாருக்குத் தெரியும்? அவன் நன்றி காட்டினான்போலும் இப்போது.

கழுவிகளில் மோசமான கழுவிகளுக்குப் பரவலாய் அடி விழுந்த இந்தச் சமயத்தில் றகீம் நிலைமையைப் புரிந்துகொண்டானோ என்னவோ ஒரு வேலை செய்தான். தனக்கு உளவுவேலை செய்பவரதும் மற்றும் ஆயுதத் தளபாடங்களைக் காட்டித்தந்த கைதிகளினதும் விவரக்கோவையைத் தயாரித்துத் தன்னுடைய தலைமையகத்திற்கு அனுப்பிவைக்கிறானாம். இவர்களுக்கு விடுதலையில் முன்னுரிமையும் அளிக்கப்படப்போகிறதாம். இவர்களில் முப்பத்தாறு பேரின் விவரங்கள் எடுக்கப்பட்டு அனுப்பப்பட்டன. பிறகு சொல்ல வேண்டுமா? கழுவிகள் படுஉற்சாகம் பெற்றார்கள். வண்ணன்தான் இந்தத் தகவலை அறைக்குக் கொண்டுவந்தான், தாங்கள் விரைவில் விடுதலையாகப் போகிறார்களாம்.

கும்பத்தில் நெருப்பு மூண்டது அறையில் கைதிகளுக்கு.

சஞ்சயன் சொன்னார், “றகீம் முட்டாள்தான். ஆனால் இந்தக் கழுவிகள் இருக்கிறாங்களே... வடிகட்டின முட்டாள்கள். இவங்கள் இருக்கும்வரைக்கும் அவனுக்கு வெற்றிதான்.”

“ஏன்?” நான் கேட்டேன்.

"விடுதலை செய்ய தனக்கு சிபாரிசு செய்யிற அதிகாரம் இருக்கெண்டு அவன் காட்டிறான். இந்த வாலாட்டிகளும் நம்புதுகள். அவனுக்குத் தன்ர பிடி நழுவுது எண்டது தெரிஞ்சிற்று. ஆனால் இந்தக் கழுவிகளால அவன் பிடிய இறுக்கிறான். நாங்கள் ஒரு பக்கத்தால சுத்திவளைச்சா றகீம் மற்றப் பக்கத்தால சுத்திவளைக்கிறான். இந்தச் சிபாரிசு நாடகத்த பல விசருகள் நம்பப்போகுதுகள்... ச்சா... படிப்பிக்கவேணும்." ஆதங்கமும் ஆத்திரமும் கொண்டு சொன்னார் சஞ்சயன்.

சஞ்சயன் தான் அனுப்பிக் கடிதம் பார்க்கும் முகவர் பெடியளுக்கூடாக புதுக்கதையை அவிட்டுவிட்டார். அந்த முப்பத்தாறு பேரின் பெயரையும் யாரோ எடுத்து வெளிநாட்டில் உள்ள இயக்கத்திற்கு அனுப்பிவைத்துவிட்டார்கள் என்று. இவர்கள் வெளியே வந்தால் தண்டனை நிச்சயம் என்று ஒரு புரளியைக் கிளப்பினார். அடிசக்கை யெண்டானாம். இதெல்லோ ஐடியா? அடுத்த வாரமே சிலர் றகீமிடம் தாங்கள் வெளியே உளவுவேலை செய்யவில்லையென்று குடுத்த தங்கள் பெயர்களைப் பின்வாங்க நிற்கிறார்களாம். வெறும் விசர்க்கூட்டம்.

ஆனால் விடுதலைக்குச் சிபாரிசு செய்த இந்த முப்பத்தாறு பேரின் விவரம் கொழும்புக்கு அனுப்பப்பட்டதை நம்பிய சில பெடியள் இவங்களுக்கு அடிபோடத் திரிஞ்சாங்கள். இதில் பலர் முன்னர் நாங்கள் முடுக்கிவிட்ட பெடியள்தான். ராசு அண்ணரின் கட்டுப்பாட்டையும் மீறிக் காரியம் போனது. இது கடைசியில் போய் விபரீதமான இடத்தில் முடிந்தது. றகீம் கீழ்த்தளத்தில் ஓர் அறைக்குப் போய் பாலனுக்கு அடிக்கப்போன பெடியனை விசாரிச்சு கன்னத்தில அறைஞ்சிருக்கிறான். அதுக்கு இவனோ ஆத்திரம் பொங்க தன் சாரத்தை மடித்துக் கட்டினதுதானாம். மறுகணமே றகீமைக் கையில பிடிச்சு உள்ளே இழுத்துவிழுத்த யாரோ லைற்ற நிப்பாட்ட தண்ணிப்போத்தல்களால் எறிந்து றகீமைத் தாக்கியிருக்கிறார்கள். றகீம் பாய்ந்து விழுந்து வெளியே ஓடிவிட்டான்.

இந்தச் சம்பவத்தை வெளியே அப்படியே சொல்லாவிட்டாலும் முகாமதிகாரிக்கு ஏதோ ஒரு விதத்தால் றகீம் சொல்லியிருக்கிறான். சார்ஜன் உடனடியாய் இரவு

கைதிகளை ஒன்று கூட்டினான். கைதிகள் முன்னிலையில் கதைத்தான். அதில் முக்கியமான விடயம், "நீங்கள் எண்ணிக்கொண்டிருக்க வேண்டாம்... உங்களை நாங்கள் ஒன்றும் பண்ணேலாதென்று. ஐசிஆர்சியில பதிஞ்சிற்றா இனியொன்றும் செய்யேலாது என்று நினைக்கவேண்டாம்..." ராசு அண்ணர் அதை மொழிபெயர்க்க, சார்ஜன் அந்த இடைவெளியில் திமிர்கொண்டு எங்களை அச்சுறுத்தும் தோரணையில் பார்த்தான். தொடர்ந்து கதைத்தான். "ஆனால் உங்களச் சுடுறதுக்குச் சட்டத்தில எங்களுக்கு இடமிருக்கு. எனக்குத் தெரியும் என்ன செய்யவேணுமெண்டு..." எங்கள் பெடியளுக்குள் ஒரு பீதி பரவி, ஊமை அமைதி நிலவிற்று.

"உங்கள்ல சேட்டை விடுற ஆக்கள இரவுநேரம் எழுப்பி முள்ளுக்கம்பிக்கு வெளிய தள்ளிவிட்டுட்டுச் சுடுவம். தப்பி ஓடேக்க சுட்டதாகக் கணக்கு முடிச்சு அறிக்கை அனுப்பிவிடுவம். எங்களுக்கு அதுக்கு ஓடர் இருக்குது... புரிஞ்சுதா?"

இந்தக் கதையால் ராசு அண்ணரும் கொஞ்சம் கலங்கித்தான் போனார். இந்தக் கதை இவனுடையதல்ல. இது இராணுவத்தில் உள்ளூறையும் பொறிமுறையின் திட்டமாக இருக்கலாம் என்று சஞ்சயன் சொன்னார். எனக்கோ என்னை ரகசிய முகாமிலிருந்து இங்கு கொண்டுவந்ததே விடுதலைசெய்துவிட்டு வெளியே வைத்து சுடத்தானோ என்று நீட்டி எண்ண வைத்தது.

உறவினர்கள் வந்து கைதிகளைப் பார்த்துச் செல்லும்போது வயதான என் தாய் தந்தையரைப் பற்றிய எண்ணமில்லாமல் என் காதலி மீதே மனம் சுற்றிவந்தது. ஒருமுறை பார்க்க வரமாட்டாளா என்றிருந்தது. கடைசியாக 1996இல் தென்மராட்சிப் பகுதியில் கண்டதற்கு இன்னும் காணவில்லை. நான் உயிரோடு இருப்பதுகூட அவளுக்குத் தெரியாதிருக்கலாம். ஒருவேளை இப்போதுதான் எல்லாம் முடிந்துவிட்டதே... இனி நான் தன்னிடம் வரத்தானே வேண்டுமென்று ஆசையும் நம்பிக்கையும் கொண்டிருப்பாளோ? இயக்கத்தைவிட்டு விலத்திவந்தால்தான் திருமணம் செய்யத் தன் வீட்டார் சம்மதிப்பார்கள் என்றுதானே காதலை முறித்தாள்.

"முறித்தாளா? என்னைக் காப்பாற்றிவிடவேண்டும் என்றல்லவா, தன் முடிவிலாத நேசத்தையும் இணையில்லாத

காதலையும் பணயம் வைத்து முயன்றாள்?” மனச்சாட்சி உள்ளிருந்து குரலெழுப்புகிறது. அவள் உணவைப் பரிமாறி சுழித்துத் திரும்புகையில் கொள்ளும் உடலசைவும் அந்தப் பார்வையும் போதும் வாழ்க்கையின் சுகம் என்ன என்றுணர.

ராசு அண்ணர் வேகம்கொண்டு நின்ற பெடியளைக் கட்டுப்படுத்தப் பெரும்பாடு பட்டார். கைமீறிச் செயல்கள் நடந்தன. இதனால் விபரீத விளைவுகள் நடந்துவிடக்கூடும்.

இந்தக் காலத்தில் ஒரு மாலைநேரம் ஒருவன் சிப்பாய்களின் தண்ணீர்க் குழாயில் தண்ணீர் பிடித்தான். அதை ஒரு சிப்பாய் தடுக்க இந்தக் கைதி சிப்பாய்க்கு அடித்தான். மிலிட்டரி பொலிஸ்காரன் வந்து நடந்ததைச் சிப்பாயிடம் கேட்டு கைதிக்கு அடித்தான். கைதியோ ஆவேசமுற்றுத் திருப்பியடிக்கவும் இரண்டு மூன்று சிப்பாய்கள் சூழ்ந்து தாக்கிவிட்டனர். ஆனால் ஒற்றையனாக அவன் தாக்கியது ஆக்ரோசமாய் இருந்தது. நடுவில் நிற்கும் கைதியின் வாயில் இருந்து இரத்தம் சொட்ட கன்னத்தில் உராய்ந்த காயத்தில் இரத்தம் கசிய, சேட்டு கிழிந்து தொங்க, அவிழ்ந்த சாரத்தைப் பொருட்படுத்தாமல் உள்ளாடையுடன், குரூரவெறி கொண்டு பாய நிற்கும் காட்டு விலங்குபோல எச்சரிக்கையுடன் சுழன்றும் தலையை முறுக்கித் திருப்பியும் சூழ்ந்து நின்ற சிப்பாய்களைப் பார்த்தான். மூன்று சிப்பாய்களுமே அருகில்போக அச்சம் கொள்கின்றனர். அதில் ஒருவன் ஒரு பொல்லாங்கட்டையைத் தூக்கிவரவும் கைதி முந்திக்கொண்டு தாக்கினான். அவர்கள் திருப்பித்தாக்க ராசு அண்ணர் அந்த இடத்துக்கு வந்துவிட்டார். மாடிகளின் இரைச்சல் குறைந்துவிட்டது. ராசு அண்ணர் ‘டேய் தம்பி, சும்மா இரு. சும்மா இரு.” என்று பணிவாய்ச் சொன்னார். மேலும் சூழ்ந்த சிப்பாய்கள் அவனருகே போக அஞ்சினர். காட்டு மிருகத்தின் குரூரத்தனத்தை அவன் கண்கள் கொண்டிருந்தன. ராசு அண்ணர் மெல்ல நெருங்கவும் அவனோ தன்னைத் தாக்க வரும் விலங்காகவே ராசு அண்ணரையும் கண்டான். அடியைப் பின் எடுத்துவைத்த ராசு அண்ணர், செய்வதறியாமல் இருந்தார்.

இப்பிடியே விட்டால் இந்தச் சிப்பாய்கள் அடித்துக் கொன்று விடுவார்கள். அடிவாங்கிய அவமானத்தில் அவர்களும் வெறிகொண்டு நின்றனர். நேரம் செல்லச் செல்ல அவனின் பரபரப்பில் தடுமாற்றம். மேலும் அந்த இடத்திற்குக்

கூடுபவர்களையும் சந்தேகிக்கிறான். இந்தத் தருணத்தில் ராசு அண்ணர் உட்பாய்ந்தார். சிப்பாய்கள் எதிர்பார்க்கவில்லை கைதியின் குரூரக் கண்களுக்கு அவர்கள் அஞ்சி நின்றபோது ராசு அண்ணர் உட்பாய்ந்தது ஆச்சரியம்தான். ராசு அண்ணர் குனியவும் அவன் அவரின் தோளில் ஓங்கிக் குத்தினான். அவ்வளவுதான். அடுத்த கையை அவன் தூக்குமுன் ராசு அண்ணர் அவனின் ஒற்றைக் காலையும் பின்னிழுத்து மடித்துக் கையையும் பிணைத்து வேட்டையாடப்பட்ட காட்டு உடும்பைப் பிடிப்பதுபோலத் தன் கையில் அடக்கினார். சிப்பாய்கள் பாய்ந்தனர் இப்போ அடிப்பதற்கு. அதைத் தடுத்த ராசு அண்ணர், “டொக்டரக் கூப்பிடு. கூப்பிடுங்கடா டொக்டர” என்று கத்தினார். ராசு அண்ணர் முன்னொரு காலம் ஜூடோ கலையில் கறுப்புப்பட்டி பெற்ற இளைஞன். முதல் ரகசிய முகாமில் அடிவாங்கிய மலிங்க என்ற ஆமிக்கும் அது தெரிந்திருக்காது.

டொக்டர் வந்து பின்னர் அம்புலன்சுக்கும் அறிவித்துக் கூடவே வந்த நர்ஸ் கைதிக்கு ஊசி போட்டு மயக்கவைத்து ஆஸ்பத்திரிக்குக் கொண்டுசென்றார்கள். நிலமெல்லாம் இரத்தம். டொக்டர் சொல்லித்தான் தெரியும் அவன் தன் மனம்மீதான பிடியைக் கைவிட்டுவிட்டான் என்று. மனத்தின் பிடி நழுவிய உடல் தானே இயங்கத் தொடங்கிவிட்டது. டொக்டர் சில வாரங்களுக்கு முன்னமே இதை அவதானித்து “உன்ர தலைமுடி கொட்டுதடா தம்பி... வாடா... கொட்டாமல் இருக்க மருந்து தாறன்” என்றாராம்.

“எதுக்கு டொக்ரர்? மானமே போட்டுதாம்... முடி இருந்து என்ன? இல்லாமல் என்ன?”

“ச்சா... உனக்கு வடிவான தலைமுடியடா... நாளைக்குப் பெட்டையள் பார்க்க வேண்டாமே?” என்று சொல்லி தோளில் கைபோட்டுக் கூட்டிப்போய் அவன் நித்திரைகொள்ளக் குளிசை கொடுத்திருக்கிறார். ஆனால் பலனளிக்கவில்லை.

டொக்டர் சொன்னார், மனநோயாளிகளுக்குரிய மருந்தை வைத்திருக்க மிலிட்டரி டொக்டர் அனுமதி தரவில்லை என்று. குடுத்த குளிசை சாதாரண மன அழுத்தத்திற்கானது மட்டுமே. ஆனால் அவனோ முன்னரே அந்த எல்லையைக் கடந்துவிட்டிருந்தான். யாரும் கவனிக்கவில்லை. டொக்டர் இதைச் சொல்லவும், “எப்பிடி டொக்டர் கவனிக்கிறது?

எல்லாருமே இஞ்ச சுகமில்லாத ஆக்கள்தானே...” சஞ்சயன் சொன்னார். டொக்டர் சிரித்தார். சிரிப்பு, தனக்கும்தான் என்பதுபோல இருந்தது.

கொழும்பிலிருந்து கைதிகளின் விவரப் பதிவுக்கு ஒரு பிரிவினர் வந்தனர். வாகனங்களில் சிவில் உடையில் வந்தவர்கள் தடபுடலாக மேசைகள், கதிரைகள் என எல்லாம் கொண்டுவந்தனர். கணணிகளும் கொண்டுவந்தனர். இருபத்துநான்கு மேசைக் கணணிகளுடன் பதிவு எடுக்கத் தொடங்கினர். அரசாங்கம் உங்களுக்கு வேலைவாய்ப்புத் தர புனர்வாழ்வுக்கென ஒரு புதுப்பிரிவைத் தொடங்கியிருப்பதாகச் சொன்னார்கள். என்ன வேலை தெரியும்? என்ன படித்தது? என்ன வேலை செய்ய விருப்பம்? என்ன படிக்க விருப்பம்? போன்ற கேள்விகளும் அதில் இருந்தன. அந்தச் சிறைமுகாமே உற்சாகத்தில் துள்ளியது.

விடுதலை செய்வதற்குரிய நடவடிக்கைகள் எடுக்கப்படுகின்றன என்பது முதல் மகிழ்ச்சி. அடுத்தது அரசாங்க வேலைவாய்ப்பு கிடைக்கப்போகிறது என்றும் பலருக்கு மகிழ்ச்சி. வெளியே போனால் மனிசி, பிள்ளைக்கு, தம்பி, தங்கச்சிக்கு அடுத்தவேளை சாப்பாடு என்ன என்ற கேள்வி மனதில் இருக்கத்தான் செய்தது. போர்க் கைதிகளுக்கு வெளியே இலகுவில் வேலை தந்துவிடுவார்களா இந்த நாட்டில்! இதுதவிர, போன மாதம் எட்டுப் பேர் புதிதாக முகாமுக்குக் கொண்டுவரப்பட்டனர். அதிலொருவன் எங்கள் அறையில் விடப்பட்டான். பெயர் சுந்தரம். பரட்டைத் தலைமுடியும் நெடிய உயரமும் போதைக் கண்களும் கொண்டிருந்தான். வெளிப்பிதுங்கிய சொண்டால் சொன்னான், தாங்கள் அருணாச்சலம் செட்டிக்குளம் முகாமிலிருந்து வந்ததாக.

செட்டிக்குளம் முகாமில் பல போராளிகளை அடையாளம் கண்டு ஆமிக்காரன் பிடித்துவிட்டான். கடைசியாக உளவுத்துறைக்காரர்கள் சொல்லியிருக்கிறார்கள், இயக்கத்தோடு சம்பந்தப்பட்டவர்களும் இங்கே இருந்தால் வந்து சரணடையுங்கள். புனர்வாழ்வுப் போராளிகளுக்கு வேலைவாய்ப்பு கொடுப்பதுபோல அரசாங்கம் உங்களுக்கும் தரும் என்று. அதிலொருவன் கமுக்கமாக சுந்தரத்துக்குச் சொன்னானாம். டுபாயில் அரசாங்கம் வேலைபெற்றுத் தர இருக்கிறது என்று. அந்தக் கதை பரவி சும்மா நின்ற பெடியள்

பலர், நானும் புலிதான் என்று பதிந்துவிட்டார்களாம். ஒருநாள் பஸ்ஸைக் கொண்டுவந்து பாஸ்போர்ட் எடுக்க என்று ஏத்திவந்து இங்கே இறக்கிவிட்டுட்டாங்கள் என்று சொன்னான் சுந்தரம். அப்போது அடக்கமுடியாமல் சிரித்த நாங்கள், இப்போது அந்தக் கதையையும் இந்தக் கதையையும் தொடர்புபடுத்தி உண்மைதான் என எண்ணிக்கொண்டோம்.

கீழ்மாடிப் பதிவுகள் முடிந்து எங்கள் மாடியைக் கூப்பிடுவதற் கிடையில் விசாரித்தவர்களிடம் கேட்கப்பட்ட கேள்விகளையும் பொலிசில் அறிந்த தகவல்களையும் வைத்து சஞ்சயன் முடிவுசெய்தார், வந்திருப்பவர்கள் யார் என்று.

"வந்திருக்கிறவங்கள் கைதிகள் விடுதலை செய்யப்பட்ட பிறகு அவங்களக் கண்காணிக்க ஆரம்பிச்சிருக்கிற படைத்துறை சிறப்பு உளவுப்பிரிவு இது" என்றார் சஞ்சயன்.

வந்திருப்பவர்கள் விரலடையாளம், கணணியில் பதிவுசெய்வதும் எங்கள் உறவினர், சகோதரர்கள் எங்கிருக்கிறார்கள், என்ன தொழில் செய்கிறார்கள் என்பது பற்றிய முழுமையான விபரங்கள் பெறுவதில் இருக்கும் அக்கறை இவற்றிலிருந்து சஞ்சயன் சொல்வது மெய்யென்ற முடிவுக்கு வந்தேன்.

"கவனம், ஒருவேளை நீங்கள் வெளிய போயிற்றா ஆபத்துக்கு ஒளிக்க இடம் வையுங்கோ. உங்கட இனசனங்களையும் காப்பாற்றிக்கொள்ளுங்கோ..."

சஞ்சயன் சொன்னார்.

எனக்குப் பிரமிப்பாக இருந்தது. இந்தச் சஞ்சயன் மட்டும் எப்பிடித்தான் ஓடிக் கண்டுபிடிக்கிறாரோ. எப்பவுமே யோசித்துக் கொண்டிருக்கும் இந்த மனுசனின் இயல்பு இப்போது புரிந்தது. நல்லவேளையாக இந்த அறையில் என்னை விட்டதால் இவரின் நட்பு கிட்டியது. இவருடன் சேர்த்து என்னை றகீம் விசாரிக்க அழைத்தபோது இவரின் உறவு குறித்து நொந்துபோன நான் இப்போது சந்தோசப்பட்டேன். மேலும் இந்த மனுசன் முதல் நாளன்று சொன்னது போலவே அருணாச்சலம் முகாமில் இருந்து வந்த சுந்தரம் எங்களறைக்குப் புதிதாக வந்த பின்னர் எல்லோருக்கும் சந்தேகம் சுந்தரம்மீதுதான். அவன் உளவாளியேதான் என்று அடித்துச் சொன்னார்கள் பலரும். சஞ்சயன் மட்டும் சொன்னார். "இவன் ஒரு வெறும் வெங்காயம்." என்று.

இந்தப் பதிவுக்குப் பின்னர் பொதுவாகக் கைதிகளிடத்தில் ஒரு தெம்பு பிறந்தது. அறைகளில் விடுதலைக்குப் பிறகு தாங்கள் என்ன செய்ய இருக்கிறோம் என்பது பற்றித்தான் கதை இருந்தது. வந்த உறவுக்காரர்களிடமும் இதுபற்றிக் கதைத்தனர். அவர்களும் உற்சாகத்துடன் திரும்பிப் போனார்கள்.

மழைவிட்டு வந்த வெயிலால் நிலத்தில் புதிய புற்கள் முளைத்துக் குருத்துவிட்டன. தூர நிலத்தில் பசிய நிறம் முளைத்துப் படர்ந்தது. இந்த நிறமே மனதுக்குச் சுகம்தான். ஆனால் குப்பையள்ள முனிசிபாலிரியிலிருந்து வந்த வாகனம் குறுக்கும் நெடுக்குமாக ஓடியதில் ஈரநிலம் கிளறி சேறாகிப் போனது. முற்றத்தில் நடக்கவே வழுக்கியது நிலம்.

நான் விடுதலைக்கு வாய்ப்பிருக்கிறது என்று மனதின் மூலையில் என்னையறியாமலேயே துளிர்த்த நம்பிக்கையினாலோ என்னவோ இன்னும் தப்பிப்பது பற்றித் திடமான முடிவில்லாமல்தான் இருந்தேன். இந்த நேரத்தில்தான் கொழும்பிலிருந்து அடுத்த விசாரணை வந்தது. ரிஐடி (பயங்கரவாதத் தடுப்பு உளவுப்பிரிவு) ஏற்கனவே யோசப் முகாமில் இவர்களால் நான் விசாரிக்கப்பட்ட அனுபவம் எனக்கிருந்தது. ஆனால் இங்கு இப்போதுதான் முதன்முறையாக வருகிறார்களாம். சஞ்சயனுக்கு இவர்களது திறன்பற்றியும் விசாரணைப் பொறிமுறையில் வேறுபாடு பற்றியும் சொன்னேன். சுரேன், ஜான் மற்றும் வர்மனையும் இந்த விசாரணை குறித்து முடிந்தளவு அறிவூட்டினேன். இரு நாள்களாய் விசாரணை நடந்தது. மறுநாள் மதியம் இந்த சிறை முகாமை உலுக்கிய ஒரு சம்பவம் நடந்தது.

விசாரணை முடித்து ஒருவன் அழுதுகொண்டு வெளியே வந்தான். மேல்மாடிகளிலிருந்தும் கீழே கொட்டிலில் இருந்தும் எல்லார் கவனமும் அவன் பக்கம் திரும்பியது. உளவுத்துறை றகீம் கண்டு என்னது, ஏது என்று கேட்டான். அழுதவன் எதுவும் சொல்லவில்லை. சார்ஜன் விமலதுங்கவும் கேட்டான். இவன் எதுவும் சொல்லவில்லை. அழுகையை நிறுத்தினான். அறைக்கு வந்தான். சுவரில் சாய்ந்தபடி முகட்டைப் பார்த்து மீண்டும் பற்களை நெருமி கண்கள் சிவக்க அழுதான். இவன் இருக்கும் அறையில்தான் ராசு அண்ணரும் இருந்தார். ராசு அண்ணர் அவரிடம் எதுவும் கேட்காமல் அவன் கைகளைத் தன் கைக்குள் அடக்கி வைத்திருந்தார். அகலப் பெருத்த

அவர் உள்ளங்கைக்குள் அடங்கி இருந்தது அவன் கைகள். குழந்தைக்குச் செய்வதுபோல அவன் முதுகைத் தடவிவிட்டார். கொஞ்ச நேரத்தில் மெல்ல ஓய்ந்தது அவன் மனம். "சரி... போய்ச் சாப்பிடு..." என்றார் ராசு அண்ணர். அவ்வளவுதான், அவன் வாய்திறந்தான்.

"ராசு அண்ணை... இந்தத் தாயை விற்கும் நாயள் என்ர மனிசிய தனக்கொருக்காப் படுக்கத் தரட்டாம். என்ர விபரத்தை ஃபைலில சிவப்புப் பேனையால எழுதாமல் விடுறானாம். நாய்ப் பிழைப்பு இதண்ணே..." நாடிகுவித்து கீழ்ச்சொண்டு உயர துக்கத்தில் தோய்ந்த சினத்துடன் இயலாமை கொண்டு கத்தினான்.

"மனிசின்ர சொந்த இடம் வவுனியா, வைரவ புளியங்குளம் அண்ணே. அதால மாத்தளன்ல பிள்ள காயப்பட கப்பலில மனிசியையும் பிள்ளையையும் ஐசிஆர்சி வவுனியாவுக்குக் கொண்டுவந்தது. ஆஸ்பத்திரியில வைத்தியம் பார்த்து இப்ப தாய் வீட்ட மனிசி, பிள்ளையள் இருக்கினம் என்டு சொன்னன், அவன் மனிசிய ஒரு நாளைக்கு படுக்க ஒத்துழைக்கச் சொல்லட்டாம். அவான்ர நம்பரத் தரட்டாம். அப்பிடி நான் செய்யாட்டி மனிசி வெளியில தாய் வீட்ட இருக்கிறது குற்றமாம். தடுப்பு முகாமுக்கு அவேயளக் கொண்டுவருவானாம். எனக்கும் கேஸ் இருக்காம்."

அவன் இடைவெளி விட்டு அழுதழுது சொன்னான். மரணம் தின்னாத் துக்கம் அவனைத் தின்று தீர்த்தது. ராசு அண்ணர் அவனைக் கட்டி முதுகில் தடவிவிட்டார். ஆனால் அவனறியாமல் ராசு அண்ணர் அழுதது ஆச்சரியம்தான். சார்ஜனிடம் போனார். நடந்ததை சார்ஜனிடம் சொன்னார். முகாமே பெரும் களேபரம் ஆகிவிட்டது. பாழடையும் அந்த மாடியை ஒரு சூனிய ஒலி சூழ்ந்துகொண்டது.

சார்ஜன் விசாரணைக்கு வந்த குழுவின் அதிகாரியான பொலிஸ் அத்தியேட்சகரை அழைத்து விசாரணையை நிறுத்தச் சொன்னான். அவர்கள் முடியாது என்றார்கள். முற்றத்தில் ஏதோ தகராறு பட்டார்கள். சார்ஜன் திரும்பிப்போனான். நடையில் வேகமும் ஆத்திரமும். போனவன் கையோடு முகாமின் அதிகாரியை அழைத்து வந்தான். அந்த இளமதிகாரி கோபம் கொப்பளிக்க விசாரணையை நிறுத்தச் சொல்லிக் கதைத்தான். ஜனாதிபதியின் ஆணையின் பேரில்தான் தாங்கள்

வந்திருப்பதாகச் சொன்னது உளவுப் பிரிவு. இந்த முகாமிற்கு முழுமையான அதிகாரம் கொண்டவன் தானேதான். உளவுத்துறை விசாரணையை உடன் நிறுத்தவேண்டும் இது தன் உத்தரவென்றான். விசாரணைக்கு அழைக்கப்பட்டுக் கொண்டிருந்த கைதிகள் வரிசை முன்னேறாது நின்றது.

றகீம் - அவன்தான் ராகவன், "விசாரணையை நிறுத்தத்தானே வேண்டும். கைதிகளும் மனிசர்தானே. அவர்களை அவமதித்தது பெரிய தவறுதானே" என்றானாம். அந்தச் சூழல் ஸ்தம்பித்து முகாம் ஒரு மாயக் காற்றுள் இழக்கப்படுவதான உணர்வு.

"என்னதான் நடக்குதிங்க?" ஜான், வேலு அண்ணரிடம் கேட்டபடி மாடியின் ஜன்னல் இல்லாத குறைக்கட்டில் இருந்த என்னைக் கொஞ்சம் தள்ளச் சொல்லி வந்திருந்தான்.

"ம்ம்... பொறுத்திருந்து பார். அம்மணதாரிகளுக்கு ஆடை கிடைச்ச சந்தோசம். உடுத்தி இருந்தவனுக்கு உரிஞ்சு போனதில் கடுப்பு..."

வேலு அண்ணர் சொன்னார்.

சிப்பாய்களும், பொலிஸ்காரரும் அமைதியில் உறைய றகீம் ஓடித் திரிந்தான். இருபகுதியையும் சமாதானம் செய்யும் தரகராக மாறினான்.

சார்ஜன் சொன்னான் ''' 'அந்தக்' கைதியிடம் பகிரங்கமாக உளவுத்துறை அதிகாரி மன்னிப்பு கேட்கவேண்டும்" என்று. அவர்கள் சொன்னார்களாம் விசாரணையில் தாங்கள் பல உத்திகளைக் கையாள்வது வழமை என்று.

இறுதியில் இந்த விவகாரம் இரு தரப்புக்கும் சேதம் தரும் என்று றகீம் எடுத்துரைத்து, முகாம் அதிகாரியிடம் அந்தச் சம்பவத்திற்காக பயங்கரவாதத் தடுப்பு உளவுத்துறை அதிகாரி 'சொறி' சொல்லித் தீர்த்து வைக்கப்பட்டது பிரச்சினை. றகீம் நெஞ்சைத் தூக்கி நடக்க கஸ்டப்பட்டாலும் அப்படியே குறுக்கும் நெடுக்குமாக வெளியே நடந்து திரிந்தான். அந்த இளம் லெப்டினன்ற், உளவுத்துறை அதிகாரி தன்னிடம் 'சொறி' சொல்லியதும் கைதியின் மனைவியைப் படுக்க கேட்ட அந்தச் செயலுக்குப் பாடம் புகட்டிய திமிருடன் அறைக்குத் திரும்பினார்.

முகாம் முழுவதும் வெளியே நடந்த சர்ச்சைக்கான கதையின் மூலவிடயம் பரவியது. விசாரணை முடித்து வந்த சிலரும் இப்போ அறைகளில் ஆத்திரம் கொண்டு கத்தினர். சிலர் அழுதனர். இந்தப் போராளிகள் முன்னெப்பவாயினும் வாழ்க்கையில் அழுதிருக்கக் கூடுமோ என்றெண்ணினேன். இவர்களிடம் இவர்களின் மனைவியையோ சகோதரியையோ படுக்கவிடச் சொல்லி நாசூக்காகக் கேட்டார்களாம். தாங்கள் விசாரணையில் ‘சப்போர்ட்’ குடுக்கிறம் என்றார்களாம். சிலரை மிரட்டியும் உள்ளார்களாம். சாம, பேத, தான, தண்டம் என விசாரணையில் பல உத்தி போலும்.

இரண்டு வாரத்தின் பின் 113 பேருடைய பெயர் விபரம் கொழும்பில் இருந்து வந்தது. இவர்கள் மறுவிசாரணை செய்யப்படவேண்டும் என்று அறிவுறுத்தலாம். அதில் எனது பெயரும் இருந்தது. வர்மனின் பெயரும் இருந்தது. இது விசித்திரம்தான். றகீமின் நம்பிக்கையான கையாளாக முகாமில் அறியப்பட்டவனல்லவா வர்மன்?

முகாம் கைதிகளிடையே ராகவன் ஒரு ‘வெறும் பயல்’ என்ற அபிப்ராயம் வர்மன் விசாரிக்கப்படும் பட்டியலில் வந்ததால் தோன்றிற்று. ஆனால் ராகவன் விடயத்தை மாற்றிப் போட்டான். “நாங்கள் மிலிட்டரி. நாங்கள் எடுக்கிறதுதான் இறுதி முடிவு. பொலிஸ் இங்க ஒண்டும் புடுங்க முடியாது. நாங்க உன்னை விசாரிக்கணும் என்று மறிப்பம். அதை மீறி அவங்க ஒண்ணும் பண்ணேலாது.” றகீம் தக்க உடலசைவுகளுடன், தன்விரலைச் சுண்டிச் சுண்டிக் கதைத்தான் பலர் முன்னிலையில். இதன் விளைவு கொழும்பில் இருந்து பெயர் வந்த 113 பேரில் பலர் றகீமை அண்டி அவனுக்கு வேலை பார்த்துத் தங்களைக் காப்பாற்றிக்கொள்ள முயன்றனர். அச்சம் உருவாகிய மனதில் அறிவு தங்குவதில்லை. ஆனானப்பட்ட சில பொறுப்பாளர்களும் இந்த அலையில் அள்ளப்பட்டனர்.

நான் எழும்பி மூத்திரம் பெய்யுமிடம் போனேன். மலக்கூடம் ஒவ்வொன்றாகத் திறந்து பார்த்து முட்டிய மலத்தைக் காணமுடியாமல் மீண்டும் முதலிருந்து மூன்றாவதைத் தெரிவுசெய்தேன். மூத்திரம் கழித்ததும் மீண்டும் சிந்தனைவயப்பட்டபடியே மாடிக்கு வந்தேன்.

பெயர் வந்தவர்களில் கட்டாயப் படைச்சேவையில் இணைக்கப்பட்ட கைதிகளும் இருந்தார்கள்.

பொறுப்பாளர்களும் இருந்தார்கள். இவர்கள் எல்லாரும் தங்களைவிட முக்கியமானவர்களின் பெயர்கள் ஏன் வரவில்லை என்றுதான் கவலைகொண்டார்களே தவிர தங்கள் பெயர் வந்ததற்கான காரணத்தை அறியவோ, அலசவோ, அதிலிருந்து தப்பிக்க முயலவோ இல்லை. மாறாக மற்றக் கைதிகள்மீது கோபம் கொண்டார்கள். சிறைமுகாமில் சண்டைகளும் சச்சரவுகளும் உருவாகின. சண்டையின் நிமித்த காரணம் தண்ணி, படுக்கை இடம், சமையல் முறை, தாய விளையாட்டு என்று இருந்தாலும் நியாய காரணம் இந்தப் பெயர்களின் வரவாகத்தான் இருந்தது.

போரில் பெரும் பொறுப்புநிலையில் இருந்து போராளிகளை வழிநடத்தியவர்களைத் தெருச்சண்டையில் திட்டித் தீர்க்கும் கெட்ட வார்த்தைகளைக் கொண்டு அவமதித்தனர். பெருமனிதர்களாக இருந்த இவர்களிற் சிலரும் பள்ளிச் சண்டையில் ஈடுபடும் பதின்வயதினர் போலவே நடந்துகொண்டனர்.

இதனால் "அட இவங்களையா பெரியவர்கள் என்று எண்ணி இவர்களின் பின்னே நடந்தோம்" என்று 'சிறியவர்கள்' எண்ணினர். பெரியவர்களோ இவர்களுக்காகவா எங்கள் வாழ்வனைத்தையும் இழந்து போரில் நின்றோம் என்று சலித்தனர். இந்தப் போக்கு மேலும் சண்டைகளைத் தீவிரமடைய வைத்ததே தவிர தீர்த்து வைக்கவில்லை. இந்த நச்சுச் சுழி விசாரணையின் உத்திதானா? பயங்கரவாதத் தடுப்பு உளவுப்பிரிவு மேற்கு நாடுகளின் பயிற்சியைப் பெற்றது என்று அறிந்திருந்தேன்.

அறையில் வந்திருக்க எனக்கு மலக்கூடத்தின் நுரைத்துத் ததும்பும் மலத்தின் காட்சிதான் மனதில் வந்தது. வயிற்றைப் பிசைந்ததும் இந்த நிலைமைக்குக் காரணமாக இருக்கலாம். செருப்பைப் கழட்டிப் படியில் போட்டு வந்தேன். அதில் மலத்துணிக்கை ஒன்று ஒட்டிக் கிடந்தது. கழுவி எடுக்கவேண்டும்.

இந்த விசயம் பற்றிக் கதைக்கச் சபை கூடிவிட்டது. இது எங்கள் தாய விளையாட்டுச் சபை. சஞ்சயன் சொன்னார்...

"இதுதான் புனர்வாழ்வு."

"எது... பீச்ச முடியாமல் அடக்குவதா?" நான் கேட்டேன்.

ஏனெனில் மலக்கூடம் போக வெளிக்கிட்ட சஞ்சயனை நான் தான் இப்ப அங்க போகமுடியாது என்று தடுத்தேன்.

"அதுவும்தான். ம்ம்... எங்கட தலைமுறைக்காகவும், விடுதலைக் காகவும் உயிரை இழந்து போராட இணைஞ்சவங்களை இண்டைக்குப் படுக்கிற நிலத்துக்கும், குடிக்கிற தண்ணிக்கும் மோதவிட்டிட்டான் சிங்களவன். அதுகூடப் பெரிசில்ல, ஒருத்தன்ர கோவணத்தை மற்றவன் உருவி விளையாட விட்டிருக்கிறான் பார்த்தியளோ?" வேதனை கொண்ட எள்ளலோடு சொன்னார்.

தொடர்ந்து "அம்மணத்தை மறைக்க றகீமிட்டயல்லே போய் நிக்கிறாங்கள். 'பொறுப்பாளர் புடுங்கிட்டார்', 'பிடிச்ச போராளி புடுங்கிற்றார்' என்று முறைப்பாடு வேற. கார்த்திகேசு! இதுதான் புனர்வாழ்வுப் பொறிமுறை" வேதனையில் உதிர்ந்த வார்த்தைகள் என் மனதில் பாய மனம் அவமானத்தைத் துப்பியது என் மூஞ்சையில். கைதிகளின் இரைச்சல் சுவரில் மோதிக் காதை வலிக்கிறது.

"இது பூரணப்பட்டாதான் புனர்வாழ்வு முடியுமோ?..."

"ம்ம்..."

"இந்த நச்சுப்பொறியை என்னமாய் உருவாக்கியிருக்கிறாங்கள்."

நாங்கள் கதைத்துக்கொண்டிருந்ததைக் கேட்டுக்கொண்டிருந்த வேலு அண்ணர் சொன்னார்.

"தம்பி கூந்தலுக்கு அழகு குடுமிதான். குலைஞ்சுதோ ஈரும் பேனும்தான் தெரியும். அள்ளி முடியோணுமடா தம்பி." சொல்லிக்கொண்டே தொடையில் அடித்துக் கெக்கட்டம் விட்டுச் சிரித்தார்.

"என்ன இங்க பொம்பிளைக் கதை போகுது. குடுமிதான் அழகு பொம்பிளைக்கு." சொல்லிக்கொண்டே வர்மன் வந்து ஜானுக்கு முதுகில் குத்தி நிலத்தில் இருந்தான்.

"ஓ அதுதான் நீ உன்ர மச்சாள்காரியக் கைவிட்டிட்டு அந்தத் தொண்டர்படை ஆமிக்காரிக்கு நூல் விடுறியா? கொண்டையப் பார்த்திட்டியா?" ஜான் தன் தொடையில் அடித்துச் சிரித்தான்.

“நான் நூல் விடேல்ல. என்ர குறிப்பு அப்பிடி. குட்டி தானா அணையுதண்ணை.” வர்மன் தன் தொடையில தட்டிச் சிரித்தான்.

“பாத்தடா பாத்து, ஆமிக்காரியடா! பல பானை பொங்கிய அடுப்புப் போல...” ஜான்.

“கோயில் அடுப்பிலயும்தான் பல பானை ஏறுது. கண்ணுக்குத் தெரியுதோ. பொங்கல் பொங்கல்தானே! சுவாமி திருப்திப்பட்டாச் சரிதானே!”

எதையும் அலட்சியமாக விகடமாக்கிவிடும் ‘சீரியசான ஆள்’ இவன். காயம் இருப்பதால் கையைக் கோணிப்பிடிக்கும் இவன் தோற்றம் கதைக்கு மெருகூட்டுவதுபோல பிரமை. முதல்நாள் ஓமந்தையில் சரணடைந்த எனக்கு மூன்று பிஸ்கட் தந்து “உங்களுக்கு இது காணும். உங்களைச் சுட்டாப் பிறகுதானே என்னைச் சுடுவாங்கள்” என்று சொன்னதிலிருந்து இவனைக் கவனிக்கிறேன்.

“டேய் வர்மன் நீ உன்ர வலையில அவளை விழுத்தடா முதலில.” சஞ்சயன் படு சீரியசாகச் சொன்னார்.

“விழுந்ததைத் திரும்ப எப்பிடி விழுத்திறதண்ணை, அமைக்கச் சொல்லுறீங்களா?”

“டேய் அவள் பலபேருக்கு நூல் விடுவாள். நீ அதை சீரியசாக்கடா.”

வர்மன் பகிடி முகத்தைக் கைவிட்டு “என்னண்ணை சொல்லுறியள்?” என்றான்.

“சொல்லுறதைச் செய், கடிதம் குடு. இல்லையெண்டா முதலில உன்ர சிறட்டை மோதிரம் ஒன்றக் குடுத்துப் பார்” சிறட்டை மோதிரம் என்று சொல்லும்போதே சிரிப்பு வந்தது.

“குடுத்து...” வர்மன் இமைகளை மேலே தூக்கிக் கேட்டான்.

“டேய் அவளில ஒரு காமத் தவிப்பு மட்டுமில்லையடா. ஒருவிதத் தாய்மைத்தனமும் இருக்கு. நீ உன்ர குழந்தை மூஞ்சிய வச்சு வழியிறதாலதான் அவளுக்கு உன்னில ஏதோ ஒண்டு சுண்டி இழுக்குது.”

"என்னண்ணை அவனவன் காட்டிக் குடுத்தா நீங்கள் கூட்டிக் குடுக்கிறியள்...?"

"மற்றாக்களுக்கும் மின்னிற அவளின்ர கண்ணைத் திறமையிருந்தா நிப்பாட்டு. அதை உனக்கு மட்டும் என்றாக்கு. நாங்கள் தப்பி வெளிய போகலாம்."

"வெளிய போகலாமா?..." வாயப்பிளந்து நையாண்டி ஆச்சரியத்தோடு வர்மன்.

"உன்ர சாவியாலதான் அந்தப் பூட்டைத் திறக்கவேணும். சொல்லுறதைச் செய். மிச்சம் பிறகு சொல்றன்."

சஞ்சயன் சொன்ன தொனியில் பொத்துக்கொண்டு சிரித்தோம்.

ஆனால், படு உற்சாகம் வந்தது. சஞ்சயன் திட்டமில்லாமல் ஒரு தினையளவுகூட ஏதும் கதைக்கமாட்டார்.

"சண்டையில கண்டிருந்தா ஆமிக்காரிய சுட்டிருப்பாய்... இப்ப வழியிறாய் அவளிட்ட... என்ன நாசமடா." ஜான் சொன்னான்.

"அண்ணை எப்பிடியண்ணை இயக்கம் தோத்தது... எனக்கு இயக்கம், போராளிகள் என்றால் உயிர். ஆனால், நான் இயக்கத்துக்குள்ள வரமாட்டன். இயக்கம் வலுக்கட்டாயமாகத்தான் என்னை இணைச்சது." வர்மன் அப்பாவியாய்க் கேட்டான்.

"அதுதான் காரணம். போராட்டம் நியாயமானது. நான் நேர்மையானவன் என்ற எண்ணம் வந்திட்டால் நான் எடுக்கும் முடிவைச் சனங்களுக்குத் திணிக்க நிப்பன். சனங்களின்ர முடிவை நான் கேட்கமாட்டன். என்ர நேர்மைமீது நானே கொள்ளும் கர்வம் இது. இது வந்தால் என்னுடைய தீர்மானம் அவர்களுக்கானதுதானே என்ற பெருமையுணர்வு எழும். இது பிழையா என்னை வழிநடத்தும்..." சஞ்சயன் கதைக்க ராகவன் வருவதைக் கண்ணால் காட்டினான் வர்மன். அவரவர் எழுந்து கலைந்தோம்.

"டோய் அவளுக்குக் கடிதத்தைக் குடு" சஞ்சயன் சொல்லிக் கொண்டு போனார். வர்மன் படியால் இறங்கிப்போனான் அவதானமான அலட்சியத்துடன்.

15

எது ஒன்றை நம் புலன்கள் தொடர்ந்து அனுபவிக்க நேர்கிறதோ அதன் மீதான உணர்நிலை மெல்ல மங்கிக்கொண்டே வந்துவிடுகிறது. நொதிக்கும் இந்த மலக்கூடங்களின் நாற்றமென்றாலும் சரி, இந்தக் கைதிச்சூழல் என்றாலும் சரி வாழ்வில் விலக்காகிவிடவில்லை.

இந்த அற்பர்களின் முன்னால் கைகட்டிக் குனியவேண்டி உள்ள கடை அவமானத்தின் வலி ஆரம்ப நாள்கள் போன்று கைதிகளுக்கு இப்போது இல்லை. இந்தச் சூழலுக்குள் வாழ்வமைத்துக்கொள்வது எப்படி என்பதில்தான் கைதிகளின் மனம் அக்கறைப்பட்டுக் கொண்டுபோனது. ஒரு சமயம் அதுவே வடிகாலாக அமைந்து நொறுங்கும் மனத்தின் துணையாகிக்கொள்கிறது என்றும் சொல்லலாம். அல்லாவிட்டால் தன் நிலை கண்டு தன்னைக் கொன்றுவிட மனம் உந்திவிடக்கூடும்.

உறவுச் சந்திப்பு, கடதாசி விளையாட்டு, கடிதப் போக்குவரத்து என்று பல சமாச்சாரங்கள் பலருக்கு உதவின. சிலரை அதுவே வீழ்த்தின. றகீம் நாங்கள் பொலிஸ்காரர்களிடம் காசு கொடுத்துப் பத்திரிகை வாங்குவதைக் கண்டு கடுப்பாகினான். போகாத பொழுதை பத்திரிகை பார்த்துப் போக்க சிலர் விரும்புவது இயல்புதானே? அப்போ றகீம் கழூவிகள் மூலம் ஒரு புதுப் பத்திரிகையை அறிமுகப்படுத்தினான். அதன் பெயர் ‘ப்ரியா.’ இது ஒரு மஞ்சள் பத்திரிகை. விடுதலைப் புலிகளின் நிர்வாகத்தின்கீழ் இருந்த வடக்கில் மஞ்சள் பத்திரிகை யாருக்கும் அறிமுகமில்லாமலேயே இருந்தது. தெறிச்சுத் திரியும் வயதில் இந்தக் கைதிகளுக்கு மஞ்சள் பத்திரிகையின் காம வக்கிரங்கள் நல்ல தீனியாகியது. தபாலிலும் றகீம் மூலமும் ‘ப்ரியா’, ‘ஜனனி’ இப்படிப் பல வகையறாக்கள் உள்வந்தன. கட்டாயத்துக்குப் போராளியாக்கப்பட்டு கட்டாயத்துக்குக் கைதியாக்கப்பட்டவர்களிடம் எந்தக் கட்டாயமும் இல்லாமல் சுலபமாக இதைக் கொண்டுசேர்க்க

முடிந்தது. நாளாவட்டத்தில் பன்றிகளோடு பசுக்களும் வாசிக்கும் என்று றகீமுக்குத் தெரிந்திருந்தது.

முதலில் றகீமின் கழுவிகள், பின்னர் அவர்களின் நண்பர்கள், பின்னர் பதின்வயதினர், இப்படி இந்த வட்டம் நீரில் எறியப்பட்ட கல்லினால் உருவாகும் அலைவட்டம் போல பெருத்து விரிவதாய் அச்சமூட்டியது. அது அதன் கரைகளைத் தொட்டுவிடும் என்ற பீதியும் இருந்தது. காரணம், சில நாள்களாக சஞ்சயன், 'ப்ரியா'வையும் 'ஜனனி'யையும் அடங்கா ஆர்வத்துடன் பார்த்துக்கொண்டிருக்கிறார். 'நீயுமா சஞ்சயா?' என்று கேட்கத் தோன்றியது. ஆயினும் என்னால் அவரிடம் அப்படிக் கேட்கமுடியவில்லை. இருப்பினும் மனதில் கேட்கும் கேள்வியை முகத்தில் மறைப்பது நண்பர்களுக்கு இடையில் இலகுவானதல்ல.

சஞ்சயன் ஒரு மனிதனின் புற இயக்கத்தை அவதானிப்பவர் அல்ல. அவனின் அக இயக்கத்தை அவதானிப்பதில் கூர்மையானவர் என்பதையும் தெரிந்துகொண்டிருந்தேன்.

சஞ்சயன் சொன்னார்,

"சேகுவரா சொன்னார்... 'போராளியாக உயிரை விடுவது முக்கியமல்ல. போராளியாக உயிர்வாழத் தெரிந்திருக்க வேண்டும்' என்டு. றகீமின் இந்த விளையாட்டை நாங்கள் போராளியாக இருந்தால்தான் எடுத்து விளையாடலாம். அடுத்த கதவை நாங்கள் 'ப்ரியா'வுக்குள்ளாகத் திறக்கலாம். அந்தப் பொறுப்பை சுரேனிட்ட விடுவம்."

நானும் சுரேனும் ஜானும் விளங்காது விழித்தோம். வர்மன் கேட்டான். 'சேகுவரா ஆரு?' சஞ்சயன் தன் ஊன்றுகோலால் தன் தலையில் தானே போட்டுக்கொண்டார். வேலு அண்ணரும், நானும் சிரித்தோம். மீன்வெட்டும் இடத்தில் நாங்கள் கதைக்க வெடிபாலனின் ஆட்கள் எங்களைப் பார்த்தார்கள். மீன்வெட்டுக்குச் சம்பந்தமில்லாமல் அங்க நின்ற வேலு அண்ணை மெல்ல நழுவி அறைக்குப் போனார். நானும் சஞ்சயனும் மீன்வெட்டுக்காரருக்கு உதவிசெய்யும் பணியில் சம்பந்தப்பட்டிருந்தோம்.

இந்த மீன்வெட்டு வேலை இருக்கிறதே... இது கதைப்பதற்குப் பல வசதிகளை எங்களுக்கு ஏற்படுத்தித் தந்திருந்தது. இதுவே சஞ்சயனின் முதல் கதவு என்று எனக்குப் பட்டது. சஞ்சயன்

கதைத்தார். "விசாரணையள் சூடுகாணத் தொடங்கிற்று... இதுவரை நடந்ததெல்லாம் வெறும் பதிவெடுப்புத்தான். அந்தப் பதிவுகளை ஆராய்ஞ்சு அடிப்படையிலதான் விசாரணைக்குக் கைதிகளத் தெரிஞ்சுகொண்டு போறாங்கள். பெடியளுக்கு இது விளங்காது. பொடியள் ஏதோ விடுதலை செய்யப் பதிவுகளை எடுக்கிறாங்கள் என்ற புழுகத்தில இருக்கினம்" என்றார்.

நான் கேட்டேன், "அரசாங்கத்துக்கே தெரியும். இந்தப் பதினையாயிரம் பேரும் புலிகள் இல்லையென்று. இப்பிடியே அரசாங்கம் தொடர்ந்து வைச்சிருக்குமோ?"

"இல்ல. கைதி அரசியல் ஒன்றச் செய்ய அரசாங்கம் விரும்பக் கூடும். அதைவிட வன்னியிலயிருந்த எல்லாப் பொடி பொட்டைக்கும் பாடம் படிக்க இனவாதிகளுக்கு விருப்பந்தானே? எல்லாரையும் அள்ளிக்கொண்டு வராட்டி சுறா மீனுகள் நழுவிரும் என்று அரசாங்கம் பயந்திருக்கலாம். ஆனா அதுதான் இப்ப சுறா மீனுகளுக்கு வாய்ச்சுப் போச்சு. இது அந்தப் பேயனுகளுக்கு விளங்காது..."

நான் சொன்னேன் "இன்னொரு விசயம். மூவாயிரம் பேர இங்க கொண்டுவந்தால் இவங்களோட மோதத்தான் முப்பது வருசமா முடியாமப்போய் முழு உலகமும் சேர்ந்து இந்த முக்கு முக்கி இவ்வளவு சனத்தையும் அழிச்சதா என்ற கேள்வியும் வரும், அவமானம்."

"அரசாங்கத்திற்ற மிஞ்சி மிஞ்சிப் போனா நூற்றம்பது பேரை விசாரிக்கத்தான் அவேயின்ர உளவுத்துறை வலு காணும். திடீரெண்டு பதினையாயிரம் பேரை விசாரிக்க அவேயளால முடியாது. இதுதான் இப்ப எங்களுக்கு வாய்ச்சது. இல்லையெண்டா கனபேருக்கு இப்பச் சங்கு ஊதியிருப்பாங்கள்."

சஞ்சயனின்ர இந்தக் கருத்தை நானும் ஆமோதித்தேன். அவர் பிறகும் சொன்னார். "அடுத்த சில மாதங்களில ஜனாதிபதித் தேர்தல் அறிவிப்பு வரும்."

நான் குறுக்கிட்டேன். அரசியல் தெரிந்தவனாக. "அதுக்கு இன்னும் ரெண்டு வருசம் இருக்கே?"

"இல்ல... பாராளுமன்றத் தேர்தல் இந்த வருசம் வச்சுத்தான் ஆகவேணும். அதற்குமுன் ஜனாதிபதித் தேர்தல நடத்துவான்.

அப்பதான் கட்சிக்காரங்கள்தான் ஜனாதிபதியாக வேலை செய்வாங்கள் எண்டு. எவன்ர இடத்தில ஜனாதிபதிக்குக் கூட வாக்கு விழுதோ அவனத்தான் பாராளுமன்றத் தேர்தல் வேட்பாளராக்குவான் ஜனாதிபதி. வென்றதும் சத்தியப் பிரமாணம் எடுக்கமாட்டான். இதைவிட இந்த யுத்த வெற்றியைத் தன்ர குடும்ப அரசியல் வெற்றியாக்க வேண்டும் என்டா இப்ப தேர்தல நடத்தினாத்தான் முடியும். இந்தத் தேர்தலுக்குக் கொஞ்சக் கைதிகள விடுதலை செய்யலாம். ஆனாத் தெரிவு எப்பிடியிருக்கும் என்டதுதான் இப்ப தெரியேல்ல."

"கட்டாயப் படைச்சேவையில இயக்கம் பிடிச்சு இணைச்ச பெடியள முதல்ல விடுவாங்களோ?"

"மகிந்த முட்டாளா இருந்தா அதைத்தான் செய்வான். ஆனால் அவன முட்டாள் என்டு நான் நம்பமாட்டேன். மண்டைக்குள்ள சரக்கு இருந்தால் முதல்ல பொறுப்பான போராளிகளத்தான் விடுதலைசெய்வான். ஆனா அதுக்கு ஒரு மனிதாபிமானச் சாயமும் பூசவேணும். அதே நேரம் விடுறவங்கள் வெளியபோய் தங்களுக்கு அச்சுறுத்தலாகவும் கூடாது. அப்படிப் பார்த்தால் இயக்கத்தின்ர ரெண்டாஞ்சுற்று, மூண்டாஞ்சுற்று அதிகாரப் படிகளில சனங்களுக்குள்ள வேலைசெய்த ஊனமுற்ற கைதிகளத்தான் முதலில விடுதலைக்குத் தெரிவுசெய்யக்கூடும்."

சஞ்சயனின் இந்தக் கூற்றோடு உடன்பட என்னால் முடியவில்லை. எல்லா மனுசனும் தனக்குச் சாதகமாகத்தானே நிகழ்வுகளைக் கற்பனை செய்ய விரும்புவான். சஞ்சயனும் அதற்கு விலக்கல்ல. அவர் ஊன்றுகோலோடு திரிவதும், இந்த நப்பாசையில்தான் என்று எண்ணிக்கொண்டேன். சும்மா கேட்டேன். "ஏன் அப்பிடி நினைக்கிறீங்கள்?"

"தேர்தலுக்குத் தான் தலைகீழாக நிண்டாலும் தமிழ்ச்சனம் தனக்கு வாக்களிக்காதுகள் என்டு மகிந்தவுக்குத் தெரியும். இந்தச் சமயத்தில இயக்கத்தில இருந்த பொறுப்பாளர்கள விடுதலை செய்து வெளியவிட்டா சனங்களுக்கு இயக்கத்திலதான் கோவம் வரும். தங்கட பிள்ளையள இயக்கம் கட்டாயப்படுத்திச் சேர்த்திற்று, சண்டைக்குச் சேர்த்தவனும் பொறுப்பாளர்களும் வெளியவர தங்கட அப்பாவிப் பிள்ளையள் ஆமியிற்ற மாட்டித் தவிக்குதுகள்

என்டு சனம் கொதிக்குங்கள். இந்தக் கோபம், காழ்ப்புணர்வால இயக்கத்தின்ர பிரதிநிதியாகத் தமிழ் அரசியல் கட்சியள் வாக்குக் கேட்டால் சனங்களுக்கு அவேயள்ள மரியாதை வராது. ஒன்றில் சனம் வாக்களிக்கப் போகாம விடுங்கள், அல்லது சில சனம் அரசுக்கு ஆதரவு அளிக்கிற கழுவிக் கட்சிக்கு வாக்களிக்குங்கள். ரெண்டுமே லாபந்தானே?"

இந்தத் தர்க்க விளக்கம் என்னை அதிரவைத்தது. மறுப்பதற்கு எந்த முகாந்தரமும் இல்லை. இந்த மனுசன் எப்படி இதை உடைத்து உள்நோண்டி அறிகிறான்? அப்போதுதான் நினைவு வந்தது... இரண்டாம் மாடியில் முதலாம் அறையில் இருக்கும் ஒருவன் 'சஞ்சயன் முள்ளிவாய்க்காலில் வைத்தே ஒரு வருடத்தில் ஜனாதிபதித் தேர்தல் வரும். அதில் பல கைதிகள் விடுதலை செய்யப்படுவினம் என்றும் சொன்னார்' எனச் சொல்லியிருந்தான். அவன் சொல்லும்போது அவன்தான் பொய் சொல்கிறான் என நினைத்தேன்.

"நீங்கள் ஏன் பிறகும் உங்கட அறிவ வளர்த்துக்கொண்டு தமிழ் அரசியல்ல ஈடுபடக்கூடாது?" ஒரு தவிப்பில் நான் கேட்டேன்.

"..."

அவர் மௌனமாகப் பார்வையில் வெறித்து இருந்தார்.

சில சமயங்களில் சிலரின் மௌனம் உரையாடுவதைவிடவும் கனதியாக இருந்துவிடுகிறது. அவரேதோ தீட்சண்யத்துடன் இருப்பதாகவே பட்டது எனக்கு. கொஞ்சநேர அமைதியின்பின் "முதலில என்ர பிள்ளையளக் காப்பாத்தவேணும். ஒருக்காப் பாக்கவும் ஆசை. ஒரே ஒருக்காப் பாக்க ஆசை." அவரால் கதைக்க முடியாமல் தொண்டை கட்டித் திணறினார். என்னிடமிருந்து தன்னை மறைக்கப் பெருஞ்சிரமப்பட்டார். இந்த மனுசன இப்படிப் பார்க்க முடியவில்லை. பொத்தென்று கண்ணீர் சிந்த நடுங்கும் சொண்டைக் கடித்து அழுகையை அடக்கினார். இருவருக்கிடையிலிருந்த அமைதியில் நசிபட்டு நான் தவிக்கையில் அவரென்னை விடுவித்துக் கதைத்தார்.

"குழந்தையள் என்ன பாவம் செய்ததுகள்? எங்களுக்கு வந்து பிறந்து... என்ன குற்றம் செய்ஞ்சம்?"

நடுங்கும் கீழுதட்டைப் பற்களின் இடையில் கடித்து ஆவேசமாக அவர் அடக்கும் அழுகையில் கீழ்ச்சொண்டில்

ரத்தம் கசிந்தது. எந்தச் சூழலுக்குள்ளும் அசைக்கமுடியாத ஓர் ஆளுமை என்று நான் மதிப்பிட்ட சஞ்சயன்தானா இந்த அற்ப மனுசனாக அழுவது...? பாழ்கொள்ளும் அந்தக் கட்டடத்தின் சுவரில் சாய்ந்தபடி பெருவிரலால் சுரண்டுகிறார். அந்தச் சுவர் உதிர்ந்து கொஞ்சமாய் மண்ணாகிக் கொட்டுகிறது.

இதன்மேலும் கதைக்காமல் "வாங்க...போகலாம்." என்றார். சமையற்கட்டுக்குப் போய் ஊன்றுகோலை ஓரமாய் வைத்துவிட்டு வலு உற்சாகமாய் மீன்துண்டுகளை எடுத்து உப்பில்போட்டுப் பொரித்தார். நான் தேநீர் வைத்து மற்றவர்களுக்குக் கொடுத்தேன். எங்களுக்குக் காவல் நிற்கும் சிப்பாய்களுக்கும் கொடுத்துவிட்டு வந்தேன். கூடவே உறுத்துகிறது. எங்கள் கலாச்சாரத்தில் நட்புப் பாராட்டவல்லவா வீடு வருபவர்களுக்குக் கேட்காமலே தேநீர் கொடுப்போம்... இங்கு தேநீரைக் கொண்டு விச உறவு வளர்க்கிறேனே!

அடுப்பின் ஓரத்தில் குந்தியிருந்து அனிச்சையாய் ஒரு குச்சுக் கொண்டு தணல்களைக் கிளறியபடி இருந்தார் சஞ்சயன். "தேர்தலுக்கு இவங்கள் விடுதலை செய்யேலயெண்டா தப்பியோடியே ஆகவேண்டும்." என்னைப் பார்க்காமலே சொன்னார். "ஒருக்கால் நாங்கள் இதைப் பற்றிக் கதைச்சால் என்ன?" கிளறும் தணல்களைப் பார்த்தபடியே கேட்டார்.

"ம்..."

"மீன்வெட்டு முடியுது. மற்றவங்களக் கழட்டிவிட்டுட்டுப் படியில இருந்து கதைக்கலாம். வர்மன மேல வரச்சொல்லுங்கோ... உங்கட ஜான நம்பலாமோ?"

"ம்... நம்பலாம்... அவன் கல்யாணம் செய்திற்றான். மனிசி வெளியிலதான் இருக்கு. இஞ்ச பதிவில குடுக்கேல்ல. ஆனா என்ர பிரச்சினை... வர்மன நம்பலாமோ? றகீமோடயும் உறவு வச்சிருக்கிறானே." எனக்கு உறுத்திய சந்தேகத்தை நான் திருப்பிக் கேட்டேன். வர்மன் பற்றி எனக்கு நல்ல அபிப்ராயம் இருக்கிறது. என்றாலும் இப்ப பிரச்சினை என்னவென்றால் சஞ்சயன் றகீமிடம் சேர்த்துவிட்ட முகவர் இருவரும் இப்போது உண்மையாகவே றகீமுக்குத்தான் வேலை செய்கிறார்களோ என்று ஒரு சந்தேகம். இது சந்தேகந்தான் என்றாலும் மிக வலுவான சந்தேகம். சஞ்சயனும் அப்படித்தான் ஊகிக்கிறார்.

இதனால்தான் வர்மன் பற்றியும் இப்ப சந்தேகம்கொள்ளத் தோன்றுகிறது.

“இல்ல... வர்மன நம்பலாம்... வர்மன் றகீமைப் பழிவாங்கிற வெறியில இருக்கிறான்.”

“ஏன்?”

“தெரியாதா? அவன்ர அத்தைக்காரிதானே இஞ்ச சந்திக்க மகளையும் கூட்டிக்கொண்டு வாறது. அத்தைக்காரிற்ற மொபைல் நம்பர வாங்கின றகீம் அவவோட கதைச்சிருக்கிறான். படுக்க வரச்சொல்லிக் கேட்டவனாம். வந்தா வர்மன முதலில விடுதலை செய்வன் என்டும் மகளுக்கு உடனேயே கலியாணம் செஞ்சு வைக்கலாம் என்றும் சொல்லியிருக்கிறான். அவயளயும் செட்டிக்குளம் முகாமில இருந்து எடுத்து விடுறதாயும் சொல்லியிருக்கிறான்.”

“யாரு... றகீமா?” எனக்குத் திகைப்பாக இருந்தது. அன்றைக்குக் கொழும்பிலிருந்து வந்த விசாரணையாளர்களுக்கு எதிராகப் பொங்கியெழுந்தல்லவா கதைத்தான்?

“ம்ம் வர்மனுக்கு ஆத்திரம், அத்தைக்காரியிலயும் கோபம் நம்பர் குடுத்ததால. மச்சாள எப்பிடியும் பிரிச்சிட வேணுமெண்டு சொன்னான். இங்கயிருந்து ஓடப்போறன் என்று சொன்னான். நான்தான் மறிச்சன். திட்டமில்லாம மூக்குடைபடக்கூடாது.” அவர் சொல்லவும் நான் எண்ணினேன்... “ஓ... அதுதான் இவர் தெளிவா வர்மன நம்பினாரோ?”

“வர்மன் சொல்லயில்லயா? உங்க பல விசயம் நடக்குது. உறவுச் சந்திப்புக்கு வாற கைதியளின்ர மனிசிமார றகீமும் முன்னர் இருந்த சார்ஜனும் சேர்ந்து வெளிய படுக்கக் கேட்கிறாங்கள். கனபேர் வெளியில சொல்லேலாமல் கொதிச்சுப்போய் இருக்கிறாங்கள். கவனிச்சீங்களா....?”

“ஓ... இப்ப பலபேற்ர மனிசிமார், தங்கச்சிமார் வாறதில்ல. ஆனா இப்பவும் சிலதுகள் வருதுகளே?” என அறியாமல் கேட்டேன்

“என்ன செய்ய... போர்க் கைதிகளப் பார்க்கச் சொந்தம் பந்தம் சிலருக்கு உடன்படாது. மனிசிமார்தான் வந்தாகவேணும். இதுக்குள்ளயும் விதிவிலக்கு இருக்கும். மனுச மனம்தானே, பலமும் இருக்கும். பலவீனமும் இருக்கும். றகீம் மாதிரி

ஆக்களுக்குப் பார்த்தாலே தெரியும், எந்தப் பழம் எந்தப் பாட்டுக்குப் பழுக்கும் என்று."

"வர்மன்ர மாமா செத்திட்டார் என்ன?" நான் கேட்டேன்.

"அப்படித்தான் சொன்னான். ஆனால் யாழ்ப்பாண இடப் பெயர்வில அந்த ஆள் வன்னிக்கு வரேலாம அங்க அகப்பட்டுட்டாம். பிறகு அங்கு ஒருத்தியோட இப்ப இருக்கிறாராம் என்டு அறிஞ்சன்."

"அட நாசமே..."

வர்மன்மீது எனக்கு மேலும் பரிதாபம் வந்தது. திரும்பிக் கேட்டேன்.

"ஒருத்தனும் றகீமின்ர சேட்டைக்குக் கொம்பிளயின்ற் பண்ண யில்லையோ?"

"யாரிட்ட கொம்பிளயின்ற்? பொலிசிட்டயா? பொலிஸ்தான் இந்த விளையாட்டில வலு மும்முரமா நிக்குது... புருசனைக் காப்பாற்ற நினைச்சதுகள் சிலது... செட்டிக்குளத்திலயிருந்து பிள்ளையளக் காப்பாற்ற நினைச்சதுகள் சிலது. இப்பிடி அசடுகள் வலையிலயும் மாட்டுதுகள்போல... இவனுகள் பிணத்தோடயே புணர்ந்த கூட்டம். உயிருகளப் பலிகுடுத்துத் தனிச்சு நின்றா விட்டிருவாங்களோ?"

"இந்த ராஸ்கல்கள இவங்கட ஆக்கள வச்சே அழிக்கவேணும்." எங்கிருந்தோ வந்த வார்த்தையைத் தவறி வெளியே விட்டேன்.

மரங்களில் மோதிவந்த காற்று சுழன்று அடுப்பில் எரிந்து தீர்ந்த சாம்பல்தூசை அள்ளிக் காற்றில் விசிறியது. காற்றில் பறந்தலைந்த சாம்பல் எங்கள் முகங்களிலும் படிந்தது. அதைத் தவிர்க்க வேண்டி நாங்கள் உள்ளே போனோம்.

மீன்வெட்டு முடிந்ததும் வெட்டினவர்களுக்கு இருபது லிட்டர் தண்ணீர் குளிக்கக் கொடுப்பார்கள். இந்தக் கணக்கில் எனக்கும் சஞ்சயனுக்கும் வர்மன் தண்ணீர் வாங்கித் தருவான். இன்றும் அது கிடைத்தது. கிடைத்த தண்ணீரில் அழுக்கைக் கழுவினோம். மீண்டும் உடுத்துவதென்னவோ அதே அழுக்கு உடுப்புத்தான்.

தேநீர்வைத்துக் கொண்டுவந்து படியில் இருந்தோம். நான், சஞ்சயன், வர்மன், சுரேன், ஜான். மற்றவர்கள் தேநீர் குடித்தால் நித்திரை வராது என்று படுக்கப்போகிறார்கள். வர்மன்தான் கதையைத் தொடங்கினான் விகடமாக.

“என்னண்ணே... திட்டமிருக்கோ...?”

திட்டமிருக்கோ என்ட சொல் முள்ளிவாய்க்கால்வரை சனங்களுக்குள்ள வலு பிரபல்யம்.

“இருக்கு... உன்ர ஆமிக்காரி என்ன மாதிரி, மடிஞ்சுதோ?” சஞ்சயன் கேட்டார்.

“மடியாமல்... பின்ன? இதென்ன சும்மா மூஞ்சியாண்ணே... குறிப்பு அப்பிடியாக்கும்.”

முகத்தைத் தன் இயலாத கையால் தடவிக்கொண்டே சொன்னான் வர்மன்.

“மீன்வெட்டுக்குப் போட்டீங்கள் ஐடியா... சூப்பரண்ணே... இல்லையெண்டா இப்பிடிக் கதைக்கேலுமோ?” ஜான் சொன்னான்.

சஞ்சயன் தன் முகத்தைச் சீரியசாக்கி ஒவ்வொருத்தராகப் பார்த்துவிட்டுப் பேசத்தொடங்கினார். அதனர்த்தம் ஒவ்வொருத்தரையும் கட்டுப்படுத்துவதும், கவனம் கொள்ளச்செய்வதுமென்பதும் போராளியாக இருந்த எங்களுக்குத் தெரியாமல் இல்லை.

ஜனாதிபதி தேர்தலுக்குச் சில கைதிகளை விடுதலைசெய்ய வாய்ப்பு இருப்பதுபற்றியும் யாரை அரசாங்கம் தெரிவுசெய்யக் கூடும் என்பது பற்றியும் எனக்குச் சொன்னவற்றை மேலோட்டமாக அவர்களுக்கும் சொன்னார்.

பிறகு,

“தேர்தலுக்குள் எங்களின்ர யாருடைய பேராச்சும் விடுதலைக்கு வந்தா அவேயள் போகலாம். மற்றாக்கள் சேர்ந்து தப்பிக்கும் முயற்சியை எடுக்க வேண்டியதுதான்” என்று சொல்லிவிட்டு பிரதிபலிப்பு எப்படியிருக்கிறது என்று எங்களைப் பார்த்தார்.

“ஆனால் தேர்தல் வாறதுக்கு இடையில தப்பிக்கிறதுக்கான திட்டத்தை நாங்கள் முழுமையா செஞ்சு முடிச்சிடவேணும்.

சிலவேளை யாற்ர பேரும் விடுதலைக்கு வராமலும் போகலாம். வந்தா அதிர்ஸ்டம். அவ்வளவுதான்."

"தப்பிறதுதானெண்டா எதுக்குத் தேர்தலப் பார்ப்பான்? முன்னமே வெளிக்கிட்டா என்ன?" சுரேன் கேட்டான். சுரேனுக்கும் விளங்கியிருக்கக் கூடும். சஞ்சயன் தனக்குச் சந்தர்ப்பம் இருக்குதெண்டு நம்பி அதுவரைக்கும் நிலைமையை இழுக்கப் பார்க்கிறார் என்பது.

"இல்ல... இஞ்ச இருந்து வெளியால போறது பெரிய விசயமில்ல. விசயம், வெளில போய் எங்கள எப்பிடிக் காப்பாத்திறது என்டதுதான். வடக்கு கிழக்கில நிக்கேலாது..." அவர் எங்களைப் பார்த்தார். நான் தலையாட்டினேன்.

"எந்தக் கைதியும் வெளியில போகாத நேரத்தில நாங்கள் தப்பிப் போனால் நடமாடவே ஏலாது. கொஞ்சப் பேர விடுதலை செய்யிற தருணத்தில போனாத்தான் வெளியில சில அலுவல் பார்க்க உதவியா இருக்கும். எங்களயும் விடுதலை செய்த ஆக்களாக ஆபத்துக்குக் காட்டிக்கொள்ளலாம்.

"இஞ்சயிருந்து வெளியில போனாப் பிறகு எப்பிடி வெளியில இருக்கப் போறியள்... எங்க போகப் போறியள் எண்டத அவரவர் தனித்தனிய திட்டமிடுங்கோ... அது உங்களப் பொறுத்தது. தேவைப்பட்டால் பரஸ்பரம் முடிஞ்ச உதவி செய்யலாம். அதைப்பற்றிப் பிறகு கதைப்பம். ஆனால் அது அவரவற்ற பொறுப்பு. ஒருத்தரும் மறக்கவேண்டாம். இப்போதைக்கு வீட்டுக்காரரோட யாரும் கதைக்கவேண்டாம். அவ பயந்துபோடுவினம்."

"இஞ்சயிருந்து எப்பிடி வெளில... காசுகுடுத்தா?..."

வர்மன் அடக்கமுடியா ஆவலோட கேட்டான்.

"காசு குடுத்து வேலைக்கு ஆகாது. இந்த முகாமில பலபேர் பல இலட்சம் ஏமாந்திட்டினம். இன்னும் ஆரும் தப்பிக்கேல. உங்கட திறமையைத்தான் நம்பவேணும். மீன்வெட்டுக்கு இரவில நாங்கள் நடமாடித் திரிஞ்சு ஆமிக்கு எங்கட முகம் பழக்கம். இரவில இந்த முகாமில நடமாடுற கைதிகள் நாங்கள் மட்டுந்தான். அதோட இரவில நான் பொலிஸ் விடுதில களவாத் தண்ணி எடுக்கிறது பொலிஸ்காரருக்கும் தெரியும். நான் பின்பக்கம் போனா தண்ணி எடுக்கத்தான் என்று அவங்கள்

நினைப்பாங்கள். நாளையில இருந்து சுரேனும் என்னோட வாங்கோ தண்ணி தாறன் குளிக்க. அங்க விடுதிக்குப் பின்னால முள்ளுக்கம்பி வேலிய பொலிஸ்காரர் அறுத்து வச்சிருக்கிறாங்கள். முள்ளுக்கம்பி சுருள்தான் தடையா இருக்கு. யாரோ அதைத் தூக்கிவிட்டுட்டுப் போயிற்றுவாறாங்கள். அனேகமா பொலிஸ்காரன் அபேயவர்த்தனாவ இருக்கலாம். பின்னால உள்ள பத்தைக்காணியக் கடந்தால் ஒரு கொலனி வீடு இருக்கு. அந்த வீட்டுப் பொம்பிளயிற்ற சந்திக்கடைக்காரர் எல்லாம் படுக்கைக்கு வாறவயாம். அபேயவர்த்தனாவும் போறதாய் ஒரு ஆமிக்காரன் சொன்னான். நல்லாச் சிங்களம் பேசுவாவாம். கலப்புப் போல..." சஞ்சயன் விளக்கிக் கொண்டிருக்கவும் வர்மன் இடையில் புகுந்தான்.

"அப்ப வேலை சிம்பிள். இப்பவே போகலாமே?"

"டேய்... அமத்திக்கொண்டு கொஞ்சம் இரு. எங்க போகப்போற? நீங்க சொல்லுங்கண்ணே?" ஜான் தடுத்துக் கதையைக் கேட்டான்.

"முள்ளுக்கம்பி பற்றி இருட்டுக்க சரியாத் தெரியேல்ல, சுரேன் என்னோட தண்ணிக்கு வந்து அந்தப் பக்கம் முள்ளுக்கம்பி எப்பிடி இருக்குது எண்டத வடிவாப் பார்க்கவேணும். குளிக்கிற இடத்துக்கு வலப் பக்கமா இருக்கிற காவல் பொயின்ற் ஆமிக்காரன கூப்பிட்டு ஒரு நாளைக்கு ரொட்டியும் தேத்தண்ணியும் சமையல்கட்டில உருத்திரன் குடுக்க, நானும் நீங்களும் போவம். நான் தண்ணி பிடிக்கிற நேரத்தில நீங்கள் அங்கால முள்ளுக்கம்பி வேலியும் சுருள்வேலியும் எப்பிடி எண்டு பாத்திடவேணும். உங்களப் பார்க்க அங்க ஆரும் இருக்காங்கள். ஆனா நாளையில இருந்து அந்தச் சூழலை மேலோட்டமாக ஆராயவேணும்."

"ஒருவேளை அந்தப் பாதை சரிவராட்டி....?" சுரேன் கேட்டான்.

"நான் பார்த்திற்றன். ஓரளவுக்குப் பரவாயில்லை. என்னால வெளிய போகமுடியேல்ல" சொல்லிக்கொண்டு தன் ஊன்றுகோலைக் காட்டினார்.

பிறகு,

"அந்தப் பாதைதான் உள்ளதுக்க தப்பிறதுக்குப் பாதுகாப்பானது. அதைவிட அந்தக் காணியக் கடந்து அந்த

வீட்டையும் கடந்திட்டா அங்கால ரோட்டக் காணாமல், வீடுகளையும் காணாமல் பத்த மண்டின காணியளுக்குள்ளால நடந்து காட்டுக்க இறங்கிரலாம். அந்தப் பொம்பிளயிற்ற இரவில ஆக்கள் வாறபடியால கடிநாய் இருக்க வாய்ப்பிராது. இருந்தாலும் கூடக் குரைக்காது. யாரும் காணமாட்டினம். அப்பிடி அங்க ஆரும் கண்டாலும் கள்ளப் படுக்கைக்கு வந்ததெண்டுதான் நினைப்பினம்."

சொல்லிக்கொண்டிருக்க வர்மன் திரும்பவும் குறுக்கே விழுந்து கேட்டான். "சாமத்தில வெளியில வந்து பொம்பிள கண்டுட்டால்?"

"பேயா... கண்டால் படுக்க வரியோ என்டு கேள் உடன." ஜான் தன் பாணியில் சிடுக்கானான். நாங்கள் சிரித்தோம்.

"பகிடி இல்ல. அப்பிடி நடந்தால் கேட்கலாம். நல்ல ஐடியாதான்." சஞ்சயன் சொன்னார்.

"இரண்டாவது வழி, இந்த மாடியில் இருந்து இந்தா எங்களுக்குப் பின்னால இருக்கிற மாடிக்குத் தாவவேணும்" பின்னால திரும்பிக் காட்டினார். நாங்களும் பார்த்தோம். "என்னெண்டு தாவிறது?" நான்தான் கேட்டேன்.

"ஞாபகம் இருக்கோ? வேலு அண்ணரைக் கொண்டு புதுசாப் பெருப்பிச்ச சமையல் கொட்டில்ல இரண்டு வளை மேலதிகமாக் கட்டிவிட்டது. அதை இந்த பிளாட்ல இருந்து அந்தப் பிளாற்றுக்கு வச்சா நாலுதாவு போதும், நாங்கள் அடுத்த மாடியில இருக்கலாம்" சஞ்சயன் எங்கள் முகத்தைப் பார்த்தார்.

"நடக்கிற காரியமா அண்ணே? அந்த மரத்தை இந்த மாடிக்கு என்னெண்டு கொண்டுவாறது...?" சலித்துப்போய்க் கேட்டான் சுரேன்.

"அதுதானே?"

"தளபதி பயப்படுறியள்போல" ஜான் தன் பாணியில் கிண்டலடித்தான். ஜானின் முகத்திலும் அது நடக்காது என்ற பாவனை தான் இருந்தது. சஞ்சயன் சொன்னார். "கௌதமனும் ஜானும் படுக்கிற இடம் நடபாதை. மழைக்குத் தூவானம் அடிச்சு நனைக்குது. நான் கடிதம் பார்க்க றகீமிட்ட அனுப்பின ரெண்டு பெடியளிட்டயும் சொல்லி அந்த ரெண்டு மரத்தையும்

சமையல்கட்டில இருந்து கொண்டுவந்து பக்கவாட்டுத் தூணில கட்டி களஞ்சியத்தில பெரிய பொலித்தீன் எடுத்து மறைப்புக் கட்ட றகீமிட்ட அனுமதி கேக்கச் சொல்லுறன். அவங்கள் செய்யாட்டி வர்மன்தான் அனுமதி எடுத்து மரத்தை மேல கொண்டு வரோணும். லீடர் விமலிட்டயும் சொல்லலாம். நாங்கள் நாளைக்கு மரத்தைக் கழற்றி கொட்டில் மூலையில போட்டிடோணும்."

"அந்தக் கடிதம் பார்க்கிற பொடியளும் எங்களோட வாறாங்களோ?"

சுரேன் இமைகளை உயர்த்திச் சந்தேகமும் அச்சமும் கொண்டு கேட்டான்.

"இல்ல... பதட்டப்படாதேயுங்கோ... இரட்டை முகவர வேலைக்கு விட்டவனும் நம்பக்கூடாது. எடுத்தவனும் நம்பக்கூடாது. இது உலகம் முழுதுக்குமான அனுபவப் படிப்பினை. இருந்தாலும் அவங்கள் எங்களக் காட்டிக் கொடாங்கள். ஆனாலும் நாங்கள் எங்கட விசயத்தில கவனமா இருக்கோணும்."

அட... இந்த மனுசன் தான் நம்பிவிட்டவனையே நம்பமாட்டானா? எங்களையாச்சும் நம்புவானா? எனக்குள் கேள்வி எழுந்தது. அந்தக் கேள்விய அடித்துத் தூரத் துரத்தினேன்.

"முள்ளுக்கம்பி வெட்ட கட்டர் இருந்தா நல்லது. ஆனால்... அதை இங்க கொண்டுவரேலாது. றகீமின்ர அறை ஜன்னல் சுவரில நல்ல குறடு ஒன்டு இருக்கு. விசாரணைக்குப் போனபோது கவனிச்சன். அது அதே இடத்திலதான் நெடுக இருக்கு. களவெடுத்து அதைக் கொண்டுவரவேண்டியது வர்மன்ர பொறுப்பு."

"என்னப் பலிகுடுக்கிறியளோ? வர்மனுக்குச் சங்கூத முடிவு செய்திற்றாங்கள்டா." சும்மா ஒரு போலி அச்சத்தோடு சொன்னான் வர்மன்.

"ஏன் நீதானே பெரிய ஹீரோ முகாமில, றகீமின்ர நம்பிக்கை நட்சத்திரம். இயக்கத்தின்ர பெரிய ஆயுத 'டம்ப்'ஐக் காட்டிக்கொடுத்த ஆள். ஒரு குறட்டக் கொண்டுவர மாட்டியா?" சஞ்சயன் கிண்டலும், நக்கலுமாய்ச் சொன்னார்.

“வேண்டாம் அண்ணே... விட்டுடுங்கோ. குறடு கொண்டுவாறன். அவ்வளவுதான்.”

“வளைமரத்த இஞ்ச கொண்டு வந்து கட்டிற்றம் எண்டால் ரெண்டாவது திட்டத்தின்ர ஒரு கட்டம் முடிஞ்சிரும். அடுத்த மாடிக்கு இதை வைச்சுத் தாவிற்றால் மாடியாலேயே தொங்கல் வரைக்கும் நடந்துபோகலாம். தொங்கல்ல இறங்கினால் செடிப் பத்தை மண்டிய மதில் கரையோட குதிக்கலாம். அந்த மதிலால ஏறிப்பாய்ஞ்சா அங்கால ரோட்டு... அங்கேயிருந்து நடந்தால் அரை மணித்தியாலம் பிடிக்கும் காட்டுக்குப் போக. மாடியில ஆமி இல்ல. ரோட்டில ஒரு ஆட்டோ ஒழுங்கு செய்தம் எண்டால் நடந்துபோற அரைமணித்தியால ஆபத்தும் இல்ல. ஆட்டோ விசயத்த பிறகு பார்ப்பம். இப்ப வர்மன் நீ றகீமத் தேடிக்கொண்டு போறமாதிரி அங்கால இருக்கிற கட்டடத்துக்க கீழ்த்தளத்த விட மாடியில ஆமிக்காரன் தங்கிறாங்களோ என்டத ஒருக்கா வடிவாப் பார். அந்தப் பக்கம் உன்ர பொறுப்பு.”

“கடக்கேக்க சரியா எங்கட மாடிக்குக் கீழ காவல்நிற்கிற ஆமிக்காரன் கண்டா?... சரியா அவன்ர தலைக்கு நேரேயே மரம் வைக்கப்போறம்?” எனக்கு என்னவோ அச்சமூட்டும் இந்த இரண்டாவது திட்டம் உறுத்தக் கேட்டேன்.

சஞ்சயன் சொன்னார், “நாங்கள் மரத்தக் குறுக்க வைக்கிற நேரம் கீழ நிக்கிற ஆமிக்காரன குசினிக்க கூப்பிட்டு ரொட்டியும் ரீயும் சிகரெட்டும் குடுக்கலாம். ஆனா பிரச்சினை நாலு அறையில ஒருத்தன் அந்த நேரம் எழும்பினாலும் எங்களுக்கு ஆப்புத்தான்.” இது மனதை உறுத்த எல்லோர் முகமும் அச்சம் உள்ளூறுவதை வெளிக்காட்டியது.

“ம்... பிரச்சினை அதுதான். ஆமிக்காரன சமாளிக்கலாம். டொக்ரர் எனக்குத் தந்த விசர் குளிசை ரெண்ட பத்திரமா வச்சிருக்கிறன். தேவையெண்டா இன்னும் எடுக்கலாம். அதை ரொட்டிக்கயோ தேத்தண்ணிக்குள்ளயோ போட்டுக் குடுத்தா திண்டுட்டு ஆமிக்காரன் நல்ல பிள்ளையா படுத்திருவான். ஆனா நம்ம கைதியள்தான் பிரச்சினை இரவு ரெண்டு மணிக்கு வெளிக்கிட்டம் எண்டால் பெரும்பாலும் ஆரும் எழும்பமாட்டாங்கள். நாலு நிமிசம் காணும். நாங்கள் மற்றக் கரைக்குப் போயிரலாம். இருந்தாலும் இந்தத் திட்டம் ரெண்டாம் தெரிவுதான்” சொல்லிவிட்டு எங்கள்

முகத்தைப் பார்த்தார் சஞ்சயன். உள்ளூறும் பயம் கண்டு அஞ்சினாராக்கும்.

“மூன்றாவது தெரிவும் இருக்கு. குளிக்கிற இடத்தால போகலாம். அதில ஒரு காவல்கொட்டில்ல ஆமி இருக்கிறான். அவங்கள் ரெண்டு பேரையும் விசர்க்குளிசை ரொட்டி குடுத்து நித்திரை ஆக்கலாம். பிரச்சினை என்னெண்டா அந்தப் பொயின்றில இருக்கிற ‘ஃபோகஸ்’ லைற்ற நிப்பாட்ட வேண்டும்.” நான்தான் இந்த மூன்றாவது திட்டத்தைச் சொன்னேன். ரெண்டு நிமிட அமைதி.

“அதுவும் நல்ல திட்டம்தான். அந்த வழியாலும் காட்டுக்க போறது ஓரளவுக்குச் சுகம். ஆனா நாய்கள் குரைக்கலாம் அந்த வழியில. மற்றது அந்த லைற். ஆனாலும் அந்த வழிய ஆராய்றது திறமான வேலை. உருத்திரன் அந்தப் பக்கத்தை நீங்களே பாருங்கோ” நாங்கள் கதைக்கும்பொழுது அறையிலும் யாரோ கதைத்துச் சத்தம் கேட்டது. நாங்கள் நிறுத்திக்கொண்டோம்.

“ஒரு ஆள் எழும்பிப்பார்” சஞ்சயன் சொல்ல வர்மன் எழும்பிப் போனான். முதலாவது அறையைப் பார்த்துக் கைகாட்டினான், யாரும் இல்லையென்று. அப்பிடியே நடந்து அடுத்த அறைக்குப் போனான். நெஞ்சு ‘திக்திக்’ என்றது எனக்கு. அவன் திரும்பிவந்தான். “விசருகள் நித்திரையில கதைக்குதுகள். ஒண்டு கதைச்சாப் பரவாயில்ல. மாரித்தவக்கை மாதிரி மற்றதுகளும் ஏதோ புசத்துதுகள். ஏதோ பட்டிமன்றம் மாதிரி இருக்குது. அந்த விசர்க்குளிசையைத் தா அண்ணே. வாய்க்க அடைஞ்சு தண்ணி ஊத்திவிடுறன்.”

வாயப் பொத்திக்கொண்டு சிரித்தோம். “பிரச்சினையில்ல... சிரியுங்கோ... நித்திரையில சிரிக்கிறதெண்டுதான் நினைப்பாங்கள்” வர்மன் ஒரு சாங்கமாய்ச் சொன்னான்.

சஞ்சயன் கதையை மறுபடி இடத்துக்குக் கொண்டு வந்தார்.

“ஜான் உனக்கு எலெக்ட்ரிக் வேலை தெரியுமெல்லே... லைற்ற நிப்பாட்ட ஐடியா இருக்கா?”

“ம்ம்... அது பெரிய விசயமில்ல. ஆனால முதலே வேறவேற லைற்றுகள அப்பப்ப கட் பண்ணவேணும். அப்பதான் தப்பி ஓடுற அன்று சந்தேகம் வராது. அதோட முதலே வேற இடத்த

கட் பண்ணினா இவங்கள் என்ன செய்வாங்கள் எண்டதையும் பார்த்திடலாம்." ஜான் சொன்னான்.

"சரி... இப்ப எனக்கு 'கொண்டம்' வேணும்" சஞ்சயன் திடுமுற்றாகக் கேட்டார்.

"கொண்டமோ?" ஜான் கேட்க,

"ம், ஆணுறை... ஆணுறையடா"

"அண்ணே... படுகில்லாடி நீங்கள் ஆ... அவள் ஆமிக்காரி நிசானியத்தானே அமத்தப்போறியள்?"

வர்மன் ஓரல்கண்ணால் புழுகம் பிடிபடாமல் கேட்டான்.

எனக்குச் சிரிப்பு வந்தாலும் மரியாதை கருதி இப்படி சஞ்சயனுடன் கதைக்கமாட்டேன். மற்றவர்களும்தான். ஆனால் வர்மன் போராளியல்லவே... இவன் ஒரு கட்டாயப் போராளி. ஏதோ மச்சானுடன் கதைப்பது போல சஞ்சயனுடன் கதைத்தான். ஆனால், அவரும் விளையாட்டாகவே அவனைக் கையாளுவார்.

"பயப்படாத, நிசானியும் உனக்குத்தான். மச்சாளும் உனக்குத்தான். உறைய மட்டும் எனக்குத்தா..."

"பகிடி விடாமச் சொல்லுங்கோ... எதுக்கண்ணே...? பின்வீட்டு அவளிட்டயோ? அதுசரி போற வழியில களைப்பாறிப் போகலாம்." வர்மன்.

"மொபைல் ஃபோன் ஒன்டு முதலில உள்ள எடுக்கவேணும். அது இருந்தால்தான் வெளிய தொடர்புகொள்ளலாம். நீங்கள் ஒவ்வொருத்தரும் வெளிய போனாப் பிறகு எங்க போறது எண்டத கதைச்சு ஒழுங்குபடுத்துவியள். ரோட்டில வெளிய இருந்து ஒராள நிப்பாட்டினால் ஆமியின்ர நடமாட்டத்தைப் பார்த்து ஃபோனில உறுதிப்படுத்திறது இன்னும் பாதுகாப்பா இருக்கும். எதுக்கும் மொபைல் இருந்தா பெரிய துணை."

அவர் எங்களைப் பார்த்தார் கண் உயர்த்தி. எனக்கு அது மிக அவசியம் என்றுதான் பட்டது.

"அதுக்கேன் கொண்டம்?" வர்மன்.

"மொபைல் ஃபோன இங்க வச்சிருக்கிறதுதான் சிரமம். கொண்டத்துக்குள்ள அதப்போட்டு தையல் நூலால கட்டி சாப்பாடு கை கழுவிற வாளிக்க மொபைல இறக்கிவிடலாம். மீன்வெட்டு நாள்ல அதை எடுத்துக் கதைச்சு அலுவல் பார்க்கலாம்."

"அண்ணே... உள்ள தண்ணி போகாதோ?" வர்மன் கேட்டான்.

"தண்ணி போனாப் பிள்ளை பிறந்திருமேடா?" ஜான் பொய்க்கோபத்தோடு வர்மனுக்கு அடிக்கப்போனான். வர்மன் கையால் தடுத்துக் குனிய அதுக்குமேல சிரிப்ப அடக்கமுடியேல்ல.

"ஐயே...! ஏன் படுக்கேல?" கீழே முற்றத்தில் வந்த ஆமிக்காரன் குரல் கொடுத்தான். நான் என்ன நாசமடா என்று திகைத்துப் போனேன்.

"சொல்லடா அவனுக்குக் கொண்டம் இன்னும் வரேல்ல... படுக்கேல்ல என்டு" வர்மன் சொன்னான்.

"மீன் வெட்டினம். நித்திரை வரேல்ல" என்று சஞ்சயன் சொன்னார்.

அவனுக்கு விளங்கிற்றோ தெரியாது. அவன் திருப்பிக் கேட்டான்.

"ரொட்டி தியனுவத."

"இல்ல."

அவன் சிங்களத்தில கேட்க இவன் தமிழில சொன்னான்.

"ம்... படுங்க படுங்க... கெதியா வீட்ட போறது."

"என்னண்ணே... இவனுக்குப் பிளான் தெரியுமோ? நீங்க 'செற்' பண்ணிற்றியள்போல, கெதியாப் போவம் என்டுறான்." வர்மன் கேட்டான்.

"நீயே காட்டிக் குடுத்திருவாய் போல இருக்கு." அவன் ரொட்டி தின்னுறம் எண்டு நினைச்சு வந்திருக்கிறான். சரி இனி இருக்கிறது நல்லதில்ல. போய்ப்படுப்பம்."

"கொண்டம் ஆரு எடுக்கிறது?"

"ஃபோன் ஆரு எடுக்கிறது?"

நான்தான் கேட்டேன்.

"சோத்துப் பார்சலுக்குள்ள 'கொண்டத்த' வச்சுக் கொண்டரச் சொல்லுங்கோ... அடுத்த முறை பெரிய கருவாட்டுத் துண்ட சோற்றுக்கு வச்சுக் கொண்டு வரச்சொல்லுங்கோ... செக் பண்ணேக்க அவன் பார்சலப் பிரிச்சுப் பார்க்காட்டிக்கு மற்றமுறை கருவாட்டுக்குப் பதிலா மொபைல் எடுத்திரலாம். யார் செய்யிறியள்?"

சஞ்சயன் பார்வையைச் சுழற்றி சுரேனில் நிறுத்தினார்.

"எனக்கு அண்ணியும் அம்மாவும்தானே பார்க்க வாறவேயள். அவேயளிட்ட கொண்டத்துக்குச் சொல்ல ஏலுமே?" சுரேன் சொன்னான்.

"நான் அத்தையிட்ட சொல்ல ஏலுமோ?" அவன் கேட்ட தினுசில் நாங்கள் சிரிச்சோம். பிறகு அவன் "சரி... நான் எடுக்கிறன். றகீமின்ர அறை அலுமாரிக்குள்ள இருக்கு. களவெடுத்திற்று வாறன்."

நாங்கள் சிரிச்சம்.

"எதையெல்லாம் எங்கே இருந்து களவெடுக்கவேண்டி இருக்கு பார்." மனசுக்குள் யோசித்தேன்.

ஃபோனுக்குச் செட்டிக்குளம் காம்ப்பில இருந்து சுரேனைப் பார்க்க வரும் அண்ணி மூலம் எடுப்பதாய்த் தீர்மானித்தோம். அந்தக் காம்புகள்ல இலங்கைச் செஞ்சிலுவைச் சங்கக்காரரும் அரச சார்பற்ற நிறுவனக்காரரும் களவா ஃபோன் விக்கிறாங்களாம். அதை வாங்கப் பணம் ஏற்பாடு பண்ணுவதாக சஞ்சயன் சொன்னார். அத்தோடு அன்றைய கூட்டத்தைக் கலைத்தோம். போய்ப் படுத்தோம்.

சும்மாவே நித்திரை வராது. இன்று வருமா என்ன?

காற்றுக்கு உலரப்போட்ட உடுப்பு அந்தப் பாழ் கட்டடத்தில் காற்றிலடித்துப் படபடத்துக் கொண்டு இருந்தது. உடையார்கட்டு றோட்டில் மாடுகளும் மனிதர்களும் செத்துச் சிதறியிருந்த பிணங்கள்போல அறையில் கைதிகள் முறுகிப் படுத்திருந்தார்கள்.

16

வெளிக்கொட்டிலில் நடக்கும் உறவுச் சந்திப்பை விடுப்புப் பார்த்துக் கொண்டிருந்தோம். இந்த இடம் பலதுக்கு வசதியானது. மூன்றாம் மாடிக்குப் படிகள் திரும்பும் முடக்கின் வெளிநோக்கி வைக்கப்படாத ஜன்னலுக்கான 'சிமெண்ட்' கட்டில் அமர்ந்திருந்தோம். வேலு அண்ணர் வந்தார்.

"தம்பி பத்து லீட்டர் தண்ணி தரியா? அண்ணன் பாவமடா. இந்த உடம்ப துடைச்சு விடுவம் தண்ணியால..."

"ஆ... அண்ணன் என்ன தருவான் தம்பிக்கு..." ஜான் கேட்டான்.

"கடமையைச் செய்... பலனை எதிர்பார்க்காதே எதுவாயிருந் தாலும்." வேலு அண்ணர் உள்குத்தோடு சொன்னார்.

"ம்ம்... உது கீதையில சுட்ட வசனம். சொந்தமா சொல்லுங்க."

"நீ ஒரு மகத்தான செயலைச் செய்வதுக்கு அதனின்ர பலனைப் பற்றிச் சிந்திக்கக் கூடாது." திரும்பவும் சொன்னார் வேலு அண்ணர்.

"இது விவேகானந்தர் கீதையில சுட்டுச்சொன்னதுபோல." நான் சொன்னேன். எப்படித்தான் ஞாபகம் வந்ததோ தெரியல.

சஞ்சயன் சொன்னார், "கடமையைச் செய்யவோ என்னவோ... விளைவறியா செயலுக்கு வித்திடக் கூடாது. வித்திலேயே விசம் இருக்கலாம்."

"அப்ப கீதை பொய்யா?" வேலு அண்ணர் கேட்டார். இவருக்குக் கீதையின் தத்துவம் மீது குருட்டுப் பிரியம் உண்டு.

"கீதை அதிகாரத்திற்குச் சேவை செய்யும் தத்துவம். அல்லது அதிகாரத்தினால் காலப்போக்கில் தத்துவச் செருகல்கள் கீதையில் நிகழ்ந்திருக்கலாம். 'எண்ணித் துணிக கருமம். துணிந்தபின் எண்ணுவதென்பது இழுக்கு' வள்ளுவம் சொல்லுது. விளைவை எடைபோட்டுச் செயலைத் தொடங்கு. செயலில் நின்று விளைவைக் கண்டு அஞ்சுவது அவமானம்.

விளைவு விசமாகிவிடவும் கூடும்." சொல்லாக இல்லாமல் உணர்ச்சியின் ரேகைகள் முகத்தில் ஓடச் சொன்னார் சஞ்சயன்.

இந்த உள்குத்துக் கதையை வேலு அண்ணர் புரியாமல்... "திருக்குறள்தான் சரி எண்டுறீங்களா?"

கதை மெய்யாகவே இந்தப் பக்கம் திரும்பியது.

"இப்போதுள்ள கீதை அறநூலில்லை. திருக்குறள் சில குறைகள் இருந்தாலும் அறநூல்தான்."

"எப்படி?" என்றார் வேலு அண்ணர்.

"எப்படி என்றால் என்ன சொல்ல? ம்ம்... கீதை வாழ்வின் பற்றறுத்தலை மார்க்கமாக்குது. வள்ளுவம் மனிதன் வாழ்வதற்கான மார்க்கத்தைச் சொல்லுது. பற்றறுத்தல் எப்பிடி வாழ்வின் மார்க்கமாக முடியும்?"

"மார்க்கம் ஆகாதது அறம் இல்லையா?" ஜான் குறுக்கே...

"அறமற்றது மார்க்கமாகாது."

"புனிதவிதையில் நச்சு மரமா?" வேலு அண்ணர்.

"நச்சுவிதையில் புனித மரமா?" சஞ்சயன்

"பற்றறுத்துத்தானே போராளியானனம்?" வேலு அண்ணர்.

"ஐயோ! நிப்பாட்டுங்கடா. பத்து லீற்றர் தண்ணிதானே... அந்தா நீலவாளிக்க இருபது லீற்றர் இருக்கு. கொண்டுபோய் உடன குளியண்ணை தத்துவ வெடில் மணம் உடம்பில... ச்சீ..."

ஜான் குறுக்கே விழுந்து கதையை நிப்பாட்டினான். நாங்கள் பொலிஸ் விடுதியில, சமையல் கட்டில என்று இரவில தண்ணி களவெடுக்கிறது வேலு அண்ணருக்குத் தெரியும். இடையிடையே அவருக்குக் கொடுப்பதும் வழக்கம்தான். வேலு அண்ணருக்கு எங்களில இப்ப சந்தேகமா இருக்கு. கூடி ஏதோ திட்டம் போடுறாங்கள் என்று அந்தாளுக்கு விளங்குது.

ஒரு மாதத்திற்குள் நாங்கள் ஆரம்பக்கட்ட வேலையை அவரவர் முடித்திருந்தோம். உறவு வளர்க்கப்பட்டது. பாதைகள் பார்க்கப் பட்டன. குறடும், கொண்டமும் சொன்னபடி றகீமிடம் இருந்து வர்மன் களவெடுத்து வந்தான். கருவாட்டுப்

பார்சல் வந்தது. பின்னால் கைத்தொலைபேசி வந்தது. வளைமரம்கூட அறைத்தலைவன் விமலை வைத்தே றகீமிடம் அனுமதி பெற்றுக் கொண்டு வந்துவிட்டோம். மழைக்கு மறைப்புக் கட்ட றகீம் மனிதாபிமானம் காட்டுறானாம். வெறும் விசரன். அவனுக்கு முகாம் அதிகாரியிட்ட கேட்காமல் கைதிகள் தன்னிடம் கேட்டதில் பெருமை. இது சஞ்சயனின் திட்டம்தான். இனி அதிகாரி கேட்டால் றகீமைக் காட்டிவிடலாம். பிரச்சினை வந்தால் அவங்களுக்குள்தான் வரும். அப்பிடி நடந்தால் அது மரத்தைவிட எங்களுக்குக் கூடுதல் இலாபமென்று சொல்லியிருந்தார் சஞ்சயன்.

இதுகளைக் கேட்டால் சஞ்சயன் மனிசனுக்குப் பிறந்தானா, நரிக்குப் பிறந்தானா என்று சந்தேகம் வரும்.

மதியம் சாப்பிட்டு வேலு அண்ணரின் இடத்தில் இருந்து வர்மன் வெத்திலை போட்டுக்கொண்டிருந்தான். சஞ்சயனும்தான். உறவுச் சந்திப்பில் களவாய் வேலு அண்ணருக்கு மனிசி வெத்திலை கொடுத்தாவாம். நானும் சுரேனும் போய்க் குந்தினம். மூட்டைப் பூச்சிகள் ஒளியவில்லை. துடையில் கடித்தன. வேறு அறையில் இருந்து மீண்டும் இந்த அறைக்குப் பரவுகிறது போலும். சுடு தண்ணியில் முழுமையாக அழியவும் மாட்டுதுதானே!

கொடுப்பை அதிகம் ஆட்டாமல் வெத்திலையைச் சப்பிய வேலு அண்ணர் தன் எரிகாயத் தழும்பைக் கையில் நீவி விட்டபடி சொன்னார். “தம்பி ஒரு காமசூத்திராவை உள்ளுக்கக் கொண்டு வந்து போட்டமெண்டால் பெடியள் றகீமுக்குப் பின்னால அலைய மாட்டாங்கள். இவங்கட சிந்தனையை மாத்தவேணும்”

“யோவ்... பழசு! அக்கா வந்து பார்த்திட்டு போனவுடன உமக்குக் காமசூத்திரம் கேக்குதோ?” வர்மன் நக்கல் கோபம் கொண்டான். வெத்திலையைக் கொடுப்பில் வைத்தபடி.

“டேய் உனக்கு ஒண்டும் விளங்காதடா நீ கொஞ்சம் உன்ரய அமத்து. தம்பி என்ன சொல்றிங்கள்?”

வேலு அண்ணர் சஞ்சயனைப் பார்த்து விடயதானமாகக் கேட்டார்.

“ம்ம்... நாங்களே காமத்தை விதைக்கிறதா?”

"'பிரியா'வில வக்கிரம் படிக்கிறாங்கள். காமத்தைப் படிச்சா என்ன குறை. வாழ்க்கைக்காச்சும் பிரியோசனப்படுமே. அதைப்பற்றிக் கதைச்சு நேரத்தைப் போக்காட்டுவாங்கள்."

சொல்லிவிட்டு இமைசொருகி யோசிக்கும் சஞ்சயனை ஆர்வமாய்ப் பார்த்தார்.

"ம்ம் ஒண்டு எடுப்பியுங்கோ அண்ணை" சஞ்சயன் சொன்னார்.

"அடி சக்கையெண்டானாம். பழசு! எனக்கு அக்குவேறு ஆணி வேறா சொல்லித்தாறாய். சும்மா... கலக்கிறன் பார்."

வர்மன் பொய்க்குதூகலம் காட்டினான்.

சில நாள்களிலேயே கைமேல் பலன் கிட்டியது. காமசூத்திரா அந்தப் பாழடையும் நிர்வாணக் கட்டடத்தைப் பற்ற வைத்தது. காம விவாதத்தில் எங்கும் நெருப்பு பற்றியது. அனுபவமும் கற்பனையும் மோதிக் கலந்து சொல்லவியலா பிரவாகம் கொண்டது. றகீமோட உறவு வைச்சவங்களைப் பாத்துப் பாத்து விடுதலைக்கு வழிதேடித் தங்களையும் கழுவிகளாக்கிக் கொண்டிருந்த கைதிகளின் நிலையில் கொஞ்சம் மாறுதல் ஏற்பட்டது போலத்தான் தோன்றியது. ஆனால் திகைப்பு என்னவென்றால் சஞ்சயன் 'பிரியா'வைத்தான் தீவிரமாகப் படிக்கிறார். பிரியாவின் 'கடிதம்விடு தூது' பக்கத்திற்குக் களவாய் ஆக்கமும் எழுதுகிறார்.

யாரையும் இன்றுவரை சந்திக்க உள்ளே எடுக்காத மனிசன் - அவர்தாம் சஞ்சயனைச் சொல்கிறேன் - தன் முழு வெளித்தொடர் பாடலையும் றகீம் ஏற்படுத்திக் கொடுத்த 'பிரியா' மூலம் வைத்துக் கொண்டார். இங்கிருந்து தப்புவதற்கு அடுத்த கட்டம், தன் வழியின் மீதித் திட்டத்திற்கும் அவரது தொடர்பாடல் பிரியா பத்திரிகைதான். மேகலா என்ற பெயரில் வந்த கடிதத்தைக் காட்டினார். அதில் இப்படி இருந்தது.

"உங்களுக்காக நானும் என் கணவன் வீட்டிலிருந்து தப்பியோடி வருவதற்கு முடிவு செய்துவிட்டேன். இரண்டு வாரத்தின் பின் நீங்கள் சொன்னால் எப்பொழுதும் வெளிக்கிடுவேன். நீங்கள் உங்கள் மாமா, மாமி வீட்டைக் கைவிட்டு வரவேண்டும். என் சிநேகிதி ராஜி வீட்டில் சில நாள் தங்க சம்மதித்துள்ளார். புதுவாழ்வுக்குக் காத்திருங்கள். நீங்கள் என்னைச் சேரும்

நாளுக்காய்க் காத்திருக்கிறேன். இனி நீங்கள் இந்த இலக்கத்திற்கே என்னைத் தொடர்புகொள்ளுங்கள். *075412355.*”

இந்தக் கடிதத்தைப் பொருள் மாற்ற எனக்கு அதிக நேரம் பிடிக்கவில்லை. தொடக்கம் நீக்கப்படவேண்டிய போலி, மிகுதியைப் புரிந்துகொண்டேன். இரு வாரத்தில் எல்லாம் தயாராகிவிடும். ராஜி வீட்டில் இவரைத் தங்க வைக்க ஏற்பாடாகி உள்ளது. அது எங்கே? தெரியவில்லை.

சஞ்சயன் வனஜா என்ற பெயருக்கு வசி என்ற பெயர்கொண்டு எழுதி பிரசுரமாகிய கடிதத்தைக் காட்டினார்.

‘அடியே வனஜா,

நினைத்தாலே மண்டையில் கிறுக்கேறுதடி. நீ தரும் சுகம்போல் வாழ்க்கையில் எதுவும் எனக்குக் கிடையாதடி. விரைவில் கட்டிலில் ஏறி உன்னோடு பறக்கத்தான் போகிறேன். உனக்கு முதலிரவில்லை இது. ஆனால் எனக்கு இதுதான் முதலிரவு. முதல் பறப்பு, பதட்டமாகத்தான் இருக்கிறது. நீ எல்லாவற்றையும் சொல்லித் தருவாயல்லவா? என்னை கூட்டிப் பறப்பாயல்லவா? உன்னையே சரணடைந்தேன். எல்லாவற்றையும் கற்றுத்தா. காசு கொடுத்து ஒரு கள்ளப் பெயரில் திருமணச் சான்றிதழ் எடுத்துவிடு. விடுதியில் விபச்சார கேஸ்-இல் பொலிஸ் பிடித்தால்... காட்டிக்கொடுக்கப் பல பேர் உண்டு. கவனம் வேண்டும். இது என் சொந்த கைத் தொலைபேசி எண் 0754123444. ஆனாலும் நீ எடுக்க வேண்டாம். மெசேஜ் போடு. நான் எடுக்கிறேன்.”

“ப்பா... பின்னி விட்டானய்யா... கடிதத்தில் காமம் ததும்புது. ஆனால் பொருள் புரிந்தது எனக்கு. வெளிநாடு தப்புவதுதான் திட்டம். அதற்கு கள்ள ‘பாஸ்போர்ட்’ எடுத்து வைக்கச் சொல்கிறார். வனஜா ஏஜென்டாக இருக்கலாம். அவனையும் கூடவே தன்னுடன் வரவேண்டும் என்று வற்புறுத்துகிறார். ஆனால், எனக்கொரு சந்தேகம் எழுந்தது. நான் கேட்டேன். ‘... ஃபோன் நம்பர் இப்பிடி பேப்பரில வந்தா... யாரும் எடுத்துத் தொல்லை குடுக்காங்களோ?”

“வடிவா கவனிச்சீங்களா? முதல் வாற 7க்குப் பிறகு வரும் இரண்டு இலக்கத்திலயும் இலங்கையிலயே ஃபோன் சேர்வீஸ்

இல்லை. இந்த இரண்டு இலக்கத்திற்கும் பதிலா இரண்டு ஏழு போட்டால் 'டயலொக்' நம்பர் சரியாயிடும்."

"ஓ..." நான் ஏங்கிப்போனேன். கடிதங்கள் பறந்தன. இது றகீம் தந்த திறப்பால் திறந்த வாசல். மழைக் காலமும் முடிந்துவிட்டது. முன்னர்போல வானம் எப்போதும் மூட்டம் கட்டியிருப்பதில்லை. ஆனால் புழுக்கம் தொடங்கிவிட்டது.

கொழும்பில் இருந்து வந்த விசேட விசாரணைப் பிரிவொன்று எங்கள் சிறை முகாமில் பதினாறு பேரை மட்டும் எடுத்து நாள் முழுதும் விசாரித்தது. அதில் ஒருவன் எங்கள் ஜான். எங்களுக்குப் பதட்டமாக இருந்தது. அச்சம் என்பது தாக்கும்போது அது உடலைக் கூட எப்படி சக்தி இழக்கச் செய்துவிடுகிறது என்பதை உணர்ந்துகொண்டிருந்தேன். இறுதியில் அதில் நால்வரை மட்டும் கொழும்பிற்குக் கூட்டிப்போனார்கள். அதில் ஜானும் இருந்தான்.

என்ன நடக்கப்போகிறது என்று தெரியவில்லை. என்ன விசாரணை? ஏன் அழைத்துப் போனார்கள் என ஏதும் அறிய முடியவில்லை. விசாரிக்கப்பட்ட கைதிகள் வாய் திறக்கவே அஞ்சினார்கள். அது மேலும் பீதியூட்டியது. அவர்கள் எவருடனும் எங்களுக்கு உறவும் இல்லை. ஜான் காட்டிக்கொடுத்து விடுவானா என்று வேறு நடுக்கமாய் இருந்தது. சுரேன் சினந்து விழுந்தான் என்மேல். "ஜானை நம்பலாமா என்று அப்பவே எச்சரித்தேன்" என்றான். நாங்கள் படியில் நிற்பதைத் தவிர்த்தோம். எங்கள் கதைகளை மீன்வெட்டும் தளத்தில் அனேகமாக வைத்துக்கொண்டோம். படிகளில் கழுவி வண்ணன், கைலாசு போன்றவர்களை இணைத்து வப்புக் கதை பேசினோம். காமம் போலக் கவர்ச்சியாய் விற்பனையாகும் பொருள் வேறு எதுவும் இல்லை போலும். சரியான கூட்டம். ஆனால் எங்களைப் பதட்டம் தின்று கொண்டிருந்தது.

கூட்டிப்போன நாலுபேரையும் பற்றி அறைகளில் வேறுவிதமான கதைகள் முளைத்தன. ஜான் நிதித்துறையில் ஒரு பொறுப்பாளன். நிறையக் காசு வைச்சிருப்பான். கொழும்பில் காசு கொடுத்து அலுவல்பார்த்து விசாரணை என்ற சாக்கில் விடுதலை செய்யக் கொண்டு போயிருக்கக் கூடும் என்று. இந்தக் கதைக்கு வலுவூட்டுவதாய் நால்வரில் இருவர் நிதித்துறையில் இருந்தவர். இருவர் நிர்வாகச்சேவையில்

இருந்தவர்கள். நால்வரும் நிதியோடு சம்பந்தப்பட்டவர்கள். சஞ்சயன் உட்பட நாங்களும் இதை நம்பத்தான் செய்தோம்.

சுரேன் கேட்டான் "மாட்டுறதுக்கு முதல் இப்பவே தப்பிடலாமா?"

"வெளிய போய் அடுத்தது என்ன திட்டம்? வெளிய பிடிபட்டால் சீவிய காலத்திற்கும் பிறகு சிறையிலதான்..." சஞ்சயன்.

"வெளிய போய் யோசிக்கலாம்."

"நான் வரேல்ல." சஞ்சயன் கதைக்கு முற்றுப்புள்ளி வைத்தார்.

பிறகு சுரேன் என்னிடம் தனியாகச் சமையற்கட்டில் கதைக்கும்போது சொன்னான். "இந்தாள் தேர்தல் வரும். தன்னை விடுதலை செய்வாங்கள் எண்டு நம்பி இழுத்தடிக்குது. நாங்கள் பேசாமல் தப்பிப்போவம்."

நானும் இந்தக் கதையால் குழம்பித்தான் போனேன். இருந்தாலும் சஞ்சயன்தான் இந்தத் திட்டத்தை வகுத்தது. அவர் இல்லாமல் இதைச் செய்ய நான் விரும்பவில்லை. அல்லது துணியவில்லை.

இரண்டு நாளில் சஞ்சயன் உறுதியாக நம்பினார், ஜான் காசு கொடுத்துத் தப்பிப்போக அலுவல் பார்க்கவில்லை என்று. விசாரிக்கப்பட்ட எல்லாரும் இயக்கத்தில் நிதியோடு சம்பந்தப்பட்டவர்கள். எடுக்கப்பட்ட விசாரணைகளை அடிப்படையாக வைத்து நிதியோடு சம்பந்தப்பட்டவர்களைத் தேடி வருகிறார்கள். வேறு தடுப்பு முகாம்களிலும் இது நடந்ததை 'பிரியா'வின் மூலம் பின்னர் உறுதி செய்துகொண்டார் சஞ்சயன். தன் பிள்ளையின் பிறந்தநாள் என்று சொல்லி பேப்பர் வாங்கித் தரும் பொலிஸ் இன்ஸ்பெக்டரிடம் இரண்டாயிரம் ரூபா கொடுத்து தண்ணிப்பார்ட்டி வைக்கச் சொன்னார். அப்படியே அன்று இந்த விசாரணை அழைப்பு ஏன் என்றும் அறிந்து வந்துவிட்டார்

இப்போது திட்டம் முறிந்துவிடுமோ என்ற அச்சத்தில் அவரவர் கட்டிய கற்பனைகள் 'பூமராங்' போல அவரவரைத் திருப்பித் தாக்கின. வாழ்வில் எதிர்பார்ப்புகள் இல்லை என்றால் ஏமாற்றமும் இல்லை. விடுதலையை எதிர்பார்த்துவிட்டு அது சொதம்பிப்போகும்போது மனம்

நொறுங்கிவிடுகிறது. விடுதலையை மட்டுமா மனதில் வளர்த்தேன். என்றோ விட்டுவந்த என் காதலல்லவா மனதில் சன்னதம் கொண்டாடுகிறது. போராளியாகியபின் நான் காதல் குறித்து இத்தனை தீவிரமாய்ச் சிந்தித்ததில்லை. உயிரைப் பணயம் வைக்கும் போர்க்களத்தில் இயல்பு வாழ்வுக்குத் திரும்ப முடியும் என்ற எதிர்பார்ப்பு இருந்ததில்லை. போர் என் மென்னுணர்வைத் தின்று விட்டிருந்ததே! ஆனால், இப்போது இப்படி வாழ்வொன்று வருகிறது என்றவுடன் என் பிரிய காதலியைத் தவிர வேறெதுவும் மனதில் தங்குவதாயில்லை. இத்தனை நாள் அவள் இயல்பு வாழ்வில் இருந்து எத்தனை துன்பத்தை அனுபவித்திருப்பாள்? ச்சா... தப்புப் பண்ணிவிட்டேனா?

சமூகக் கடப்பாடு பற்றிய கரிசனை ஒருவரை நிர்வகிக்கத் தொடங்கிவிட்டால் அவனால் போராளி ஆகாமல் இருக்க முடியாது. ஆனால் போராளியான ஒருவன் பற்றிப் பிடிக்கும் பணி மீதான ஆர்வம் அவனை நிர்வகிக்கத் தொடங்கிவிட்டால் பிறவற்றின் மீதான மெய்மையை அவன் பகுத்தறிய முடியாதவனாகிவிடுகிறான் போலும். மொத்தப் பேருக்கும் பொருந்திப் போகக் கூடிய அனுபவம் இது.

“ஜனாதிபதி தேர்தல் எப்ப மட்டில வரலாம்?” சஞ்சயனிடம் கேட்டேன். தண்ணி எடுக்க வரிசையில் நின்றோம். அவர் தன்னை நான் சந்தேகம் கொள்வதைப் புரிந்து அதைப் பார்வையால் காட்டி “மிஞ்சிப்போனால் இன்னும் ஒரு மாதத்தில் வரலாம்” என்றுவிட்டுத் திரும்பினார். மேற்கொண்டு கதைக்கவில்லை. வரிசையில் சில கமூவிகள் நிறகிறார்கள்.

தண்ணீர் பிடிக்கும் இடத்தில் சிந்திய தண்ணீரால் சேறும் சகதியுமாய் இருந்தது நிலம். சஞ்சயன் அந்தச் சகதியில் தன் ஊன்றுகோலை ஊன்றாமல் தூக்கிப் பிடித்து நின்றார். காக்கைகள் சமையல்கட்டில் மொய்த்துப் பறந்தன. அவற்றிற்குப் பொறுக்கித் தின்ன அங்கு ஏதாவது எப்போதும் இருக்கும்.

ஜானைக் கூட்டிப்போய்ச் சரியாக ஏழாம் நாள் ஜான் திரும்பிவந்தான். மற்ற மூவரும் கூட வந்தனர். அப்பாடா! எனக்கு நிம்மதியாக இருந்தது. சுரேன் சந்தேகத்தைக் கிளப்பினான். அவ்வளவுதான் எல்லோருள்ளும் நெளியும் புழுவாகச் சந்தேகம் உள்ளிறங்கியது. அதை மறைக்க

இயலவில்லை. நண்பர்களின் சிநேகத்தைச் சந்தேகித்தால் என்னதான் திறமையிருந்தாலும் அதை மறைத்துவிட முடியாது.

"என்ன, என்னைச் சந்தேகப்படத் தொடங்கிற்றீங்களா?" கேட்டுக்கொண்டே தலையைக் குனிந்து ஆட்டினான் ஜான்.

"சரி விடுங்க."

"இல்லையடா... நீ ஏன் சும்மா..."

வராத வார்த்தைகளால் மறுக்க முயன்று தோற்றேன். மீன்வெட்டி இடைநேரத்தில் தேநீர் குடித்துக்கொண்டிருந்தோம். அவன் நடந்த கதையைச் சொன்னான்.

விசாரணை நிதியைப் பற்றித்தான் இருந்ததாம். பாதுகாப்பு அமைச்சரின் சிறப்பு விசாரணைப் பிரிவாம். எல்லாத் தடுப்பு முகாமில இருந்தும் கைதிகளை எடுத்துத் தீவிரமா ரகசிய விசாரணை செய்யிறாங்களாம். ஒருவர் கொடுக்கும் வாக்குமூலத்தை வைத்து மற்றவர்களைக் கண்டுபிடித்து விசாரிக்கிறார்களாம்.

அரசாங்கத்தை நடத்தும் அரசியல்வாதிக் குடும்பம் இயக்கத்தின் திரண்ட சொத்துகளைக் கண்டுபிடித்துத் தங்கள் பரம்பரைக்கான கறுப்புப் பணமாக்கிக் கொண்டிருந்தனர். அவர்களின் பல தலை முறைகள் கோடீஸ்வரராக வாழப் போதுமானது இந்தச் சொத்து.

ஜான் வந்த மூன்றாம் நாள் கீழ்த்தளத்தில் இருந்த ஒருவன் றகீமிடம் போய் தனக்கு இரண்டு கோடி ரூபா பணம் தாட்டு வைத்த இடம் தெரியும் என்றும் தன்னை விடுதலை செய்வீர்களா காட்டித் தருகிறேன் என்றானாம். இதை றகீம் ஒவ்வொரு அறையாகக் கழுவிகள் மூலம் கசியவிட்டான். மற்றவர்களும் இப்படி வரட்டும் என்று விரும்பினான். சில நாளில் றகீமின் மேலதிகாரிகள் வந்து அந்தக் கைதியைக் கூட்டிப்போனார்கள். போன கைதி திரும்பி வரவில்லை. விடுதலை செய்யப்பட்டிருப்பான். இது மற்றைய கைதிகளையும் ஊக்கப்படுத்தியது.

"ம்ம் பல்லுள்ளவன் பகோடா தின்றான். எங்களுக்குப் பப்படம்தான்." வர்மன் சலித்துச் சொன்னான்.

“ச்சா... என்னட்ட கொஞ்சம் காசு இருந்தது. தோள் ‘பாக்’கோட கீழ போட்டுட்டு வந்திட்டன்.” சுரேன் வாயைப் பிதுக்கிச் சொன்னான்.

“எவ்வளவு இருக்கும்?” ஜான் கேட்டான்.

“தெரியேல்ல... கனக்க வரும்.”

“உன்னட்ட எப்பிடி காசு வந்திது?”

“கடைசியா தலைவரைக் கூட்டிப்போற சண்டை ரீமில இருந்தன். கடக்கரையில வைச்சு எல்லாரிட்டயும் கொஞ்சக் கொஞ்சக் காசு பிரிச்சுத் தந்தாங்கள். தப்பிக் காட்டுக்குள்ள வாற காசு கொஞ்ச மெண்டாலும் உதவும் எண்டு. நான் ரீம் லீடர் என்றபடியால் கொஞ்சம் வெளிநாட்டுக் காசு ஒரு உறையில போட்டுத் தந்தாங்கள்.”

“ச்சா... ஏனடா கீழ போட்டனி? கொண்டுவந்து ஓமந்தையில காசு குடுத்து நழுவியிருக்கலாம்.”

“அந்த நேரம் இத யோசிக்க ஏலுமே. பதினாறாம் திகதியும் பதினேழாம் திகதி இரவு முழுதும் நந்திக்கடலில் நின்று விடிய திருப்பி கரைக்கு வந்தம். கூட வந்த ஒரு பொறுப்பாளரிண்ட மனிசி கடலில குளிர் தாங்காமல் விழுந்திட்டா... தூக்கிக்கொண்டு வந்தம். மற்ற அணி நகர்ந்த இடத்தில அனேகமா எல்லாரும் செத்தாச்சு. எங்களிலயும் மூன்றுபேர் காயம். ஓராள் கடலில இறங்கேக்கையே முடிஞ்சு. மிச்சம் அஞ்சுபேர். கரைக்கு வந்ததும் விழுந்து படுத்திட்டம். முடியேல்ல. கொஞ்சம்கூட முடியேல்ல. மூன்று நாளா கடலுக்க போறதும் வாறதும்... ச்சா இனி ஏலா. சாவம் என்றிருக்க அந்தக் கரைக்கு தளபதி ஒருவர் வந்தார். நெஞ்சுக்காயம். கட்டுப்போட்டிருந்தார். ‘தம்பியவை ஆமி கரைமுழுதும் வந்திட்டான். போங்கடா எங்கயாவது.’ என்றார். எங்க போறது? பின்னேரம் எழும்பிக் கரையோரமா நடந்தம். எங்க ஆமி என்று தெரியேல்ல. போர்க் காடு மாதிரி அந்தக் கண்டல் நிலம் இருந்தது. பிணங்களும், சிதறின பொருட்களும் நிலத்தை எரித்துக் கிண்டிவிட்ட செல்லுகளும்... துவக்கைத் தவிர எல்லாத்தையும் கீழ போட்டிட்டு நடந்தம். ஆமியக் கண்டம் சில மீற்றர் தூரத்தில. நாங்களும் சுடேல்ல. அவனும் சுடேல்ல. இரவாகிற்று கைது செய்யப்பட்ட எங்களைக்

கைகட்டி வச்சிருந்தான். அவங்களுக்குள்ள வாய்த் தர்க்கம். சுடுறதா... இல்லையா... என்றாக்கும்.

"ஒருவன் மற்றவர்களை அடக்கி எங்களை விடியக் கூட்டிக் கொண்டு வந்து அதிகாரிகளிட்ட குடுத்தான். அவ்வளவுதான்."

அடுப்பைச் சுத்தி இருந்து இந்தக் கதையோடு தேத்தண்ணி குடிச்சு முடிக்க ஆமிக்காரன் அந்த வழியால் போனான். எழுந்து கலைந்து மீன்வெட்டப் போனோம்.

பணத்தோட அருமையை இப்போதான் புரிந்துகொண்டோம். மட்டக்களப்பில் இருந்து காதுத்தோட்டைக் கழட்டி விற்று பிள்ளைகளைப் பார்க்க வருகுது குடும்பம். அன்றாடம் காய்ச்சி சனங்களிடம் பெண்களின் தோட்டைத் தவிர ஏது சேமிப்பு? வந்த சனத்தின்ர ஃபோனை உள்ள கொண்டுவரக் கூடாதென்று முன் வீட்டில வைக்கச் சொல்றான் றகீம். அருகே இருக்கிற அந்த வீட்டுச் சனம் அதுக்கு இருபது ரூபா வாங்குதுகள். இந்தத் திட்டம் றகீமினுடையதுதான். அதில் பத்து ரூபா றகீமுக்கு. பிறகு அங்க போய் அந்த ஃபோன் நம்பரை எடுத்து வைத்துவிட்டு அந்த சனங்களிட்ட ஃபோன் பண்ணி படுக்க வரியா என்று கேக்கிறான். 'ம்ம்...' பூனை ஒன்று மீன் தின்று வயிறு நிறைத்துவிட்டு ஒரு சாங்கமாய்க் கத்தித் திரிந்தது இரவின் அமைதியைக் கிழிப்பதாய்! அதன் குரல் காதுகளைக் கூசியது.

மீன்வெட்டி முடித்து மற்றவர்கள் குளிக்கப்போக மீண்டும் நாங்கள் திட்டத்தில் தீவிரமானோம். சமையல் கட்டு வெடிபாலனிடம் வர்மன் கேட்டு அவன்ர 'வோர்க்மன் செற்'றை இரவில் மீன் வெட்டும்போது கேட்பதற்கென்று வாங்கியிருந்தான். வெடிபாலனுக்கு அந்தச் சலுகை இருந்தது. கழுவிக்கும் கழுவிக்கும் உள்ள உறவால் வர்மன் அதைப் பெற்றுக்கொண்டான். அடிவிழுந்த பிறகுதான் வெடிபாலன் வர்மனுடன் நல்லுறவு. 'வோர்க்மன் செற்'றினுடைய 'இயர்ஃபோனை' எங்கள் காதில் மாட்டிக்கொண்டு துண்டு மீன்களை மேலும் நறுக்குவதாய்ப் பாவனை பண்ணியபடி எங்கள் மொபைலில் அவரவர் வெளியே கதைத்தோம். பாட்டுக் கேட்பதாய் மற்றவர்கள் நினைத்தனர். வர்மன் எப்போதும் தன் மச்சாள்காரியோடு சில்மிசம்தான் கதைத்தான். சஞ்சயனுக்குக் கோபம் பொத்துக்கொண்டு வரும்.

ஆனால், வர்மன் எங்களுக்கு வேண்டும் என்றார். கழுவியாக அடையாளம் காணப்பட்டவன் எங்களோட இருக்கிறது எங்களுக்குப் பலமும் பாதுகாப்பும் என்றார். இவன் இல்லை என்றால் இந்தளவுக்கு நாங்கள் இங்க இயங்க முடிந்திருக்காது என்றார். அது முற்றிலும் உண்மைதான்.

நாங்கள் அந்த மொபைலைப் பயன்படுத்தி வெளித் தொடர்புகளை ஏற்படுத்தித் தப்பிப்போன பின்னர் ஆகவேண்டிய காரியங்களைக் கவனித்தோம். சில நிமிடங்கள்தான் கதைக்க முடியும். ஆனால் வேண்டியது எதுவோ அதை செய்துமுடிக்கவும் வேண்டும். உள்ளூர அச்சமும் உற்சாகமும் ஊர்ந்து அலைந்தன.

சஞ்சயன் சொல்லி இருபது நாள்களிலேயே ஜனாதிபதி தேர்தல் அறிவிப்பு வந்தது. எனக்கு ஆச்சரியமாகத்தான் இருந்தது. சஞ்சயன் பதட்டமாக இருந்தார் இந்த நாள்களில். நானும்தான்... அவர் சொன்னதுபோல சிலரை விடுதலை செய்வார்களா? அவருடைய பெயரும் வந்துவிடுமா? மனதில் தவித்தேனாக்கும். ஊன்றுகோலின் மீது கொஞ்சம் சினமும் வந்தது. சுயநலம் யாரைத்தான் விட்டது?

உள்ளூறையும் சுயத்திற்கும் வெளியே காட்டிக்கொள்ளும் பாவனைக்கும் உள்ள இடைவெளி சாதாரணமானதல்ல.

இதற்கிடையில் சுமந்திரன் டொக்டர் மூலம் மிலிட்டரி டொக்டர் வரவும் சஞ்சயன் ஆஸ்பத்திரிக்குப் போக அனுமதி பெற்றார். காலில் உள்ள காயம் காரணமாக உள்ளே ஒரு கட்டி இருந்தது அவருக்கு. அதுபற்றிய முழு விளக்கத்தைச் சுமந்திரன் டொக்டர் மூலம் பெற்றுக்கொண்டார். ‘நியுரோலமா லம்ப்’ என்று சொல்வதாம் அதை. அது நரம்பில் உருவாகும் கட்டு. அது உச்சவலியைத் தரக்கூடியதுதான். அதைச் சத்திர சிகிச்சை மூலம் அகற்றிவிட்டால் சரியாகிவிடும் என்பதை அறிந்து வைத்திருந்தார். இரவுகளில் வலியால் துடிப்பதுபோல சில காலமாக நடித்துவந்தார். டொக்டரிடம் மருந்தெடுத்தார்.

இறுதியில் மிலிட்டரி டொக்டரை நம்பவைத்து அனுமதி பெற்றார். ஆனால் கடற்கரையில் நண்டு வரைந்த சித்திரத்தை அலை அள்ளியதுபோல் சத்திர சிகிச்சை நிபுணர் இப்போது அதை அகற்றவேண்டிய அவசரம் இல்லை என்று கூறி

அனுப்பிவிட்டார். ஆனால் சஞ்சயன் சோர்ந்ததாயில்லை. "கிளினிக் கொப்பி போட்டாச்சு... ம்... பாப்பம்..." என்றார்.

நான் சந்தோசப்படுகிறேனா... துக்கமடைகிறேனா இதனால்...? எனக்குள்ளும் ஒரு போக்கிரி மனம் சூதானமாய் இருக்கிறதோ...?

மறுபடியும் சில நாளில் வர்மன் மூலம் கிளினிக் கொப்பியைக் களவாக ஆஸ்பத்திரிக்கு அனுப்பினார். வர்மனை ஆமிக்காரர் சந்தேகிப்பது குறைவு. அவன் முக்கியமான கழுவி இந்த முகாமில். வர்மன் அதை, தான் அடையாளம் கண்ட தமிழ் டொக்டரிடம் கொடுத்து இந்தக் கைதி வலியால் அவதிப்படுகிறார், சிகிச்சைக்கு வார்ட்டில் அனுமதிக்க எழுதித்தர முடியுமா என்று கேட்டிருக்கிறான். டொக்டர் கூர்ந்து தன்னைப் பார்த்தாராம். பிறகு தன் உதவியாளர்களைக் கடைக்கண்ணால் பார்த்துவிட்டு எழுதினாராம். இதில் ஏதோ உள்குத்து இருக்கிறது என்று சொல்லி உதவ நினைத்தாரா? இல்லை. இரக்கம் கொண்டாரா என்று தெரியவில்லை. அடுத்த மாதம் ஒன்பதாம் திகதி சத்திர சிகிச்சைக்கு எழுதிவிட்டார்.

இவரை வர்மன் அடையாளம் கண்டது சுவாரசியமான கதை. வர்மன் தன் கைக்காயத்தைச் சரிப்படுத்த இந்த டொக்டரிடம் போனபோது அவர் முந்திக் கேட்டிருக்கிறார். 'கையைச் சரிப்படுத்தித் தாறன். திரும்பியும் துவக்கு தூக்குவியா?' என்று. வர்மன் பயந்துபோய் 'இல்லை. நான் ஏன் தூக்குறன்?' என்றானாம். 'அப்ப உனக்கு எதுக்குக் கை? இருக்கட்டும் போ' என்று சொல்லிச் சிரித்தாராம். இவனும் சிரித்திருக்கிறான். இப்படித்தான் வந்தது இந்தத் தொடர்பு.

அடுத்த மாதம் ஒன்பதாம் திகதி என்று கொப்பியிலிருக்க, இரண்டு நாளில் வந்த இந்த ஒன்பதாம் தேதியில் போவதாக அதிரடியாக அவர் எடுத்த முடிவு ஆச்சரியமானது. அனுமதித்த அதிகாரிகள் எவரும் திகதியை சோதித்தனரே தவிர மாதத்தை கவனிக்கவில்லை. முதலில் மிலிட்டரி டொக்ரர், பிறகு இரவு எண்ணிக்கை சோதனையிட வரும் அதிகாரி, காலையில் றகீம், இது போதாதற்கு ஆஸ்பத்திரியில் வார்ட்டில் அனுமதிக்கும் டொக்டர், வார்டுக்குப் பொறுப்பான டொக்டர், வார்டில் பதியும் நர்ஸ் என யாரும் கவனிக்கவில்லை. கேவலம் சத்திரசிகிச்சை நிபுணரும் அன்று பின்னேரம் பார்த்தும் கவனிக்கவில்லை. அங்குதான் சஞ்சயனுக்குப் போதாக்காலம் காத்திருந்தது.

அன்று இரவே சஞ்சயன் 'தியேட்ட'ருக்கு எடுக்கப்பட்டு சத்திர சிகிச்சை மூலம் கட்டியை நரம்பிலிருந்து அகற்றிவிட்டனர். நரம்பில் செய்யப்படும் சத்திர சிகிச்சை என்பதால் மயக்கம் தெளியவும் நெடுநேரம் ஆகிற்று. மறுநாள் அதன் வலியைத் தாங்கிக்கொள்ள சஞ்சயனால் முடியவில்லை. எழுந்து நிற்கவே முடியாத நிலை. நடப்பது எப்படி? அங்கிருந்து தப்பி ஓடுவது எப்படி? அடுத்த பிரச்சினை ஆஸ்பத்திரிக்குக் கொண்டு செல்லப்பட்ட இவருக்குத் தெரிந்த ஒரு போராளிக் கைதி அங்கிருந்து தப்பிவிட்டான். முகாமில் அதிகாரிகள் இதைக் காட்டிக்கொள்ளவில்லை. ஆனால் றகீம் மறைமுகமாக அவனது நண்பர்களை அழைத்து இரவும் பகலுமாக விசாரித்தான். அச்சுறுத்தினான்.

இந்தச் சம்பவத்தால் ஆஸ்பத்திரியில் அரச அனுமதியோடு கைதிகளுக்குத் தனியான 'வார்ட்' உருவாக்கிக் கூடுதல் ஆர்மியை பொலிசைப் போட்டுப் பாதுகாத்தனர். இராணுவம், சிவில் உடையில் நின்றது. யாரும் நோயாளியைச் சந்திக்க வரமுடியாது. முன்னர் பக்கத்துக் கட்டில்காரனை பார்க்க வரும் சாக்கில் கைதிகளை உறவினர் வந்து சந்தித்துவிட்டுப் போய்விடுவர்.

இந்த முயற்சி என்ன இருந்தாலும் எனக்கு எரிச்சலை ஊட்டியது. ஆனால், நானும் தனியான திட்டத்தைப் பற்றி அடிக்கடி எண்ணிவந்த நினைவு குற்றவுணர்வாகக் குமைந்தது. இங்கு யாரையும் நம்ப முடியாத சூழல் உருவாக்கப்பட்டிருக்கிறது. அவரவர் உயிருக்கு அவரவரே பாதுகாப்பு. ஆனால் சஞ்சயன் உண்மை சொன்னார். அந்த நேர்மை எனக்குப் பிடித்திருந்தது. இல்லாவிட்டால் எங்களுக்கு ஆஸ்பத்திரி போனதற்கு சப்பைக்கட்டு காரணத்தைச் சொல்லியிருக்க முடியும். அவரால் தப்பிக்க முடியாது போனாலும் அங்கிருந்த நாள்களைப் பயன்படுத்திச் செட்டிக்குளம் தடுப்பு முகாமில் இருந்த அவரது மனைவி பிள்ளைகளை வெளியே எடுத்து மலேசியாவுக்கு அனுப்பி வைத்துவிட்டாராம். அங்கு வேலைசெய்த 'நர்ஸ்' இவரது சிறுவயது பள்ளித்தோழன். அவன் இவரை வார்ட்டில் ரத்து செய்யப்படாத நோயாளியாக வைத்திருக்க உதவினான்.

சஞ்சயனின் இந்த முயற்சி எரிச்சலூட்டினாலும் இவர் மூலம் தப்பிப்பது நம்பிக்கை தருவதாய் இருந்தது. ஆனாலும்

இந்த நம்பிக்கைக்கும் இடிவிழுந்த செய்தி ஒன்று வந்தது. கைதிகள் சிலரை விடுதலை செய்வதற்கான பெயர்ப் பட்டியல் அதிகாரிக்கு வந்திருக்கிறதாம். மனம் சஞ்சயனின் பெயர் அதில் இருக்கக் கூடாது என்று ரகசியமாய் ஓலம் போட்டது என்னுள். கேவலம் இது. ஆனால் இது கேவலம் என்று எனக்குத் தெரியும், என் மனதிற்குத் தெரியவில்லையே! நான் என்ன செய்ய? என்னுள் எத்தனை பேர் இருக்கிறார்கள் என்று சிலவேளை எனக்கே தெரியவில்லை.

அறுபத்து ஒரு கைதிகளின் பெயர் வந்தது. அதில் சஞ்சயனின் பெயரும் இருந்தது. மனசில் பொங்கும் சந்தோசத்தை மறைக்க முடியாமல் ஊன்றுகோலில் துள்ளி நடந்து உலாவினார் சஞ்சயன். அதை நிலத்தில் ஊன்றும் விதத்தில்தான் எத்தனை மாறுபாடு. இந்தக் கட்டத்தில் என் காதலி என் நினைவுக்கு வந்தாள். இரவுகளில் உறங்கவிடாமல் கதைத்தாள். ஆனால் கனவல்ல. அவளைப் பார்க்கும் நாள் கைநழுவிப்போகிறது என்பதாலா?

நான் அவள் இங்கு வந்து என்னைப் பார்த்தால் எப்படி இருக்கும் என்று கற்பனையில் மோசமாக ஆசையுற்றேன். அதற்கு எந்த யோக்கியதையும் அற்றவன் நான் என்ற எந்தச் சிந்தனையும் இல்லாமல் அவள் எனக்காகக் காத்திருக்கவேண்டும் என்று விரும்பினேன். சின்ன வயதில் சினிமா தந்த சீழ்பிடித்த சிந்தனையா இது?

ஆனால், சஞ்சயன் நாங்கள் தப்பிப்பதற்குத் தன்னால் முடிந்த அனைத்து ஏற்பாட்டையும் செய்வதாய்ச் சொன்னார். தாங்கள் இங்கிருந்து ஏற்றப்பட்டவுடன் எங்களைத் தப்பிக்குமாறும் சொன்னார். உண்மையில் முன்னரைவிடத் தீவிரமாகப் பல அலுவல்களைப் பார்த்துத் திட்டத்தைக் கூர்மையாக்கிக்கொண்டிருந்தார்.

இந்தக் கட்டத்தில் எண்ணெய் திரள தாழி உடைந்த கதை ஒன்று வந்தது சஞ்சயனுக்கு. இயக்கத்தில் ஏழு வருடத்திற்கு மேல் உறுப்பினர்களாக இருந்தவர்களை மீள் விசாரணை செய்யத் தெரிவு செய்யும் அதிகாரம் றகீமுக்கு வந்தது. விடுதலையாகும் பெயர்களில் யாராவது இருந்தால் அவர்களை முகாம் புலனாய்வு அதிகாரி மறிப்பதற்கும் அதிகாரம் வந்தது. இந்தச் செய்தியை ஆரம்பத்தில் றகீமின் மற்றொரு விளையாட்டு என்றுதான் நம்பினோம். ஆனால் சஞ்சயன்

அனுப்பிய இரு கழுவி முகவர்களும் தகவல் உண்மை என்பதை ஊர்ஜிதம் செய்தனர்.

குளிக்கும் இடத்தில் தண்ணீர் தாங்கி ஏற்றுவதற்கு அமைத்த பரண் முறிந்து விழுந்தது. அதைச் சரிசெய்ய வேலு அண்ணர் அழைக்கப்பட்டார். சஞ்சயனும் நானும் போனோம். அப்போது தெரிந்தது சஞ்சயன் றகீமை எதிர்கொள்ள மறு ஆட்டத்தைத் தொடங்கிவிட்டார் என்று.

சஞ்சயன் தான் அனுப்பிய கழுவி முகவர்கள் மூலமும், வண்ணன், கைலாசு மூலமும் ஒரு தகவலைக் கசியவிட்டார். அறையில் எல்லாருக்கும் தெரிந்திருந்தது றகீம், சஞ்சயனை விடப்போவதில்லை என்று.

சஞ்சயனோ இதை வாய்ப்பாக்கிக் கழுவிகளிடம் சொன்னார். - அவர் கழுவிகளுடனும் உறவு பராமரிப்பவர் - 'என்னை றகீம் விடுதலை செய்யாமல் மறித்தால் என்றைக்கோ ஒரு நாளைக்கு நான் விடுதலை செய்யப்படுவன்தானே அப்ப றகீமின்ர மனிசி, பிள்ளைகளைக் கொலை செய்யிறதைத் தவிர வேற எந்த வேலையையும் பார்க்கமாட்டன். எனக்கு மனிசியும் பிள்ளையும் இல்லை என்றாச்சு. எதுக்கும் பயப்படன். இவன் ஆறுமாதத்துக்கு ஒருக்காத்தான் வீட்ட போவான். அவன்ற வீடு மட்டக்களப்பில இல்லை. அது இவன் சொன்ன பொய். கிண்ணியாவில இருக்கு வீடு. இவன்ர உண்மைப் பெயர் ராகவன் இல்லை. றகீம். மனிசி பெயர் பர்ஸானா. மகள் பெயர் பமீலா, மகன் பாரூக். படிக்கிற பள்ளிக்கூடம்வரை தெரியும்' கண்கள் சிவக்க கோபத்தோடு அவர்களிடம் சொன்னார்.

'சஞ்சயன், வேண்டாம் இது. ஆபத்தான விளையாட்டு.' நான் சஞ்சயனிடம் சொன்னேன்.

சஞ்சயன் சொன்னார் 'அவன் முழுமையாக நம்புவான். எங்கட சனங்களைக் குரூரமாய்க் கொலை செய்தவன், தன்ர மனிசி பிள்ளைகளையும் நான் கொல்லுவன் எண்டதை நம்புவான். ஆனால் விரும்புவானா?'

அற்புதம்தான் அதுவே நடந்தது. சஞ்சயனை மீள்விசாரணைக்குத் தேவையற்றவர் என்று றகீம் எழுதி அனுப்பி விடுதலைக்கு அனுமதித்தான். விசாரணைக்கு அவசியமற்றவராகினார் சஞ்சயன். வேறு பல பயந்த கைதிகள் மறிக்கப்பட்டனர் றகீமால். முகாமே நடந்தது அறியாமல்

ஆச்சரியத்தில் மூழ்கியது. சிலர் கதைத்தார்கள் சஞ்சயனுக்கு றகீமோடு உள்தொடர்புண்டு என.

இரவில் மனம் நிலைகொள்ளாமல் பதறியது. நான் நித்திரையில் வாய்புலம்புவதாகப் பலர் சொன்னார்கள். என்னால் எப்படிக் கட்டுப்படுத்திட முடியும். திட்டத்தை உளறிவிடுவேனோ என்றும் அஞ்சினேன். சஞ்சயன் அறிவுறுத்தியபடி நாங்கள் அதிகமாகச் சாப்பிட முயன்றோம். இந்தச் சிறைவாழ்க்கையில் நான் மொத்தம் பதினெட்டு கிலோ எடையை இழந்துவிட்டிருந்தேன் என்பதை சி.ஐ.டி விசாரணையில் நிறுக்கும்போது தெரிந்துகொண்டிருந்தேன். பதட்டம் கூடிக்கொண்டிருந்தது. சஞ்சயன் இல்லாமல் இந்தத் திட்டத்தை நிறைவேற்ற பயமாகவும் இருந்தது. இப்போது பொறுப்பு என் தலையில் விழுந்துவிட்டது.

சாவீட்டில் நிலவும் உரையாடல்களின் மீதான ஒருவிதப் பற்றின்மை எங்களுக்குள் நிலவியது. இரவு கனத்தது. உள்ளிழுக்கும் காற்று போதாதது போலச் சுவாசம் உணர்ந்தது. கனவுகளில் யாரோ துரத்துவது போல உணர்ந்து திடுக்குற்றேன். முகாமின் சூழலில் எத்தனை நாய்கள் உள்ளன என்பதை இரவில் அதன் ஊளையை வைத்தே என்னால் சொல்லிவிட முடிந்தது. அவற்றில் வேறுபாடான குரைப்பையும் குரலையும் நான் துல்லியமாக அறிந்திருந்தேன்.

இந்தக் கட்டத்தில் நடந்தது ஒரு அசம்பாவிதம். ஏழு வருட சேவைக்காலம் உள்ளவர்களை மேல் விசாரணைக்கு மீண்டும் உட்படுத்தும் திட்டத்தாலோ என்னவோ எங்கள் முகாமில் இருந்து இருவர் தப்பி ஓடினார்கள். இருவரும் இயக்கத்தில் மிக முக்கியப் பணியை ஆற்றியவர்கள். ஆனால், இருவரும் இதுவரை அடையாளம் காணப்படவில்லை. ஆனால் ஓடியதுமே அவர்களின் நண்பர்களே அவர்கள் யார், செய்த பணியென்ன என்று சொல்லிவிட்டார்கள். அவர்கள் ஓடிய பாதை பொலிஸ் விடுதியின் பின்பக்கம் என்று சந்தேகம் வந்ததாலோ என்னவோ அந்தப் பகுதி முள்கம்பி வேலி சீரமைக்கப்பட்டது. காவல் கடமை மேலும் விழிப்பூட்டப்பட்டது. சார்ஜனும் அதிகாரியும் ஆத்திரம் கொண்டு அலைந்தனர். ஒரே பதட்டம் முகாமில்.

இரண்டாம் நாள் சஞ்சயன் உட்பட விடுதலை செய்யப்பட வேண்டியவர்கள் ஏற்றிச் செல்லப்பட்டார்கள். அவர்கள்

சஞ்சயனால் முன்னர் சொல்லப்பட்டதைப் போல அனேகமாக மக்களால் அறியப்பட்ட இடைநிலைப் பொறுப்பாளர்களாக இருந்தனர். சஞ்சயன் பிரியும்போது கண்கலங்கினார். எங்களுக்கும் அழுகை வரப் பார்த்தது. கலங்கித்தான் போனோம்.

எங்களுக்குப் பிரிவுத் துயர். ஆனால் முகாமில் மற்றைய கைதிகளும் துயருற்றார்கள். அது வேறு துயர். அந்த விடுதலையை அனேகமாகச் சகிக்க முடியவில்லை, போராளிகளாகிய கைதிகளால். ம்ம்... அப்படித்தான் சொல்லவேண்டும். ராசு அண்ணர் 'இந்த விடுதலை எங்கள் எல்லாருக்கும் ஒரு நல்ல செய்தி. விரைவில் மற்றவர்களும் விடுதலை செய்யப்படுவினம்' என்று சொல்லித் திரிந்தார். அவருக்கு நிலைமை புரியும். எல்லாரும் மனிதர்கள்தானே. எல்லாச் சூழலிலும் மனித மனத்தின் இயல்பை வென்றுவிட முடியாது.

திட்டப்படி நாங்கள் தப்பிக்கவேண்டியது இன்றுதான். ஆனால், பார்த்த உளவுத் தகவல்கள் சொதம்பிப் போயிருந்தன. நான் தீர்மானம் எடுக்கவேண்டிய தலைப்பொறுப்புக்கு உள்ளானேன். இரு கைதிகள் ஓடியதால் பாதுகாப்பு ஏற்பாடுகளில் மாற்றம் வந்துவிட்டது. உசார் நிலையும்கூட. ஆயினும் மறுநாள் மீன்வெட்டில் கூடிக் கதைத்துத் தீர்மானித்தோம். வியாழக்கிழமைக்கு இடையில் எப்படியாவது அனைத்தையும் மீளச் சரிபார்த்துவிடுவது என்றும் வியாழக்கிழமை மீன்வெட்டில் தப்பிப்பது என்றும்.

ஆர்வமா, பயமா என்னை முன்தள்ளிக் கொண்டிருக்கிறது?

17

‘பட்டகாலிலே படும் கெட்ட குடியே கெடும்’ என்பார்கள். கெடு காலத்திற்கு மிகத் துலக்கமான பழமொழி இது. இதற்கு இன்னொரு சாட்சியாக இப்போது நாங்கள். துர்விதி எங்களை விடாது துரத்தியது. பூனை தன்னிடம் அகப்பட்ட எலியைப் பசியாறமுன் பிடிப்பதும் விடுவதுமாய் விளையாடித் தீர்த்துவிடுவதில் கொள்ளும் உருசிபோல விதி எங்களுடன் விளையாடியது. நாங்களோ மரணத்திற்கும் வாழ்தலுக்குமிடையிலான அவஸ்தையில் எலியின் கடைசிப் போராட்டத்தை நடத்திக்கொண்டிருந்தோம். எலி மீளுமா? விதிதான் விடுமா?

உறவுச்சந்திப்பு நடந்துகொண்டிருந்த கொட்டிலிலிருந்து வர்மன் வெளிவரவும் அவன் கையிலிருந்த புத்தகத்தை மிலிட்டரி பொலிஸ்காரன் வாங்கிப் பார்க்கிறான். எங்களுக்குள் மெல்லப் பரவிய பதட்டம் இப்போது எனக்குள் நடுக்கமாவதை நான் உணர்ந்தேன். ஏதோ உருவம் செய்ய யாரோ பெடியள் நிலத்தில் சிறட்டையைத் தேய்க்கிறார்கள். அதன் கீச்சிடும் ஒலி காதின் வழி ஏறாமல் என் காலின் பாத வழியால் மண்டையில் ஏறி நரம்புகளில் அதிர்கிறது.

மிலிட்டரி பொலிஸ்காரன் சிங்களத்தில் ஏதோ சொல்லிச் சொல்லி வர்மனின் கன்னத்தில் அறைகிறான்.

முற்றத்தில் நடக்கும் இந்தச் சம்பவம் மாடிகளின் கண்களை ஈர்க்கிறது. ‘சட்’டென ஓயும் மழை இரைச்சல் போல மாடியின் இரைச்சல் ஓய்கிறது. பல கண்களில் ஆனந்தம். காரணம் கழுவி வர்மனுக்கு ஆமிக்காரனே அடிக்கிறான். ‘எங்கள் ஆயுதங்களைக் காட்டிக் கொடுத்தவனல்லவா இவன்’. பின் வராதா ஆத்திரம்? ஒரு சிலர் திகைத்துப் போனார்கள். தாங்கள் அவமானப்படுவதாயும் உணர்ந்தார்கள். யாரோ சிலர் றகீமிடம் தகவல் சொல்ல ஓடுகின்றனர். தங்களவனைக் காப்பாற்றவேண்டும் என்ற கடப்பாட்டால் உந்தப்பட்டு.

நானும் ஜானும் உயிரைக் கையில் பிடித்துக்கொண்டிருந்தோம். றகீம் போனது ஆமிக்காரி நிசானியிடம். வவுனியா மாவட்ட வரைபடத்தை அவளைக் கொண்டுவரச் சொல்லியிருந்தான் வர்மன். சஞ்சயன்தான் இந்த வரைபடம் அவசியம் எனக் கேட்டிருந்தார். இங்கிருந்து தப்பிக் காட்டைக் கண்டடைந்து போகவும் பின் காட்டில் சில நாள் இருக்க நேர்ந்தால் அதற்காகவும், காட்டில் இருந்து எங்களெங்கள் தெரிவில் வெளியேறவும் இந்த வரைபடம் அவசியப்பட்டது. இதுதவிர ஒரு திசைகாட்டியும் அவசியம். அதைக் கையாளும் அறிவு அதிர்ஸ்டவசமாக ஜானிடம் இருந்தது. நாங்கள் இதை எதிர்பார்க்கவில்லைதான். 'ஜெயசிக்குறு' இராணுவ நடவடிக்கை காலத்தில் ஜான் பீரங்கிப் படையணியில் இருந்தான். இதனால் வரைபடம் மற்றும் திசைகாட்டி பற்றிப் பூரணத் தொழில்முறை அறிவுகொண்டிருந்தான். தொழில்முறைத் திசைகாட்டியை உள்ளே எடுப்பது முடியாத காரியமாய்ப் பட்டது. ஜான் இதற்குப் பதிலாக நவீனக் கை மணிக்கூட்டின் வகை ஒன்றை எழுதித் தந்தான். அதை சஞ்சயன்தான் 'பிரியா' பத்திரிகையின் காமக்கடிதம் மூலம் தொடர்பாளருக்கு ஓடர் செய்து செட்டிக்குளம் முகாமில் உள்ள சுரேனின் அண்ணியிடம் கொடுத்து எங்களிடம் சேர்த்துவிட்டார்.

வரைபடத்தைக் கொண்டுவர எமக்கிருந்த உறவுகள் அஞ்சியதால் நிசானியிடம் கேட்கலாம் என்று முடிவாகியிருந்தது. இது ஆபத்தான விளையாட்டுத்தான். என்றபோதும், அவள் வர்மனுக்காக எதையும் செய்வாளா இல்லை வெறும் காமப் பொழுதுபோக்குத்தானா என்பதை உறுதிசெய்துகொள்ள இது உதவும் என்றெண்ணினோம். பின்னால் அவளை வைத்து ஒரு திட்டத்தைப் போடநேர்ந்தால் சொதம்பிவிடக் கூடாதல்லவா?

நிசானி வரைபடத்தைக் கொண்டுவரச் சம்மதித்தாள். ஆயினும் பல நாளாக அதை அவள் செய்யவில்லை. அச்சம் எழுந்தது. ஆயினும் அவள் காட்டிக் கொடுக்கவும் இல்லையே. இன்று அவள், முன்னால் உள்ள பாலைமர மறைவில் இருந்து வர்மனுக்குத் தன் வெட்டும் கண்களால் செய்தி அனுப்பினாள். 'கொண்டுவந்துவிட்டேன் வா' என்று. வர்மன், சஞ்சயன் கொடுத்துப்போன ஒரு சிங்கள மொழிப் புத்தகத்தைத் தூக்கிக்கொண்டு போனான். அதற்குள் வரைபடத்தை

வைத்து எடுத்துவர மிலிட்டரி பொலிஸ்காரன் மறித்து வாங்கிப் பார்த்து கன்னம் கன்னமாக ஏதோ திட்டித் திட்டி அடிக்கிறான்.

ஏற்கனவே முகாமில் இருந்து தப்பிய இரு கைதிகளும் இயக்கத்தில் கேணல் தரத்துக்குரியவர்கள் என்று அறிந்து றகீம் முகாமையே சல்லடை போட்டுக் கொண்டிருந்தான். முகாம் அதிகாரியும், சார்ஜனும் தீராக்கடுப்பில் அலைந்தனர். அவர்களின் அதிகாரத் திறமைக்கு ஏற்பட்ட அவமானமல்லவா அது? தவிரவும் றகீமின் அதிகாரி எங்கள் முகாமுக்கு வந்து போனதும்கூட இதுபற்றிய விசாரணைக்காகத்தானாம். இந்த முகாம் கைதிகளை மீள் விசாரணைக்கு உட்படுத்த வேண்டும் எனக் கட்டளை வந்திருக்கிறது என்றும் றகீம் சொன்னான். இவை தந்த பதட்டத்தில் ஆடிப்போய் இருந்த நாங்கள் இப்போ வர்மனுக்குக் கீழே விழும் அடியைப் பார்க்கையில் அதை அவதானிக்காமலேயே அச்சம் கொண்டு திகைத்துப் போனோம். இனி செய்வதற்கு ஒன்றும் இல்லை. எங்கள் கதை முடியப்போகிறது என ஓலமிடுகிறது மனம். நடப்பதைக் காணவேண்டியதுதான். விசச்சுழி ஒன்று என்னை இழுத்துப்போகிறது.

இந்த நேரத்தில் ராசு அண்ணர் அந்த இடத்திற்கு விரைந்து வந்துவிட்டார். சார்ஜனும் வந்துவிட்டான். “உனக்கு எப்படி இந்தப் புத்தகம் கிடைத்தது?” மிலிட்டரி பொலிஸ்காரனின் கேள்வியை மொழிபெயர்த்து வர்மனிடம் கேட்கிறார் ராசு அண்ணர்.

“...” இவன் பயத்தில் உறைந்து பதிலின்றி இருக்கிறான்.

“இந்தப் புத்தகத்தை யார் உன்னைப் படிக்கச் சொன்னது... எப்பிடி வந்திது?”

ராசு அண்ணர் கேட்டுக்கொண்டே அநாயாசமாக அந்த மிலிட்டரி பொலிஸ்காரனின் மறுகையில் இருந்த மடித்த மட்டையை வாங்கினார். நான் கண்டுவிட்டேன், அதுதான் அந்த வரைபடம். ‘ஓ இவன் அந்தச் சிங்களப் புத்தகத்திற்குத்தான் அடிக்கிறானோ?’ மனதில் சந்தேகம் எழ உற்சாகம் வருகிறது. அல்லது உயிர் மீள்கிறது. அதற்கு நம்பிக்கையூட்டுவதாக ராசு அண்ணர், அந்த வரைபடத்தை மிகத் தந்திரமாகத் தன் சாரத்தின் கீழ்நுனியைத் தூக்கிப்பிடித்து

அதன் உள்புறமாக மட்டை மறையுமாறு மறைக்கிறார். வர்மனை அதட்டுகிறார், "இந்தப் புத்தகம் ஏன் படிக்கிறாய் என்று சொல்லு." ச்சா. எத்தனை தத்ரூபமாக மனிசர் நடிக்கிறார். வர்மன் திகைத்துப் போயிருப்பது ஏன் என்று தெரிந்து அவனை அதிலிருந்து விடுவிக்கவும், ஆமிக்காரன் தன் கையை கவனிக்காதபடி திசைதிருப்பவும், வர்மன் என்ன பதில் சொல்லவேண்டும் என்றும் தன் ஒற்றைக் கேள்வியால் ஆக்கிவிட்டானே மனிசன்.

"ஏன் படிக்கிறாய் என்று சொல்லு." திரும்பவும் கேட்டார்.

சில நொடிகளின் இடைவெளியில் வர்மன் சுதாரித்துவிட்டான்.

"சிங்கள மொழி படிக்க ஆசை. அதுதான் படிக்கிறன்." சஞ்சயனை அவன் இதுக்குள் இழுக்கவில்லை.

"எப்படிக் கிடைச்சது இது உனக்கு?"

"மாமி செட்டிக்குளம் முகாமில இருந்து கொண்டுவந்து தந்தவா. அங்க பிள்ளையள் சிங்களம் படிக்கிற புத்தகமாம்."

"இரண்டாம் மொழியாகச் சிங்களம் படிக்க முடியாது. சிங்களம் முதல் மொழி." ராசு அண்ணர் மொழிபெயர்க்கிறார். வர்மனிடம் இதற்குப் பதிலில்லை. எனக்குள் உற்சாகம். கீழே என்ன நடக்கிறது என்று புரிந்துவிட்டேன். அந்தப் புத்தகம் இரண்டாம் மொழியாகச் சிங்களம் படிப்பவர்களுக்கு உரியது. அதன் புத்தகத் தலைப்பே 'இரண்டாம் மொழியாகச் சிங்களம்' என்றுதான் சிங்களத்திலும், தமிழிலும் ஆங்கிலத்திலும் இருந்தது.

நிசானியைப் பார்த்தேன். என்னைப் போலவே அவள் முகத்திலும் திகைப்பில் இருந்து விடுபடும் அறிகுறி தெரிந்தது. அவள் பிராந்தின் பாய்ச்சலில் தாய்க்கோழியைத் தவறவிட்ட கோழிக்குஞ்சு இடுக்குகளில் ஒடுங்குவதுபோல அங்கே நின்ற பாலைமர வேர்களுக்கிடையில் நின்று மரத்தில் சாய்ந்தபடி திகைத்திருந்தாள். ஆண்களைத் தாக்கும் கூர்மை கொண்ட அவள் கண் அச்சத்தில் மருண்டு அழகிய வசீகர முகத்தையே குலைத்துவிட்டிருந்தது.

அதிகாரியின் முன்னால் சாரத்தைத் தூக்கிப் பிடிப்பவர் அல்ல ராசு அண்ணர். ஆபத்தான பொருள் அந்த மட்டைதான் என்பதை விளங்கியே மறைக்கிறார் என்பதைத் திடமாக

உணர்ந்தேன். ஆனால் எந்த நேரத்திலும் அவர்களின் பார்வை அதை நோக்கித் திரும்பலாம். இருந்தும் அவர்கள் கவனிக்கவேயில்லை. முட்டாள்கள்! வடிகட்டின முட்டாள்களா?

வர்மனிடம் பதில் இல்லையென்று தெரிந்து ராசு அண்ணர், தானே அந்தப் புத்தகம் பற்றி விளங்கப்படுத்தினார்.

"இந்தப் புத்தகம் சிங்கள மொழியை இரண்டாம் மொழியாகப் படிப்பவர்களுக்குரியது" என்றார். இங்கு வந்து சஞ்சயனுடன் சேர்ந்து சிங்களமொழியைப் படிக்க முயன்றதன் பயனாக அந்த உரையாடலை விளங்க முயன்றேன். அவன் திரும்பி ராசு அண்ணரைத் திட்டுகிறான். எனக்கு அது முழுமையாய்ப் புரியவில்லை. எனினும் அதன் பொருள், "இரண்டாம் மொழியாக யாரும் சிங்களத்தைப் படிக்க முடியாது. படிப்பதென்றால் முதல் மொழியாகத்தான் படிக்கவேண்டும்." என்கிறான்.

இன்றையத் திகதியில் உலகின் தலைசிறந்த பகிடியாகக் கூடிய இதற்கு ராசு அண்ணரைச் சிரிக்காமல் வைத்திருப்பது அவர் கையில் அடங்கியுள்ள வரைபடம்தான். "இல்லை உதாரணத்திற்கு ஒரு வெள்ளைக்காரன் இலங்கையில் வந்து குடியேறி சிங்களம் படிக்கிறதெண்டால் அதை இரண்டாம் மொழியாகத்தானே படிக்கோணும். அப்படியானவர்களுக்கான புத்தகம்தான் இது." ராசு அண்ணா தமிழரில் இருந்து விடயத்தை வெள்ளைக்காரருக்கு எடுத்துப் புரியவைத்தார். இனத்துவேசம்தான் இவனின் அறிவுக் குருட்டுக்குக் காரணம் எனக் கண்டுபிடித்து.

"எவன் படிப்பதாயிருந்தாலும் இலங்கையில் சிங்களம்தான் முதல்மொழி. இரண்டாம் மொழியாக யாரும் படிக்க முடியாது." அவன் ஆத்திரம்கொண்டு உறுக்கினான் ராசு அண்ணரை.

"சரி, இது இவன் பதிப்பிச்ச புத்தகம் இல்லை. ஏதோ சிங்களம் படிக்கிற ஆசையில இந்தப் புத்தகத்தை எடுத்துப் படிச்சிட்டான். மன்னிச்சிருங்க. சிங்களம் படிக்கிறது நல்லதுதானே." ராசு அண்ணர் சரணடைந்தார்.

அவனும் சுத்தி நின்ற ஆமிக்காரரும் கொஞ்சம் கோபம் தணிந்தார்கள். றகீமுக்கு இப்போதுதான் இதன் தாற்பரியம்

புரிந்ததென்று பட்டது எனக்கு. எனினும் றகீம் இதை எடுத்துச் சொன்னால் மிலிட்டரி பொலிஸ்காரன் தவறாகத் தன்னையும் புரிந்துவிடுவான் என்ற அச்சத்தில் ஏன் வம்பென்று பேசாமல் இருக்கிறான். அப்படித்தான் ஊகித்தேன். அவன் மறுபடி ஏதோ ராசு அண்ணருக்குச் சொன்னான். எனக்குப் புரியவில்லை தெளிவாக. ஆனால் பிரச்சினை முடிவுக்கு வந்தது. புத்தகத்தை அவன் கொண்டு போனான். ராசு அண்ணர் வரைபடத்தைக் கொண்டுபோனார்.

அன்று பின்னேரம் கூடிக் கதைக்கவேண்டும் என்பதற்காக ஆளுக்கு ஒரு வாளித் தண்ணியுடன் நாங்கள் நால்வரும் குளிக்கப்போனோம். கதைத்து முடிக்கும்வரைக்கும் இந்தத் தேநீர்க் கோப்பையால் அள்ளிக் குளித்தபடி இருக்கவேண்டும். அதுவும் சாதாரண விடயமல்ல. ஒரு சுளுவான திறமை வேணும்.

நான் சொன்னேன்.

"நாளைக்கே நாங்கள் இஞ்ச இருந்து தப்பி ஓடோணும்."

"நாளைக்கேவா?" வர்மன் திகைப்பில் கேட்டான்.

"ம்ம். வேற வழியில்லை. பிந்தினால் இவ்வளவுகாலம் பட்ட கஸ்ரமும் வீணாய்ப் போகும். சிலர் மாட்டிக்கொள்ளவும் கூடும்." நான் என் கருத்தைச் சொன்னேன். கதையைக் குளித்துக் குளித்துக் கேட்டனர். நடுங்குகிறது உடம்பு. தண்ணீரில் குளிப்பதாலா? எங்களுக்கு வாய்த்த போதாக் காலத்தினாலா நடுங்குகிறது?

ஏழு வருடத்திற்குமேல் போராளியாக இருந்தவர்களின் பதிவில் வர்மனைத் தவிர எங்களுடைய பெயர்கள் இருக்கின்றன. இரண்டு கைதிகள் தப்பியதால் மீள்விசாரணையும் இனி நடக்கலாம். நாங்கள் ஏற்கனவே இரகசியச் சிறை முகாமில் இருந்து வந்தவர்கள். கண்டிப்பாக எங்களைத் திரும்ப விசாரிக்கக் கூடும். தப்பிக்கும் முயற்சிகள் பாழாய்ப் போகும். இதைவிட முகாமில் அசம்பாவிதம் நடந்தால் முகாம் அதிகாரியையும் அணியையும் மாற்றிவிடுவதும் வழமை. அப்படி மாற்றம் வந்தால் இப்போது நாங்கள் இவர்களுடன் வளர்த்த உறவும் பாழாய்ப் போகும். புதிய அணி புதிய பாதுகாப்பு ஏற்பாடுகளைக் கண்டிப்பாகச் செய்யும். அதை உளவு பார்க்க எங்களால் முடியாமலும் போகலாம். ஆக,

நாங்கள் நாளைக்கே இங்கிருந்து தப்பிவிடுவது மேல். நாளைக்கு மீன்வெட்டும் முறை வருவதால் அதைப் பயன்படுத்தி நள்ளிரவில் தப்பித்துவிடலாம்.

எங்கள் உடலில் வழிந்த நீரையும், உடுத்திய ஈரத்துணியையும் தவிர வேறு யாரும் எங்களைக் கவனிக்கவில்லை. ஈரமான அந்தச் சேற்று நிலம் மட்டும் எல்லாவற்றையும் மௌன சாட்சியாகப் பார்த்தும் கேட்டும் கொண்டிருந்தது. இராணுவத்தின் பிடியில் எப்போதோ அகப்பட்ட வன்னியின் ஒரு துண்டு நிலம்தானே இதுவும்? காட்டிக் கொடுத்துவிடுமா தன் பிள்ளைகளை? துணிவோடு மேலும் என் திட்டத்தை விளக்கினேன்.

பொலிஸ் விடுதியின் பின்னுள்ள வழி உறுதியாக அடைக்கப்பட்டு விட்டது. இரு கைதிகள் ஓடியதற்குப் பொலிஸ்மீது இராணுவத்தின் சந்தேகம் இருப்பதால் பொலிஸ் இன்னும் கூடுதலாகப் பின்பகுதியை அவதானிக்கக்கூடும். நாங்கள் குளித்துக்கொண்டிருக்கும் இந்த இடத்திற்கு மேற்குமூலை ஒப்பீட்டளவில் தப்பிப்பதற்குப் பரவாயில்லை. ஆனால் இரு கைதிகள் தப்பித்ததால் இப்ப ஒவ்வொரு 'ஒப்சவேசன் பொயின்ற்' இன் கீழும் - அதுதான் காவல் பரண் - ஒரு ஸ்குவாட்ரன் சிப்பாய்களை 'ரென்ற்' அடித்துத் தங்கவிட்டுவிட்டான் அதிகாரி. தேத்தண்ணி, ரொட்டியைக் காட்டி 'ரென்ரி'ல் இருந்து முழுப்பேரையும் அழைக்க முடியாது. அது சும்மா இருப்பவனையும் நித்திரையால் எழுப்பிவிடுவதாகிவிடும். நித்திரைக் குளிசை போட்டுக் குடுத்தாலும் அதைத் தின்னாவிட்டால் விபரீதமாகிப் போகும்.

'சென்றி' இல் ஒருவன் நின்றாலும் மற்ற ஆமிக்காரனில் யாராவது ஒருவன் தன் தொலைபேசியில் நீலப்படம் பார்த்துக்கொண்டோ யாருடனாச்சும் பேசிக்கொண்டோ இருப்பது சிப்பாய்களின் வழமை.

தவிர நாங்கள் நாலுபேர் நகரும்போது யாராவது விழித்துவிடவும் கூடும். இந்தப் பகுதியால் போவதெண்டால் நாங்கள் முள்ளுக்கம்பி சுருளை வெட்டி, பிறகு முள்ளுக்கம்பி வேலியை வெட்டித்தான் போகவேண்டும்.

"என்னண்ணை, போகேலாது என்டதை நாசூக்கா சொல்லுறியளோ?"

"பொறுமையா கேளடா." சொல்லிவிட்டு அக்கம்பக்கம் பார்த்து என் திட்டத்தை விளக்கினேன். மேலும் கேட்டபடி குளித்தனர் அவர்கள்.

மூன்றாவது திட்டமாக, வளைமரத்தைப் பயன்படுத்தி அடுத்த கட்டடத்திற்குத் தாவும் திட்டத்தை நான் நிராகரித்தேன். கீழே சென்றியில் நிற்கும் சிப்பாய்க்கு நித்திரை குளிசை றொட்டி கொடுத்தாலும் அவன் நித்திரை கொள்வானோ என்று ஒரு சந்தேகம். ஏனென்றால் எனக்கு அந்தக் குளிசையால் நித்திரை வருவதில்லை. இந்தச் சிப்பாய்களுக்கும் மனஅழுத்தம் உண்டு. ஒருவேளை அவனுக்கு நித்திரை வருவதற்கிடையில் அவன் கடமை மாறிவிடவும் கூடும். அதைவிட முக்கியம் மாடியின் நாலு அறைகளில் எவர் விழித்தாலும் சுவரில்லாத அந்தப் பாழ்கட்டடம் எங்களைக் காட்டிக் கொடுத்துவிடும். எனவே இதையும் கைவிடுவோம் என்றேன்.

"என்னண்ணை, மேஜரிட்ட சொல்லி முன்கேற்றைத் திறந்துவிடச் சொல்லுறியளோ?" வாயைச் சுழித்து வர்மன் கேட்டான்.

"பொறடா ஆட்டை அறுக்கவிடு. பகிடிக்குக் காலநேரம் தெரியாதோ உனக்கு?" சுரேன் நடுங்கியபடி திட்டினான்.

"அதிகாரி பண்ணின புது பாதுகாப்பு செற்றப்பில் எங்களுக்கும் புதுவழி பிறந்திருக்கு." நான் சொன்னேன்.

"என்னண்ணை?" குண்டன் ஜான் சேற்றை உழக்கிக் கிட்டவந்தான். நான் எனது புதுவழி கண்டுபிடிப்பை விளக்கினேன்.

சிப்பாய்கள் இப்ப அடுத்த மாடியின் கீழ்ப்பகுதியில் வழமைபோலத் தங்க முடியாது. 'ஸ்குவாட்ரன்' ஆகப் பிரிந்து ரென்ற்றில்தான் தங்கவேணும். ஆக, பின்மாடியின் கீழ்த்தளத்தில் இப்போ யாரும் இல்லை. அந்த மாடிக்கு இடப்புறம் வீதியைப் பார்த்தவாறு இருக்கும் காவலரண் ஆமிக்கும், மாடியின் வலப்புறம் றகீம் மற்றும் அதிகாரியின் கட்டடத்திற்கு முன்புறம் உள்ள காவலரணின் ஆமிக்கும் றொட்டியும் தேநீரும் கொடுக்கப்போகிறோம். ஒரே நேரத்தில் இரு பகுதிக்கும் இருவர் இருவராக ஒருவர் தேநீரும் மற்றவர் றொட்டியுமாகக் கொண்டுபோவோம். கொடுத்துவிட்டு வரும்போது பின்மாடியின் சந்தியில் நாங்கள் சந்திப்போம்.

அங்கிருந்து பின்மாடிக் கீழ்த்தளத்தின் நடைபாதையால் நடந்து பிரதான வீதியின் சுவரை ஏறிக்கடந்து ஓடிவிடலாம்.

'இடப்புறம் உள்ள காவலரணை மாடிக் கட்டடம் மறைக்கும். வலப்புறம் உள்ள காவலரணை அதிகாரிகளின் கட்டடம் மறைக்கும். வீதிக்குப் போகும்வரை சிக்கல் இருக்காது. ஆனால் வீதியால் நடந்து காட்டைச் சென்றடைவதுதான் வலு வில்லங்கம். இருந்தாலும் சஞ்சயன் தன் ஆளை வைத்து வெளியே ஆராய்ந்ததன்படி வீதியில் இராணுவப் பாதுகாப்பு ஏதும் இல்லை என்று சொல்லியிருக்கிறார். பதினைந்து நிமிடம் வேகநடை நடந்தால் 'கெப்பிட்டி கொலாவா' வீதியின் கைவிடப்பட்ட காணிகளுக்குள் இறங்கிவிடலாம். அந்தப் பற்றைகள் ஊடாக நடந்து காட்டைப் போய்ச்சேரலாம்.

"அண்ணை நீ பெரிய ஆள்தான். உண்மையாவே! ஈக்குக் குச்சால இரும்புப் பூட்டைத் திறந்திட்டாய்!" வர்மன் வாய்பிளந்து சொன்னான்.

"பொறடா நீ... அண்ணை என்னெண்டு... ரொட்டியக் குடுத்திட்டு வரேக்கதானே ஓடப்போறம்? தின்னாமலேயே ஆமி நித்திரையாவானா?" ஜான் கேட்டான்.

"இல்லை. முதலில நித்திரைக் குளிசைபோட்ட ரொட்டியக் குடுப்பம். கொஞ்சம் பொறுத்துத் தேத்தண்ணியக் கொண்டுபோவம். ஆனா ஒரு ரொட்டிதான் குடுக்கவேணும். இல்லையெண்டா அவன் மற்ற சிப்பாய்கள எழுப்பி விடுவான்."

"என்னெண்டு இரண்டுபேர் ஒரு ரொட்டிய கொண்டுபோறது?" சுரேன்.

"இரண்டு தரமா ஓடப்போறம். இரண்டாம் முறைதானே ஓடப்போறம். அடுத்தமுறை போகேக்க இன்னொரு ரொட்டியும் தேத்தண்ணியும்."

ஜான் விளங்கிக்கொண்டு சொன்னான்.

இதுதான் நல்ல திட்டம். முதல்முறை போகும்போது அங்குள்ள நிலைமையை அவதானிக்கவும் வாய்ப்புக் கிட்டும். றகீமின் அறைக்கு முன்னால் உள்ள காவலரணுக்கு வர்மனையும் சுரேனையும் தெரிவுசெய்தோம். றகீம் கண்டாலும் வர்மன் அவனுடைய ஆள்தானே. பேசாமல் இருந்துவிடுவான்.

மற்றதற்கு நானும் ஜானும் என்று முடிவாகியது. குளித்து முடித்தோம்.

பின்னேரப்பொழுது மேல்மாடியில் வளைந்து திரும்பும் சந்தில் நின்று வெளியே பார்க்கும் தோரணையில் திட்டத்தை மீட்டுக் கொண்டிருந்தேன். சும்மா இருந்தால் பயம்தான் பெருகுகிறதே தவிர உற்சாகம் பெருகுவதாய்க் காணோம். காற்று, குலைகள் கொண்ட தென்னை மரத்தை ஆட்டிக்கொண்டே இருந்தது. பொழுது மயங்கட்டும். ராசு அண்ணரைப் போய்ப் பார்த்து வரைபடத்தை வாங்கிவிடவேண்டும் என்று எண்ணிக்கொண்டிருக்க ராசு அண்ணரே அங்கு வந்துவிட்டார்.

“எல்லாம் நலமோ?” ராசு அண்ணர் ‘நீங்கள் நலமோ?’ என்று கேட்காமல் இப்படி ஏன் கேட்கிறார்.

“ஓமண்ணை.”

“பக்குவமில்லாத பிடாரிகளை வச்சு வேலை பார்த்தா தலைபோகும். தம்பி, போன தலை காணாதோ?” வெளியே பார்த்துக்கொண்டு சொன்னார்.

“ம்ம்...” நான் எதுவும் பேசவில்லை. வரைபடத்திற்கும் எனக்கும் உள்ள தொடர்பை இந்த மனிசன் எப்பிடிக் கண்டுபிடித்தான்?

“சரி, அதை வர்மனிட்டக் குடுத்திருக்கிறன். ஏதோ செய்யிறியள். கவனமா செய்யுங்கோ... எனக்குத் தெரியும் நீங்கள் மீன் மட்டும் வெட்டேல்லையெண்டு. அந்த முட்டாளிட்ட மாட்டினபடியால் தப்பினியள். அந்த விசரன் அந்தப் புத்தகத்தைப் பதிப்பிச்ச கொம்பனிக்கு எதிரா மேலிடத்திற்கு அறிக்கை எழுதி அனுப்புறானாம்.” அடக்கிய சிரிப்பின் ஒலி மூக்கால் சீறிவரச் சிரித்தார்.

“மேலிடமும் கோர்ட்டுக்குப் போகுமோ?” நான் சிரித்தபடி கேட்டேன்.

“யார் கண்டது...? சரி, நான் போயிற்று வாறன்” சிரித்துக்கொண்டே போனார்.

ஒளியும் இருளும் மயங்கும் மாலைப்பொழுது வந்தது. முகாமின் புதிய நடைமுறையால் கொஞ்ச நாளாக அந்த ‘பிரித்’ ஓதும் கசற்றை ஒலிப்பெருக்கி கட்டி மாலை நேரத்தில் போட்டனர்.

புத்த மதப் 'பிரித்' இசை விரக்தி மனநிலையைத் தரக்கூடியது. இப்போ அந்த இசைபோடவும் அது அச்சத்தையும் சேர்த்தே தந்தது. அந்த இசை போட்டதும் மாலைப்பொழுதில் அந்தப் பாழும் கட்டடத்தின் இடுக்கு, முடுக்கெல்லாம் விரக்தி விசமெனப் படரும்.

இரவு ஒன்பது மணிக்குப் பிறகு அறையில் கைதிகள் இருக்கக்கூட முடியாது. படுத்துவிடவேண்டும். பாழாய்ப்போக, வழமையாக எட்டு மணிக்கு வரும் மீன் வாகனம் இன்று ஒன்பது மணியாகியும் காணோம். நான் படுத்திருந்தேன். அருகில் கட்டிய வளைமரத்தில் பிணைந்திருந்த பொலித்தீன் மறைப்பு, காற்றுக்குப் 'படமொட, படமொட' என அடித்துக்கொண்டே இருந்தது. நாங்கள் உப்பு விக்கப்போனால் எப்பவும் மழைதான் என்று எண்ணிச் சலிக்கவும் உள்மனம் குரல் தந்தது. இவ்வளவு தூரம் வந்துவிட்டாய் கௌதமா... இதைக் கடக்கமாட்டாயா...? குப்பி இருந்திருந்தால் 'துணையாய்' இருந்திருக்கும்.

வாகனச் சத்தம் கேட்கிறது. இரும்பு 'கேற்'றைத் திறக்கிறார்கள். சந்தோசம் மனதில் பீச்சுகிறது. எழுந்துவிட்டேன். ஜானும் எழுந்தான். மற்றவர்களையும் கூட்டிக்கொண்டு கீழே போனோம். மீன்வெட்டு தொடங்கியது. கழுவி ஒருவன் வந்து "சேர்... மீன்பொரிச்சு வெங்காயமும் வெட்டித் தரட்டாம்" என்றான்.

"போச்சடா இண்டைக்குத் தண்ணியடிக்கப் போறாங்கள். அது நீடிச்சுதோ திட்டம் நாசமாய்ப் போகும்" சுரேன் அருகே முணுமுணுத்தான்.

"உடனை பொரிச்சுக் குடுப்பம். வேளைக்கு முடிஞ்சா போய்ப் படுத்திருவாங்கள்." ஜான்.

"நித்திரைக் குளிசை போட்டு ரொட்டி குடுத்தால் என்ன?" சுரேன்

"இருக்கிறது நாலு குளிசை." நான்.

"என்னெட்ட ரெண்டு இருக்கு." ஜான்.

"அதைப்போட்ட பிறகு தண்ணியடிச்சா ஆண்டவனாலயும் மயக்கத்தில இருந்து எழும்பேலா" வர்மன் சொன்னான். இவன் லொறி ட்றைவர் இல்லையா? இதில் அனுபவம் உள்ளவன்.

வர்மன் மீனை மஞ்சள் போட்டு பிரட்டிப் பொரித்து வெங்காயமும் நறுக்கி, பச்சைமிளகாய் கீறி உப்பில் தடவி வைத்தான் தட்டில். நான் 'டயசபார்ம்' றொட்டியைக் கொடுத்தேன். வேலை செய்யக் கை ஒத்துழைக்க மறுக்கிறது. வசப்படாமல் பதறுகிறது. கொண்டுபோய்க் கொடுத்துவிட்டு வந்தான் வர்மன். பதினொரு மணி. கூடவே மீன் வெட்டுபவர்களுக்கு ரொட்டியும், தேநீரும் கொடுத்தேன். எட்டு ரொட்டியைச் சுற்றிப் பொலித்தீன் பையில் வைத்தேன். பயணத்துக்கு வேணுமல்லவா?

'இதுதான் இறுதிப் பயணமோ யார் கண்டது' மனம் பதைக்கிறது. மிகுதி நாலு குளிசையையும் அரைத்து அதிகம் வேகாமல் நான்கு ரொட்டிகளைச் சுட்டு எடுத்தேன். மருந்தின் தன்மை மாறிவிடக் கூடாதல்லவா? நெருங்கிவருகிறது நேரம். எல்லாவற்றையும் சரிபார்த்துவிட்டோம். இரண்டு ரொட்டியை எடுத்துக்கொண்டு ஜானையும் கூட்டிப்போய்ச் சிப்பாய்களுக்குக் கொடுத்துவிட்டு வந்தேன். கடவுள் புண்ணியம்... இரண்டு அரணிலும் உள்ள 'ரென்ற்'றில் மற்றவர்கள் படுத்துவிட்டார்கள். நேரம் இரவு ஒரு மணி. றகீமின் அறையும் இருளில் இருக்கிறது.

சமையல்கட்டுப் பக்கத்துக் காவலரணில் 'சென்றி' மாறிய ஆமியைக் கண்டபின்தான் ரொட்டியைக் கொண்டுபோனேன். ஆக, மூன்று மணிக்கு அடுத்த காவல் கடமை மாறும். அதற்கு முன் ஓடவேண்டும். மீன்வெட்டியவர்கள் குளிக்கப்போனார்கள். நான் அவர்களுக்குத் தேநீர் வைத்துக் கொடுத்தேன். ரொட்டி ஆமிக்காரனுக்குக் கொடுத்தபோது தன்னுடைய தண்ணீர் 'கானை' தண்ணி எடுத்து வரும்படித் தந்துவிட்டான். அதற்குள் தண்ணீர் நிரப்பினேன்: ஆனால் அவனுக்குக் கொடுக்கவல்ல. சில மீன்துண்டுகளைப் பொரிக்காமல் நெருப்புத்தணலில் உப்பு மஞ்சள்போட்டு வாட்டி எடுத்து வைத்தேன். இது எத்தனை நாளைக்கும் பழுதடையாமல் இருக்கும்.

தேநீர் குடித்தவர்கள் படுக்கப்போனார்கள். வர்மனையும் வா என்று அழைத்தார்கள். நான் சிக்கல் வரப்போவதை உணர்ந்தேன். உடனே "வர்மன் நில்லடா... உன்னை ரொட்டி தட்டி, சம்பலும் இடிச்சுக் கொண்டுவரட்டாம் உன்ர பொஸ்"

என்றேன். அவங்களுக்கு விளங்கியது றகீம் தண்ணியடிக்கிறான் என்று.

"கொண்டாட்டம் இன்னும் முடியேல்லையோ?" கத்திக்கொண்டே போய்விட்டார்கள் அவர்கள்.

நாங்கள் அடுப்பில் ரொட்டி சுடும் வேலையாக இருப்பதுபோல் சுற்றிவரக் குந்தி இருந்தோம். அடையாள அட்டை, மற்றைய அவசிய உடமைகளை எடுத்ததா எனக் கேட்டேன். அடுப்பின் வெக்கை வியர்த்துக்கொட்டியது. நெருப்புத் தணல் கனன்றுகொண்டிருந்தது. இருளின் குளிர்மையை நெருப்பு கொன்றது.

நான் சொன்னேன்... "அங்க இரண்டு இடமும் பிரச்சினை இல்லை. றகீமின்ர அறையிலும் யாரும் இல்லை. இப்ப தேத்தண்ணி கொண்டுபோகேக்க நித்திரையெண்டால் அவங்கள எழுப்பி வில்லங்கப்படவேண்டாம். அப்பிடியே கீழ வைச்சிட்டு வருவம்."

"முழிச்சிருந்தாங்களெண்டா... அவங்கட கதையை முடிச்சிட்டு வந்தால் என்ன? இந்த இதில தூங்கிற இந்த வயர் துண்டைக் கொண்டுபோனால் போதும். வெளியில ஒரு சத்தமும் வராது." சுரேன் சொன்னான்.

"வேண்டாம்... சின்னத் தடுமாற்றம் நடந்தாலும் எங்கள் நாலுபேற்ற கதையும் சும்மா முடியாது. எங்களால பிறகு இஞ்ச இருக்கிற பெடியளின்ர நிலைய யோசியுங்கோ. வேண்டாம். வேண்டவே வேண்டாம். அதோட அந்தப் பிராணிகள் பாவம். எங்களை நம்பினதாலதான் இந்தளவுக்கு எங்களால பண்ண முடிஞ்சுது..." நான் சொல்லிவிட்டு மற்றவர்களைப் பார்த்தேன்.

தலையைத் தொங்கப்போட்டு மௌனமாகினான் சுரேன்.

நாங்கள் போன இரண்டு காவல் நிலைகளிலும் இருக்கின்ற 'ஃபோகஸ் லைற்'றின் வெளிச்சத்தினால் கட்டடத்தின் கீழ்த்தளம் கடுமையான இருளைக் கொடுத்தது. அரணில் இருந்து பார்த்தபோது வெளிச்சம் பரவிய இடத்திற்கு அப்பால் உள்ள பகுதிகள் கருமை கொண்ட புகாராகப் பரவியிருந்தது. எந்த ஒரு அசைவையும் இந்தப் பகுதியில் அவதானிக்க முடியாது. அங்கே வானத்தின் இயல்பாய்க் கசியும் ஒளியைக்கூட 'லைற்' உறிஞ்சி விடுகிறது. இதை மற்றவர்களுக்கு

எடுத்துச்சொல்லி அச்சப்படக்கூடிய உணர்வை விலக்கி நம்பிக்கை ஊட்டினேன். நெருப்புத் தணலில் கண்களின் மினுக்கம் தெரியக் கேட்டுக்கொண்டிருந்தனர்.

காலில் செருப்புப் போட்டால் சத்தம் கேட்கலாம். அதனால் கழட்டிவிடுவதென முடிவு செய்தோம். வெறுங்காலில் அவசரத்திற்கு நுனிக்காலால் சத்தமின்றி ஓடவும் முடியும் என்பதை மற்றவர்களுக்கு நினைவுறுத்தினேன். ஏற்கனவே அறிவுறுத்தியபடி மற்ற விடயங்கள் நடக்கவேண்டும் என அறிவுறுத்தினேன். நேரம் 2:20. ரொட்டிப் பார்சலை ஜான் தூக்கினான். இடுப்பில் இன்னொரு சாரத்தைக் கட்டினான். குண்டு உடல் அதையும் சேர்த்துக்கொண்டது. சுரேன் தண்ணீர் 'கானை' இடுப்பில் கட்டினான். மீன் பொரியலை உள் பெனியனுக்குள் போட்டான் வர்மன். குறடும் அவனிடம்தான். வரைபடத்தை நான் பெனியனுக்குள் போட்டேன். சுரேன் எதற்கும் இருக்கட்டுமே என்று தூங்கிய வயரை அறுத்து இடுப்பில் கட்டினான். 'போறவழியில தேவைப்படும் சில நேரம்' என்று சொல்லி என்னைப் பார்த்தான். சரி, இரண்டு கத்தியும் எடுத்துக்கொள்வோம் என்று நானும் சுரேனும் எடுத்துக்கொண்டோம். நேரம் 2:30. புறப்பட்டுவிட்டோம்.

முதலில் சுரேனும் வர்மனும் ஒரு கோப்பையில் ஒரு ரொட்டியையும் தேத்தண்ணியையும் தூக்கிக்கொண்டு கிளம்பினர். கொடுத்துவிட்டு இரண்டு நிமிடத்தில் திரும்பவேண்டும் என்று அறிவுறுத்தினேன். அவர்கள் போய் அறுபது வினாடி கழித்து நாங்கள் வெளிக்கிட்டோம், அதே போலவே. என் நெஞ்சுக் குழிக்குள் நடுக்கத்தை உணர்கிறேன். உள்ளங்கை குளிர்கிறது. காதுக்குள் இரைச்சல். அடிவயிற்றில் மூத்திரக் கூச்சம். நடந்தோம்.

காவல் நிலையை நெருங்கவும் ஆமிக்காரனைப் பரணில் காணவில்லை. ம்ம்... அவன் அங்கே இல்லை. "என்ன செய்ய? ஏறிப்பாப்பமா மேலே" நான் மெதுவாக ஜானைக் கேட்டேன்.

"வேண்டாம் திரும்பிப் போவம். அவன் நித்திரை" ஆனால் நான் கூப்பிட்டுப் பார்த்தேன். "ஐயே... ஐயே...," மேல் பரண் பார்த்து யாருக்கும் கேட்காமல் மெதுவாக. தேத்தண்ணி றொட்டியைக் கீழே வைத்தேன். பிறகு ஒரு யோசனை வர அதை எடுத்துக்கொண்டு திரும்பினேன். இங்கே வைத்தால் விடிந்ததும் நாங்கள் போன பாதைக்கு இது தடயமாகிவிடும்.

திசை தெரிந்துவிடும். நாங்கள் திரும்பிப்போகவும் சுரேனும் வர்மனும் அந்தச் சந்தில் வந்துவிட்டனர். அருகே படையினர் எஞ்சிய சாப்பாடு கொட்டும் இடம் கிடங்கிற்குள் கோப்பையோடு ரொட்டியையும் தேநீரையும் எறிந்தேன்.

"என்ன மாதிரி நிலைமை?" எனக்கே கேட்காத சத்தத்தில் கேட்டேன்.

"நித்திரை, நித்திரை... ம்ம்ம்... ஓடுங்கோ." வர்மன் கேட்கும் குரலில் சொன்னது கத்துவதுபோல இருந்தது. கீழ்தளத்தின் நடைபாதையால் வேகமாய் நடந்தேன். இதயம் எகிறிக் குதித்துவிடப்போகிறது. கால்கள் ஓடுவதற்கே துடிதுடிக்கின்றன. வர்மன் என்னைப் பின்னிருந்து தள்ளினான். நுனிக்காலில் நிலம் நோகாமல் ஓடினேன். சிமெண்ட் நிலம் ஒலி எழுப்பத்தான் செய்கிறது. ஓட்டத்தைக் கைவிட்டு நடந்தேன்.

இதோ கட்டடம் முடியப்போகிறது. நின்று அவதானித்து முன்னே உள்ள சிறு முற்றத்தைக் கடந்தால் சிறு மதில். அதை ஏறிக் குதித்துவிடலாம். நிதானிக்கவும். ஏதோ சத்தம் கேட்கிறது. அட...நாசமே... நான் பின்னகர்ந்து சுவரில் மறைந்தேன். காதுகளை மட்டும் நீட்டினேன். கையைக் காதில் அணைத்துப் பின்னால் உள்ளவர்களுக்கு சைகை காட்டினேன். வர்மனின் கண்கள் பூனைக் கண்கள் போல மினுங்கின. சத்தம் மற்றவர்களுக்கும் கேட்கிறது. மனிதர்கள் முணுமுணுக்கும் சத்தம். தலையை நீட்டி இடப்புறம் பார்த்து உள்ளே எடுத்தேன் சட்டென்று. 'ம்ம்கூம்... யாரும் இல்லை.' இடப்புறமாய் ஒரு சிறிய அறை... முக்கால் சுவர் மூன்று பக்கமும் எங்கள் பக்கம் பார்த்தவாறு கால் சுவரும் கொண்ட ஒரு சிறு அறை அங்கே இருந்தது. முன்னால் ஒரு மாமரம் வேறு. எதுவும் இல்லை. மறுபடி காதுகளைத் நீட்டினேன். ஒரு பெண்ணின் முனகல் அல்லவா கேட்கிறது... ச்சா... பிரமையா... இல்லை. பெண் குரல் போன்ற மெல்லிய குரலின் முனகலேதான்.

சுணங்கினால் ஆபத்து. பட்டென்று தலையை நீட்டி இடப்புறம் உள்ளதைக் கண்களால் பதிந்துவிட்டு உள்ளெடுத்தேன் தலையை. நிலைமையை மீட்டேன். அட... நாசமே... மறுசுவரைப் பார்த்தபடி நின்று ஒருவன் குலுங்குகிறான். ம்ம்... அதேதான். நாய்கள் புணருவதுபோலப் புணருகிறான் ஒருவன். சந்தேகமே இல்லை.

சைகையால் மற்றவர்களுக்குக் காட்டினேன். சிரிக்கும் நிலையில் யாரும் இல்லை. அந்த உருவம் றகீமேதான். சரி இருக்கட்டும். இந்த சிறு முற்றத்தை எப்படிக் கடப்பது... யோசிக்க நேரம் இல்லை. றகீம் அலுவலை முடிக்கமுன் நாங்கள் கடந்தாகவேண்டும். பட்டென்று ஒரு வெளிச்சம் மூளையின் மர்ம ஸ்தானத்தில் ஓடியது. ஆக, இந்தப் பக்கம் காவல் ஏதும் இல்லை என்பது உறுதி. இருந்திருந்தால் இந்த நாய் இங்கே புணர்ந்துகொண்டு நிற்குமா அம்மணக்குண்டியோடு...?

பின்னகர்ந்து என் பின்னால் வரச்சொல்லி மற்றவர்களுக்குச் சைகை காட்டினேன். மறுபேச்சில்லாமல் பின்னே வந்தனர். வெளியைக் கடக்காமல் வலப்பக்கமாக நடந்தால் அங்கே நித்திய கல்யாணிப் பூமரங்கள் வரிசையாய் இருக்கின்றன. அவை தண்ணித் தொட்டியைக் கடந்து மதில்வரை செல்கின்றன. அதன் மறைப்பில் நடந்துவிடலாம் என எண்ணி நுனிக்காலில் நடந்தேன். பூமரக் கன்றின் உயரம்வரை நன்றாகக் குனிந்து முன்னேறினேன். தொட்டியைக் கடக்குமுன் றகீமைப் பார்த்தேன். ஏன் பார்த்தேன்? அவன் அதே சமநேரத்தில் திரும்பி இங்கே பார்த்தான். அது அனிச்சையாக இருக்கலாம். யாரோ வருவது போன்ற உள்ளுணர்வாய் இருக்கலாம். அல்லது கண்டுவிட்டானா? கண்டாலும்கூட அவனால் இப்போது வரமுடியாது. நான் சத்தமின்றித் தவழ்ந்து பூமரங்களைக் கடந்து மதிலேறப்போகவும்... அடக்கடவுளே! மதிலின்மேல் நான்கு வரியில் முள்ளுக்கம்பி நிரல்களை அடித்துள்ளார்கள். சஞ்சயன் இப்படியிருப்பதாய்ச் சொல்லவேயில்லையே... அவர் ஆள் வைத்தல்லவா பார்த்திருந்தார். ஒருவேளை இரு கைதிகள் ஓடியதும் இந்த முள்ளுக்கம்பி நிரல்கள் புதிதாய் அடிக்கப்பட்டிருக்கலாம். நான் பின்னகர்ந்து குறட்டை எடுத்துத் தா என்று சைகை காட்டினேன். வர்மன் குறட்டைப் பதட்டப்பட்டு எடுத்துத் தந்தான். கை நடுங்க மதிலில் அணைந்து நின்று கீழிரு வரிகளை வெட்டினேன். குறட்டால் வெட்டுவது இலகுவாக இருக்கவில்லை. இதற்குமேல் முடியாது. நெஞ்சு பதறுகிறது. அவ்வளவு பதட்டம். ஏறிப் பாய்ந்தேன். பாய்ந்ததும் என்னையறியாமல் நுனிக்காலில் ஓடத் தொடங்கினேன். ஜான் குதித்து ‘இந்தப் பக்கம், இந்தப் பக்கம்’ என்று மெதுவாய்க் கத்திவிட்டு மறுதிசையில் ஓடினான். நான் திரும்பி மறுதிசையில் ஓடினேன். ஜான் குதித்தபோது

நிலம் அதிர்ந்ததை உணர்ந்தேன். சுரேனும், வர்மனும் கூடக் குதித்துவிட்டனர்.

நால்வரும் கொஞ்சம் தூரம் ஓடினோம். பிறகு நான் நின்றேன். இதயத்தின் படபடப்பு நின்ற பிறகுதான் அதிகரித்தது. தவிரவும் ஓடுவது திட்டத்திலும் இல்லை. புத்திசாலித்தனமானதும் அல்ல.

"என்ன செய்வம்...? நடப்பமா ஓடுவமா?" மற்றவர்களைக் கேட்டேன்.

"நடப்பம்." ஜான் சொன்னான்.

"றகீம் எங்களைக் கண்டிருப்பானா?" நடந்தபடியே கேட்டேன்.

"..." யாரிடம் இருந்தும் பதில் வரவில்லை.

"றோட்டில் யாருமில்லை. இன்னும் கொஞ்சத் தூரம் ஓடினால் மந்துக் காட்டுக்குள் இறங்கிவிடலாம். பின்னால் வந்தால் கண்டுவிடுவான். ஓடுவம்." சொல்லிக்கொண்டே பதிலுக்குக் காத்திருக்காமல் ஓடத்தொடங்கினேன்.

அட என்னை முந்திக்கொண்டு ஓடுறாங்கள். வர்மன் மட்டும் "ஓடுங்கண்ணை, ஓடுங்கண்ணை" என்று துரத்தியவாறு பின்னால் வந்தான். அவனுக்குத் தெரியும் என் கால் காயம் அவ்வளவு ஒத்துழைக்காது என்று.

பத்துநிமிடம் ஓடியிருப்போம். ஒரு மணி நேரம் ஓடியதாய் உணர்வு. அவ்வளவுதான் மந்துக் காட்டுக்குள் இறங்கிவிட்டோம். அப்பாடா... இவை ஒரு காலத்தின்முன் கைவிடப்பட்ட காணிகளாய் இருக்கலாம். இடையிடையே பழைய வேலிக்கான தடயங்கள் வந்தது. காட்டுக்கு இன்னும் எவ்வளவு தூரம் என்று திடமாகத் தெரியவில்லை. மூன்று பக்கமும் பற்றைகளால் சூழ்ந்த ஓர் இடுக்குக்குள் நுழைந்தேன். மற்றவர்களையும் வரச்சொன்னேன்.

"இன்னும் காட்டுக்கு எவ்வளவு தூரம் என்று தெரியேல்ல."

"முக்கால் மணிநேர வேகநடையா இருக்கலாம்." ஜான் சொன்னான்.

அவனுக்குத்தான் வரைபடத்தின் அறிவு அதிகம் உண்டு.

"விடியமுன்னர் காட்டுக்குள்ள போயிடவேணும். அங்கச் சூழலை அவதானிச்சு மறைப்பான இடமா பகலில நிக்கவேணும். இப்ப நேரம் என்ன?"

"இரண்டு ஐம்பது." ஜான் சொன்னான் பார்த்து.

"மெல்ல ஓடிப்போவம். அதுதான் நல்லது." முடிவாய்ச் சொன்னேன்.

மெதுவான சீராய் ஓட்டத்தில் போனோம். கால்களில் கம்புகள் குத்த, உடலைப் பற்றைகள் கீற ஓடினோம். காட்டை நாங்கள் அண்மிக்கவும் வானம் ஊமை ஒளியைப் பரப்பத் தொடங்கிற்று.

விடியும்போது வாகனச் சத்தம் கேட்பதைக்கொண்டு வீதியிலிருந்து நாங்கள் எவ்வளவு தூரம் உள்ளே இருக்கிறோம் என்பதை உணர்ந்தோம்.

இப்போது வரைபடத்தை லைற்றர் அடித்துப் பார்ப்பது நல்லதல்ல. நாங்கள் கொஞ்சம் வலப்பக்கமாகத் திரும்பி காட்டின் உள்ளே நடப்போம் என்று சொல்லி நடந்தேன். கொஞ்சநேரத்தில் அடர்ந்த காட்டுக்குள் நுழைந்தோம். மேலும் நடந்து வளமான சிறு அடர் மரங்கள் உள்ள இடத்தின் அயல் சூழலில்கீழ் வளரிகள் நிறைந்து நல்ல மறைப்புத் தந்த ஓர் இடத்தில் இருந்துகொண்டோம்.

தாகம் எடுத்தது. ஆளுக்கு மருந்துபோல் கொஞ்சம் தண்ணீர் குடித்தோம். இது இப்போது கடவுளுக்குச் சமம். ஒருவரை ஒருவர் பார்த்தோமே அல்லாமல் கதைக்கவில்லை. மீண்டுவிட்ட சந்தோசமா? இல்லை... மிஞ்சியுள்ள பயமா? தெரியவில்லை. கண்களின் ஒளியை உறிஞ்சும் இருளில் இப்போது நாங்கள் சூழப்பட்டிருந்தோம்.

18

கடற்கரையில் விடியலைப் பலர் பார்த்திருப்பர். காட்டில் விடியலை எத்தனை பேர் பார்த்திருப்பார்கள்? எங்கள் காடு மெல்லென விடியத் தொடங்கிற்று. நாங்கள் சூரியப் புதல்வர்கள் இல்லை. இருந்தும் காட்டை ஊடறுத்து எங்களுக்காகவும் கதிர் அலைகள் எம்மிடம் வந்தன. காட்டின் அமைதிமீது, காட்டின் சோகம்மீது, காட்டின் துக்கம் மீது, காட்டின் பழியுணர்வுமீது, காட்டின் கருணையும் கர்வத்தின் மீது ஒளியூட்டி விடிந்தது அந்தக் காலை. காட்டின் வியாகுலத்தை வென்றிடுமா இந்தக் காலை?

காட்டின் சூழலை அவதானித்தபின் வரைபடத்தை விரித்தோம். ஜான் ஆராய்ந்தான். நாங்கள் நினைத்ததுபோல் காட்டின் அருகே நாங்கள் இல்லை. கொஞ்சம் ஆழத்தே வந்துவிட்டோம். ஒரு கிலோ மீற்றர் உள்ளே இருக்கிறோம் என்றான் ஜான். விடுதலையின் சுகிப்பு ஒருபுறம் அடுத்தது பற்றிய அச்சம் மறுபுறமுமாக விநோதக் கலவையாய் மறுகியது மனம். அவரவர் திட்டத்தை நான் கேட்டறிந்தேன்.

ஜான் தான் மட்டக்களப்பு போகவேண்டுமாம். வவுனியா போய் அங்கிருந்து பஸ் பிடித்துப் போக நினைக்கிறானாம். ஆனால் வவுனியாவில் இப்போது எங்கள் படத்தைக் கொடுத்துப் படையினர் தேடக்கூடும். இரண்டு மூன்று நாள் காட்டில் தங்கி, பார்த்துப் போகலாம் என்றான். வர்மன் நல்ல வழி சொன்னான். 'கொறவப்பொத்தானை' போய் அங்கிருந்து மிகிந்தல போய் மட்டக்களப்பு போகலாம் என்று. அதுதான் பாதுகாப்பானது. சிங்கள ஊர்களில் இப்போ தேடமாட்டார்கள். ஜானின் மனைவி மட்டக்களப்பாம். உண்மையில் அவள் தன் வீட்டாருடன் அங்கு போய்விட்டாளாம். அவளின் சித்தப்பா தமிழ்க் கட்சி ஒன்றின் புள்ளியாம். முஸ்லிம் கட்சியிலும் நல்லுறவுண்டாம். அங்கு, தான் பாதுகாப்பாக இருக்கலாம். பிறகு என்ன செய்வதென்று யோசிக்கலாம் என்றான்.

வர்மன், நிசானி வீட்டிற்கு இப்போ போவதாகச் சொன்னான். "அடநாசமே! ஆமிக்காரியிட்டயா?" ஜான் கேட்டான்.

"இது சஞ்சயனண்ணையின்ர திட்டம்." வர்மன் சொன்னான்.

"போய் - பிறகு...?" நான் கேட்டேன்

"அங்க கொஞ்சநாள் நிற்கக் கேட்டிருக்கிறேன். அவள் ஓமெண்டவள். அங்க இருந்து அவளுக்குத் தெரிஞ்ச பொலிஸ்காரன் மூலமா அத்தையையும் சுபாவையும் களவாய்ச் செட்டிக்குளம் முகாமில இருந்து எடுத்துக்கொண்டு கண்டிப் பக்கம் போகப்போறன். அத்தையின்ர சொந்தக்காரர் அங்க இருக்கினம். பிரச்சினை ஒண்டும் இல்லை, அங்க வரட்டாம்."

சுரேன் தெளிவான திட்டமில்லாமல் இருந்தான். நான் திகைத்துவிட்டேன். என் நிலையும் கிட்டத்தட்ட அதுதான். சுரேன் சொன்னான். "நான் காட்டில் கிடப்பன்."

"உனக்கென்ன விசரா?" நான் திட்டினேன்.

"இல்லை. இஞ்ச இல்லை. வவுனியா குஞ்சுக்குளம், பூவரசங்குளம் பக்கம் போனா அந்தச் சனம் என்னைப் பாதுகாப்பா இப்போதைக்கு வச்சிருக்குங்கள். மிச்சத்தைப் பிறகு பாப்பம். இந்தியா போவன் பிறகு."

"என்னடா சொல்லுறாய்?"

"உண்மையாத்தான் நீங்கள் பயப்படாதேயுங்கோ." அவன்.

நான் யாழ்ப்பாணம் போகவேணுமென்று சொன்னேன்.

"யாழ்ப்பாணமா... விசரா... உங்களுக்கு? சாகப் போறியளா?" ஜான் திட்டினான். சுரேனும் அதைத்தான் சொன்னான். எனக்கு யாழ்ப்பாணத்தில் என் வயதான அப்பா, அம்மாவை ஒருமுறை பார்க்க வேண்டும். மற்றும்படி அங்கே அடைக்கலம் தர யாருமில்லை. என் காதலியைப் பார்த்துவிடவேண்டும் என்ற தவிப்பும் உள்ளூர இருந்தது. ஒருவேளை அவள் சம்மதித்தால் கூட்டிக்கொண்டு தென்பகுதி கிராமம் ஒன்றுக்குப் போய்விடலாம் என்று எண்ணியிருந்தேன்.

இரு நாள்களுக்குக் காட்டைவிட்டு வெளியே போகக்கூடாது. நிசானி வீட்டிற்கு உளவுத்துறை வந்து பார்க்கவும் வாய்ப்புண்டு. இவன் வர்மன் சந்திப்புக் கொட்டிலில் வைத்து அவளுக்கு நூல்

விடுவது றகீமுட்பட பலருக்குத் தெரிந்த விடயம். அதனால் மறுநாள்வரை அங்கு இருப்பதாய் முடிவு செய்தோம். மதியம் கழித்து ஆளுக்குப் பாதி ரொட்டியும் பாதி மீன் பொரியலும் சாப்பிட்டுத் தொண்டை நனையுமளவுக்கு மாத்திரம் தண்ணி குடித்தோம். நேரம் கழியமறுத்து காட்டில் தேங்கிக் கிடந்து எங்களை வஞ்சித்தது. காட்டின் சூழல் எப்படியென்று தெரியாமல் கதைக்கவும் முடியவில்லை. பொழுது சாய சுரேன் தண்ணி தேடப் போனான்.

நீரோடி இப்போ நின்றுவிட்ட சிறு ஆறு ஒன்றின் பள்ளத்தில் தண்ணீரைக் கண்டுபிடித்து, சுரேன் எங்களைக் கூட்டிப் போனான். ம்ம்... ஆங்காங்கே ஆற்றின் பள்ளத்தில் நீர் இருக்கிறது கொஞ்சமாய். சாரத்தை ஜான் தண்ணி மேல் போட்டு உறிஞ்சிக் குடித்தான்; சேற்றைச் சாரம் வடிகட்ட, நாங்களும் அப்படியே குடித்தோம். உள்ளே சிறு மீன்கள் நெளிவதைக் கண்டான் சுரேன். சாரத்தைக் கொண்டு அதைப் பிடிக்க முயல, அது முடியவில்லை. சுரேன் அருகிலே தேடித் திரிந்து ஒரு கொடியை அறுத்து வந்தான். அதைத் தண்ணீரில் போட்டான். “கொஞ்சம் இப்படி இருங்கோ... மீன் தானா இப்ப எழும்பி வரும்” என்றான். விளங்கவில்லை. ஆனால் இருந்தோம்.

சஞ்சயன் போகும்போது எனக்குச் சொன்னதை இப்போ இவர்களுக்குச் சொல்லத் துணிந்தேன். ஆற்றின் ஓரக் கட்டுகளில் இருந்தோம். “சஞ்சயன் வெளிநாடு போய்விடுவாராம். அவர் உள்ள இருக்கேக்க குடுத்தது சொந்த அடையாள அட்டை இல்லையாம். தன்னை வெளிய விட்டுட்டு உளவுத்துறை சுடக்கூடும் என்றும் சொன்னார்.” அவர்கள் ஆர்வமாகக் கேட்டனர். நான் அதையொட்டி பலதைக் கதைத்தேன்.

ஐசிஆர்சி-இல் பதிந்தவர்களில் முக்கியமானவர்களை இப்படி செய்வதுதான் உளவுத்துறைக்கு உத்தமமான வழியாக இருக்க முடியும். தான் விடுதலையாகி மறுநாளே தலைமறைவாகிப் பின்னர் வெளிநாட்டுக்குச் சென்றுவிடுவதாக சஞ்சயன் சொன்னார். நாங்கள் இங்கிருந்து தப்பி நிலைகொண்டதும் தன்னைத் தொடர்புகொள்ளச் சொன்னார்.

புகலிடம்-1 எனத் தன்னைச் சமூக வலைத்தளங்களில் தேடிப் பிடிக்கச் சொன்னார். முடிந்தால் எமக்குள் இணைந்திருப்பது

நல்லது என்றார். யார் கண்டது... எதிர்காலம் வெற்றியின் வாசல்களைக் காட்டலாம். அதைத் திறக்கத் தெரியவேண்டும். நாங்கள் பயணிக்கத் தயாராக இருக்கவும் வேண்டும் என்றார். அறிவுதான் இனி பலமும் பாதுகாப்பும், கருவி என்பது இனி தொழில்நுட்பம்தான். கையாளத் தெரிந்தவனுக்கு அது மூன்றாவது கரம் என்றார். இதைச் சொன்ன போது மற்றவர்களும் ஆர்வம் பொங்கத் தாங்களும் ஒரு ஐ.டி தருவதாகச் சொன்னார்கள். எல்லோருக்குள்ளும் உள்ளூர ஒரு கிளர்ச்சி. இதை நான் சொல்லும்போதே என்னை அறியாமல் கிளர்ச்சியுற்று உடல் ஒரு வன்ம உணர்வின் அசைவு கொண்டதை நான் கண்டேன். காட்டு மரங்களின் சருகும் துளிரும் கலந்த வினோத வாசனையை, வீசாமல் வீசும் காற்றில் நான் நுகர்ந்தேன். அந்தப் புதிய வாசனை ஏதோவொரு மனக் கிளர்ச்சியைத் தந்தது.

ஜான் சொன்னான். தன்னைக் கிழக்கு -2 என்று தேடுமாறு. "என்னை இந்தியா-3 என்டு தேடுங்கோ." சுரேன் ஆர்வம்கொண்டு சொன்னான். "அப்ப என்னை மலைநாடு - 4 எனத் தேடுங்களன்." வர்மன் சொல்லித் தன் தொடையில் தட்டினான். எனக்கோ உத்தேசம் இல்லை. நான் யோசித்துவிட்டு, "என்னை இடம் - 5 என்று தேடுங்கோ" என்றேன். ராசு அண்ணருக்கும் ஒரு ஐ.டி சொல்லிவிட்டு வந்திருக்கலாம் என்று அந்த நேரத்தில் எண்ணினேன். 'மக்கள் - 6.' சரியாயிருந்திருக்கும் போலும். எங்கே போய்விடப் போகிறார்... தொடர்பு கொள்ளலாம். மேலும் வாகை மரத்தைத் தன் 'புறஃபைல் பிக்சராக' வைத்துக்கொள்வேன் என்று சஞ்சயன் சொன்னதைச் சொல்லவும், "நாங்களும் அதையே வைக்கலாமே" என்று சொல்லி சுரேனைப் பார்த்தான் ஜான். எல்லோரும் உடன்பட்டுக்கொண்டோம்.

என்ன அதிசயம்... மீன்கள் செத்தோ மயங்கியோ தண்ணியில் மிதந்தன. இயற்கையிடம்தான் எத்தனை உத்தியுண்டு. அவற்றைச் சாரத்தைக் கொண்டு அள்ளி எடுத்தான் சுரேன். மீண்டும் நாங்கள் இருந்த இடத்தை வரைபடத்தில் தேடி திசைகாட்டியைக் கொண்டு கூட்டிப்போனான் ஜான்.

கத்தியால் மீனின் குடலை வெட்டி எடுத்தெறிந்துவிட்டு நெருப்பு மூட்டி அதில் சுட்டோம். இன்னும் இருண்டுவிட்டால் நெருப்பின் வெளிச்சம் வெளியே தெரியக்கூடும். சுட்டமீன்

சுவை நல்லாய்த்தான் இருந்தது. சுவைக்கும் குறைவில்லை. பசிக்கும் குறைவில்லை. "உப்பு கொஞ்சம் தடவினால் நல்லாயிருந்திருக்கும்" ஜான் சொல்ல, கொண்டுவந்த பொரியலில் ஒன்றைச் சாப்பிட்டு எஞ்சியிருந்த அடுத்த பாதிகளை எடுத்து இதனோடு சேர்த்து உண்டோம். அதில் உப்பு அதிகம். சேரும்போது இது அதிகச் சுவை தந்தது.

முதல்நாள் இருந்த பதட்டம் இப்போது இல்லை. இந்தச் சூழலே இனிமையாய் இருந்தது. சுதந்திரம் மகா சுதந்திரம். இப்போ மெல்லென ஊறுகிறது உள்ளே ஆனந்த நீர். வர்மன் அங்கிருந்த இள விருட்சம் ஒன்றில் கல்லால் குத்திக் கோதினான். 'மீண்டு எழுவோம்' என்று. "டேய் 'ம்' அன்னா விழயில்ல" ஜான் சொல்ல, "இல்ல... இது மீண்டு... எழுவோம். சரியா வாசி. இதைப்போல ஒரு புரட்சிநாள் வாழ்க்கையில வாய்க்காது" என்று உணர்ச்சிகொண்டு சொன்னான் வர்மன்.

"என்னடா, உன்னை இயக்கம் கலைச்சுப் பிடிச்சல்லே இயக்கத்தில சேர்த்தது. கட்டாயச் சேவைக்குப் பயத்தில ஒளிச்ச ஆளெல்லா நீ? இப்ப புரட்சிப் போராளியோ?" ஜான் பொய்க் கோபத்தோடு அடிக்கப்போனான்.

"அண்ணை அது வேற. இது வேற. பிடிக்கப்படாது என்னை. நான் லொறியால அடிச்செண்டாலும் நாலு ஆமிக்காரனைக் கொல்லாட்டிப் பார்." அவன் சொல்லவும் பொய்யாய் அடி போட்டான் ஜான்.

உடலின் அலைச்சலோ மனதின் அலைச்சலோ காரணம் எதுவென்று தெரியவில்லை. இரவு கொஞ்சம் நித்திரை கொண்டோம். மறுநாள் வர்மன் நிசானியோடு தொலைபேசியில் கதைத்தான். அவள் பிரச்சினை ஏதும் இல்லை என்று வீட்டுக்கு வரச்சொன்னாள். எங்கள் படங்கள் பொலிசிடம் தேடுவதற்குக் கொடுக்கப்பட்டிருக்கின்றனவாம். வவுனியாப் பக்கம் போகவேண்டாம் என்றாள். ஜான் சொன்னான். "ஆமிக்காரன் ஆழ ஊடுருவும் அணிய வச்சு நாங்கள் தப்பிவந்த தடயத்தைத் தேடி வரக்கூடும். நாங்கள் தப்பிவரும்போது தடயங்களை அழித்து வரவில்லை. அவன் தேடினால் தடயத்தைப் பின்தொடரலாம். நாங்கள் இங்கிருந்து மாறுவதே நல்லது." சுரேனும் இதனை ஆமோதித்தான். எனக்கும் அது உத்தமம் என்று பட்டது. நானும் வர்மனும் அன்று பின்னேரப்பொழுது நிசானி வீட்டிற்குக் கிளம்பினோம்.

வர்மன்தான் முதலில் என்னை அங்கே வரச் சொன்னான். ஜானும் கொறவப் பொத்தானை பஸ் பிடித்துப் போவதாய் ஆயத்தமானான். எஞ்சிய இரு ரொட்டியையும் சுட்ட மீன் துண்டுகளையும் சுரேனிடம் கொடுத்தான் ஜான். 'மொபைல்' ஃபோன் சுரேனிடம் கொடுப்பதே நல்லது என்று முடிவு செய்தோம். அன்றைய பகலின் ஒளிமயங்கி பட்டிசாயும் நேரம் நாங்கள் கட்டித் தழுவி விடைபெற்றோம். எல்லார் கண்களிலும் நீர் நிறைந்து ததும்பியது. காட்டின் கண்களிலும்தான். வாழ்வில் நினைவழியாப் பொழுது அது. "நாடு கிடைச்சால் இந்த இடத்தில பெரிய நினைவுக்கல்லு வைப்பமண்ண டோய்." வர்மன் சொல்லியபடி கை அசைத்து நடந்தான்.

பதினைந்து நிமிட நடையில் காட்டை முடித்து வீதியில் ஏறிவிட்டோம். வர்மன் சொல்லிக்கொண்டே வந்தான். "அண்ணை இனிப் போய்ச் சேர்றவரைக்கும் நான்தான் தலை. நான் சொல்றபடி கேக்கவேணும். வழியில வெத்திலை வாங்கித் தருவன். சப்பிக்கொண்டு றவுடி ஆட்டம் வரவேணும் பின்னால. என்ன, ஏது ஆர் வந்தாலும் நான் கதைப்பன்."

"வேற வழி...? ம்ம்..." கிண்டலாகச் சொன்னேன். மனம் மீண்டும் பதைபதைக்கத் தொடங்கிவிட்டது.

வந்த பஸ்ஸை மறித்து ஏறினோம். வர்மன்தான் ரிக்கற் எடுத்தான். காட்டை ஊடறுக்கும் கருத்த பாதையில் போகிறது பஸ். வீதி சம தரையில் இருக்கவில்லை. உயர்ந்தும், பள்ளத்தில் வீழ்ந்தும், நீர் தேங்கிய இடங்களை வளைத்துப்போகிறது பஸ்.

கொறவப்பொத்தானை என்ற சிங்கள ஊராகிவிட்ட கிழக்கின் கிராமம் ஒன்றில் இறங்கினோம். இருட்டிவிடடது மெல்ல. "அதுக்கிடையில வந்திட்டம்... கொறவப்பொத்தானை இவ்வளவு கிட்டவா?"

"ம்ம்... இது கெப்பட்டி கொலவா" வர்மன் திரும்பிச் சொன்னான்.

ஒரு கணம் இனம்புரியாப் பதட்டம் ஓடியது என்னுள்.

"நீ நிசானி வீடு கொறவப்பொத்தானை என்றாய்...?" கேட்டேன்.

"அண்ணை வில்லங்கமான இடத்துக்கு வில்லங்கமான ஆக்கள் போறம். அடுத்தவனுக்கு இடத்தைச் சொல்லி சொந்தச்

செலவில சூனியம் வைக்கக் கூடாது.” குரலில் கம்பீரம் தொனிக்கச் சொன்னான். அட இவன் இலேசுப்பட்ட ஆளில்லை என்று மனதில் தோன்றிற்று.

சிறிய ஒரு கடைத்தொகுதியிலிருந்த தேநீர்க் கடைக்குள் நுழைந்தான். பின்னால்போய் ஒரு கதிரையில் இருந்தேன். அடக்கடவுளே... அதற்குள் இரண்டு பொலிஸ்காரர்கள் இருக்கிறார்கள். அவங்கள் எங்களையே ஒரு சாங்கமாகப் பார்த்தார்கள். எனக்குள் சொல்லமுடியாத பதட்டம் பரவியது. “ஐயே ரீ ஓணாத?” வேலைசெய்பவள் சிங்களத்தில் தேநீர் வேணுமோ என்று கேட்கிறாள்.

“தெக்காய் தெண்ட.” இரண்டுக்கு சொல்லிவிட்டு எழுந்துபோய் ஒரு சிகரட் வாங்கிப் பற்றவைத்துக்கொண்டான். புகையை இழுத்து ஊதியபடியே அந்தப் பொலிஸ்காரனிடம் விலாசம் பற்றி விசாரித்தான். அடக்கடவுளே... இவன் கெட்டிக்காரனா? முட்டாளா? நிசானி வீட்டுக்குப் போகும் வழியாக்கும் அது. வெளியே வரும்போது வெத்தலை வாங்கித் தந்து தானும் போட்டான். நான் புகையிலையை எடுத்து எறிந்துவிட்டு சப்பிக்கொண்டேன். நடக்கத் தொடங்கினோம். “அண்ணே வெருளக்கூடாது இனி. இது அஞ்சு ரூபா பொலிஸ், வாகன டயர் ஒட்டுற கடை எங்க இருக்கெண்டு கேட்டன். சொன்னான். நிசானி சொன்ன அடையாளத்தையும் கேட்டன். சொன்னான். இனி அவங்கள் எங்களப் பற்றி யோசிக்காங்கள்” என்றான். சில ஒளிப் புள்ளிகளைத் தவிர வீதி இருட்டித்தான் இருக்கிறது.

காடு சார்ந்த கிராமத்தின் பாதைகளால் நடந்து நிசானியின் வீட்டை அடைந்தோம். நிசானி சொன்ன பாதை வழியை அச்சொட்டாய் மனதில்கொண்டு. அவன் ஏதோ தன் வீட்டுக்குப் போவதுபோல வெகு லாவகமாக வெளிப்படலையைத் திறந்து உள்ளே நுழைந்தான். நுழைந்தபின் முற்றத்தில் தயங்கி ‘நிசானி’ என்று கூப்பிட்டான். ஒரு மூதாட்டிதான் வெளியே வந்தாள். எங்களை விருந்தாளிகள்போல உள்ளே அழைத்துப் போனாள். அரசாங்கத்தின் கொலனி திட்டத்தில் கட்டிய வீடு என்று பார்த்த மாத்திரத்தில் புரிந்துகொண்டேன். அதைப் பின்புறமாக மேலும் நீட்டி பத்தியாகக் கட்டியிருக்கிறார்கள் இவர்கள். அங்குதான் நாலு மரக் கதிரைகள் இருந்தன. இருந்தோம்.

அரைச் சுவரும் மீதிக்கு மர 'றாக்'கைக் கொண்டு அடைத்திருந்தார்கள். கூரை பதிவாக இருந்தது. நிசானி குடத்துடன் வந்தாள். அவள் முகத்தில் எங்களைக் கண்டு அதிர்ச்சி இல்லை. அவளை அடையாளம் காணமுடியாதவாறு சிவில் உடை இருந்தது. முகம் பூத்து வரவேற்கிறாள். அவள் இவனுக்கு விளங்கும் வகையில் மெதுவாகச் சிங்களத்தில் கதைத்தாள். எனக்கு ஆத்திரம்தான் வந்தது. எந்தப் பதட்டமும் இல்லாமல் ஏதோ விருந்துக்கு வந்ததுபோல உரையாடல் இருந்தது.

அப்போதுதான் பார்த்தேன் மூலையில் தூங்குகிறது ஒரு தூளி. அதில் ஒரு குழந்தை உறங்குவதைக் கண்டேன் அடக்க முடியாமல் 'உங்க குழந்தையா?' என்று தமிழில் கேட்டேன். அவளும் புரிந்துகொண்டு ஓம் என்று தலையாட்டினாள். சீருடையில் பார்த்தவளை இப்போது காணவில்லை. வீட்டு உடையில் இவள் வேறு கோலம். இரவு விருந்தினருக்கு உரிய சாப்பாடு எங்களுக்குக் கிடைத்தது. சிறைமுகாம் நிலைப்பாடுகள் பற்றி நீண்டநேரம்; கதைத்துவிட்டுப் படுக்கப்போனோம். சிறைமுகாமே களேபரமாய் இருக்கிறதாம். வர்மனும் ஓடியதால் முகாமதிகாரிக்கு றகீமின்மீது சந்தேகமாம். வர்மன் சிறைமுகாமே அறிந்த றகீமின் கழுவியல்லவா? றகீமுக்கு இதுவும் ஒரு நல்ல பழிவாங்கல்தான். ராசு அண்ணர்தான் நினைவுக்கு வந்தார். அவர் இப்போது உள்ள நிலைமையையும் எங்களைக் காப்பாற்றக் கையாளக் கூடியவர். ச்சா... இந்த மனுசனுக்குப் பிள்ளை இல்லை. மனைவியையும் பறித்துக் காலம் தண்டித்துவிட்டதே.

கதிரையை ஓரமாக்கி இருவருக்கும் படுக்கை விரித்தாள் நிசானி. அவளும், குழந்தையும் பாட்டியும் அறையில் படுத்தனர்.

படுக்கைக்குமுன் வர்மன் என்னைக் காட்டி, இவர் யாழ்ப்பாணம் போகவேணும். வழியிருக்கா என்று கேட்டான் நிசானியிடம். அவள் ஓமந்தை சோதனைச் சாவடியால் போகமுடியாது என்று சொல்லிவிட்டாள். ஆனால் வேறு உபாயம் சொன்னாள். வவுனியாவின் உட்கிராமங்கள் வழியாகப் போய் புளியங்குளத்தில் ஏறலாம். பின்னர் அங்கிருந்து நேரே யாழ்ப்பாணம் போய்விடலாம் என்றாள். நல்ல யோசனை. வழியில் சோதனைச் சாவடி இல்லையா என்று கேட்டேன். வெறும் காவலரண்தான் உண்டு, அவர்கள்

சோதனை போட மாட்டார்கள் என்றாள். ஆட்டோ ஒன்றில் போனால் சுலபம் என்றும் தன் உறவினர் ஒருவர் ஆட்டோ ஓட்டுகிறார், தமிழும் ஓரளவு பேசத் தெரியும் என்றும் சொன்னாள். நம்பலாமா அவரை என்று நான் கேட்டதற்கு, பயப்படவேண்டாம், வேண்டுமானால் நானும்கூட வருகிறேன் என்றாள். "எப்ப போகலாம்?" நாளைக்கே போக முடியும் என்று சொல்லி ஆட்டோவுக்குத் தொலைபேசியில் கதைத்தாள். இரவு முழுவதும் எனக்கு நித்திரை வரவில்லை. ஆர்வமெழுந்து அலைக்கழித்தது... அவள் இப்போ எப்படி இருப்பாள். காதலித்தவள் முகம் உருவமாய் வர மறுக்கிறது. அது என்னுள்ளேயே கரைந்துபோன உணர்வாய்த்தான் உணர்ச்சிகொள்கிறது. நானோ முகத்தை நினைவுகொள்ள ஆசைகொள்கிறேன். அதுவோ பிடிநழுவி உணர்ச்சியாய் உருகித் தகிக்கிறது. காதலித்தவள் நினைவிலேயே கழிகிறது இரவு. வீட்டிற்குப் போவது புத்திசாலித்தனமா? நினைத்ததும் அம்மா அப்பாவைப் பார்க்க மனம் துடிக்கிறது. கூடவே ஒரு பதட்டமும். இதுதான் கடைசித் தடவையாகவும் இருந்துவிடுமோ? இனித் தலைமறைவு வாழ்க்கையல்லவா?

மறுநாள் காலையில் ஆட்டோ வந்தது. அவள் உடையணிந்து வெளிக்கிட்டாள். வர்மனை எங்கும் வெளியில் போகவேண்டாம் என்று மீண்டும் மீண்டும் கேட்டுக்கொண்டாள். எனக்கு சிங்களம் பேசவராது. அவளுக்கு அவ்வளவாகத் தமிழ் வராது. ஆயினும் தடையாக அது இருக்கவில்லை. குழந்தையின் அலுவல் முடித்து பாட்டியின் பொறுப்பில் விட்டாள். குழந்தையின் அப்பா எங்கே என்று என்னுள் கேள்வி அரித்துக்கொண்டிருந்தது. ஆயினும் நான் அவளைக் கேட்டு சங்கடப்படுத்த விரும்பவில்லை. ஆட்டோ புறப்பட்டது. ஆட்டோக்காரன் வவுனியாப் பட்டணத்திற்கு நுழையாமல் வடமேற்கு கிராமங்கள் ஊடாகச் சிறுவீதிகளால் கூட்டிப்போனான். போரில் உருக்குலைந்த காட்டுக் கிராமங்கள் அவை. செழிப்பிழந்து ஊமைத்தனம் கொண்டிருந்தன. காட்டின் முகத்தில் எழிலே இல்லை. வியாகுலத்தில் கனத்த மௌனம் அதன் முகத்தில். காணிகள் பல காடாகிவிட்டிருந்தன.

புளியங்குளம் சந்தியில் வந்தேறியது ஆட்டோ. இறங்கினாள். நானும் இறங்கினேன். பதட்டமாக இருந்தது. அவளுக்கு அப்படியில்லை. வாழ்வில் அலைக்கழிக்கப்பட்ட பெண்

போலும். மீண்டும் யாழ்ப்பாணத்திலிருந்து திரும்பும்போது தொலைபேசியில் அழைப்பதாக அவனுக்குச் சொன்னாள். அவன் தான் வவுனியாவில் நிற்பதாயும் அழைத்து அரைமணித்தியாலத்தில் தன்னால் இந்த இடத்திற்கு வரமுடியும் என்றும் சொன்னான். யாழ்ப்பாண பஸ் ஒன்றை மறித்து ஏறிக்கொண்டோம். பஸ்ஸில் நான்கு இராணுவச் சீருடை அணிந்த சிப்பாய்கள் இருந்தனர். எனக்குப் பதட்டமாக இருந்தது. வாழ்வில் முதல்முறையாக இராணுவத்தோடு ஒரு வாகனத்தில் பயணம் போகிறேன். சிப்பாய்களிடம் இருந்து என்னைக் காத்து இன்னொரு சிப்பாய் அழைத்துப்போகிறாள் என்னை. நூதனமான அனுபவம். பஸ்ஸில் சிங்களப் பாட்டுத்தான் சாரதி போட்டான். பிறகு தமிழ்ப்பாட்டு. அவள் என்னருகே ஒரே ஆசனத்தில்தான் இருந்தாள். வாழ்வில் ஒரு பெண்ணருகே அமரும் வாய்ப்பு அமைந்ததில்லை இதுவரை. பாட்டும் அவள் அருகாமையும் ஒரு தூண்டலைத் தர என்னை மேலும் அது என் காதலியின் கண்களைக் காணும் அவாவில் சுண்டி இழுத்தது. இது கனவா, நினைவா, நிசமா?

கனகராயன் குளத்தைக் கடந்து பஸ் போகிறது. வீதியின் அருகிருந்த செழுமையான காடு வெட்டப்பட்டுவிட்டது. வீடுகள் முகடின்றி கதவின்றி மனிதருமின்றி இருந்தன. நிர்வாணத்தைச் சகிக்கத் தவிக்கும் யுத்தத்தின் விசநாக்கு நக்கிய ஊர்கள் இவை. முந்தைய சமர்களும் நான் நடந்த களங்களும் கூட இருந்து இறந்த போராளிகளும் நினைவுக்கு வந்தனர். உயிரைப் பிழிந்து 'ஜெயசுக்குறு' சமரை வென்றோமே... பின் எப்படித் தோற்றோம் இப்போது?

முறிகண்டி பிள்ளையார் வர பஸ்ஸை நிறுத்தினார்கள். நான் இறங்கவில்லை. பதட்டம் மிக மோசமான பதட்டம். என்னை இங்கு யாரும் அடையாளம் காணலாம். அவள் இறங்கினாள். காற்றில் கலந்த கற்பூரவாசனை பஸ்ஸிற்கும் வந்தது. என்னை அறியாமல் மனதில் காட்டில் கல்லாய்ச் சமைந்தவனை வேண்டினேன். அவள் கடலை வாங்கிக் கொண்டுவந்து தந்தாள். பஸ் புறப்பட்டது. என் திருநாட்டின் அலங்கோலத்தைப் பார்த்துக்கொண்டும், போர் நடந்த பூமியைப் பார்த்துக்கொண்டும், முளைத்த புத்தர் சிலைகளைப் பார்த்துக் கொண்டும், எங்கும் வியாபித்த படைக் காவலரண்களையும் பறக்கும் சிங்கக்

கொடிகளையும் பார்த்துக்கொண்டும் போனேன். இதோ கிளிநொச்சி. சமாதானத்தின் எங்கள் தலைநகரம். காடையரால் வன்புணரப்பட்டுக் கைவிடப்பட்ட பருவப்பெண்ணின் பிணம்போலக் கிடக்கிறது. என்னையறியாமல் என் முகம் அழ எண்ணிக் கோணுவதை தொண்டையிலடைக்கும் அறிகுறியால் உணருகிறேன். அவள் என் முகத்தை இடையிடையே திரும்பிப் பார்த்தபடி வந்தாள். அழிவுகளின் கோலம் அவளுக்கு ஏதேனும் ஓர் உணர்வை உள்ளூரத் தந்திருக்கும் போலும்.

யாழ்ப்பாணத்தில் இறங்கி மீண்டும் ஓர் ஆட்டோ பிடித்து ஊருக்குப் போனோம். வெயில் கொளுத்துகிறது நெருப்பாய். ஆட்டோவை நேரே வீட்டிற்கு விடாமல் அடுத்த தெரு கோயில் கடந்து இறங்கிக் கொண்டோம். அருகிருந்த தோட்டப் பாதை வழியால் பின்பு வரப்புகள் வழியால் போனேன். தோட்டம் எல்லாம் தரிசு நிலங்கள் ஆகிவிட்டிருந்தன. புற்கள்கூடக் கருகிவிட்டிருந்தன. இளமையின் ஞாபகங்கள் மீண்டன. யுத்தத்தின் நஞ்சேறிய பூமியில் ஏதும் விளையாது போலும். இதோ வந்துவிட்டோம். அதோ இருக்கிறது என் வீட்டின் பின்புறம். சுற்றியிருந்த பசுமை துளியளவும் இல்லை. யுத்தத்தில் தலை அறுந்து நிற்கிறது நான் இளநீர் குடித்த தென்னைமரம். வெற்றுக் கட்டடமாய்ப் பாழில் கிடக்கிறது வீடு.

இதுதான் வீடு. என் வீடு. வீட்டின் படி இடிந்து சரிந்து கிடக்கிறது. புகைக் கூடு சிதைந்துவிட்டது. ஓடுகள் கலைந்துவிட்டன. இராணுவத்தின் போருடைபோலச் சுவர்களின் வர்ணம் அலங்கோலமாய் இருந்தது. துளசி மாடத்தில் காக்கையின் எச்சம் வழிந்து காய்ந்தபடி... பின்படியால் ஏறிக் கூப்பிட்டேன். “அம்மா... அம்மா...” அந்நியமான சொல்லை உச்சரிப்பதுபோல நாக்கு குரல் கொள்ள வெட்குகிறது.

சில நிமிடக்காத்திருப்பில் யுகங்களின் இடைவெளியை உணருகிறேன். அம்மா வந்தாள். அம்மாவா இவள்? அம்மாவேதான். வயோதிகத்தின் தோல்களை மெலிந்த எலும்புடல் உடுத்தியிருந்தது. அவள் மிடுக்கும், தாய்மையின் வசீகரமும் அவளை வஞ்சித்துப் போய்விட்டன எங்கோ. எனக்கு அழுகை வந்து தொண்டைக்குள் பந்தாய் உருண்டது.

என் வாய் இழுபட்டு கண்களின் நீரை உடைத்தது. அம்மா தன்னிலை விடுபட்டு என்னைக் கட்டியணைத்துக் கொண்டாள், இன்னமும் உயிருடன் இருக்கும் தன் குழந்தையை. நானும் ஒட்டிக்கொண்டேன் உடல் சூட்டோடு. இன்னமும் அம்மாவின் வாசனை மட்டும் அவளிடம் இருந்து போகவில்லை. விடுபட விருப்பமில்லை. அச்சம் நீங்கிய நித்திய பாதுகாப்பு என்னுள் பரவியது விசித்திரம்தான். அந்தச் சூட்டில் சிறைகொள்ள என் உடலை மீண்டும் சிறியதாக்க முடியாமல் என் ஜீவன் தவித்தது.

“அப்பா எங்க?”

அம்மா அழத்தொடங்கினாள்.

முள்ளிவாய்க்காலின் கடைசி நாள்களில் ஒருநாள் வீட்டில் தன்னோடு சண்டை போட்டாராம். இரவு செய்தியைக் கேட்டுவிட்டு “இனி சரிவராது... அவ்வளவுதான்... எல்லாம் முடிஞ்சு” என்றாராம். பிறகு எதுவும் பேசவில்லையாம். அம்மா சொல்லிக்கொண்டிருந்தாள்.

“இரவு நெஞ்சு குத்துதெண்டார். பக்கத்து வீட்டு ஆக்களைக் கூட்டி ஆஸ்பத்திரிக்குப் போக முடியேல்ல. சனம் பயத்தில வரமாட்டன் என்டுட்டுதுகள். றோட்டு றோட்டா கனபேர ஆமி அந்த நேரத்தில சுட்டுப்போட்டான். ஆட்டோவைக் கண்டாலே சுடுவான் என்ட பயம். சனம் பயந்திது வர. கோப்பி போட்டுக்குடுத்தன். விசும்பினார். அவ்வளவுதான். மூச்சு நிண்டுபோச்சு.” அம்மா அழுதாள். அப்பாவிடம் ஒரு மன்னிப்புக் கேட்க எண்ணி வந்தேன்; என்னால் குடும்பத்தின் பளு அவர் தோள்களை அதிகம் அழுததிவிட்டதற்காக. அக்காவும் தங்கையும் அடுத்த ஊரில்தான் இருக்கிறார்கள். அங்கேபோய் அவர்களுக்கு ஆபத்தை விளைவிக்க நான் விரும்பவில்லை.

நேற்று என்னைத் தேடி இரண்டு பேர் வீட்டுக்கு வந்து விசாரித்ததாகவும் நான் வந்தால் ஆமி சிவில் அலுவலகத்திற்கு அறிவிக்கவேணும் என்றும் சொல்லிற்றுப் போனவங்களாம். அம்மா சொன்னாள். அதற்குமேல் நான் அங்கு நிற்க விரும்பவில்லை. மாமா வீட்டில் சில நாள் நிற்கலாமா என்று அம்மாவிடம் கேட்டேன். முடியாது மாமா, சித்தி, மச்சாள் யாரும் ஏற்கமாட்டார்கள். தெருவுக்குத் தெரு பெடியள்

சிலரை ஆமிசுட்டு சனம் பயந்துபோய் இருக்கு என்று அம்மா சொன்னாள். நான் வெளிக்கிட்டேன், அம்மா சாப்பிடக் கேட்டாள் திகைத்து. ‘பழைய சோறு இருக்கா?’ நான் கேட்டேன். “இல்லையடா...” சொல்லிவிட்டு “ஒரு கொஞ்சம் இருக்கு...” நிசானியைப் பார்த்தாள்... எனக்குப் புரிந்தது.

இது என்னுடைய நண்பனின் உறவினர். என்னை இங்கு கூட்டிவருவதற்காக வந்தார்கள் என்பதைச் சொன்னேன். அம்மாவின் கண்களில் வியப்பு. அம்மா இது என் மனைவியோ, காதலியோ என்று எண்ணிவிட்டதை நான் கவனித்திருக்கவில்லை. “இருக்கிற சோத்தைக் குழையுங்க” என்றேன்.

“கொஞ்சம் பொறு. இந்தா வந்திட்டேன்.” அம்மா கண்ணைத் துடைத்தபடி போனாள்.

அப்பாவின் படத்தையே பார்த்துக்கொண்டிருந்தேன்.

அம்மா இருந்த சோறு, புட்டு, கறி, புதிதாய் அரைத்த பச்சமிளகாய் சம்பல் சேர்த்துக் கையில் திரணையாகப் பூவரசம் இலையில் தந்தாள்.

அத்தனை உருசி இருந்தது. பூவரசம் இலையின் வாசம், கூடவே வெங்காயமும் கடிக்க... நிசானி வேண்டாம் என்றாள். இருக்கும் சோறு போதாது என்பதாலாக்கும். பிறகு கொஞ்சமாய்ச் சாப்பிட்டாள். நீண்ட காலமாய்த் தொலைந்துபோன உருசியை மீட்டேனன்று. சாப்பிட்டு முடியும்போதே என் தோழி - அதுதான் - நான் காதலித்த பிள்ளையை விசாரித்தேன். அம்மா முகம் மாறி அவளுக்கு ஒரு குழந்தையும் இருப்பதாகச் சொன்னாள். எனக்கு உலகம் இருண்டது தலைக்குள். நெஞ்சு பதறிக் கைகள் சோர்ந்தன. கண்ணீர் விழுந்துவிடாமல் முகட்டைப் பார்த்தேன். ஓடு குலைந்த கூரையால் வானமே தெரிகிறது.

வாழ்வு வஞ்சித்தபடியே என்னையேன் பின்தொடர்கிறது? வன்னியில் ஒரு களத்தில் எனக்குச் சாவு வந்திருக்கக் கூடாதா என்றிருந்தது. இத்தனை கஸ்டங்கள் பட்டிருக்க வேண்டியிருக்காதே. மரணம் சிலரைத் தின்று வஞ்சித்தது. சிலரைத் துப்பி வஞ்சித்தது. இனி நான் என்ன செய்ய? அம்மாவின் முகம் பார்ப்பதைத் தவிர்த்தேன். அம்மா எப்போதும் சொல்வது ஞாபகத்திற்கு வந்தது. அம்மா

ஒரு நன்மைவாதக்காரி. எல்லாம் நன்மைக்காகத்தான் நடக்கிறது. காரணம் இல்லாமல் காரியம் நிகழ்வதில்லை என்று போதிப்பார் எப்போதும். சிறுவயதில் அதை மறுத்தேன். இப்போது அதை நம்ப மனம் ஆசைகொண்டது. ஒருவேளை அவளுக்கு அந்த வாழ்வு சந்தோசத்தைக் கொடுக்கலாம். இந்த நிலையில் என்னுடன் வாழ்வதைவிட அவளுக்கு அது பாதுகாப்பும் நிறைவானதும்கூட என்றும் பட்டது. இன்னும் நான் உயிருடன் இருப்பதற்குக் காரணம் இருக்கலாமோ? அடுத்தது என்ன என்ற கேள்வி நெஞ்சைக் கனக்க அங்கிருந்து வெளியேறினேன். அம்மா அழுதாள். நான் அழவில்லை. நிசானி உள்ளே அழுதாள். பிரிவின் விசம் தீண்டும் அந்தக் கொடிய பொழுதை இளம் தாயாக அவள் உணர்ந்திருக்கக்கூடும். பின்வழியால் வீதிக்கு வந்து ஓர் ஆட்டோ பிடித்தோம் யாழ்ப்பாண நகரத்திற்கு. இப்போ நான் உள்ளே அழுதேன். அதை மறைக்க வெளியே பார்க்கிறேன். ஒவ்வொரு முடக்கிலும் காவலரண். துப்பாக்கியோடு நிலத்திற்கு அந்நியமான இராணுவத்தினர். வீதிகள் ஒடுங்கிச் சிறுத்துவிட்டதாகவும் மனதில் அழுத்தமாய் உணர்கிறேன்.

போகும் வழியில் எதுவும் பேசவில்லை. ஊரில் பல வீடுகள் உரிமையாளரின்றிப் பாழடைந்துவிட்டன. ஊர் தன் சோபையைத் தொலைத்து வீணே கிடந்தது. பாழ்கொண்ட ஊரில் எங்கும் துப்பாக்கிதாரிகள். நான் விரும்பியவளின் வீட்டில் ஆட்டோவை நிறுத்தி அவளைப் பார்த்துவிட்டுப் போனால் என்ன? மனம் கிடந்து துடித்தது. அது ஆகாது என்றும் - இல்லை வாழ்வில் இனி சந்திக்கப் போகிறோமா ஒருமுறை பார்த்துவிட்டுப் போகலாம் என்றும் மனம் தனக்குள் நிலையறுந்து போராடியது. நான் பக்கத்து வங்கியில் ஆட்டோவை நிறுத்தச்சொல்லிப் பணம் எடுத்தேன். அம்மா தன் ஓய்வூதியத்தில் இருந்து மூவாயிரம் ரூபாவை என் கணக்கில் மாதாமாதம் போட்டுவிடுவது வழக்கம். இந்தச் சிறையிருந்த காலத்தில் அது பெருகிவிட்டிருந்தது. பத்தாயிரம் ரூபா இப்போது கையில் எடுத்தேன். வவுனியா பஸ்ஸைப் பிடிக்க ஆட்டோ போய்க்கொண்டிருந்தது.

மனம் துடிக்கிறது வீதியைப் பார்க்க... இதோ அவள் வீடு வரப்போகிறது. வெளியே அவள் தற்செயலாக நின்றால் பார்த்துவிட முடியுமே. நிற்பாளா... மாலைப்பொழுதில் முன்பெல்லாம் எனக்காக முற்றத்தில் நிற்பாளே! மனம்

என்னை நசித்துக்கொன்றது. என்னால் முடியவே இல்லை. திரும்பிப் பார்க்காமல் ஓர்மை மனதுடன் முன்னே பார்த்தபடி இருந்தேன். இதோ வருகிறது அவள் வீடு. வந்துவிட்டது... ம்ம்... கடந்துவிட்டேன். இதோ... ஐயோ என்னால் முடியவில்லையே. ஆட்டோவைத் திருப்பச் சொன்னேன். அவள் வீட்டு வீதியில் இறங்கி முற்றத்திற்குப் போனேன். இதயம் எகிறித் துடித்தது. நிசானியும் கூட வந்தாள்.

முற்றம் காய்ந்து தரிசாகிக் கிடந்தது. காற்றில் முற்றப் புழுதி அள்ளுண்டு சுழன்றது. முன்னர் றோசாத் தோட்டம் இருந்த எந்த அடையாளமும் இல்லை. சுற்றியுள்ள எந்த ஊரிலும் இப்படி ஒரு றோசாத்தோட்டத்தை நான் கண்டதில்லை. பசிய கொடிகளின்மீது வர்ணங்கள் பூத்துக் குலுங்கி இருக்கும். மறுகரையில் செவ்விளநீர் தென்னங்கன்று குலைகளுடன் நிறைந்திருக்கும். பாதை உருவாக்கி வண்ணக் குரோட்டன் வழி செய்திருக்கும். மாலைநேரத்தில் அவள் இன்னொரு பூவாக அங்கு நின்றிருப்பாள் எனக்கே எனக்காக. எதுவும் இல்லை. வீட்டின் முன்அறை குண்டு விழுந்து இடிந்து சரிந்து கிடந்தது. அறையில் மேல்கூரையின் ஓட்டு மரங்கள் நீட்டித் தெறித்து நின்றன. விறாந்தையின் முன்தூண் முறிந்துவிட்டது. எரியும் வெயிலில் சுவரின் வர்ணம் கெட்டு மழையில் பாசி படிந்திருந்தது. காய்ந்த பாசியின் அழுக்கு வர்ணம் பேய்களின் சித்திரமாய்ப் படர்ந்துகிடந்தது.

படியேறிக் கதவைத் தட்டினேன். உள்ளறையில் இருந்து வந்து என்னைக் கண்டதும் திகைப்பில் நின்றாள். அதிர்ச்சியில் இருந்து சில நொடிகளில் விடுபட, கண்கள் விரிந்து ஒளி பீறி வந்தது. அது ஆத்மபந்தம் கொள்ளும் ஜீவ ஒளி. அந்தரங்கத்தில் ஆயிரம் வகை உணர்ச்சிகொள்ளும் அலாதியான ஒளி. வாங்க, வாங்க என்றாள். மரியாதைச்சொல்லு மனசை நெருடியது. என் கண்கள் அவளுடன் என்ன பேசினவோ நானறியேன்.

கோலம் மாறிய அவள், இப்போதும் தாய்மை கொண்ட அழகோவியமாய்த்தான் தெரிந்தாள். கன்னம் ஒட்டி இளமையை சாகடித்துவிட்டது. கண்கள் உட்குழிந்துவிட்டன. பற்களில் நீக்கல் கூட வந்துவிட்டது. கழுத்தின் எலும்புகள் துருத்தித் தெரிந்தன. உடல் வளைவு நெளிவுகளற்று ஒற்றைத் தன்மையாகிவிட்டது. இருந்தும் இன்னும் இருக்கிறது அழகின் சூக்கும ரகசியம் அவளிடம்.

என்னருகே நின்ற நிசானியைக் காட்டி "இவதான் உங்க மனைவியா?" என்றாள். நான் அதிர்ந்து போனேன்.

"இல்லை, இல்லை அவ பிறன்ட் ஒருவன்ர சொந்தக்காரர். இங்க கூட்டி வந்தவா..." எனக்கு வாய் தடுமாறியது. இப்போ அவள் அதிர்ந்து போனாள். திகைப்பில் உறைந்த அவள் முகத்தைக் காணவே என்னால் சகிக்கவில்லை. சாவு என்னை வஞ்சித்து அவள் வாழ்வைக்கொன்றதோ? அவளுக்கு வார்த்தை வரவில்லை. எனக்கும்தான். மௌனத்தின் கனதியில் நசிந்து நொந்தது மனங்கள். உள்ளங்கை வியர்த்து தாங்கவொண்ணாத் தவிப்பெழ ஒருவரை ஒருவர் தழுவிக் கொண்டோம், இறுக அணைத்து.

ஆம்... அப்படித்தான் சொல்லவேண்டும். இரு ஜீவனும் உடல் கூட்டைவிட்டுப் பிரிந்துபோய்த் தழுவிக்கொண்டன இறுகி. உடல்கள் அங்கே கைவிடப்பட்டுக் கிடந்தன. விதியின் விசச்சுழியில் அமிழ்ந்து மூழ்கட்டும் அவை. காலத்தின் நச்சுத் தீக்கங்குகளால் எரிந்து சாம்பராகட்டும் அவை. எமக்கு எந்த அக்கறையும் இல்லை...

கனவுகளுக்குப் பௌதீக நிலை இல்லை. வாழ்வுக்கு உண்டல்லவா?... விடுபட்டு சில கேள்விகளையும் பதில்களையும் பரிமாறிக்கொண் டோம். ஆனால் மனம் அவற்றில் இல்லை. அது ஆத்மாவில் உறவுற்றுக் கலந்து கரைந்தது.

இனியும் இருப்பது நல்லதல்ல. அவளுக்குப் பாதுகாப்பும் அல்ல. அவள் குழந்தையைக் கோவிலுக்குக் கூட்டிப்போன தாயார் திரும்பக் கூடும். என்னை யாரும் காணவும் கூடும். நான் வவுனியா பஸ்ஸைத் தவற விட்டுவிடவும் கூடும். புறப்பட்டேன். செந்தணலின் வெம்மை கனவைச் சுட்டெரிக்கப் பிரிந்தோம். கூர்முட்கள் இதயம் கிழிக்கப் பிரிந்தோம். சர்ப்பம் ஊர்ந்து ஜீவனை விழுங்கப் பிரிந்தோம்.

ஆட்டோவில் போய்க்கொண்டிருக்கிறோம். நடந்ததை மனம் மீட்டுகிறது. அட! அவள் கண்களின் கடைசி ஒளிப்பொறி 'என்னைக் கூட்டிப் போவாயா' என்று கேட்டுத் தவித்ததே! ச்சா... நடந்ததா இல்லை என் நப்பாசையா...? அந்த ஒளிப்பொறி என் நினைவில் நிற்கிறதே! பிரமையா?

அவள் கணவன் கண்டியில் ஏதோ கடையிலல்லவா வேலை செய்வதாகச் சொன்னாள். உண்மையா? இங்கிருந்து ஏன்

அங்கு இந்த வேலைக்குப் போகவேண்டும். அவள் தந்தை இராணுவம் கைப்பற்றிய ஊருக்கு மீளக் குடியேற வந்தபோது இடிந்த தன் வீட்டின் கோலம் கண்டு நோயில் விழுந்து இறந்து போனார். சிறு வர்த்தகனின் குடும்பம் அது. இரண்டும் பெண்பிள்ளைகள். திருமணத்திற்கான தெரிவும் என்னால் ஊகிக்கக் கூடியதே. அவள் ஏதோ கிராமிய வங்கி ஒன்றில் வேலை எடுத்துக்கொண்டதே ஆறுதல்தான். அவளின் சொற்களில் இருந்து விடுபட நினைவு போராடியது. நான் "அடுத்தது என்ன?" என்ற கேள்வியில் என்னை அமிழ்த்தித் தள்ளினேன். வாழ்வில் புதிராகச் சிலருக்கு வரும் நிகரில்லாப் பெறுமதிகொண்ட கேள்வி இது. இருந்தும் வழி நெடுக பஸ்சில் அடுத்த பயணத் திட்டமொன்றைத் தீட்டுவதில் மூழ்கினேன். தப்பிக்க வேறு வழி இல்லை.

நிசானியின் வீட்டிற்கு வர இரவாகிவிட்டது. நடந்த கதை அனைத்தும் வர்மனுக்குச் சொன்னேன். அவன் சிங்களத்தில் நிசானிக்குச் சொன்னான். அவளுக்குப் பெருமளவு சொல்லாமலே புரிந்துவிட்டது. அவள் கண்ணிலும் அசைவிலும் அனுதாபம் கூட்டினாள் என்மீது. ஆனால் நாசமாய்ப்போக! உண்மையாகவே அந்த அனுதாபம் அவளிடமிருந்து எனக்கு வேண்டித்தானிருந்தது. ஏன்? என்னை என்னால் இந்தக் கணத்தில் வைத்திருக்க முடியவில்லையா?

இரவு சாப்பிடும்போது நான் இறுதிப்படுத்திக்கொண்ட கொழும்பு போகும் திட்டம் பற்றிச் சொன்னேன். அது பற்றிக் கதைத்தோம். நிசானி, தான் கூட்டிப்போய்விடவா என்று கேட்டாள். நான் மறுத்துவிட்டேன். மறுநாள் நிசானி வேலைக்குப் போகும்போது என்னைக் கொறவப்பொத்தானை பஸ்ஸில் ஏற்றிவிடுவதாகச் சொன்னாள். அங்கிருந்து அனுராதபுரம், பின் கொழும்பு. "எல்லாம் நல்லதாய் நடக்கும். யோசிக்காதேயுங்கோ, முள்ளிவாய்க்காலுக்குப் பாடம் படிப்பம். உங்கட ஐ.டி இடம் -5 என்னண்ணை?" என்றான் வர்மன். எதையும் அசட்டுத்தனமாய் உரையாடக்கூடிய சீரியசான ஆள் இவனோ...?

இரவு நித்திரை வரவில்லை. இருளில் வெளித்தெரியும் ஒளியைப் பார்த்தபடியே சிந்தனையில் களைப்புற்றேன். கண்ணுக்கு உறுத்தல் இல்லாத ஒளியும், உடலுக்கு உறுத்தல் இல்லாத குளுமையும் என்னைச் சிந்தனையில் மூழ்கவைத்தது.

கொழும்புக்குப் போவதாய்ச்சொன்ன என் நண்பனின் வீட்டை ஞாபகம் கொண்டேன். கொழும்பிலிருந்து 'வறக்காப்பொல' என்ற சிங்கள ஊருக்கு பஸ் பிடிக்கவேண்டும். இறங்கவேண்டிய இடத்தை ஞாபகப்படுத்தினேன். இறங்கும் இடத்திலிருந்து நடைவழிப்பாதை. ஓங்கிவளர்ந்த றப்பர் மரங்கள்... ஏற்றமும் இறக்கமுமான நிலம். எப்போதும் மரங்களின் கொப்புகள் உரசிக் கிறீச்சிடும் ஒலி. மரங்களில் கீறிவிட்ட வடுக்களின் வழியே பால் வழிந்தபடி இருக்கும். றப்பர் தோட்டத்தை ஊடறுத்துப் போகும் அவ்வழியே அவர் வீடு. அழகும் எளிமையும் கொண்டு சுற்றிப் பசுமை படர்ந்த வீடது. அவர் பெயர் றுவான். சிங்கள இளைஞர்களின் இரண்டாவது புரட்சியில் பங்கெடுத்தவர். அப்போது பல்கலைக்கழக மாணவர். தன் தோழர்களையும் அடைக்கலம் தந்த மக்களையும் தொண்ணூறாம் ஆண்டு அரசாங்கப் படைகள் குரூரமாகக் கொன்று தீர்த்த நினைவில் இருந்து மீள முடியாமல் உத்தரிப்பவர். சமாதானம் நிலவிய இரண்டாயிரத்து மூன்றாம் ஆண்டு மாவீரர் நாளுக்காக வன்னிக்குத் தன் மனைவியோடு வந்தவர் இவர். அவரது இளம் மனைவியும் புரட்சியில் பங்கெடுத்துச் சிறைபோனவர்தான். அவரும் மனைவியும் மாவீரர் துயிலும் இல்லத்தில் எம் சனங்களின் விளக்கேற்றும் காட்சியையும் அந்த உணர்வையும் கண்டு மலைத்துப்போய் நின்றனர் "இதுதான் மக்கள் போராட்டம். நீங்கள் இந்த மக்கள் உள்ளவரை எவராலும் வீழ்த்தப்பட மாட்டீர்கள்" என்று கண்ணீர் விட்டபடி சொன்னார். அந்தக் காட்சிதான் இப்போது என் இறுதி நம்பிக்கையாக இருந்தது. இதன்பின் அவருடன் உறவு வளர்ந்திருந்தது. பலமுறை வந்தார் வன்னிக்கு. நானும் ஒருமுறை போனேன் அவர் வீட்டிறகு.

சந்தித்தபோதெல்லாம் அறிவார்த்தமாகப் பலவற்றைக் கதைத்தார். மெய்யில் இது தமிழ் மக்களுக்கு மட்டும் எதிரான அரசாங்கத்தின் போர் அல்ல. அழிவுதான் தமிழ் மக்களுடையதாகிறது. இதைச் சிங்கள மக்கள் உணரக் காலமெடுக்கலாம் என்றார். சிங்கள அடித்தட்டு மக்களை ஒடுக்கவே தமிழ்ப் பிரச்சினை கருவியாகக் கையாளப்பட்டு வருகிறது. எப்போதெல்லாம் தெற்கில் அதிகாரத்திற்கு எதிரான குரல் செயல்கொள்கிறதோ அப்போதெல்லாம் அதைத் தமிழர்களை நோக்கித் திருப்பிவருவதில் அதிகார வர்க்கம் வெற்றிபெற்றுவிடுகிறது. குழுமயமான வாழ்வில்

அறிவுத்தனமான கோசங்களைவிட உணர்ச்சிகரமான கோசங்களே மனங்களை ஆட்கொள்ளுகின்றது. இதை அவர்கள் பயன்படுத்திக்கொள்கிறார்கள். அங்கு தமிழர்கள் அழிக்கப்படும்போது இங்கு சிங்களவர்கள் நசுக்கப்படுகிறார்கள். இங்கு அதைப் புரிந்துகொள்ள இவர்களுக்கு சக்தியும் இல்லை. புத்தியுமில்லை. இதைச் சொல்லும்போது துக்கமும் கோபமும் தூக்கலாய் அவர் முகத்தில் தெரிந்தது என் நினைவில் மீள்கிறது...

சமூகம் மீதான அக்கறை ஒருவனை ஆட்கொண்டுவிட்டால் அவனால் போராளியாக வாழாமல் இருக்க முடியாது. அவனுக்கு வேறெதும் வாழ்வல்ல. நான் மீண்டும் இந்த மெய்யை உணர்ந்தேன். அறிவும் அறமும் மெய்யுள் வாழவைப்பன. மெய்யுள் வாழநேர்ந்தால் மரணம் அச்சத்திற்குரியதன்று. தோல்வியும் அஞ்சுதற்குரியதல்ல.

ஒருவேளை எனக்கு அடைக்கலம் தர அவர் மறுத்துவிட்டால்...? பயங்கரவாதக் கைதியை மறைத்து வைத்திருப்பது சாதாரண விடயமா என்ன? அப்போ அடுத்தது என்ன? ச்சா... இந்தக் கேள்வி மட்டும் என்னை நஞ்சாய் அறுக்கிறது. அப்படி நடக்காது. அவர் ஒரு சமூகப் போராளி. போராளியின் மெய்யான குணம் கொண்ட மனிதர் அவர். அறிவும் துணிவும்கொண்ட இலட்சிய வாழ்க்கையை விரும்புபவர். அப்படித்தான் நான் நம்ப விரும்புகிறேன். இரவு அடுத்தது என்ன என்ற அச்சத்தில் என்னை அலைக்கழித்துத் தின்றது. சிந்தனைக்கும் விரக்திக்குமானதாய் இருந்தது இரவு. குழப்பத்திற்கும் தெளிவிற்குமானதாய் இருந்தது அந்த இரவு. அச்சத்திற்கும் நம்பிக்கைக்குமுரியதாய் இருந்தது அந்த இரவு. கீழ்மைக்கும் மேன்மைக்குமுரியதாய் இருந்தது அந்த இரவு. சாவையும் மீள் உயிர்ப்பையும் தந்தது அந்த இரவு.

மறுநாள் காலையில் வெளிக்கிட்டேன். நிசானி ஒரு தாயத்துக் கொண்டுவந்து என் கையில் கட்டிவிட்டாள். அது என்னைக் காப்பாற்றும் என்ற நம்பிக்கை அவளுக்கு. வர்மனைக் கட்டித் தழுவி விடைபெற்றேன். முதல்நாள் ஓமந்தையில் அவன் தந்த தண்ணி இப்போ என் கண்கள்வழி வந்தது. அவனுக்குள்ளும் ஒரு நல்ல மனிதன் குடிகொண்டிருக்கிறான். நிசானி என்னைக் கூட்டிப்போய் பஸ் ஏற்றிவிட்டாள். கட்டித்தழுவி விடைபெறவே ஆசைப்பட்டேன். கொஞ்சம்

அழவும் ஆசையாய் இருந்தது. வறட்டு மனம் விடவில்லை. ஆனாலும் என் கண்களில் அவள் அதை உணர்ந்திருக்கக்கூடும். போகிறேன் நான்.

நீண்ட பயணம். பஸ் கண்ணாடிக்குள்ளால் முகத்தில் அறையும் காற்றும் பின்னோடும் புறக்கட்டடங்களும், வாகனங்களும் என் மன விசாரத்தை மேலும் ஆழமாக்கிப்போகிறது. முற்றிலும் அந்நியமான சூழலுக்குள்ளால் பஸ் போகிறது. தப்பித்து முதல் நாள் காட்டில் இருந்த விடுதலை உணர்ச்சி இப்போது இல்லை. பழக்கமாகிப்போன போராளி வாழ்விலிருந்து விடுபடுவதும் இலகுவானதல்ல. ஒருவேளை நான் தப்பிக்காமல் சக போராளிகளுடன் கைதியாகவே வாழ்ந்திருக்கலாமோ என்றும் எண்ணினேன். தனிமையை எதிர்கொள்வதைவிட மரணத்தை எதிர்கொள்வது கொடுமையா என்ன? ஒருவேளை மற்ற நால்வருக்கும்கூட இத்தகைய உணர்வு எழக்கூடுமா? என்னை விழுங்கும் தனிமை சாதாரண மனிதர்களின் தனிமையும் இல்லையே! மற்றவர்களிடமும் சொல்ல முடியாக் கதைகள் இருக்குமோ?

தனிமை என்பது புறவயமானது அல்ல. அது அகவயமானது. வாழ்வென்பதே உறவாடல்தானே. தன் சூழலையும் சூழலில் தன்னையும் பிணைந்து ஊடாடுவதே உறவு. உறவுறாத மனதைக் கொண்டு வாழ்வதுதான் எப்படி? என் குடும்பம் இல்லை. என் ஊர் இல்லை. நான் விரும்பியவள் இல்லை. என் போராடும் இயக்கம் இல்லை. என் தோழர்கள் இல்லை. என் போராட்டம் இல்லை. என் மக்கள் இல்லை. எதனுடன் உறவுறுவேன் நான்? என் எல்லாவற்றையும் தின்றுதீர்த்து என்னை ஏன் எஞ்ச வைத்தாய் பாழ் விதியே? என் விதியே!

பஸ் கரிய பெருஞ்சாலையால் ஓடிக்கொண்டிருக்கிறது. எதிர்ப்படும் எல்லாம் பின்னோடிக் கடக்கிறது. அப்பா நினைவுக்கு வந்தார். அவரின் சாவின் துயரத்தைக்கூட என்னால் துய்க்க முடியவில்லையே. முள்ளிவாய்க்கால் வரை நிகழ்ந்த பிரளயத்தை அனுபவித்தபின் அப்பாவின் சாவு பொருட்டற்றுப் போனதா? இல்லை நீண்ட பிரிவு காரணமா? அப்பாவுக்கு எப்போதும் அன்பை வெளிக்காட்டத் தெரிவதில்லை. சண்டையிட்டும், சத்தம் போட்டும்தான் அவர் தன் குடும்பம் மீதுள்ள அன்பை வெளிப்படுத்துவார். இதை நான் கண்டுபிடித்திருந்தபோது அவர் என்னுடன் இல்லை.

முள்ளிவாய்க்காலின் கடைசி நாட்களில் அவர் மரணம் என் துயரத்தால்தான் நிகழ்ந்தது. அன்று சண்டை பிடித்ததாகவும் அம்மா சொன்னாளே! அப்பாவைப் பார்க்கவேணும்போல இருந்தது. அழவும் ஆசைப்பட்டேன்.

பஸ் போய்க்கொண்டிருக்கிறது. புழுதிகளற்ற தெரு. ஆனால் வாகனங்களில் புகை மணம் நாசியை அரித்தது. காடுகளற்ற ஊர். கட்டடங்கள் நிலத்தை நிரப்பியிருந்தன. றுவான் என்னை வரவேற்பாரா? ஒருவேளை தப்பிவந்த கைதிக்கு அடைக்கலம் தர அஞ்சுவாரோ? ஏன் மாட்டார்? எண்ணவும், அச்சம் எழவில்லை. ஒரு விரக்தி மனமே வியாபித்தது. அது மரணத்தோடு தொடர்புடையது. சுதந்திரமான மரணம். மரணம் நினைவுக்குவர சுதந்திரபுரத்திலிருந்து முள்ளிவாய்க்கால்வரை கண்ட பிணங்கள் என் நினைவேறிச் சினந்தன. பசீலண்ணை நினைவுக்கு வந்தார். ரகு மற்றும் கலையும் நினைவுக்கு வந்தனர். கலை புத்திசாலித்தனம் கொண்ட இளைஞன். ரகு இயக்கத்தில் கடும் உழைப்பாளியும் திறமைசாலியும். பசீலண்ணை எத்தனை துக்கத்தை தன்னுள் அடக்கினார். மண்புட்டியில் தன் பிள்ளையைப் புதைத்துவிட்டு மனிசி பிள்ளைகள் பசியிருக்கப் பொழுதுபுலரமுன் போருக்குப் போகவேண்டி இருந்ததே...! பொதுவாகப் போராளிகளுக்கு வாய்த்த நிலை இதுதானே! கணவனையும் தன் பிள்ளையையும் பறிகொடுத்த அவரின் மனைவி இனி என்ன செய்வாள்? அதற்கு இந்தச் சமூகத்தில் என்ன பெறுமானம் இருக்கப்போகிறது...? பசீலண்ணை இயக்கத்தில் மூத்த போராளி. எத்தனை முதிர்ச்சி அவரிடம் இருந்தது...? மரணத்தை எதிர்கொள்ள அவரால் முடியும். மரணத்தைக் காட்டி அவரை அச்சுறுத்த முடியாது. ஒரு வேதனை இல்லாத மரணம் அவருக்குக் கிடைத்திருந்தால்போதும் என்றுதான் ஆசைப்பட்டேன் இப்போது. நீசர்கள் அப்படி ஒரு மரணத்தைக் கொடுத்திருப்பார்களா? இல்லை... கொல்லும் உருசியை அனுபவித்திருப்பார்களா?

காற்றுப்பட கண்ணாடி வழியே முகத்தை வெளியே நீட்டுகிறேன். மனமோ உள்நோக்கித் திரும்புகிறது. அம்மாவின் அறிவில்லா நன்மை வாதம்தான் இப்போ என் மனதில் எழுகிறது. நான் ஏன் அந்தப் பெரும் பிரளயத்தில் கொல்லப்படவில்லை? என் சனமெல்லாம் செத்துப் பிணமாகியபோது அவர்களைக் காக்கப் போராளியாகிய

நான் எப்படிச் சாவால் தின்னப்படாமல் விடப்பட்டேன்? காரணம் இருக்குமா இதற்கும்? ஜோசப் முகாமில் நான் அனுபவித்தது சித்திரவதையே அல்ல. அது ஒரு ஆரம்பம்தான். என் மண்டை உடைந்திராவிட்டால் நான் சித்திரவதையை எதிர்கொள்ள வேண்டியிருந்திருக்கும். உண்மையை வரவழைத்தும் இருப்பர். சாகடிக்கப்பட்டும் இருப்பேன். முன்னர் நான் அறிந்த கைதிகள் அங்கு பட்ட சித்திரவதையில் அரைப் பிணமாக்கப்பட்டிருந்தனர்... மண்டை உடைந்ததால் நான் காக்கப்பட்டேனா விதியால்? எதற்காக? என் முயற்சி வெற்றியளித்து ஐசிஆர்சி-யில் பதிந்ததால்தான் ரகசிய முகாமில் இருந்து விடுவிக்கப்பட்டேனா? அது தற்செயலா? சஞ்சயனின் உறவு, தப்பித்தல் திட்டம், அதன் ஒவ்வொரு முடிச்சும் இறுதிவரை அவிழ்ந்தமை, கடைசி நேரத்தில் பாதுகாப்பு ஏற்பாட்டை அதிகாரி மாற்றியதால் - வர்மன் சொன்னதுபோல ஈக்குக்குச்சியால் இரும்புப் பூட்டைத் திறக்க நான் கண்டுபிடித்தமை எல்லாமே எங்கள் காரியத்தால் மட்டுமே ஆனதுதானா? இல்லை. விதியின் காரணம் இருக்குமா? விதியென்று ஒன்று இருக்கிறதா என்ன?

விலக்கப்பட்ட எந்தக் கனியையும் உண்டதில்லையே. பின் எதற்காகச் சபிக்கப்பட்டோம்? அணைகட்ட மெய்வருத்தி மண் சுமந்தோம். இருந்தும் எம் முதுகுகளில் ஏன் இத்தனை சாட்டையடி? எம்மை நம்பிய மக்களைக் காக்க நஞ்சுண்டோம். ஆனாலும் அது கண்டத்தில் மட்டும் தங்கவில்லையே! எம்முடையதல்லாத எதையும் கேட்டதில்லை, பின் எதற்காக வஞ்சிக்கப்பட்டோம்? "தர்மம் ஒரு வாழ்வின் பொய்யோ...?" ராசு அண்ணரின் பாடல்தான் மனதில் வந்தது. கூடவே ராசு அண்ணரும். "வரலாறு வெற்றிடங்களை விட்டு வைக்காது." என்றாரே!

அம்மாவுக்கு வாழ்வை எதிர்கொள்ள அவரிடம் எளிய தத்துவம் இருந்தது. ஒருவேளை அதுதான் வலிய தத்துவமோ? நான் உயிருடன் இருப்பதும் நன்மைதானோ? என் இந்நிலைக்கும் காரணம் இருக்குமோ? நான் செய்யவேண்டிய காரியமும் இருக்குமோ? கூடவே தப்பித்த என் நண்பர்களின் சமூகவலைத் தொடர்பு அடையாளங்கள் மனதுக்கு வந்தன. என்னைக் காவியபடி கரியசாலையில் போகிறது பேருந்து.

❁❁❁